കുരുമുളകിന്റെ വീട്

സി. റഹിം

നോവൽ

കുരുമുളകിന്റെ വീട്

സി. റഹിം

ഗ്രീൻ ബുക്സ്

green books private limited
gb building, civil lane road, ayyanthole,
thrissur- 680 003, kerala, ph: +91 487-2381066, 2381039
website: www.greenbooksindia.com
e-mail: info@greenbooksindia.com

malayalam
kurumulakinte veedu
novel
c. rahim

first published march 2018

cover design : rajesh chalode

branches:
thrissur 0487-2422515
palakkad 0491-2546162
kannur 0497-2763038
thiruvananthapuram 0471-2335301

isbn : 978-93-87331-33-4

GBPL/999/2018

മുഖക്കുറി

കേരളത്തിന്റെ ചരിത്രം രേഖപ്പെടുത്തുന്ന നോവലാണ് കുരുമുളകിന്റെ വീട്. സി. റഹിം തന്റെ കൃതഹസ്തമായ ശൈലിയിലൂടെ ഒരു ഭൂതകാലത്തിന്റെ ആരവങ്ങൾ വായനക്കാരനു മുൻപിൽ കാഴ്ചവെക്കുന്നു. തീർച്ചയായും ഒരു വ്യത്യസ്ത രചന.

കൃഷ്ണദാസ്
മാനേജിങ് എഡിറ്റർ

ശ്രീ എൻ.ആർ.എസ്. ബാബു സാറിന്

കുരുമുളകിന്റെ വീടിനെക്കുറിച്ച്

ഞങ്ങളുടെ പറമ്പ് നിറയെ ഒരു കാലത്ത് കുരുമുളകുവള്ളികളായിരുന്നു. മാവിലും പ്ലാവിലും അടയ്ക്കാമരത്തിലും ആഞ്ഞിലിയിലുമൊക്കെ കുരുമുളകുവള്ളികൾ പടർന്നു പന്തലിച്ചു കിടന്നിരുന്നു. കുരുമുളകുവള്ളികളെ ലാളിച്ചും പരിചരിച്ചും കഴിഞ്ഞൊരു ബാല്യം എനിക്കുണ്ട്. ആരും കാണാതെ കുരുമുളകുവള്ളികളോടു സംസാരിക്കുന്ന ശീലവും എനിക്കുണ്ടായിരുന്നു. മരങ്ങളിൽ കെട്ടിപ്പിടിച്ചു വളരുന്ന ഈ കുരുമുളകു വള്ളികളൊക്കെ വിദ്യാർത്ഥികളാണെന്നായിരുന്നു എന്റെ ഭാവം. ഒരു വടിയും ഒടിച്ചതിന്റരുകിൽ ചെന്നവയെ ഓരോന്നു പഠിപ്പിക്കും. ചിലപ്പോൾ ശാസിക്കും. അടിക്കും. പിന്നെ ലാളിക്കും. ഇങ്ങനെ കുരുമുളകുവള്ളികളെ തൊട്ടും തലോടിയും നിന്നതുകൊണ്ടാവാം അവയുമായൊരാത്മ ബന്ധം എനിക്കുണ്ടായതെന്നു തോന്നുന്നു.

കുരുമുളകിനെ 'നല്ല മുളകെ'ന്നാണ് വീട്ടിലെല്ലാവരും വിളിച്ചിരുന്നത്. നേരിയ മഞ്ഞുവീഴ്ച തുടങ്ങുമ്പോൾ കുരുമുളകുവള്ളിയുടെ ഞെടുപ്പിന് കുരുന്നു മുളകൾ തലനീട്ടുന്നതു കാണാം. നിലാവിനെ പോലെ ചന്ദനനിറമുള്ള സൗമ്യഗന്ധിയായ തിരിക്കുഞ്ഞുങ്ങൾ കുരുമുളകുവള്ളിയിലാകെ നിറയും. അപ്പോൾ മനസ്സിനുള്ളിൽ ആഹ്ലാദം ഉറവ പൊട്ടും. കൂടെക്കൂടെ അതിനെ നോക്കിക്കൊണ്ടിരിക്കും. സൂര്യന്റെ ഉഗ്രതാപമേൽക്കാതെയും പെരുമഴ കൊള്ളാതെയും തിരിക്കുഞ്ഞുങ്ങളെ ഇലകൾ ചാഞ്ഞും ചരിഞ്ഞും കാത്തുസൂക്ഷിക്കുന്നതു കാണാം. കുയിലുകൾ താരാട്ടു പാടിയവയെ ഉറക്കുന്നതു കേൾക്കാം. ഉപ്പനുകൾ വന്ന് കൊഞ്ചിക്കുന്നത് ശ്രദ്ധിക്കാം. രാത്രിതണുപ്പിൽ ഇലയുടെ മാറിലെ ചൂടേറ്റാണ് തിരികൾ മയങ്ങുന്നത്. പുള്ളുകൾ അവയ്ക്കു കൂട്ടിരിക്കും. ചന്ദനനിറമുള്ള തിരിക്കുഞ്ഞുങ്ങൾ ഇരുണ്ടു വരുന്നതും ഒടുക്കം മൂത്ത് ചുവക്കുന്നതും ഞങ്ങൾ കുട്ടികൾ നോക്കിയിരിക്കും. പഴുത്ത കുരുമുളക് നുള്ളി വായിലിട്ട് ഉഴുപ്പുമ്പോൾ നേരിയൊരു മധുരവും പുളിയും കിട്ടും.

ഏതോ വലിയൊരു പലഹാരം തിന്നുന്ന ഭാവമാണപ്പോൾ. അറിയാതെ കുരുവൊന്നു കടിച്ചാൽ കണ്ണിൽ വെള്ളം നിറയും. കുരുമുളകിനോടപ്പോൾ പിണങ്ങും.

കുരുമുളക് പറിക്കാൻ വണ്ടിക്കാരു വരുമ്പോൾ ഞങ്ങൾ കുട്ടികൾക്കവിടെ ചില്ലറ കിസ്മത്ത് പണികളൊക്കെയുണ്ടാകും. പൊഴിഞ്ഞുവീഴുന്ന മണികൾ പെറുക്കുകയാണ് മുഖ്യ ജോലി. തുണി കഴുത്തിലൂടെ അരയിലേക്കു കെട്ടി ഒരു സഞ്ചി മാതിരി യുണ്ടാക്കി അതിലാണ് പണിക്കാർ മുളക് പറിച്ചിടുക. ഇങ്ങനെ മരങ്ങളായ മരങ്ങളൊക്കെ അവർ നുള്ളിപ്പെറുക്കും. എന്നിട്ടവ ഇടമിറ്റത്ത് കൊണ്ടുവന്ന് തഴപ്പായയിൽ കൂന കൂട്ടിവയ്ക്കും. കറ്റ മെതിക്കുംപോലെ ആണും പെണ്ണും കുരുമുളക് ചവിട്ടി കൊഴിക്കും. കുട്ടികളും ഇതിൽ അവരെ ചിലപ്പോ ഒരു രസ ത്തിന് സഹായിക്കാറുണ്ട്. കാൽവെള്ള നിറയെ കുരുമുളക് തൊലി പറ്റിപ്പിടിച്ച് നീറും. ഓർക്കുമ്പോൾ അതൊരു സുഖകര മായ നീറ്റലായി ഇന്നനുഭവപ്പെടുന്നു.

ഇങ്ങനെ കൊഴിച്ചെടുക്കുന്ന 'കുരുമുളക് കൊന്ത്' കൂന കൂനയാക്കി വച്ചിട്ടുണ്ടാകും. ഇതൊക്കെ വാരി മനുഷ്യരുടെ കാൽപെരുമാറ്റമുള്ള വഴികളിലൊക്കെ കൊണ്ടുവിതറുന്നത് കുട്ടികളാണ്. ഇങ്ങനെ കുരുമുളക് കൊന്തുകൾ കൊണ്ടു വിതറുന്നത് എനിക്കേറെയിഷ്ടമുള്ള പണിയായിരുന്നു. എന്തി നാണ് ഇങ്ങനെ റോഡിലൊക്കെ കുരുമുളക് കൊന്ത് വിതറു ന്നതെന്ന് അന്നെനിക്കറിയില്ലായിരുന്നു. എന്നാൽ മുതിർന്ന പ്പോഴാണതിന് ഉത്തരം ലഭിച്ചത്. പഴയൊരു സാമൂഹികാചാര ത്തിന്റെ ഭാഗമാണത്. കുരുമുളക് പറിച്ചുവെന്ന് മാലോകരെ ബോധ്യപ്പെടുത്താനാണിത്. അക്കാലത്ത് പൊന്നിനേക്കാൾ വിലയുള്ളതായിരുന്നു കുരുമുളക്. അറബികളും പോർട്ടുഗീസു കാരും ഡച്ചുകാരും ഫ്രഞ്ചുകാരും ബ്രിട്ടീഷുകാരുമൊക്കെ ഈ കറുത്ത പൊന്നു തേടിയാണല്ലോ ഇവിടേക്കു വന്നത്. അതിന്റെ കുത്തകയ്ക്കു വേണ്ടിയായിരുന്നല്ലോ അവർ പരസ്പരം പോരാടിയിരുന്നതും. കുരുമുളകിനായി വന്നവർ ഈ രാജ്യം തന്നെ പിടിച്ചെടുത്തുവെന്നത് മറ്റൊരു ചരിത്രം.

കുരുമുളക് മണിമാലയിൽ പൊൻമണിയും പൂശാന്ത്രവും കോർത്താണ് റാവുത്തരന്മാരുടെ ഇടയിൽ വരൻ വധുവിന്റെ കഴുത്തിൽ താലി ചാർത്തിയിരുന്നത്. കുരുമുളകിന്റെ പ്രാധാന്യം ജീവിതബന്ധങ്ങളിൽ എത്ര ആഴങ്ങളിലായിരു ന്നുവെന്ന് അത് വ്യക്തമാക്കുന്നു. എന്റുമ്മയുടെയും അപ്പച്ചി മാരുടെയും ഒക്കെ കഴുത്തിൽ കുരുമുളകുമാലയുണ്ടായിരുന്നു. അമ്മ ഈ അടുത്ത കാലത്തത് ഉരുക്കി വേറെ പണി കഴിപ്പിച്ചു.

അപ്പച്ചിമാരുടെ കഴുത്തിലിപ്പോഴും കുരുമുളക് മാലയുണ്ട്. അമ്മുമ്മയുടെ (അത്തമ്മ) കഴുത്തിലുമുണ്ടായിരുന്നു. എന്റെ ആദ്യനോവലായ തൈക്കാവിലെ പുരാണത്തിൽ (തൈക്കാവിലെ ഉറുമ്പുകൾ, കായിത, തൈക്കാവിലെ പുരാണം എന്നിങ്ങനെ മൂന്നു ഭാഗങ്ങളായി എഴുതിയ നോവൽ) കുരുമുളകുമായുള്ള എന്റെ ബാല്യകാലാനുഭവങ്ങൾ എഴുതിയിട്ടുണ്ട്. 'നല്ല മുളക് മാല' എന്ന പേരിൽ ഒരദ്ധ്യായം തന്നെയതിലുണ്ട്. നമ്മുടെ സമ്പദ്വ്യവസ്ഥയുടെ അക്കാലത്തെ നട്ടെല്ലു തന്നെ കുരുമുളകായിരുന്നു. നാടുവാഴുന്നോരുടെ വാണിജ്യമന്ത്രിയെ 'മുളക് മടിശീലക്കാരൻ' എന്നാണ് വിളിച്ചിരുന്നതു പോലും. സൈനികപണി നഷ്ടപ്പെട്ട റാവുത്തരന്മാരിൽ ഒരു വിഭാഗം കുരുമുളക് വ്യാപാരത്തിലേക്കു തിരിഞ്ഞിരുന്നു. ചുനക്കര, ചങ്ങനാശ്ശേരി, പറക്കോട്, പുനലൂർ, പത്തനാപുരം തുടങ്ങിയ പ്രദേശത്തെ റാവുത്തരന്മാരൊക്കെ കുരുമുളക് കൃഷിയിലും വ്യാപാരത്തിലും ശ്രദ്ധയൂന്നി. അവരായിരുന്നു ഞങ്ങളുടെ വീട്ടിൽനിന്നും കുരുമുളക് വാങ്ങിയിരുന്നത്. കുരുമുളക് വ്യാപാരത്തിന്റെ കുത്തക തന്നെയുണ്ടായിരുന്ന കുരുമുളക് രാജാവ് മധ്യതിരുവിതാംകൂർ ഭരിച്ചിരുന്ന നാടുവാഴിയായിരുന്നു. അദ്ദേഹത്തെ കൊച്ചിരാജാവിന്റെ സഹായത്തോടെ പോർട്ടുഗീസുകാർ വധിക്കുകയായിരുന്നു. അറബികൾക്ക് കുരുമുളക് വിറ്റുവെന്നതായിരുന്നു കുറ്റം. ബ്രിട്ടനിലും മറ്റും കഴിഞ്ഞ നൂറ്റാണ്ടിൽ 'പെപ്പർ കിംഗ്' എന്ന പേരിൽ അറിയപ്പെട്ടിരുന്നത് ആലപ്പുഴയിലെ വ്യാപാരപ്രമുഖനായിരുന്ന കക്കാഴം വാവ ആയിരുന്നു.

യൂറോപ്പിലും മറ്റും കുരുമുളക് എണ്ണിയാണ് വിറ്റിരുന്നതെന്നത് അതിന്റെ മൂല്യം ഓർമ്മിപ്പിക്കുന്നതാണ്. കുരുമുളക് വ്യാപാരികൾ തന്റെ പേരിനൊപ്പം 'പെപ്പർ' എന്നു കൂടി അഭിമാനത്തോടെ എഴുതിച്ചേർക്കുമായിരുന്നു.

സൂഫി ദർഗകളിലും മറ്റും നേർച്ചയായി നൽകുന്നത് കുരുമുളകും ഉപ്പുമാണ്. ശബരിമലയിലെ വാവരു സ്വാമിയുടെ അടുത്തും ഇതും തന്നെയാണ് പ്രസാദമായി നൽകിയിരുന്നത്. മുസ്ലിം സിദ്ധന്മാരുടെ ദർഗ്ഗകളിൽ എന്തുകൊണ്ടാണ് 'കുരുമുളകും ഉപ്പും' പ്രസാദമായി നൽകുന്നതെന്ന് മുമ്പൊക്കെ ഞാനാലോചിച്ചിട്ടുണ്ട്. അധിനിവേശത്തെതിരെയുള്ള ശക്തമായ ചെറുത്തുനില്പിന്റെ സമരായുധം എന്ന പ്രത്യേകത കൂടിയുണ്ടതിനെന്ന് ഇപ്പോഴാണ് എനിക്കു മനസ്സിലാക്കാനായത്. അറബികൾക്ക് കുരുമുളക് വിൽക്കുന്ന ബ്രാഹ്മണരുടെ തല വെട്ടികൊണ്ടു വന്നാൽ അമ്പത് പവൻ വീതം നൽകാൻ പോർട്ടുഗീസുകാർ തയ്യാറായിരുന്നു. തെമ്മാടിക്കൂട്ടങ്ങളെ

ഇതിനായവർ ഇറക്കിവിടുകയും ചെയ്തിരുന്നു. ഉപ്പിനെ ബ്രിട്ടീഷുകാർക്കെതിരെയുള്ള ഒരു സമരായുധമാക്കി ഗാന്ധിജി മാറ്റിയതും നമുക്ക് വിസ്മരിക്കാനാവില്ലല്ലോ. നമ്മുടെ സ്വാതന്ത്ര്യസമര ചരിത്രത്തിലെ തിളക്കമാർന്നൊരേടാണ് ഉപ്പു സത്യാഗ്രഹവും ഉപ്പു കുറുക്കലുമൊക്കെ. യൂറോപ്പിൽ മഞ്ഞു കാലത്ത് മാംസം കേടു കൂടാതെ സൂക്ഷിക്കാനാണ് കുരുമുളക് അത്യാവശ്യമായി വന്നിരുന്നത്. എന്നാൽ അതിന് ബദൽ മാർഗ്ഗം അവർ കണ്ടെത്തിയതോടെ ലോകത്ത് കുരുമുളകിന്റെ പ്രാധാന്യവും കുറഞ്ഞു. എന്തായാലും മുറ്റത്ത് കുരുമുളക് വള്ളികൾ പടരാതെ വളരുന്ന മരങ്ങൾ കാണുമ്പോൾ എന്തോ ഒരു നഷ്ടബോധം ഇപ്പോഴും എനിക്കു തോന്നാറുണ്ട്. ബാല്യത്തിന്റെ സുഖകരമായൊരു നീറ്റലിന്റെ ഓർമ്മയാണല്ലോ കുരുമുളക് വള്ളികൾ. അതുകൊണ്ടാവാം മുറ്റത്തെ മരങ്ങളിലൊക്കെ കുരുമുളക് വള്ളികൾ നട്ടും നനച്ചും ശുശ്രൂഷിക്കുമ്പോൾ ബാല്യത്തിന്റെ മധുരസ്പർശം ഞാനനുഭവിക്കുന്നത്. ഈ ഇടവപ്പാതി മഴക്കാലത്തും മുറ്റത്തെ മൂവാണ്ടൻമാവിൽ പടർന്നു പന്തലിച്ചു കിടക്കുന്ന കുരുമുളക് വള്ളികൾ ചുനപ്പു പൊട്ടിയതു കണ്ട് അതൊക്കെ മുറിച്ച് പ്ലാവിലും ആഞ്ഞിലിയുടെയും മറ്റും ചുവട്ടിൽ നട്ടു. കുടുംബവീട്ടിൽ വന്നാലുടൻ ഞാൻ നട്ടുവളർത്തുന്ന കുരുമുളക് വള്ളികൾ മരവുമായി ഇണങ്ങിയോ, അവയ്ക്ക് വേരുപിടിച്ചോ, പുതിയ ഇല വന്നോയെന്നു നോക്കിയില്ലെങ്കിൽ ഒരു വിഷമമാണ്. അതിനെയൊന്നു തൊട്ടു തലോടിയില്ലെങ്കിൽ മനസ്സിൽ ഒരെരിവ് തോന്നും. ഞാനവയെ അത്ര കണ്ട് സ്നേഹിച്ചു തുടങ്ങിയിരിക്കുന്നു.

'കുരുമുളകിന്റെ വീട്' എന്ന നോവൽ എഴുതിയതോടെയാണ് ഈ പ്രണയം വർദ്ധിച്ചത്. ഈ നോവലിൽ ചരിത്രം അതേപടി കടന്നുവന്നിട്ടുണ്ട്. ചരിത്രവും ഭാവനയും കൂടിക്കലർന്നിട്ടുണ്ട്. നോവൽരചനയ്ക്ക് പല ചരിത്രഗ്രന്ഥങ്ങളും സഹായകരമായി. മുഗൾ സാമ്രാട്ട് ഷാജഹാന്റെ പുത്രി ജഹന്നാരയുടെ ആത്മകഥ ഇതിൽ എടുത്തു പറയേണ്ട ഒരു പുസ്തകമാണ്.

ടിപ്പു സുൽത്താനെക്കുറിച്ച് വായിച്ചു കൂടുതൽ മനസ്സിലാക്കിയാണ് എഴുതിയത്. ചരിത്രസത്യങ്ങളെ കുഴിച്ചുമൂടാൻ ബോധപൂർവ്വമായ ശ്രമങ്ങൾ നമ്മുടെ രാജ്യത്തു നടക്കുന്നുണ്ട്. ഇതിനെതിരെ നമ്മൾ ജാഗ്രത പുലർത്തേണ്ടതുണ്ട്. സത്യത്തെ മുറുകെ പിടിക്കാൻ സർവ്വേശ്വരൻ നമുക്ക് കരുത്തുപകരട്ടെയെന്ന് പ്രാർത്ഥിക്കുന്നു.

എല്ലാവർക്കും നന്മ ഉണ്ടാകട്ടെ.

സി. റഹിം

ഒന്ന്

വിശന്നു മുരളുന്ന കടുവയെപ്പോലെ ആകാശം ഗർജിക്കാൻ തുടങ്ങി. കരിംഭൂതം കണക്കെ കാർമേഘങ്ങൾ പടിഞ്ഞാറൻ ആകാശത്തുവന്നു നിരന്നു. കന്നുകാലി ചെറുക്കന്മാർ പശുക്കൂട്ടത്തെ വേഗത്തിൽ ഇളക്കി ഓടിച്ച് കുന്നിറങ്ങി. കാർമേഘങ്ങളിൽ തീപിണരുകൾ മിന്നി. മേഘം ഉരുകി ഒലിക്കാൻ തുടങ്ങി. കാറ്റിന്റെ ഹുങ്കാരം മരക്കൂട്ടങ്ങളെ ഇളക്കി മറിച്ചു. ശക്തമായ കാറ്റിൽ നിയന്ത്രണംവിട്ട തത്തക്കൂട്ടങ്ങൾ തെങ്ങിൻ തോപ്പിൽ ഒഴുകിവന്നു വീണുപിടഞ്ഞു. തെങ്ങും കവുങ്ങും കാട്ടുമരങ്ങളും ഉറഞ്ഞുതുള്ളി. ഇഴജന്തുക്കൾ പൊത്തിലൊളിച്ചു. നാടായ നാട്ടിലൊക്കെ മരങ്ങളിൽ കെട്ടിപ്പിടിച്ചു വളരുന്ന കുരുമുളക് വള്ളികൾ പടിഞ്ഞാറൻ ദിക്കിലേക്ക് ആരെയോ പ്രതീക്ഷിക്കുംപോലെ കണ്ണുപായിച്ചുനിന്നു. മുയൽചെവിയിലകൾ ഇളക്കിനിന്നു.

നാട്ടിലെ അരുവികളും പുഴകളും കലങ്ങിമറിഞ്ഞ് കുതിച്ചുപാഞ്ഞു. ഇരപ്പൻ പാറകളുടെ വായ്ത്താരികൾ അന്തരീക്ഷത്തിൽ പ്രതിധ്വനിച്ചു. കുരുമുളകിന്റെ നാട് ഭയപ്പാടോടെ കാലത്തിന്റെ നീർച്ചുഴിയിലേക്ക് കണ്ണ് പായിച്ചു. കീഴൂർ കുടുംബത്തിലെ കെട്ടിലമ്മ ഭാരതി തമ്പുരാട്ടിയെ പുട വകൊടുത്ത് മിന്നുകെട്ടിയ മിത്രൻനമ്പൂതിരിപ്പാട് കോരിച്ചൊരിയുന്ന മഴയത്ത് വീടിന്റെ കോലായിൽ അങ്ങോട്ടുമിങ്ങോട്ടും ഉലാത്തി. മനസ് ആകെ കലങ്ങിമറിഞ്ഞിരിക്കുന്നു. നാട് വാഴുന്ന തമ്പുരാന്റെ വാറോല വീണ്ടും തിരിച്ചും മറിച്ചും നോക്കി. അടിയന്തരമായി മുഖം കാണിക്കാനാണ് ഉത്തരവ്. പറങ്കികൾ കീഴൂർ കുടുംബത്തിനെതിരെ എന്തെങ്കിലും ഏഷണി മഹാരാജാവിന് മുമ്പിൽ എഴുന്നള്ളിച്ചിട്ടുണ്ടാകുമോ?

പ്രതാപശാലിയായിരുന്ന കുരുമുളക് രാജാവ് രാമവർമ്മ തമ്പുരാൻ കൊല്ലപ്പെട്ടതോടെ കീഴൂർ കുടുംബത്തിനൊരു നാഥനില്ലാത്ത അവസ്ഥയാണ്. കുടുംബത്തിലെ ആണുങ്ങൾ പലരും ഇതിനോടകം ദുരൂഹ സാഹചര്യത്തിൽ കൊല്ലപ്പെട്ടു. പറങ്കികളുടെ ഗൂഢാലോചനയാണിതിനൊക്കെ പിന്നിൽ. ആറ്റിങ്ങൽ റാണിമാരുടെ പിന്തുണ ഇന്നവർക്കുണ്ട്. അതിന്റെ അഹങ്കാരമാണ്. കൊല്ലത്ത് അവർക്ക് വീണ്ടും കോട്ട കെട്ടാൻ അവസരം നൽകിയത് ആപത്ത് സ്വയം വിളിച്ചുവരുത്തുന്നതിന് തുല്യമാണ്. വിനാശകാലേ വിപരീത ബുദ്ധിയെന്നല്ലാതെ എന്താണിതിനൊക്കെ

ഒരു വ്യാഖ്യാനം നൽകാനാവുക. ഇപ്പോൾ രാജ്യകാര്യങ്ങളിലും അവർ കൈ കടത്തുന്നു. അവരുടെ സിൽബന്തികളെ ഉയർന്ന ഉദ്യോഗങ്ങളിൽ നിയമിക്കാൻ നിർബന്ധിക്കുന്നു. നാട്ടുകാരെ ബലമായി ക്രിസ്തുമതത്തിലേക്ക് മതപരിവർത്തനം നടത്തുന്നു. മതംമാറിയ മുക്കുവർ ഒറ്റുകാരായി അവർക്കൊപ്പമുണ്ട്. അക്രമവും കൊള്ളയും നടത്തി പറങ്കികൾ സമ്പത്ത് തട്ടിയെടുക്കുന്നു. വ്യാപാരത്തേക്കാൾ ഇവിടുത്തെ മുതൽ കൊള്ള ചെയ്യുകയാണവരുടെ മുഖ്യലക്ഷ്യമെന്ന് ഇതിനോടകം തന്നെ തെളിഞ്ഞിരിക്കുന്നു.

പറങ്കികൾ കൊല്ലത്ത് വ്യാപാരമുറപ്പിച്ചതോടെ മറ്റാർക്കും ഇവിടെ കപ്പലടുപ്പിക്കാൻ സാധിക്കാത്ത സ്ഥിതിയുമായി. കീഴൂർ കുടുംബത്തെയവർ ശത്രുക്കളായാണ് കണക്കാക്കുന്നത്. പലവഴി പിരിഞ്ഞ് കീഴൂർ കുടുംബം അധഃപതിച്ചു കഴിഞ്ഞിരിക്കുന്നു. പറങ്കികളുടെ മൂക്കിന് മുന്നിൽ കീഴൂർ കുടുംബക്കാർക്ക് ജീവിതം സുരക്ഷിതമല്ലെന്ന് കണ്ട് ഗർഭിണിയായ സരസ്വതിത്തമ്പുരാട്ടിയെ കരിമാങ്കാവിന് സമീപമുള്ള തായ്‌വഴി കുടുംബത്തിലെ ബന്ധുക്കളുടെ അരികിലേക്കയച്ചിരിക്കുകയാണ്. താനിവിടെ സംബന്ധക്കാരനായതുകൊണ്ട് പറങ്കികളുടെ ദല്ലാളന്മാർക്ക് തന്നോട് പകയില്ലെന്ന് മാത്രം.

കീഴൂർ കുടുംബം പറങ്കികൾ നശിപ്പിച്ചെങ്കിലും അവശേഷിച്ച ഒരു പത്തായപുരയിലാണ് ജീവനവശേഷിച്ചവർ കരിമാങ്കാവിനരുകിൽ കഴിയുന്നത്. അവിടെയാണ് സരസ്വതിത്തമ്പുരാട്ടിയെ പറഞ്ഞയച്ചിരിക്കുന്നത്. അവിടെയും സരസ്വതി സുരക്ഷിതയായിരിക്കണമെന്നില്ല. ഇങ്ങനെ ഓരോരോ വിചാരങ്ങളിൽ മിത്രൻ നമ്പൂതിരിപ്പാടിന്റെ മനസ്സ് കുളിർമഴയിലും പുകഞ്ഞു കത്തി. പെരുമഴയുടെ ശക്തി കുറഞ്ഞപ്പോൾ മിത്രൻ നമ്പൂതിരിപ്പാട് എന്തൊക്കെയോ കണക്കുകൂട്ടികൊണ്ട് പറഞ്ഞു. ലഗ്നത്തിൽ ശുക്രനും അഞ്ചാമേടത്ത് വ്യാഴവും ആറാമേടത്ത് ശനിയും മൂന്നാമേടത്ത് ആദിത്യനും നിൽക്കുന്ന ശുഭമുഹൂർത്തമാണ്. എന്നാൽ നാടിന്റെ സ്ഥിതി അത്ര മെച്ചമായി കാണുന്നില്ല. ശത്രുക്ഷേത്രം, നീചം എന്നീ സ്ഥാനങ്ങളിലായാണ് ലഗ്നാധിപന്റെ സ്ഥാനം.

ദാരിദ്ര്യം, ദുഃഖം, അടിമത്തം തുടങ്ങിയവയാണ് അനുഭവം. വെറ്റില ചെല്ലം തുറന്ന് ഒരു കിളിവാലൻ വെറ്റിലയെടുത്ത് അതിന്റെ ഞരമ്പ് ചൊറിഞ്ഞിളക്കി ചുണ്ണാമ്പ് തേച്ചുപിടിപ്പിച്ചുകൊണ്ട് വിളിച്ചു "കുഞ്ഞൻ നായരേ". തന്റെ രണ്ടാമുണ്ട് കുടഞ്ഞ് അരയിൽ കെട്ടിക്കൊണ്ട് കുഞ്ഞൻനായർ മിത്രൻനമ്പൂതിരിപ്പാടിന്റെ മുമ്പിൽ വന്ന് ആ മുഖത്തെ ഉത്തരവിനായി കാത്തുനിന്നു. "കുതിരവണ്ടിയെടുക്ക്" എന്നിട്ട് വെറ്റമാൻ വായിലേക്ക് തിരുകി ഒന്നു കാറി ചവയ്ക്കാൻ തുടങ്ങി. കുഞ്ഞൻനായർ വേഗത്തിൽ ഓലക്കുട ചൂടി കുതിരവണ്ടി തയ്യാറാക്കി വന്നു. ആകാശത്ത് കൊള്ളിയാൻ മിന്നുകയും ഭൂമികുലുക്കി ഇടിവീഴുകയും ചെയ്തു. ഗന്ധകപുകമണം ചുറ്റും പരന്നു. "എവിടെയോ ഇടി

ഏശിയിരിക്കുന്നു." മിത്രൻ നമ്പൂതിരിപ്പാട് പറഞ്ഞു. പെട്ടെന്ന് അടിയാത്തികളുടെ അലമുറ കേൾക്കാൻ തുടങ്ങി. കുഞ്ഞൻനായർ അമ്പരപ്പോടെ ഓലക്കുട ചൂടാതെ എരുത്തിലിന്റെ അരികിലേക്ക് ഓടിച്ചെന്നു. അടിയാത്തിപെണ്ണുങ്ങൾ നിലവിളിച്ചുകൊണ്ടുവരികയാണ്. ആകാംക്ഷയോടെ കുഞ്ഞൻനായർ അവരെ നോക്കി ചോദിച്ചു "എന്താ, എന്താ?"

"ഇടിയേശി പുള്ളിപശു ചത്തു. തെങ്ങ് കത്തി." നിലവിളിച്ചുവന്നവരിൽ കറുമ്പിതള്ള പറഞ്ഞു.

"ഓ," ആശ്വാസത്തോടെ കുഞ്ഞൻനായർ ദീർഘനിശ്വാസം ഉതിർത്തു. "അത്രയല്ലേയുള്ളൂ. സാരമില്ല" എന്നിട്ട് വീട്ടിലേക്ക് ഓടിക്കയറി അറിയിച്ചു. "ഒരു പശു ഇടിയേശി ചത്തതിന്റെ ബഹളമാ. ഒരു തെങ്ങുംപോയി."

"ഉം, നാടിന്റെ സ്ഥിതി അത്ര മെച്ചമല്ല. ശകുനവും." മിത്രൻ നമ്പൂതിരിപ്പാട് പറഞ്ഞു. വരാനുള്ളത് വഴിയിൽ തങ്ങില്ല. ഇറങ്ങുകതന്നെ. കുഞ്ഞൻനായരോടൊപ്പം കുതിരവണ്ടിയിൽ കയറി ഓടിച്ചുപോയി. കൊട്ടാരക്കെട്ടിലെത്തിയപ്പോൾ ഇടത്തറപോറ്റിമാർ രാജാവിനെ മുഖം കാണിച്ചു മടങ്ങുന്നതു കണ്ടു. പഞ്ചഗവ്യനമ്പിയും പിള്ളമാരും എന്തോ സംസാരിച്ചുകൊണ്ട് പൂമുഖത്ത് നിൽപ്പുണ്ട്. അവരുടെ സംസാരത്തിന് മിത്രൻ നമ്പൂതിരിപ്പാട് ചെവി കൊടുത്തു.

പത്മനാഭസ്വാമി ക്ഷേത്രം പുനരുദ്ധാരണ കാര്യങ്ങളാണ് ചർച്ച. മധുര നായ്ക്കന്മാർക്ക് നൽകിവന്ന കപ്പംപണം മുടക്കിയതവരെ പ്രകോപിപ്പിച്ചിട്ടുണ്ടത്രെ. മധുരയിൽ നിന്ന് റാവുത്തരന്മാരുടെ കുതിരപ്പട എപ്പഴാണിനി വേണാട്ടേക്ക് കടക്കുകയെന്ന് നിശ്ചയമില്ല. കൽക്കുളത്തേക്ക് തലസ്ഥാനം മാറ്റുന്ന പണികൾ ദ്രുതഗതിയിൽ പൂർത്തിയാക്കുകയാണ് അടിയന്തരമായി വേണ്ടത്. മിത്രൻ നമ്പൂതിരിപ്പാട് രാജാവിനെ മുഖം കാണിച്ചു വണങ്ങി. പറങ്കികളുടെ ശക്തി ക്ഷയിച്ചുവരുന്നുവെന്നാണ് വിവരം. പോർച്ചുഗൽ യുദ്ധം നടക്കുകയാണെന്ന വിവരം കിട്ടി. പോർച്ചുഗൽ സ്പെയിൻ പിടിച്ചുവെന്നും അറിയുന്നു. അവിടെ കലാപവും അക്രമവും നടക്കുന്നു. പറങ്കികൾക്ക് അവരുടെ നാട്ടിലേക്ക് മടങ്ങേണ്ട സ്ഥിതി താമസിയാതെ വരാം. രാജാവ് രവിവർമ്മകുലശേഖരപെരുമാൾ പറഞ്ഞു. "കടൽ കടന്നുള്ള പറങ്കികളുടെ അക്രമങ്ങളെക്കാൾ ഇനി ശ്രദ്ധ വേണ്ടത് കിഴക്കുനിന്നുള്ള അക്രമങ്ങളാണ്. അതുകൊണ്ട് കൽക്കുളത്തിനുള്ള വാസ്തുപൂജയ്ക്കുള്ള സമയം കുറിക്കുക." "ഓ" മിത്രൻ നമ്പൂതിരിപ്പാട് അനുസരണയോടെ പറഞ്ഞു.

മിത്രൻ നമ്പൂതിരിപ്പാട് വാസ്തുപുരുഷനെ സ്മരിച്ചു. ത്രേതായുഗത്തിൽ ഒരു മഹാഭൂതം ഉണ്ടായിരുന്നു. ആ ഭൂതം മാനംമുട്ടേ വളർന്ന് സമ്പൂർണ ഭുവനത്തിങ്കൽ ലയിച്ചു. ഇതോടെ ദേവന്മാർക്ക് കഴിയാൻ ഇടമില്ലാതെയായി. ഇന്ദ്രാദിദേവന്മാർ ഭയചകിതരായി ബ്രഹ്മാവിനെ സമീപിച്ചു പറഞ്ഞു. "അല്ലയോ ഭൂതങ്ങളെ സൃഷ്ടിച്ച ഭഗവാനേ,

ഇപ്പോൾ ഞങ്ങൾക്ക് അതീവ ഭയം ഉണ്ടായിരിക്കുന്നു. ഈ ഭൂതം ലോകം മുഴുവൻ കീഴടക്കിയിരിക്കുന്നു. ദേവന്മാരായ ഞങ്ങൾക്ക് വസിക്കാൻ സ്ഥലമില്ലാതായിരിക്കുന്നു. ഞങ്ങൾ എവിടെപ്പോയി കഴിയാനാണ് ഭഗവാൻ?

ബ്രഹ്മാവ് ദേവന്മാരെ ഉപദേശിച്ചു. "ഈ ഭൂതത്തെ നിങ്ങൾ ഭയപ്പെടാതിരിക്കുക. അവനെ അധോമുഖനാക്കാനുള്ള മന്ത്രം ഞാൻ നിങ്ങൾക്ക് ഉപദേശിച്ചു തരാം. അതോടെ നിങ്ങൾക്ക് ഭയം മാറി കിട്ടും." ബ്രഹ്മാവിന്റെ ഉപദേശപ്രകാരം ദേവന്മാർ ഭൂതത്തെ പിടിച്ച് കമഴ്ത്തി കിടത്തി അവന്റെ പുറത്തിരുന്ന് നാടു ഭരിച്ചു. ഈ ഭൂതമാണ് വാസ്തുപുരുഷൻ. ശനിയാഴ്ച കാർത്തിക നക്ഷത്രത്തിലാണ് വാസ്തുപുരുഷന്റെ ജനനം. എന്നാൽ ഭൂതത്തിനുമേൽ അധികാരം സ്ഥാപിച്ച ദേവന്മാർ അതിനെ പലവിധത്തിലും ഉപദ്രവിച്ചുകൊണ്ടിരുന്നു. ഇതിൽ മനംനൊന്ത ഭൂതം ബ്രഹ്മാവിനോട് പരാതി പറഞ്ഞു. ഇതുകേട്ട് ബ്രഹ്മാവ് അരുളിചെയ്തു. "ഗ്രാമം, നഗരം, ദർഗ്ഗം, വീട്, ജലാശയം, ഉദ്യാനം, പ്രാന്നാദം തുടങ്ങിയവയൊക്കെ നിർമിക്കുമ്പോൾ ദേവന്മാർ വാസ്തുപുരുഷനായ നിന്നെ പൂജിക്കുന്നതാണ്. അതു ചെയ്യാത്തവൻ ദാരിദ്ര്യത്തിലും പല പല ദുരിതങ്ങളിലുംപെടും. ചിലപ്പോൾ മൃത്യുവിനുപോലും അടിമപ്പെടുന്നതാണ്."

മാർത്താണ്ഡപിള്ളയുടെ കാൽപെരുമാറ്റം മിത്രൻ നമ്പൂതിരിപ്പാടിനെ ചിന്തകളിൽ നിന്നുണർത്തി. അദ്ദേഹം രാജാവിനെ മുഖം കാണിച്ചുകൊണ്ട് ഉണർത്തിച്ചു. "പത്മനാഭസ്വാമി ക്ഷേത്രത്തിലെ പുനരുദ്ധാരണത്തിന് പണം നൽകണമെന്ന് പോറ്റിമാരും പിള്ളമാരും ആവശ്യപ്പെടുന്നുണ്ട്. ഖജനാവിലെ പണംമുഴുവനും കൽക്കുളത്തെ കോട്ടയ്ക്കായി ചിലവഴിക്കുന്നുവെന്നാണവരുടെ പരാതി."

"ഉം" എന്തോ ആലോചനയിലാണ്ടുകൊണ്ട് രാജാവ് പറഞ്ഞു. "ഇവിടെ ചിലർ നായ്ക്കന്മാരുമായി രഹസ്യബന്ധം പുലർത്തുന്നതായി വിവരം ലഭിച്ചിട്ടുണ്ട്. ഉദയഗിരിയിലെ കോട്ട നിർമാണം അടിയന്തരമായി പൂർത്തീകരിക്കണം. നാഞ്ചിനാട്ടിലെ കൃഷിയാണ് വേണാടിന് പരമപ്രധാനം. പത്മനാഭസ്വാമി ക്ഷേത്രത്തിലെ കുരുവേലംകുളം പൂജയ്ക്കും വേണ്ടതുചെയ്യാം."

"വള്ളിയൂരിലെ കുരുവേലംകുളത്തുനിന്നുള്ള വരുമാനം കുറഞ്ഞു കുറഞ്ഞു വരുകയാണ്." മാർത്താണ്ഡപിള്ള ഉണർത്തിച്ചു. "അതറിയാം." രവിവർമ്മ കുലശേഖരവർമ്മ പറഞ്ഞു. "ഇപ്പോൾ കൽക്കുളവും കോട്ട നിർമാണവും പൂർത്തിയാക്കുകയാണ് അടിയന്തരമായി വേണ്ടത്. അതിനുശേഷം മതി മറ്റാവശ്യങ്ങൾക്ക് പണം നീക്കിവെയ്ക്കേണ്ടത്." രവിവർമ്മ ഗൗരവത്തിൽ പറഞ്ഞു.

"ഓ, ഉത്തരവ് പോലെ." മാർത്താണ്ഡപിള്ള വാപൊത്തി വണങ്ങി പുറകോട്ട് നടന്ന് മറഞ്ഞു.

അവിടെയുണ്ടായിരുന്ന ബ്രാഹ്മണശ്രേഷ്ഠരോട് നയതന്ത്രമെന്നനിലയിൽ മധുരയിലേക്ക് കാഴ്ചവസ്തുക്കളും ഉപഹാരവും കൊടുത്തു വിടാൻ രാജാവ് നിർദ്ദേശിച്ചു.

“പത്മനാഭസ്വാമി ക്ഷേത്രത്തിന്റെ പുനരുദ്ധാരണം വൈകിച്ചുകൂടാ. വേണാടിന്റെ മഹിമ ഈ ക്ഷേത്രത്തിലാണ്. പോറ്റിമാരും പിള്ളമാരും കൈയടക്കിയിരിക്കുന്ന സ്വത്തിൽ നിന്ന് ക്ഷേത്രത്തിലേക്ക് ദാനം ചെയ്യാൻ അവിടന്ന് നിർദ്ദേശിച്ചാൽ ഖജനാവ് നിറഞ്ഞോളും.” മിത്രൻ നമ്പൂതിരിപ്പാട് പറഞ്ഞു.

“ഉം. ആ വഴിക്കും ആലോചിക്കാം”

“വാസ്തുപൂജയുടെ സമയം എത്രയുംവേഗം കുറിച്ച് എത്തിച്ചു കൊള്ളാം” മിത്രൻ നമ്പൂതിരിപ്പാട് രാജാവിനെ അറിയിച്ചുകൊണ്ട് പുറത്തേക്കിറങ്ങി നടന്നു. സമയം ഉച്ചകഴിഞ്ഞിരിക്കുന്നു. ആകാശം മഴയൊഴിഞ്ഞിട്ടും ഇരുണ്ടു കിടക്കുകയാണ്.

ലണ്ടൻ നഗരത്തിലെ 24 കച്ചവടക്കാർ ലെൻഹാൾ തെരുവിലെ പഴയ ഒരു കെട്ടിടത്തിൽ അപ്പോൾ കൂടിയാലോചനയിലായിരുന്നു. കുരുമുളക് വ്യാപാരരംഗത്ത് ഡച്ചുകാരുടെ കുത്തക അവസാനിപ്പിക്കുന്നതിനുള്ള കൂടിയാലോചനായോഗമാണത്. ഡച്ചുകാർ അവർക്കിഷ്ടംപോലെ കുരുമുളകിന് വില കൂട്ടുകയാണ്. ഇന്ത്യയുടെ തീരത്ത് പറങ്കികളും രാജാക്കന്മാരും തമ്മിലുള്ള യുദ്ധങ്ങൾ മൂലമാണ് വിലവർധനവ് ഉണ്ടായതെന്നാണ് ഡച്ചുകാരുടെ ഭാഷ്യം. പക്ഷേ അതൊന്നും അംഗീകരിക്കാനാവില്ല. ഈജിപ്റ്റിൽ കുരുമുളകിന് വില കുറവാണ്. അറബികളിൽ നിന്ന് നേരിട്ട് കുരുമുളക് വാങ്ങുന്ന വ്യാപാരികൾക്ക് വില കുറച്ചു സാധനങ്ങൾ ലഭ്യമാണ്. ഈ വിലക്കയറ്റം ഡച്ചുകാരുടെ കള്ളക്കളിയാണ്.

“ഒരു റാത്തൽ കുരുമുളകിന്റെ വിലയിൽ ഈ മാസം ഡച്ചുവ്യാപാരികൾ അഞ്ചു ഷില്ലിംഗിന്റെ വില വർധിപ്പിച്ചിരിക്കുന്നു. ഈ വർധനവ് ഒരിക്കലും അംഗീകരിക്കാനാവില്ല. കുരുമുളകിന്റെ നാട്. ഈ ലോകത്തിന്റെ ഏതുകോണിലാണെങ്കിലും എന്തു ത്യാഗം സഹിച്ചും അവിടെയെത്തി കുരുമുളക് നേരിട്ട് വാങ്ങുകതന്നെ വേണം. ഇച്ഛാശക്തിയുണ്ടെങ്കിൽ സാധ്യമാകാത്തതായി യാതൊന്നുമില്ല. 125 ഷെയർ ഉടമകൾ നമ്മളിൽ വിശ്വാസമർപ്പിച്ചിരിക്കുന്നു. 72000 പവൻ മൂലധനം പിരിച്ചിട്ടുണ്ട്. ഇനി നമുക്ക് പിന്നോട്ട് പോകാനാവില്ല.” കമ്പനിയായി രജിസ്റ്റർ ചെയ്തു പ്രവർത്തനം ആരംഭിക്കാൻ അവർ പൊതുധാരണയിലെത്തി.

കമ്പനിയുടെ പ്രവർത്തനങ്ങൾക്ക് ഔദ്യോഗിക അംഗീകാരം നേടിയെടുക്കാമെന്ന് രാഷ്ട്രീയ സ്വാധീനമുള്ള ചില വ്യാപാരികൾ ഏറ്റു. മറ്റുള്ളവർ അവരെ അതിനു ചുമതലപ്പെടുത്തി. ക്രിസ്തുമസിന് ഇനി മൂന്നുമാസം കൂടിയുണ്ട്. അതിനുശേഷം കമ്പനിയുടെ പ്രവർത്തനങ്ങൾ ഉഷാറാക്കാമെന്ന് എല്ലാവരും തീരുമാനിച്ചു. അതിനായുള്ള മുന്നൊരുക്കങ്ങൾ നടത്താമെന്നും ഉറപ്പിച്ചു.

ഇന്ത്യയുമായി ബന്ധമുള്ള വ്യാപാരികളെ കണ്ടെത്താനും കുരുമുളക് വ്യാപാരത്തെക്കുറിച്ചും അവിടുത്തെ രാജാക്കന്മാരെക്കുറിച്ചും അറിയുന്നതിനുള്ള ശ്രമങ്ങളും അവർ ആരംഭിച്ചിരുന്നു. ബ്രിട്ടീഷ് സാമ്രാജ്യത്തിന്റെ ഒരായിരം മടങ്ങ് സമ്പൽസമൃദ്ധമാണത്രെ ഇന്ത്യ. അവിടുത്തെ രാജധാനികളിലെ രത്നങ്ങളും സ്വർണങ്ങളും കൂട്ടിവച്ചാൽ ബ്രിട്ടീഷ് സാമ്രാജ്യം തന്നെ നിറഞ്ഞു കവിയുമെന്നാണ് കേൾക്കുന്നത്. ഇതൊക്കെ കെട്ടുകഥകളാവുമെന്നാണ് ഞാൻ കരുതിയത്. എന്നാൽ വിശ്വസ്തരായ വ്യാപാരികൾ തന്നെയാണ് ഇക്കാര്യങ്ങൾ പറയുന്നത്. ജഹാംഗീർ എന്നൊരു മഹാരാജാവാണത്രെ ഇന്ത്യാസാമ്രാജ്യം ഭരിക്കുന്നത്. ജഹാംഗീർ രാജാവിന്റെ സാമ്രാജ്യത്തിലെ ഒരു നാട്ടുരാജാവിന്റെ പകിട്ടേ നമ്മുടെ എലിസബത്ത് രാജ്ഞിക്കുള്ളൂവെന്നാണവർ പറയുന്നത്. ഖുറാസാനും ഈജിപ്തിനും തുർക്കിക്കും ഒക്കെ മേലെയാണ് ഇന്ത്യയുടെ സ്ഥാനം. മഹത്തായ സമ്പൽസമൃദ്ധമായ കുരുമുളകിന്റെ നാടായ ഇന്ത്യയെ അവർ സ്വപ്നം കാണാൻ തുടങ്ങി. ഇന്ത്യൻ തീരത്ത് എത്തുന്നതിനുള്ള കടൽവഴികൾ മനസ്സിലാക്കാനും ഇന്ത്യൻ ഭാഷകളിൽ നൈപുണ്യമുള്ളവരെ കൂടെ കൂട്ടാനും വ്യാപാരിസംഘം തീരുമാനിച്ചു. മലബാറിന്റെ കറുത്തപൊന്നെന്ന് പേര് കേട്ട കുരുമുളക് പുതിയൊരു ജനതയുടെ വരവ് കാതോർക്കുന്നുണ്ടായിരുന്നു. എന്നാൽ ഇവിടുത്തെ മനുഷ്യർക്കതിനിയും മനസ്സിലായിട്ടില്ല. മനുഷ്യരുടെ കേവലബോധത്തിനുമപ്പുറത്താണ് തങ്ങളുടെ സ്ഥാനമെന്ന് കുരുമുളക് വള്ളികൾ അഭിമാനംകൊണ്ടു.

ഡിസംബറിന്റെ തണുപ്പിൽ ലണ്ടൻനഗരം വിറച്ചു. മഞ്ഞുവീഴ്ച ഓരോ വർഷം കഴിയുംതോറും അധികരിച്ചുവരികയാണന്ന് ജനം ഭയപ്പെട്ടു. കൊടുംതണുപ്പിൽ ഭക്ഷണത്തിനും വിറകിനും ദാരിദ്ര്യം അനുഭവപ്പെട്ടു. കുരുമുളകിന്റെ വില ഡിസംബറിൽ വീണ്ടും ഉയർന്നു. ക്രിസ്തുമസ് രാവുകളെ വരവേൽക്കാൻ ലണ്ടൻ നഗരം ഒരുങ്ങി. പള്ളികളിൽ നിന്ന് തണുപ്പിനെ വകവയ്ക്കാതെ ക്രിസ്തുമസ് കരോൾ സംഘങ്ങൾ ഇറങ്ങി. കെട്ടിടങ്ങളുടെ മേൽക്കൂരകൾ ക്രിസ്തുമസ് അപ്പൂപ്പന്റെ നരച്ച താടിപോലെ മഞ്ഞുകണങ്ങൾകൊണ്ട് നിറഞ്ഞു.

ആകാശം നിറയെ നക്ഷത്രങ്ങൾ പൂത്തിറങ്ങി. യേശുദേവന്റെ തിരുപ്പിറവിയെ വരവേൽക്കാൻ ഭൂമിയാകെ ഒരുങ്ങി. എന്നാൽ ഇന്ത്യയിലേക്ക് പോയി കുരുമുളക് വാങ്ങാൻ തയ്യാറെടുക്കുന്ന വ്യാപാരിസംഘം ആകാംക്ഷയിലായിരുന്നു. അവർ ഉത്കണ്ഠയിലായിരുന്നു. ഇന്ത്യ മന്ത്രവാദികളുടെയും പാമ്പാട്ടികളുടെയും നാടുകൂടിയാണ്. വ്യാപാരത്തിനായി എത്തുന്ന ഇംഗ്ലീഷുകാരോട് അവരുടെ സമീപനം എന്തായിരിക്കും? തങ്ങളിൽ വിശ്വാസമർപ്പിച്ച 125 ഷെയർ ഉടമകളുടെ താത്പര്യങ്ങൾ സംരക്ഷിക്കാൻ സാധിക്കുമോ? ആശങ്കകൾക്കിടയിലും ഇന്ത്യയിലേക്ക് പോകുന്നതിനുള്ള ഒരുക്കങ്ങൾ തകൃതിയായി നടന്നു കൊണ്ടിരുന്നു. ആഹ്ലാദത്തിന്റെ പൂത്തിരി കത്തിച്ചുകൊണ്ട് ഒരു ക്രിസ്തുമസ് ദിനം കൂടി

വന്നണഞ്ഞു. ബെക്കിംഗ്ഹാം കൊട്ടാരത്തിൽ യേശുദേവന്റെ തിരുപ്പിറവി ആഘോഷങ്ങൾ പൊടിപൊടിച്ചു. എലിസബത്ത് രാജ്ഞി പ്രഭുക്കന്മാർക്കായി വിരുന്നൊരുക്കി. പ്രത്യാശാനിർഭരമായ പുതിയൊരു വർഷത്തിന്റെ ഉദയത്തിനായി ഇംഗ്ലീഷുകാർ കാതോർത്തു. 1599 ഡിസംബർ 31 വ്യാപാരിസംഘത്തിന് നിർണായ ദിനമായിരുന്നു. അന്നാണ് 15 വർഷത്തേക്ക് കേപ്പ് ഓഫ് ഗുഡ്ഹോപ്പിനപ്പുറത്തുള്ള എല്ലാ രാജ്യങ്ങളുമായും വ്യാപാരം നടത്താനുള്ള കുത്തകവകാശം കമ്പനിക്ക് നൽകാനുള്ള തീരുമാനത്തിൽ രാജ്ഞി ഒപ്പു ചാർത്തിയത്. ഇതോടെ പ്രധാന കടമ്പകളിൽ ഒന്ന് കമ്പനി കടന്നുകിട്ടി. രാജ്ഞിയുടെ പിന്തുണ തങ്ങൾക്കുറപ്പായിക്കഴിഞ്ഞു.

യാത്രയ്ക്കായി 500 ടൺ കേവുഭാരമുള്ള ഹെക്റ്റർ എന്നൊരു ചെറിയ പടക്കപ്പൽ കമ്പനി വിലക്കെടുത്തു. കപ്പിത്താനായി കുശാഗ്രബുദ്ധിക്കാരനായ വില്യം ഹോക്കിൻസിനെ നിയമിച്ചു. യാത്രയ്ക്കാവശ്യമായ ഒരുക്കങ്ങൾ വേഗത്തിൽ നടന്നുകൊണ്ടിരുന്നു. കുടുംബാംഗങ്ങളോട് വികാരനിർഭരമായി വിട പറഞ്ഞ് ഇന്ത്യൻ തീരത്തേക്കുള്ള ഇംഗ്ലീഷുകാരുടെ ആദ്യകപ്പൽ ബ്രിട്ടീഷ് തുറമുഖത്ത് നിന്ന് നീങ്ങി. 1600 ഓഗസ്റ്റ് 24ന് ഇന്ത്യയുടെ പ്രധാനതുറമുഖങ്ങളിലൊന്നായിരുന്ന സൂററ്റിൽ ഹെക്ടർ നങ്കൂരമിട്ടു. വിളറിയ നിറവും ബുദ്ധിവൈഭവം വെളിവാക്കുന്ന, അകത്തോട്ട് അല്പം കൂനുമുള്ള ക്യാപ്റ്റൻ വില്യം ഹോക്കിങ്സ് തന്റെ സൂത്രക്കുഴലിലൂടെ ഇന്ത്യൻ തീരത്തെ ആവോളം നോക്കി കണ്ടു.

പ്രതീക്ഷിച്ചതിലും വലിയ തുറമുഖമാണിത്. നിരവധി കപ്പലുകൾ നങ്കൂരമിട്ടു കിടക്കുന്നു. വിശാലമായ തന്റെ നെറ്റിത്തടത്തിൽ പൊടിഞ്ഞുവന്ന വിയർപ്പുതുള്ളികൾ തുടച്ചുകൊണ്ട് ഹോക്കിങ്സ് തന്റെ സഹപ്രവർത്തകരോട് പറഞ്ഞു. “നിങ്ങൾ സുരക്ഷിതരായി ഈ കപ്പലിൽ തന്നെ ഇരിക്കുക. ഞാൻ തുറമുഖത്തിറങ്ങി കാര്യങ്ങളൊക്കെ മനസ്സിലാക്കി വരാം.” മീശ അലക്ഷ്യമായി വളർത്തിയിരുന്ന വില്യം ഹോക്കിൻസ് കൂടെക്കൂടെയതിൽ പിടിച്ചുവലിച്ചുകൊണ്ടിരുന്നത് അയാളുടെ മനോനില വ്യക്തമാക്കികൊണ്ടിരുന്നു. അയാൾ അസ്വസ്ഥനായിരുന്നു. എന്നാൽ തന്റെ ഉള്ളിലെ ഉത്കണ്ഠകൾ അക്ഷരങ്ങളിലൂടെ പുറത്തേക്ക് പ്രകടിപ്പിക്കാൻ അയാൾ ഒരിക്കലും തയ്യാറായിരുന്നില്ല. ഒരു നിശ്ചയദാർഢ്യമുള്ള കരുത്തന്റെ മട്ടും ഭാവവുമായിരുന്നു അയാൾക്ക്.

ചെറിയ ഒരു ബോട്ടിൽ കയറി വില്യം ഹോക്കിങ്സ് സൂററ്റ് തുറമുഖത്ത് ഇറങ്ങി. മനോഹരമായൊരു തുറമുഖനഗരമായിരുന്നു സൂററ്റ്. സുന്ദരന്മാരുടെയും സുന്ദരിമാരുടെയും നാട്. സമ്പൽസമൃദ്ധമായ തുറമുഖനഗരം. കൈനിറയെ സ്വർണത്തിന്റെയും വെള്ളിയുടെയും വളകൾ ധരിച്ച്, കാതിൽ കമ്മലിട്ട്, കാലിൽ പാദസ്വരം കിലുക്കി നടക്കുന്ന സ്ത്രീകൾ വില്യം ഹോക്കിങ്സിനെ ആകർഷിച്ചു. നിറമുള്ള വസ്ത്രങ്ങളാണ് ആണും പെണ്ണും ധരിച്ചിരിക്കുന്നത്. ഇന്ത്യക്കാർ ഭംഗിയുള്ളവരാണ്. മഹാക്ഷേത്രങ്ങളും മുസ്ലിംപള്ളികളും നഗരത്തിന്റെ പല ഭാഗങ്ങളിലുണ്ട്.

തലയിൽ തൊപ്പിയും തലേക്കെട്ടുമുള്ളവരാണ് പുരുഷന്മാർ. ആരോഗ്യ ദൃഢഗാത്രർ. ആയുധധാരികളായ രാജഭടന്മാർ കുതിരപ്പുറത്ത് അങ്ങോട്ടും ഇങ്ങോട്ടും സഞ്ചരിക്കുന്നതു കാണാം. നെറ്റിയിൽ കുറി വരച്ചവർ ഹിന്ദുക്കളാകാം. ആനവൃഷ്ണം കൊണ്ടുണ്ടാക്കിയ ചില മരുന്നുകൾ ലൈംഗിക ഉത്തേജനത്തിനായി ഇന്ത്യക്കാർ ഉപയോഗിക്കാറുണ്ടെന്ന് കേട്ടിട്ടുണ്ട്. കടുവയുടെ വൃഷ്ണവും ഇവിടെ മരുന്നാണത്രെ. സ്ത്രീകളുമായുള്ള സംഭോഗസമയം ദീർഘിപ്പിക്കുന്നതിന് ചില യോഗമുറകൾ പരിശീലിപ്പിക്കുന്ന കേന്ദ്രങ്ങൾ ഇന്ത്യയിലുണ്ടെന്നും കേട്ടിരുന്നു. ഈ അടുത്തകാലത്തായി തന്റെ ലൈംഗികശേഷിയിൽ ഒരാശങ്ക വില്യം ഹോക്കിങ്സിന് തോന്നിതുടങ്ങിയിരുന്നു. അതൊക്കെ പരിഹരിച്ച് ചെറുപ്പമായി ഇംഗ്ലണ്ടിലേക്ക് മടങ്ങുന്നതിന് ഇന്ത്യയിലെ വാസം സഹായകരമാകുമെന്ന് അയാൾ കരുതി.

സുന്ദരികളായ സ്ത്രീകൾ വില്യം ഹോക്കിങ്സിന്റെ വൃദ്ധഞെരമ്പുകളെ ഉണർത്തി. ഇന്ത്യക്കാർക്ക് രതിയൊരു പാപമല്ല. രതിശില്പങ്ങളാൽ സമ്പന്നമാണ് ഇവിടുത്തെ ക്ഷേത്രങ്ങൾ. ദേവദാസിമാർ രതിയെ ആരാധനയായി കരുതുന്നു. ദേവലിംഗം പോലും ഇവർക്ക് പ്രധാനപ്പെട്ട ആരാധനാ ബിംബമാണ്. വാത്സ്യായനനെന്ന പ്രവാചകന്റെ കാമസൂത്രത്തിൽ വിവിധ തരത്തിലുള്ള സംഭോഗത്തെകുറിച്ചാണ് വിവരിച്ചിരിക്കുന്നതത്രെ. ഒരു യൂറോപ്യനും സാധിക്കാത്തവിധം അസാധാരണ സംഭോഗമുറകളാണതിൽ. ഇതൊക്കെ സത്യം തന്നെയാവുമോ? വൃദ്ധരെ യുവാക്കളാക്കുന്ന പുരാതന ചികിത്സാവിധികൾ ഇന്ത്യക്കാർക്ക് വശമുണ്ട്. കല്പകായചികിത്സ. ഒരു യുവകോമളനായി താൻ തിരികെ തേംസ് നദിയുടെ കരയിൽ ചെന്നിറങ്ങുന്നത് വില്യം ഹോക്കിങ്സ് സ്വപ്നംകണ്ട് സൂറത്ത് തെരുവിലൂടെ നടന്നു.

പട്ടുവസ്ത്രങ്ങളുടെ വിപുലമായ ശേഖരങ്ങളുള്ള കടകളുണ്ട്. ഒരു പ്രാവിന്റെ മുട്ടയോളം വലുപ്പമുള്ള രത്നങ്ങൾ വിൽക്കുന്ന രത്നവ്യാപാരികളുടെ കടകൾ കാണാം. സ്വർണവും വെള്ളിയും ആഭരണങ്ങളാക്കി വിൽക്കുന്ന കടകൾ. വലിയ അരിവ്യാപാരകേന്ദ്രങ്ങൾ. ചീനയിൽ നിന്നും പേർഷ്യയിൽനിന്നും ഇറക്കുമതി ചെയ്ത ചിത്രവേലകൾ ചെയ്ത ഭരണികളും അലങ്കാര പാത്രങ്ങളും വിൽക്കുന്ന കടകൾ. സുഗന്ധവ്യഞ്ജനക്കടകൾ, പഴക്കടകൾ, പറങ്കി വ്യാപാരശാലകൾ, ലണ്ടൻ നഗരത്തിൽ ലഭിക്കാത്തവിധം മനോഹരമായ വസ്തുക്കളുടെ ഒരു മഹാതെരുവാണ് സൂറത്ത് തുറമുഖനഗരമെന്ന് വില്യം ഹോക്കിങ്സിന് തോന്നി.

താൻ കേട്ടറിഞ്ഞതിലും സമ്പൽസമൃദ്ധമാണ് ഇന്ത്യ. സുശക്തമായ മഹാക്ഷേത്രങ്ങൾ, സുന്ദരമായ മുസ്ലിംപള്ളികൾ, അപൂർവമായി പറങ്കികൾക്കായുള്ള ക്രിസ്ത്യൻ ദേവാലയവും കാണാം. സിറിയൻ ക്രിസ്ത്യാനികൾ ഇന്ത്യയുടെ തെക്കുഭാഗത്ത് ഉള്ളതായി ഒരിക്കൽ അവിടം സന്ദർശിച്ച തോമസ് മൂർ പാതിരി പറഞ്ഞ കാര്യം വില്യം ഹോക്കിങ്സ്

ഓർത്തു. ഇന്ത്യ ശക്തമായ രാജ്യമാണ്. ആയുധംകൊണ്ടോ, സൈനിക ശക്തികൊണ്ടോ ലോകത്തെ മറ്റൊരു രാജ്യത്തിനും ഇന്ത്യയെ കീഴ്പ്പെടുത്താനാവുമെന്ന് തോന്നുന്നില്ല. മഹാനായ ജഹാംഗീർ തിരുമനസ്സ് ആഗ്രയിലാണ് വാഴുന്നത്. ഇവിടെ നിന്ന് അവിടെയെത്തണമെങ്കിൽ മാസങ്ങൾ തന്നെ യാത്ര ചെയ്യേണ്ടതായി വരും. അതിശൂരന്മാരായ രജപുത്രർ എന്നൊരു വിഭാഗം ഇന്ത്യയിലുണ്ടെന്ന് കേട്ടിട്ടുണ്ട്. അവരാണ് ഇന്ത്യൻ സൈന്യത്തിന്റെ കരുത്ത്. അവർക്കൊപ്പം ധീരരായ പത്താൻകാർ കൂടി ചേരുമ്പോൾ ലോകത്തിലെ ഏറ്റവും വലിയ സൈനിക ശക്തിയുള്ള രാജ്യം ഇന്ത്യയായി മാറുന്നു.

ജഹാംഗീർ തിരുമനസ്സ് വിശാലഹൃദയനും സഹൃദയനുമാണെന്ന് വില്യം ഹോക്കിങ്സ് മനസ്സിലാക്കിയിരുന്നു. സൂറത്ത് തുറമുഖത്തുകൂടി ഒറ്റപ്പെട്ട് നീങ്ങുന്ന വില്യം ഹോക്കിങ്സിന്റെ അടുത്ത് രാജഭടന്മാർ എത്തി വിവരങ്ങൾ ശേഖരിച്ചു. ബ്രിട്ടനിലെ എലിസബത്ത് രാജ്ഞിയുടെ അനുമതിയോടെ ഇന്ത്യയിൽ വ്യാപാരത്തിനെത്തിയതാണ് തങ്ങളെന്ന് വില്യം ഹോക്കിങ്സ് അവരെ അറിയിച്ചു. രാജഭടന്മാർ തുറമുഖക്കച്ചേരിയിൽ കൊണ്ടുപോയി അദ്ദേഹത്തെക്കുറിച്ചും വരവിന്റെ ഉദ്ദേശ്യത്തെ സംബന്ധിച്ചും വിശദമായ കുറിപ്പുകൾ ശേഖരിച്ചു. ഇംഗ്ലീഷും ഫ്രഞ്ചും അറിയുന്നവർ കച്ചേരിയിൽ ഉണ്ടായിരുന്നു. ലോകത്തിലെ വിവിധ ഭാഷകളിൽ പ്രാവീണ്യമുള്ളവരാണ് തുറമുഖകാര്യങ്ങൾ നോക്കിനടത്തിയിരുന്നത്. തുറമുഖ ഉദ്യോഗസ്ഥനായ മീരാൻമോദി വില്യംഹോക്കിങ്സിന്റെ തലയാട്ടൽ കൗതുകപൂർവം ശ്രദ്ധിച്ചുകൊണ്ട് പറഞ്ഞു. “ഞങ്ങളൊക്കെ ഇടത്തോട്ടും വലത്തോട്ടും തലയാട്ടുമ്പോൾ നിങ്ങൾ മുകളിലേക്കും താഴേക്കുമാണല്ലോ തലകുലുക്കുന്നത്? ആട് തീറ്റയെടുക്കുംപോലെ.” അതുകേട്ട് കച്ചേരിയിലുണ്ടായിരുന്ന മറ്റുദ്യോഗസ്ഥർ കുലുങ്ങിക്കുലുങ്ങി ചിരിച്ചു. “ശരിയാണോ?” മീരാൻമോദി വില്യം ഹോക്കിങ്സിനോട് ചോദിച്ചു. “ങാ.” ഒരു കിളിശബ്ദം പുറപ്പെടുവിച്ചുകൊണ്ട് അയാൾ തല മുകളിലേക്കും താഴേക്കും വേഗത്തിൽ ചലിപ്പിച്ചു. അതുകണ്ട് കച്ചേരിയിൽ ഒരു കൂട്ടച്ചിരി മുഴങ്ങി.

“മീരാമോദി സാഹിബ്, താങ്കളെ ഞാൻ സമ്മതിച്ചിരിക്കുന്നു. ആദ്യകാഴ്ചയിൽ തന്നെ ബ്രിട്ടീഷുകാരുടെ ഈ വൈകൃതം താങ്കൾ കണ്ടുപിടിച്ചിരിക്കുന്നു.” ലാൽകൃഷ്ണസേട്ട് പറഞ്ഞു. “വെള്ളക്കാരുടെ പൊതുശീലമാണിത്. മനുഷ്യരുടെ ഇത്തരം ചലനങ്ങളും ഭാവവ്യത്യാസങ്ങളും ശ്രദ്ധിക്കുന്നത് എന്റെ ഒരു ശീലമാണ്. മനുഷ്യർ ധാരാളം കാര്യങ്ങൾ ഉള്ളിൽ ഒളിപ്പിച്ചുവച്ചിട്ട് തങ്ങൾക്കാവശ്യമുള്ളതുമാത്രം പുറത്തേക്ക് വിടുന്ന ജീവികളാണല്ലോ. അവന്റെ സംസാരം കൊണ്ടോ പ്രവൃത്തി കൊണ്ടോ പൂർണമായും ഒരാളെ മനസ്സിലാക്കാനാവില്ല. എന്നാൽ അവരുടെ മുഖത്ത് വിരിയുന്ന സൂക്ഷ്മചലനങ്ങളും ഭാവവ്യത്യാസവും മനസ്സിന്റെ കണ്ണാടിയാണ്. അതിലൂടെ അയാൾ പറയാത്ത പല കാര്യങ്ങളും നമുക്ക് വായിച്ചെടുക്കാനാവും.”

"ഹോ. ഇയാളെ കുറിച്ച് മീരാമോദി സാഹിബിന് എന്താണ് തോന്നുന്നത്?" "വളരെ സൂക്ഷിക്കേണ്ട വർഗം". തന്നെക്കുറിച്ചാണ് കച്ചേരിയിലെ ഉദ്യോഗസ്ഥർ സംസാരിക്കുന്നതെന്ന് വില്യം ഹോക്കിങ്സിന് മനസ്സിലായെങ്കിലും അവരെന്താണ് പറഞ്ഞ് ചിരിക്കുന്നതെന്ന് പിടികിട്ടിയില്ല. ഒരു വിദേശിയെ കൈയിൽ കിട്ടുമ്പോൾ ഏതൊരു ജനതയും കാണിക്കുന്ന പരിഹാസമാണ് ഈ കച്ചേരിയിലും നടക്കുന്നതെന്ന് ഓർത്തു. വില്യം ഹോക്കിങ്സിനോട് ഇരിക്കാൻ പറഞ്ഞതും അദ്ദേഹത്തിന് കുടിക്കാൻ മധുരവെള്ളം നൽകിയതും ഇന്ത്യക്കാരുടെ ആതിഥ്യമര്യാദയുടെ ഭാഗമാണെന്ന് തിരിച്ചറിഞ്ഞു.

ബെക്കിംഗ്ഹാം കൊട്ടാരത്തിൽ നിന്നുള്ള എഴുത്തോല പരിശോധിച്ചിട്ട് ലാൽകൃഷ്ണസേട്ട് പറഞ്ഞു. "വ്യാപാരം സംബന്ധിച്ചുള്ള കാര്യങ്ങൾക്ക് ജഹാംഗീർ തിരുമനസ്സിന്റെ അനുമതി ആവശ്യമാണ്. താങ്കൾക്ക് ആഗ്രയിലെ കൊട്ടാരം സന്ദർശിക്കുന്നതിനും തിരുമനസ്സുമായി കൂടിക്കാഴ്ച നടത്തുന്നതിനുമുള്ള അനുമതിപത്രം ഉടൻ നൽകുന്നതാണ്." "വളരെ ഉപകാരം" തലകുനിച്ചുകൊണ്ട് വില്യം ഹോക്കിങ്സ് വിനീതനായി പറഞ്ഞു.

തുറമുഖഭടന്മാർ ഹെക്ടർ എന്ന കൊച്ചുപടക്കപ്പൽ പരിശോധിച്ചു കഴിഞ്ഞിരുന്നു. അസ്വഭാവികമായൊന്നും അവർക്കു തോന്നിയില്ല. ആഗ്രയിലേക്കുള്ള യാത്രാ ഒരുക്കങ്ങൾ വേഗത്തിൽ പൂർത്തിയാക്കാനുള്ള ഉപഹാരമായി മനോഹരമായ കുപ്പികളിൽ ഭദ്രമായി സൂക്ഷിച്ചിരുന്ന മദ്യക്കുപ്പികൾ അവർക്ക് മുമ്പിൽ കാഴ്ചവച്ചു. "എന്താണിത്?" ലാൽകൃഷ്ണസേട്ട് ചോദിച്ചു. "മുന്തിരിയിൽ നിന്ന് വാറ്റുന്ന ലഹരിപാനീയമാണ്." ഒരു കുപ്പിയുടെ കോർക്ക് ആയാസപ്പെട്ട് വില്യം ഹോക്കിങ്സിന്റെ ഒപ്പമുണ്ടായിരുന്ന ഫെർണാണ്ടസ് പിഴുതെടുത്തു. ഹൃദ്യമായൊരു സുഗന്ധത്തോടെ നുരയും പതയും പുറത്തേക്ക് തെറിച്ചു. കച്ചേരിയിൽ ഉണ്ടായിരുന്നവർ അവർക്ക് ചുറ്റുംകൂടി. എല്ലാവർക്കും ഓരോ കുപ്പി പാരിതോഷികമായി സമ്മാനിച്ചു. ലഹരിപാനീയം രുചിച്ചു നോക്കിയവർ അതിന്റെ ഗുണനിലവാരം തലകുലുക്കി സമ്മതിച്ചു.

ലഹരി തലയ്ക്കു പിടിച്ചപ്പോൾ ചില ഉദ്യോഗസ്ഥർ വില്യം ഹോക്കിങ്സിനോട് കുശലം പറയാൻ ആരംഭിച്ചു. തങ്ങൾക്കറിയാവുന്ന ഭാഷയിൽ കുഴഞ്ഞ ശബ്ദത്തിൽ അവർ ബ്രിട്ടനെക്കുറിച്ചും അവിടുത്തെ ജീവിതശീലങ്ങളെക്കുറിച്ചും ചോദിച്ചു. അവിടെ എല്ലാവരും ലഹരിപാനീയം മോന്തുന്നവരാണോയെന്നാണ് ലാൽകൃഷ്ണ സേട്ടുവിന് അറിയേണ്ടിയിരുന്നത്. സ്ത്രീകൾപോലും ലഹരിപാനീയം കുടിക്കാറുണ്ടെന്ന് കേട്ടപ്പോൾ ലാൽകൃഷ്ണസേട്ട് മൂക്കത്ത് വിരൽവച്ചു. എന്നിട്ടതിശയത്തോടെ തലയാട്ടി. മദ്യപിക്കാത്തവരുമായി ഒരു വ്യാപാരക്കരാറും ഞങ്ങൾ ഉണ്ടാക്കില്ലെന്ന് വില്യംഹോക്കിങ്സ് പറഞ്ഞു. "ശരിയാണ്. ലോകത്തിലെ എല്ലാ കുടിയന്മാരും പാവങ്ങളാണ്. സുഹൃത്തുക്കൾക്കു

വേണ്ടി സർവതും അടിയറ വെയ്ക്കുന്ന പാവങ്ങൾ." വില്യംഹോക്കിങ്സ് കച്ചേരിയിലെ ഉദ്യോഗസ്ഥരുടെ പ്രകടനം ആസ്വദിച്ചു നിന്നു.

വ്യാപാരത്തിന് ഇവരാണ് തനിക്ക് താങ്ങും തണലുമാകുക. അയാൾ ഓർത്തു. കപ്പലിൽ ഇഷ്ടംപോലെ വീഞ്ഞുകുപ്പികൾ ഇരിപ്പുണ്ടെന്ന് വില്യം ഹോക്കിങ്സ് അവരെ അറിയിച്ചു. ഇവിടുത്തെ രത്നങ്ങളേക്കാൾ വിലപിടിച്ചതാണ് ഈ ലഹരിക്കുപ്പികളെന്ന് തുറമുഖ കച്ചേരിയിലെ ഉദ്യോഗസ്ഥർക്ക് തോന്നി. തന്റെ ചെറിയ പടക്കപ്പലിലേക്ക് ലാൽകൃഷ്ണ സേട്ടുവിനെയും പരിവാരങ്ങളെയും അയാൾ ക്ഷണിച്ചു. ലാൽകൃഷ്ണ സേട്ട് ഒരു ചിരിയോട് പറഞ്ഞു "ഞങ്ങൾ നിങ്ങൾ തന്ന മദ്യം കഴിച്ചു വെന്നത് നേരാണ്. പക്ഷേ അതിന്റെ പേരിൽ ഇവിടുത്തെ നിയമം വിട്ട് എന്തെങ്കിലും ആനുകൂല്യം നിങ്ങൾ ഞങ്ങളിൽ നിന്ന് പ്രതീക്ഷിക്കരുത്. ഞങ്ങളെയൊക്കെ മദ്യംതന്ന് പാട്ടിലാക്കിയെന്ന് കരുതുകയുമരുത്."

വില്യംഹോക്കിങ്സ് ഇടിവെട്ടേറ്റതുപോലെ അയാളുടെ വാക്കുകൾ ശ്രവിച്ചു. ഇവർ കൂർമ്മബുദ്ധിയുള്ള കൂട്ടരാണ്. അയാൾ ഓർത്തു. ഈസ്റ്റ് ഇന്ത്യാകമ്പനിയുടെ മുന്നോട്ടുള്ള പ്രയാണം ഇവിടത്തെ ഉദ്യോഗസ്ഥരുടെ സഹായംകൊണ്ടു മാത്രമാവണം. അതുകൊണ്ട് ഒരു തരത്തിലുള്ള അലോഹ്യവും പ്രകടിപ്പിക്കാതെ അയാൾ കൗശലപൂർവം അവരുടെ വാക്കുകൾ ആസ്വദിച്ചുനിന്നു. എന്നിട്ട് വന്നതുപോലെ ചെറുബോട്ടിൽ കയറി തന്റെ പട കപ്പലിലേക്ക് യാത്രതിരിച്ചു.

ആഗ്രയിൽ മഹാരാജാവിനെ മുഖംകാണിക്കാൻ അവസരം ലഭിക്കു മെന്നുറപ്പാണ്. ചിത്രരചനയും സംഗീതവും പക്ഷിനിരീക്ഷണവും ഇഷ്ടപ്പെടുന്ന ജഹാംഗീർ തിരുമനസ്സിന് ഏറ്റവും അനുയോജ്യമായൊരു സമ്മാനം എന്താവുമെന്നാലോചിച്ച് അയാൾ തല പുകച്ചു. ഇന്ത്യയിൽ കിട്ടാത്തതായി എന്താണ് ഉള്ളത്? ലോകത്തിലെ എല്ലാ ആഡംബര വസ്തുക്കളും ഇന്ത്യൻ വിപണികൾക്ക് സുപരിചിതമാണ്. ആഗ്രയാത്ര യിൽ എന്തെങ്കിലും ഒരു വ്യത്യസ്ത സമ്മാനം മനസ്സിലുദിക്കാതിരിക്കില്ല.

കുറച്ചു ദിവസത്തെ കാത്തിരിപ്പിനുശേഷം ആഗ്രയിലേക്ക് പോകാ നുള്ള വാറോല കിട്ടി. ഈ ദിവസങ്ങളിൽ സൂറത്തിന്റെ ഉൾപ്രദേശങ്ങൾ സന്ദർശിച്ച് ഒരു പൊതുസ്വഭാവം മനസ്സിലാക്കിവച്ചിരുന്നു. ഇന്ത്യയിലെ ഗ്രാമങ്ങൾ മനോഹരമാണ്. കാർഷിക സമൃദ്ധിയുള്ള ഗ്രാമങ്ങൾ. ആഗ്ര യിലേക്കുള്ള യാത്ര വില്യംഹോക്കിങ്സും സംഘവും നന്നായി ആസ്വദിച്ചു. ഒരുകൂട്ടം ഇന്ത്യക്കാർ മുമ്പേ നടന്ന് അനുയോജ്യമായ ഇട ങ്ങളിൽ താമസസൗകര്യങ്ങൾ ഒരുക്കുകയും ഭക്ഷണം വച്ചുകൊടുക്കു കയും ചെയ്യുകയെന്നതായിരുന്നു പതിവ്. കുതിരവണ്ടിയും കുതിര പ്പുറത്തുമായാണ് യാത്ര. വഴിയോരത്ത് വിശ്രമിച്ചും ഉണ്ടും ഉറങ്ങിയു മുള്ള യാത്രയിൽ വില്യംഹോക്കിങ്സ് സംഘവും ഇന്ത്യയെ പഠിക്കുക യായിരുന്നു. കോടിക്കണക്കിന് മനുഷ്യർ അധിവസിക്കുന്ന ഇന്ത്യയു മായി ഒരു തരത്തിലും ബ്രിട്ടനെ താരതമ്യം ചെയ്യാനാവില്ല. ഇന്ത്യ ഒരു

മഹാനഗരമാണെങ്കിൽ ബ്രിട്ടൺ ഒരു കുഗ്രാമം മാത്രം. ആഗ്രപട്ടണത്തിന്റെ നഗരകവാടത്തിലെത്തിയപ്പോൾ അയാൾ ചുറ്റുമൊന്നു കണ്ണോടിച്ചു. തങ്ങൾ വളരെ ചെറുതാകുന്നതായി തോന്നി. എലിസബത്ത് രാജ്ഞിയുടെ രാജകീയ സ്ഥാനത്തിന് ജഹാംഗീറിന്റെ മുമ്പിൽ നിസ്സാര വില മാത്രം. ആഗ്രപട്ടണം സുശക്തമാണ്. കോട്ടകളും കൊട്ടാരങ്ങളും നിറഞ്ഞ തലസ്ഥാനനഗരമാണിത്. പേർഷ്യൻ പരവതാനികളും കൗരകൗശവസ്തുക്കളും വിൽക്കുന്ന കടകൾ. സൈനികകാവൽ ശക്തം. അടുക്കും ചിട്ടയുമുള്ള നഗരം. നിരവധി ഉദ്യാനങ്ങളും കൊട്ടാരങ്ങളും കഴിഞ്ഞുവേണം സാമ്രാട്ട് ജഹാംഗീറിന്റെ കൊട്ടാരസമുച്ചയത്തിലെത്താൻ. ഓരോ ഉദ്യാനവും മറ്റൊന്നിൽ നിന്ന് വ്യത്യസ്തമായിരുന്നു.

ജലധാരയന്ത്രങ്ങളും മനോഹരമായ ചെടികളും വൃക്ഷങ്ങളും ഒന്നിനൊന്ന് വ്യത്യസ്തം. ഓരോ ഉദ്യാനത്തിലും ഒരു പ്രത്യേകനിറമുള്ള പൂക്കൾ മാത്രമേ വിരിഞ്ഞു നിന്നിരുന്നുള്ളൂ.

ചുകന്ന പൂക്കൾമാത്രം വിരിയുന്ന ഉദ്യാനം. നീലപൂക്കളുടെ ഉദ്യാനം. രാത്രികളെ സുഗന്ധപൂരിതമാക്കാൻ നിറയെ വിളക്കുകൾ പിടിപ്പിച്ച ഉദ്യാനത്തിൽ വെളുത്ത പൂക്കൾമാത്രം വിരിയുന്നു. ഇങ്ങനെയെത്രയെത്ര നിറമുള്ള ഉദ്യാനങ്ങൾ. ജലാശയങ്ങളിൽ കാട്ടുതാറാവുകളും രാജഹംസങ്ങളും ഇരതേടുന്നു. ഭൂമിയിലെ സ്വർഗതുല്യമായ പട്ടണമാണിതെന്ന് വില്യംഹോക്കിങ്സിനു തോന്നി. കെട്ടിടങ്ങളുടെ ശില്പചാരുത തന്നെ എത്ര മനോഹരം. മിന്നാരങ്ങളും മകുടങ്ങളും നിറഞ്ഞ കെട്ടിടനിർമിതികൾ.

ഇന്ത്യയിൽ കുറച്ചുകൂടെ നേരത്തെ എത്തേണ്ടതായിരുന്നുവെന്ന് അയാൾക്ക് തോന്നി. പ്രത്യേകവേഷം ധരിച്ച ചില പ്രവചനക്കാരുടെ മുമ്പിൽ ആളുകൾ കൂട്ടംചേർന്നിരുന്ന് എന്തൊക്കെയോ ചോദിച്ചറിയുന്നത് വില്യംഹോക്കിങ്സ് കൗതുകപൂർവം ശ്രദ്ധിക്കുന്നുണ്ടായിരുന്നു. നെറ്റിയിൽ നീണ്ടകുറി വരച്ച് തലപ്പാവ് ധരിച്ചവരും പ്രവചനക്കാരിലുണ്ട്. മുന്നിൽ കളം വരച്ച് ശംഖുകൾ നിരത്തി ഭാവി പറയുന്നവരുണ്ട്. തത്തയെ കൊണ്ട് ചീട്ട് എടുപ്പിച്ച് ഭാവി പറയുന്നവരുണ്ട്. ഓ, ഇവരൊക്കെയാകുമോ ഇന്ത്യയിലെ മന്ത്രവാദികൾ? വില്യംഹോക്കിങ്സ് അവരെക്കുറിച്ച് കൂടിയുണ്ടായിരുന്ന ആസംഖാനോട് ചോദിച്ചു. അയാൾ പറഞ്ഞു. “നഗരത്തിലെ ജ്യോതിഷതെരുവാണിത്. വിവാഹകാര്യം, ജോലിക്കാര്യം, രോഗം, വീടുവയ്ക്കൽ, വിദ്യാഭ്യാസം, സമ്പത്ത് തുടങ്ങി എന്തിനും ഏതിനും നാട്ടുകാർ ജ്യോതിഷികളുടെ അഭിപ്രായം തേടുക ഇവിടെ പതിവാണ്.” തന്റെ ഭാവി ഇപ്പോൾ തുലാസ്സിൽ തൂങ്ങുകയാണ്. രാജാവ് തിരുമനസ്സിന് മുഖം കാണിക്കുമ്പോൾ തങ്ങൾക്ക് ഗുണകരമായ തീരുമാനം ഉണ്ടാകുമോയെന്നറിയാൻ അയാളുടെ മനസ്സ് വെമ്പി. ഇന്ത്യക്കാരുടെ ജ്യോതിഷവിജ്ഞാനത്തെക്കുറിച്ച് കേട്ടറിവ് മാത്രമേയുള്ളൂ. അതൊന്നു പരീക്ഷിക്കുകയും ആവാം.

തന്റെ സ്വകാര്യ ആഗ്രഹം അയാൾ ആസംഖാനുമായി പങ്കുവച്ചു. സാമ്രാട്ടിനെ മുഖം കാണിക്കാൻ വരുന്നവർ ജ്യോതിഷികളെ കാണുക പതിവാണെന്ന് അയാൾ പറഞ്ഞു. സാമ്രാട്ട് ജഹാംഗീറിന് സ്വന്തമായി മഹാജ്യോതിഷികൾ ഉണ്ടെന്നും ആസംഖാൻ പറഞ്ഞു. അവർ സമീപത്തു കണ്ട ഒരു ജ്യോതിഷിയുടെ മുമ്പിലേക്കു നടന്നു. വില്യം ഹോക്കിങ്സ് അയാളുടെ മുമ്പിൽ വിരിച്ചിട്ട കമ്പളത്തിൽ ഇരുന്നു. ആസംഖാൻ അയാളോട് എന്തോ സംസാരിച്ചു. വളരെ ഉത്സാഹത്തോടെ ജ്യോതിഷി വില്യംഹോക്കിങ്സിന്റെ കൈപ്പത്തികളിലൊന്ന് കടന്നു പിടിച്ചു. ദക്ഷിണ വയ്ക്കുകയെന്നതാണ് അടുത്ത ചടങ്ങ്. ആസംഖാന്റെ നിർദ്ദേശാനുസരണം ഒരു വെള്ളിനാണയം അയാൾ ജ്യോതിഷിക്ക് ദക്ഷിണയായി സമർപ്പിച്ചു. വില്യംഹോക്കിങ്സിന്റെ കൈപ്പത്തിയിലെ സൂക്ഷ്മരേഖകൾ വായിച്ചുകൊണ്ട് അയാൾ പറഞ്ഞു. "ദീർഘായുസ്സുണ്ട്. ഭാഗ്യരേഖ തെളിഞ്ഞു നിൽക്കുന്നു. സ്ത്രീസുഖം തെളിഞ്ഞു നിൽക്കുന്നു. താങ്കൾ വീണ്ടും വിവാഹിതനാകാൻ പോകുന്നു. സ്ത്രീസുഖം ലഭിക്കുന്നതിനു വളരെ അനുയോജ്യമാണ് താങ്കളുടെ കാലം." ആസംഖാൻ ഇംഗ്ലീഷിലേക്കത് തർജമ ചെയ്തുകേൾപ്പിച്ചപ്പോൾ വില്യം ഹോക്കിങ്സ് പൊട്ടിച്ചിരിച്ചു. "ഈ വയസ് കാലത്തോ?" എന്നിട്ട് കേൾക്കട്ടെ വിഡ്ഢിത്തരങ്ങൾ എന്ന ഭാവത്തിൽ അയാളുടെ മുഖത്തേക്കു നോക്കി.

"സാമ്രാട്ടിൽ നിന്ന് താങ്കൾക്ക് വളരെ അനുകൂലമായ സഹായം ഉണ്ടാകും. താങ്കളുടെ വ്യാപാരം വെച്ചടി വെച്ചടി അഭിവൃദ്ധിപ്പെടും. താങ്കൾ ഏറ്റവും അനുകൂലമായ സമയത്താണ് ആഗ്രയിൽ എത്തിച്ചേർന്നിരിക്കുന്നത്. താങ്കളെ ആർക്കും ഇനി പുറകിലോട്ട് വലിക്കാനാവില്ല. വൻസാമ്പത്തികലാഭം താങ്കളെ കാത്തിരിക്കുന്നു." ജ്യോതിഷിക്ക് ഒരു വെള്ളിനാണയം നൽകിയതിനുള്ള മുഖസ്തുതിയായിരിക്കാം ഇതെന്ന് അയാൾ ഓർത്തു. ജ്യോതിഷിയുടെ പ്രവചനങ്ങൾ. നാട്ടിൽ മടങ്ങിയെത്തി ഭാര്യ ക്ലാരയുമായി സംസാരിക്കണം. അവർക്ക് ചിരിക്കാനുള്ള വകയുണ്ടാകും. എങ്കിലും ശുഭകരമായ വാക്കുകൾ കേട്ട് സാമ്രാട്ടിനെ മുഖം കാണിക്കാൻ കഴിയുന്നുവെന്നൊരു മെച്ചം ഇതിലൂടെ ഉണ്ടായെന്നും അയാൾ ഓർത്തു. കൂടുതൽ ആത്മവിശ്വാസം ഇപ്പോൾ തോന്നുന്നു. പട്ടാളക്കാരുടെയും കാവൽക്കാരുടെയും വിശദമായ ദേഹപരിശോധനകൾക്കുശേഷം അവർ സാമ്രാട്ട് ജഹാംഗീറിന്റെ മുമ്പിൽ ആനയിക്കപ്പെട്ടു. അതിമനോഹരമായി തയ്യാറാക്കപ്പെട്ടതായിരുന്ന രാജകീയദർബാർ. ആനകളുടെ ഒരുകൂട്ടം കൊട്ടാരത്തിന്റെ മുമ്പിലൂടെ നീങ്ങുന്നുണ്ട്. തിബത്തിചാമരങ്ങൾ തൂക്കിയ ആനകൾ. കുതിരപ്പടയും പിന്നാലെ വന്നു. എല്ലാം നന്നായി അലങ്കരിക്കപ്പെട്ടിട്ടുണ്ട്. ഏതോ ഘോഷയാത്ര കഴിഞ്ഞു മടങ്ങുന്ന പോലെയുണ്ട്. വില്യം ഹോക്കിംങ്സും സംഘവും ഒരുകൂട്ടം അലങ്കരിച്ച നായകളുടെ വരവ് നോക്കി അദ്ഭുതപ്പെട്ടു. ഉസ്ബക്ക്നായകളാണ്, ശരീരം മുഴുവൻ പട്ടുപോലെ രോമം

നിറഞ്ഞ വലിയ നായക്കൂട്ടങ്ങൾ. അവയുടെ കഴുത്തിലെ വെള്ളിമണികളുടെ കിലുക്കം അകന്നകന്ന് പോയി. അന്തപ്പുരവാസികൾക്കായുള്ള വിനോദപരിപാടികൾ കഴിഞ്ഞുമടങ്ങുന്ന സംഘമാണിതെന്ന് ആരോ പറഞ്ഞു കേട്ടു.

പട്ടാളക്കാരന്റെ ചിട്ടയോടുള്ള ചുവടുവയ്പ്പുകൾക്കും ഉയർത്തി പിടിച്ച പതാകയ്ക്കും പിന്നിൽ ഉയർന്ന പട്ടാള ഓഫീസർമാർ ചക്രവർത്തിയെ കാണാനായി പോകുന്നതു കണ്ടു. നീലപതാകയ്ക്ക് പിന്നിലും ചുകന്ന പതാകയ്ക്ക് പിന്നിലും ഇങ്ങനെ സൈനികമേധാവികൾ പോകുന്നത് വില്യംഹോക്കിങ്സ് ശ്രദ്ധിച്ചു. വിവിധ സേനാവിഭാഗങ്ങളുടെ കൊടികളാകുമെന്ന് അയാൾ ഓർത്തു. രാജദർബാറിന് മുമ്പിലുള്ള ദിവാൻ ഇ ആബ് നടുത്തുള്ള അതിമനോഹരമായി തയ്യാറാക്കിയിരിക്കുന്ന ഒരു ഉദ്യാനത്തിലേക്ക് ആടയാഭരണങ്ങൾ അണിഞ്ഞ ഒരുകൂട്ടം സുന്ദരസ്ത്രീകൾ വേഗത്തിൽ നടന്നു നീങ്ങുന്നു. കൂട്ടത്തിൽ ചിലർ നർത്തകിമാരാണ്. സൈനികകാവലോടെയാണവരുടെ യാത്ര. രാജകുടുംബാംഗങ്ങൾ ആരെങ്കിലും ആയിരിക്കുമെന്ന് വില്യംഹോക്കിങ്സ് കരുതി. അവിടെ ഉണ്ടായിരുന്ന ഉയർന്ന ഉദ്യോഗസ്ഥർ കുലീനവും ആജ്ഞാശക്തി സ്ഫുരിക്കുന്ന കണ്ണുകളുള്ള അലങ്കാരവസ്ത്രമണിഞ്ഞ ഒരു വനിതയെ പ്രകടമായി ഭവ്യതയോടെ ആദരിക്കുന്നതും കണ്ടു. എന്നാൽ അവർ പുഞ്ചിരിതൂകി കൈ നെറ്റിത്തടത്തിലേക്ക് കൂടെക്കൂടെ ഉയർത്തി ഓരോരുത്തരുടെയും അഭിവാദ്യം സ്വീകരിച്ചു നടന്നുനീങ്ങുകയാണ്.

വില്യം ഹോക്കിങ്സും ആ കുലീനയായ വനിതാരത്നത്തെ കണ്ടപ്പോൾ മറ്റുള്ളവർ ആദരിക്കുംപോലെ കൈകൾ നെറ്റിത്തടത്തിലേക്ക് ഉയർത്തി തലകുനിച്ച് അഭിവാദ്യം ചെയ്തു. എന്നിട്ട് ആരാണെന്നറിയാൻ ആസംഖാന്റെ മുഖത്തേക്കു നോക്കി. “റാണി നൂർജഹാൻ തിരുമനസ്സ്” അയാൾ പറഞ്ഞു. സാമ്രാട്ടിന്റെ പട്ടമഹിഷി. ആദരവോടെ വില്യം ഹോക്കിങ്സ് തലകുമ്പിട്ടുനിന്നു. റാണി നൂർജഹാനും സംഘവും വിനോദപരിപാടിയിൽ പങ്കെടുത്തശേഷം ദർബാറിനോട് ചേർന്നുള്ള അവരുടെ മൂടുപടം ഇട്ട് വേർതിരിച്ച ഇരിപ്പിടത്തിലേക്ക് എത്തിയതാവുമെന്ന് വില്യം ഹോക്കിങ്സിന് മനസ്സിലായി. സ്ത്രീകളുടെ സംഘം കടന്നുപോയപ്പോൾ അവിടമാകെ ഹൃദ്യമായൊരു പരിമളം പരന്നു. വില്യം ഹോക്കിങ്സ് തന്റെ നാസാഗ്രന്ഥി ആവോളം വിടർത്തിയത് ഉള്ളിലേക്ക് ആവാഹിച്ചുകൊണ്ട് ആസംഖാനോട് ചോദിച്ചു. “ഇത്ര ഹൃദ്യമായൊരു സുഗന്ധം ഞാനിതുവരെ ജീവിതത്തിൽ അനുഭവിച്ചിട്ടേയില്ല. എന്താണിത്?” “അത്തർ. റാണി നൂർജഹാന്റെ നിർദ്ദേശാനുസരണം പനിനീർപ്പൂവുകളിൽ നിന്ന് വാറ്റിയെടുത്തതാണിത്.” ആസംഖാൻ മറുപടി പറഞ്ഞു.

അത്തർ വ്യാപാരശാലകൾ നഗരത്തിന്റെ പല ഭാഗങ്ങളിലുമുണ്ട്.ഹോ, തിരികെ പോകുമ്പോൾ കുറച്ച് അത്തർ വാങ്ങാൻ മറക്കരുത്. ഇംഗ്ലണ്ടിൽ

വേണ്ടപ്പെട്ടവർക്കത് സമ്മാനിക്കാം. ഒരെണ്ണം ക്ലാരയ്ക്കും. ജഹാംഗീർ ചക്രവർത്തിയെ പലരും കണ്ടു മടങ്ങുന്നു. ഒടുക്കം വില്യം ഹോക്കിങ്സിനും സംഘത്തിനുമുള്ള ഊഴമായി. രാജകീയ സ്വീകരണമാണ് ഇംഗ്ലീഷുകാർക്ക് കൊട്ടാരത്തിൽ നിന്ന് ലഭിച്ചത്. മനോഹരമായ ഇരിപ്പിടങ്ങൾ അവർക്ക് നൽകപ്പെട്ടു. ബ്രിട്ടീഷ് രാജ്ഞിയുടെ കത്ത് ജഹാംഗീർ ചക്രവർത്തി വായിക്കുകയും വ്യാപാരത്തിന് എല്ലാവിധ സഹായവും ചെയ്യാമെന്ന് ഉറപ്പ് നൽകുകയും ചെയ്തു. ബോംബെയുടെ വടക്കൻ പ്രദേശത്ത് ഈസ്റ്റ് ഇന്ത്യാ കമ്പനിക്ക് പാണ്ടികശാലകൾ തുറക്കാൻ അനുമതി നൽകണമെന്ന അയാളുടെ ആവശ്യം ചക്രവർത്തി അംഗീകരിച്ചു. അതിനായുള്ള തിട്ടൂരത്തിൽ കലാപരമായ തന്റെ ഒപ്പുചാർത്തി നൽകുകയും ചെയ്തു. ഇംഗ്ലണ്ടിൽ നിന്നുകൊണ്ടുവന്ന സമ്മാനങ്ങൾ രാജാവിന് മുമ്പിൽ കാഴ്ച വെച്ച് വില്യം ഹോക്കിങ്സും സംഘവും തലകുനിച്ചു വണങ്ങി. “ഈ സുദിനം താങ്കൾ മറക്കാതിരിക്കാൻ എന്തു സമ്മാനമാണ് താൻ താങ്കൾക്ക് നൽകേണ്ടത്?” ജഹാംഗീർ ചക്രവർത്തി ചോദിച്ചു. അങ്ങയുടെ അനുഗ്രഹം തങ്ങൾക്കൊപ്പം ഉണ്ടായാൽ മാത്രം മതിയെന്ന് വില്യം ഹോക്കിങ്സ് പറഞ്ഞു.

“അതു പോരാ.” ജഹാംഗീർ തിരുമനസ്സ് ഒന്നു കൈകൊട്ടി. വാ പൊത്തി ഒരാൾ അരുകിലേക്ക് വന്നു. പക്ഷികളുടെ കിന്നരിതൂവലുകൾ തുന്നിപിടിപ്പിച്ച സുന്ദരമായ തലപ്പാവ് അയാളുടെ നേർക്ക് തിരിച്ചു ഉത്തരവ് പോലെ അയാൾ പറഞ്ഞു. നിമിഷങ്ങൾക്കുള്ളിൽ അതിസുന്ദരിയായ ഒരു അർമീനിയൻ ക്രിസ്ത്യൻ യുവതിയുമായി അയാൾ മടങ്ങിയെത്തി. ജഹാംഗീർ തിരുമനസ്സ് പറഞ്ഞു. “ഈ നല്ല നിമിഷങ്ങൾ നിങ്ങളുടെ മനസ്സിൽ നിന്ന് മായാതിരിക്കാൻ ഈ സുന്ദരിയെ എന്റെ സമ്മാനമായി സ്വീകരിച്ചാലും.” വില്യം ഹോക്കിങ്സ് സ്വപ്നത്തിൽ പോലും ആഗ്രഹിക്കാതിരുന്ന ഒരു സമ്മാനമാണ് രാജാവ് വെച്ചുനീട്ടുന്നത്. മനോഹരമായ ഉടയാടകൾ അണിഞ്ഞ, നീണ്ട നാസികയും സ്വർണ തലമുടിയും നീല കണ്ണുകളുമുള്ള അതിസുന്ദരിയായ ആ യുവതിയുടെ മുഖത്തേക്ക് ഒരു കാമുകമനസ്സോടെ അയാൾ നോക്കി. അയാളുടെ വൃദ്ധഞെരമ്പുകളിലേക്ക് രക്തബിന്ദുക്കൾ തേരോട്ടം നടത്തി. ഹോ, അയാൾ സ്തബ്ധനായി നിന്നുപോയി. ആസംഖാൻ തട്ടിയുണർത്തിയപ്പോഴാണ് വില്യം ഹോക്കിങ്സിന് പരിസരശ്രദ്ധ വീണത്. തല കുമ്പിട്ടും കുമ്പിട്ടും നന്ദിയർപ്പിച്ചുകൊണ്ട് കൊട്ടാരക്കെട്ടിൽ നിന്ന് അർമീനിയൻ സുന്ദരിയുമായി പുറത്തേക്ക് നടന്നു. അയാളുടെ മനസ് അദ്ഭുതംകൊണ്ട് വിടർന്നു. വഴിവക്കിലിരുന്നു ഭാവി പ്രവചിക്കുന്ന അയാൾ പറഞ്ഞത് എത്ര സത്യമായി ഭവിച്ചിരിക്കുന്നു!

ഭാവിപ്രവചനക്കാരന്റെ മുമ്പിലൂടെ സമ്മാനവുമായി ലഭിച്ച സുന്ദരിയുമായി നീങ്ങുമ്പോൾ വില്യം ഹോക്കിങ്സ് തന്റെ പോക്കറ്റിലേക്ക്

കൈകൾ പരതി ഒരു സ്വർണനാണയമെടുത്ത് ആ പ്രവചനക്കാരന്റെ മുമ്പിലെത്തി അയാൾക്ക് സമ്മാനിച്ചു. പ്രവചനക്കാരൻ നന്ദിപൂർവം അത് കൈപറ്റി സലാം പറഞ്ഞു.

ഇന്ത്യ അദ്ഭുതം തന്നെ. വില്യംഹോക്കിങ്സ് ഓർത്തു. ആഗ്രയിൽ ജീവിക്കുന്നവർക്ക് 'ഭാവി' വർത്തമാനത്തിൽ തന്നെയാണുള്ളത്. ഇത് ലോകത്തിന്റെ മറ്റൊരു കോണിലും സാധ്യമാകുമെന്ന് തോന്നുന്നില്ല. സൂറത്തിൽ മടങ്ങിയെത്തി ബ്രിട്ടീഷ്സംഘം വ്യാപാരരംഗത്ത് കാലുറപ്പിച്ചു. കുരുമുളകും മറ്റു മലഞ്ചരക്കുകളും പഞ്ചസാരയും പട്ടുതുണിയും മസ്ലിൻ തുണികളുമായി ഹെക്ടർ കപ്പൽ തെംസ് നദിയുടെ തീരത്തേക്കു തിരിച്ചു. അവിടെനിന്ന് കൂടുതൽ കപ്പലുകൾ ഇന്ത്യതീരത്തേക്ക് അടുത്തു. ഇവിടെ നിന്ന് കപ്പൽനിറയെ സാധനങ്ങൾ കടൽകടന്നു. ഈസ്റ്റ് ഇന്ത്യ കമ്പനി കണ്ണടച്ചു തുറക്കുന്ന വേഗത്തിൽ വളർന്നു പന്തലിക്കാൻ തുടങ്ങി. കമ്പനിയുടെ ഷെയർഹോൾഡർമാർ സമ്പന്നരായി. മുമ്പൊരിക്കലും ഒരു ഇംഗ്ലീഷുകാരനും എവിടെ നിന്നും ലഭിക്കാത്ത ലാഭവർധനയാണ് ഈസ്റ്റ് ഇന്ത്യാ കമ്പനിയുടെ ഓഹരി ഉടമകൾക്ക് ലഭിച്ചത്. ഇരുനൂറുശതമാനം വരെ വർധനവ്.

ഈസ്റ്റ് ഇന്ത്യാ കമ്പനിയുടെ വ്യാപാരകേന്ദ്രങ്ങൾ രാജ്യത്തിന്റെ പല ഭാഗത്തേക്കും വ്യാപിച്ചുകൊണ്ടിരുന്നു. രാജ്ഞി നൂർജഹാൻ നിർദ്ദേശാനുസരണം ഇന്ത്യയിലെ സ്ത്രീകൾ മനോഹരമായ കാംചൂളി വസ്ത്രങ്ങളാണ് അണിഞ്ഞിരുന്നത്. ശരീരം മറഞ്ഞ് കിടക്കുന്ന മനോഹര വസ്ത്രം. ഈസ്റ്റ് ഇന്ത്യ കമ്പനി വച്ചടി വച്ചടി സാമ്പത്തികനേട്ടം കൊയ്തപ്പോൾ ജഹാംഗീർ ചക്രവർത്തിക്ക് അനുയോജ്യമായൊരു സമ്മാനം നൽകാൻ കമ്പനി ആലോചിച്ചു. ലോകത്തിലെ ഏറ്റവും സമ്പന്നനായ മഹാരാജാവിന് എന്തു സമ്മാനമാണ് കമ്പനി നൽകുക? ജഹാംഗീർ ചക്രവർത്തിക്ക് വെള്ളികുടമണിയും സ്വർണവും രത്നങ്ങളിലും അലങ്കരിച്ച ഒരു ഗജവീരനുണ്ട്. ആനച്ചങ്ങലപോലും സ്വർണമാണ്. ആരുടെയും മനം കവരുന്ന ഒത്ത ഒരാന. അതിനുമുകളിൽ രാജകീയ സിംഹാസനം ഉറപ്പിച്ചാണ് ജഹാംഗീർ എഴുന്നള്ളുക. മുഗൾരാജാക്കന്മാർക്ക് ഇത്തരത്തിൽ പ്രിയപ്പെട്ട ധാരാളം ആനകളുണ്ട്.

മഹാനായ അക്ബർ ചക്രവർത്തിയുടെ ആനയുടെ പേര് ഫിൽ ഇ ഇലാഹി. 'ദൈവത്തിന്റെ ആന'. ജഹാംഗീർ ചക്രവർത്തിയുടെ ആന സൂർ ഇ ഫിൽ, 'ആനകളുടെ പ്രകാശം'. ചക്രവർത്തിക്കു സഞ്ചരിക്കാൻ തേരും കുതിരയുമുണ്ട്. എന്നാൽ ബ്രിട്ടീഷ് രാജ്ഞി സഞ്ചരിക്കുന്ന വിധത്തിലുള്ള തുകൽകൊണ്ട് നിർമിച്ചതും ഭാരംകുറഞ്ഞതുമായ രാജകീയ കുതിരവാഹനം ആഗ്രയിൽ ഇല്ലെന്നുള്ളത് ഒരു കുറവുതന്നെ. തിരുമനസ്സിനുള്ള കമ്പനിയുടെ സമ്മാനം അത്തരത്തിലൊന്നാവണമെന്ന് അവർ തീരുമാനിച്ചു. ഇംഗ്ലണ്ടിൽ നിന്ന് സ്വർണത്തിലും വെള്ളിയിലും നിർമിച്ചെടുത്ത അതിസുന്ദരമായൊരു കുതിരവണ്ടി ജഹാംഗീർ

തിരുമനസ്സിന് കമ്പനി സമ്മാനിച്ചു. ഇന്ത്യയിൽ അത്തരത്തിലൊരു വാഹനം ഇതാദ്യമായിരുന്നു. സാമ്രാട്ട് ജഹാംഗീർ ഈ വാഹനം തന്റെ ഔദ്യോഗിക വാഹനമായി ഉപയോഗിച്ചു തുടങ്ങുകയും ചെയ്തു. ഈസ്റ്റ് ഇന്ത്യ കമ്പനിയെ സംബന്ധിച്ച് അതൊരു വലിയ ബഹുമതിയായിരുന്നു.

കുരുമുളകിന്റെ നാടായ മലബാറിൽ പറങ്കികളുടെ അതിക്രമങ്ങൾ തുടർന്നുകൊണ്ടിരുന്നു. ഇതിനിടയിൽ മറ്റൊരു സംഘം വെള്ളക്കാർ കോഴിക്കോട്ട് കപ്പലടുപ്പിച്ചു. പോർട്ടുഗീസുകാരെ മലബാറിൽ നിന്ന് ഓടിക്കാൻ ഡച്ചുകാരുടെ സഹായം പ്രയോജനപ്പെടുത്താൻ തന്നെ സാമൂതിരി തീരുമാനിച്ചു. അതോടെ പറങ്കികളുടെ പതനം മലബാറിൽ ആരംഭിച്ചു. സിലോണിൽ പറങ്കികളെ ഡച്ചുകാർ പരാജയപ്പെടുത്തി കോട്ട കൈക്കലാക്കിയതോടെ അവരുടെ ശ്രദ്ധ മലബാറിലേക്ക് തിരിഞ്ഞു. നാട്ടുരാജാക്കന്മാരും ഡച്ചുകാരും കൈകോർത്തതോടെ പറങ്കികൾക്ക് നിൽക്കകള്ളിയില്ലാതായി. കൊടുങ്ങല്ലൂരും കൊല്ലത്തും കണ്ണൂരുമുള്ള പറങ്കിക്കോട്ടകൾ ഡച്ചുകാർ കൈവശപ്പെടുത്തി. അതോടെ പറങ്കികളുടെ വ്യാപാരകുത്തക തകർന്നു. എന്നാൽ പതിയെ ഡച്ചുകാരും പറങ്കികളെപോലെ വ്യാപാരകുത്തകയെന്ന ആശയം മുന്നോട്ടുവച്ചു.

കുരുമുളകും മറ്റു സുഗന്ധവ്യഞ്ജനങ്ങളും തങ്ങൾക്ക് മാത്രം വിൽക്കാവൂവെന്ന് ഡച്ചുകാരും ആവർത്തിച്ചു. എങ്കിലും കോഴിക്കോട്ടെ സാമൂതിരി, കണ്ണൂരിലെ ആലി രാജാവ്, ആറ്റിങ്ങൽ റാണി, തിരുവിതാംകൂർ രാജാവ് എന്നിവർ സ്വതന്ത്ര വ്യാപാരരംഗത്ത് ഉറച്ചുനിന്നു. ഡച്ചുകാരുമായും ഏറ്റുമുട്ടി. കുളച്ചൽ യുദ്ധത്തിൽ ഡച്ചുകാർ വീണു. ഡച്ചുകാർ പ്രധാനമായും കൊച്ചി തങ്ങളുടെ താവളമാക്കി മാറ്റിയിരുന്നു. ഡച്ചുകാരുമായും നാട്ടുരാജാക്കന്മാർ പലയിടങ്ങളിലും ഏറ്റുമുട്ടൽ തുടർന്നു. കുരുമുളകിനുവേണ്ടി ഇംഗ്ലീഷുകാരും ഫ്രഞ്ചുകാരും ഡച്ചുകാരും ഇന്ത്യയിൽ പിടിമുറുക്കി. വ്യാപാരകുത്തകയ്ക്കുവേണ്ടി ഇവർ തമ്മിൽ പോരാടുകയും പതിവായി. ഇതിനിടയിൽ ഡച്ചുകാർ സാമൂതിരിയെ സമീപിച്ച് കുരുമുളക് വള്ളികൾ ആവശ്യപ്പെട്ടു.

കുരുമുളകിനായി എക്കാലവും മലബാറിനെ ആശ്രയിക്കാതെ അവർ നട്ടുവളർത്തി വിളവെടുപ്പായിരുന്നു ലക്ഷ്യം. ഡച്ചുകാരുടെ ആവശ്യത്തോട് സാമൂതിരി മുഖം തിരിച്ചില്ല. ആവശ്യമുള്ളത്ര കുരുമുളക് വള്ളികൾ ഡച്ചുകാർക്ക് നൽകാൻ സാമൂതിരി ഉത്തരവിട്ടു. ആളുകൾ കുരുമുളക് വള്ളികൾ മുറിച്ചെടുത്തു അടുക്കിവച്ചു. നാട്ടിലെ കുരുമുളക് വള്ളികളെല്ലാം ഭയപ്പാടോടെ നിലവിളിച്ചു. മനുഷ്യരെ മനുഷ്യർക്ക് നേരെ തന്നെ തിരിച്ചുവിട്ട തങ്ങൾക്ക് നേരെ ഇതാ അവർ കൊടുവാളുമായി വരുന്നു. ലോകത്തിന്റെ നാനാഭാഗങ്ങളിലേക്ക് മനുഷ്യർ ചിതറിത്തെറിച്ചതുപോലെ തങ്ങളെയും അവർ കൊണ്ടുപോകുകയാണ്. കുരുമുളക് വള്ളികൾ കേണു.

കുരുമുളക് വള്ളികൾ കടൽ കടക്കുന്നതറിഞ്ഞ മുളക് മടിശ്ശീലക്കാരൻ സാമൂതിരിയെ സമീപിച്ച് ഉണർത്തിച്ചു. "തമ്പുരാനെ, ഈ വെള്ളക്കാർ നമ്മുടെ കുരുമുളക് വള്ളികൾ മുഴുവൻ കൊണ്ടുപോയാൽ പിന്നെ അവർ ഇവിടേക്ക് വ്യാപാരത്തിനായി കപ്പലടുപ്പിക്കുമോ? നമ്മൾ ദരിദ്രരാവില്ലേ?"

അതുകേട്ട് സാമൂതിരി പൊട്ടിച്ചിരിച്ചുകൊണ്ട് പറഞ്ഞു "അവർ നമ്മുടെ കുരുമുളക് വള്ളികളല്ലേ കൊണ്ടുപോകുന്നുള്ളൂ. നമ്മുടെ ഞാറ്റുവേലപ്പകർച്ച കൊണ്ടുപോകുന്നില്ലല്ലോ?" അപ്പോഴാണ് മന്ത്രിക്ക് കാര്യം ബോധ്യപ്പെട്ടത്. ഇടവപ്പാതി മഴ കോരിച്ചൊഴിയുമ്പോഴാണ് നാട്ടിൽ കുരുമുളക് തലപ്പുകൾ നട്ടുപിടിപ്പിക്കുന്നത്. ഈ മഴയും മണ്ണും കാലാവസ്ഥയും ഇല്ലാത്ത രാജ്യങ്ങളിലേക്ക് കുരുമുളക് വള്ളികൾ കൊണ്ടുപോയതുകൊണ്ട് എന്തു പ്രയോജനം? സാമൂതിരിയുടെ ന്യായം മന്ത്രിക്കും ബോധിച്ചു. എന്നാൽ ഡച്ചുകാർ കേരള ഭൂപ്രകൃതിയോട് സാമ്യമുള്ള ഇന്തോനേഷ്യയിലും കുരുമുളക് വള്ളികൾ വ്യാപിപ്പിച്ച് വിളവെടുപ്പ് ആരംഭിച്ചത് സാമൂതിരി അറിഞ്ഞതുമില്ല. മുഗൾ സാമ്രാജ്യത്തിന് മുമ്പിൽ മലബാറും സാമൂതിരിയുമൊന്നും പരിഗണിക്കപ്പെടേണ്ട പ്രദേശങ്ങളായിരുന്നില്ല. രാജ്യത്തിന്റെ മഹാശക്തിയായി മുഗൾവംശം പരിലസിച്ചു. തൈമൂറിന്റെയും ചെങ്കിസ്ഖാന്റയും വംശാവലിയുടെ ജനിതക കരുത്ത് ഇന്ത്യ ഉപഭൂഖണ്ഡത്തിനുമേൽ വേരുകൾ ആഴ്ത്തി.

ജഹാംഗീറിനുശേഷം ഷാജഹാൻ ചക്രവർത്തിയായി അവരോധിക്കപ്പെട്ടു. ലോകത്തിലെ ഏറ്റവും സമ്പൽസമൃദ്ധമായ രാജധാനിയിൽ ഷാജഹാന്റെ മക്കളായ ദാരയും ഷൂജായും ഔറംഗസീബും മുറാദും ജഹനാരയും റോഷൻ ആരയും എല്ലാ സൗഭാഗ്യങ്ങളോടും കളിച്ചു വളർന്നു. സുന്ദരിയായ യമുന നദിയുടെ തീരത്ത് അന്തരിച്ച തന്റെ പ്രിയ പത്നി മുംതാസ് മഹലിനുവേണ്ടി ഷാജഹാൻ വെണ്ണക്കല്ലിൽ അതി മനോഹരമായൊരു കുടീരം പണികഴിപ്പിച്ചു. താജ്മഹൽ.

ഒരു കരയിൽ വെണ്ണക്കൽ കുടീരവും എതിർകരയിൽ കറുത്ത മാർബിൾകൊണ്ടുള്ള കുടീരവുമായിരുന്നു ഷാജഹാന്റെ മനസ്സിലുണ്ടായിരുന്നത്. എന്നാൽ കറുത്ത മാർബിൾ കുടീരത്തിന്റെ പണി ആരംഭിക്കുന്ന വേളയിൽ ഷാജഹാൻ ചക്രവർത്തി രോഗബാധിതനായി വീണു. കലയിലും സംഗീതത്തിലും കവിതയിലും അതീവ തത്പരനായിരുന്ന ഷാജഹാന്റെ ഭരണം രാജ്യത്ത് സമാധാനവും സമ്പൽസമൃദ്ധിയും വർധിപ്പിച്ചിരുന്നു. ഐശ്വര്യസമ്പന്നമായ മുഗൾസാമ്രാജ്യത്തിന്റെ നാലുദിക്കും കരുത്തന്മാരായ നാലു മക്കൾ ഭരിച്ചു. അവർക്ക് മുകളിൽ ഷാജഹാൻ ചക്രവർത്തി പരിലസിച്ചു. ജഹനാരയും റോഷൻ ആരയും ചക്രവർത്തിയുടെ ഇരുചെവികളിലും രാജ്യതന്ത്രങ്ങൾ ഓതി പിന്നണിയിൽ നിന്ന് രാജ്യം ഭരിച്ചു. എന്നാൽ തന്റെ മക്കളിൽ ചക്രവർത്തിയായി അവരോധിക്കാൻ ഷാജഹാൻ ആഗ്രഹിച്ചത് ദാരയെയായിരുന്നു.

ഉപനിഷത് ദർശനങ്ങളിലും ഖുർ ആനിലും ബൗദ്ധദർശനങ്ങളിലും ഒരുപോലെ തത്പരനായ ഒരു വിജ്ഞാനകുതുകിയായിരുന്നു ദാര. മഹാനായ അക്ബറിന്റെ വിശാല മതസഹിഷ്ണുത ദാരയെ ഏറെ ആകർഷിച്ചിരുന്നു. എന്നാൽ ദാരയിൽ നയതന്ത്രകുശലത വേണ്ടവിധം പ്രവർത്തിച്ചിരുന്നില്ല. നിസ്സാരകാര്യത്തിനുപോലും ബന്ധുജനങ്ങളുമായി വഴക്കിടാനും അവരെ പരിഹസിക്കാനും ദാരയ്ക്കൊരു മടിയുമുണ്ടായിരുന്നില്ല. തന്റെ കഴിവിൽ അമിതവിശ്വാസമുള്ളയാളുമായിരുന്നു. ഇതിന്റെ നേർ വിപരീതസ്വഭാവിയായിരുന്നു ഔറംഗസീബ്. കുശാഗ്രബുദ്ധിയും കർക്കശ്യവും നയതന്ത്രജ്ഞതയും അയാളിൽ ഉൾച്ചേർന്നിരുന്നു. തരാതരം പോലെ തന്റെ നിലപാടുകൾ മാറ്റി സാഹചര്യങ്ങളെ തനിക്കനുകൂലമാക്കാൻ ഒരു പ്രത്യേക കഴിവ് തന്നെ അയാൾക്കുണ്ടായിരുന്നു. സാമ്രാട്ട് ഷാജഹാനുശേഷം നാലുമക്കളും ആ പദവി മനസ്സാ മോഹിച്ചിരുന്നു. ചക്രവർത്തിയുടെ ആരോഗ്യം മോശമായെന്ന വാർത്ത വന്നതോടെ ദാരയെ ചക്രവർത്തിയായി അഭിഷേകം ചെയ്തു. സാമ്രാട്ട് ഷാജഹാന്റെ അനുഗ്രഹം അദ്ദേഹത്തിനുണ്ടായിരുന്നു. എന്നാൽ മറ്റു മൂന്നുമക്കളുമത് അംഗീകരിച്ചില്ല.

കിഴക്കൻ പ്രദേശങ്ങൾ ഭരിച്ചിരുന്ന ഷൂജാ സ്വയം രാജാവായി പ്രഖ്യാപിച്ച് നാണയങ്ങൾ അടിച്ചിറക്കാൻ ആരംഭിച്ചു. ഇതറിഞ്ഞ ദാര സൈന്യത്തെ നയിച്ച് ഷൂജയെ ആക്രമിച്ച് തോൽപ്പിച്ചു. അയാൾ ബംഗാളിലേക്ക് മടങ്ങിപ്പോയി. ഔറംഗസീബും മുറാദും സൈനികബലം വർധിപ്പിച്ച് തനിക്കെതിരെ യുദ്ധത്തിനൊരുങ്ങുന്നുവെന്ന് മനസ്സിലാക്കിയ ദാര ഔറംഗസീബിന്റെ കൊട്ടാരം പ്രതിനിധിയായിരുന്ന ഈസാബേഗിനെ ബന്ധനസ്ഥനാക്കുകയും അദ്ദേഹത്തിന്റെ സ്വത്തുക്കൾ കണ്ടുകെട്ടുകയും ചെയ്തു. ഇതറിഞ്ഞ് കോപാകുലനായ ഔറംഗസീബിന്റെയും മുറാദിന്റെയും സംയുക്തസൈന്യം സാമൂഗത്തിൽവച്ച് ദാരയുടെ സൈന്യവുമായി ഏറ്റുമുട്ടി. ആ യുദ്ധത്തിൽ ദാരയുടെ സൈന്യം നിലംപതിച്ചു.

ദാരയുടെ സൈന്യത്തിനുള്ളിൽ നിന്നുതന്നെ ഔറംഗസീബിനും മുറാദിനും രഹസ്യസഹായം ലഭിച്ചതാണ് പരാജയത്തിനിടയാക്കിയത്. ഔറംഗസീബ് ആഗ്രയിലേക്ക് നീങ്ങി. ഷാജഹാൻ ഔറംഗസീബിനെ കാണാൻ ആഗ്രഹം പ്രകടിപ്പിച്ചെങ്കിലും അയാൾ വഴങ്ങിയില്ല. കൗശലപൂർവം തന്റെ മകൻ അസിം മുഖേന പിതാവിനോട് മാപ്പപേക്ഷിക്കുക മാത്രം ചെയ്തു. ഇതിനിടയിൽ മുറാദും ഔറംഗസീബും തമ്മിൽ തെറ്റി. ചക്രവർത്തിയായിരിക്കാൻ താനാണ് യോഗ്യനെന്നാണ് മുറാദ് വിശ്വസിച്ചിരുന്നത്. ഔറംഗസീബ് അതിനോട് തുടക്കത്തിൽ യോജിപ്പ് പ്രകടിപ്പിച്ചിരുന്നതുമാണ്. എന്നാൽ സാഹചര്യങ്ങൾ അനുകൂലമായി വന്നപ്പോൾ എന്നത്തേയുംപോലെ അയാൾ നിലപാട് മാറ്റി. ഔറംഗസീബ് ചതിയിൽ മുറാദിനെ പിടികൂടി കൊടിയ കുറ്റവാളികളെ പാർപ്പിക്കുന്ന ഗ്വാളിയറിലെ ജയിലേക്കയച്ചു. അവിടെ ബുദ്ധിഭ്രംശം ഉണ്ടാക്കുന്ന പപീർ സർബത്ത് കുടിപ്പിച്ച് വധിച്ചു.

ദാരയെ തിരഞ്ഞ് ഔറംഗസീബിന്റെ പട്ടാളം രാജ്യമെമ്പാടും അലഞ്ഞ് നാട്ടുരാജാക്കന്മാരെ വരുതിയിലാക്കി. ഔറംഗസീബ് ചക്രവർത്തിയായി അപ്പോഴേക്കും മാറിക്കഴിഞ്ഞു. ഖാണ്ഡഹാറിലേക്ക് രക്ഷപ്പെടാൻ ശ്രമിച്ച ദാരയും സംഘവും ഔറംഗസീബിന്റെ സൈന്യത്തിന്റെ പിടിയിലമർന്നു. അയാളെ ഡൽഹിയിൽ കൊണ്ടുവന്ന് മതദ്രോഹിയെന്ന് ആരോപിച്ച് തലവെട്ടി കൊന്നു. എന്നിട്ട് ദാരയുടെ തല ഷാജഹാന്റെ മുമ്പിൽ എത്തിച്ച് ക്രൂരതയുടെ എല്ലാ അതിരുകളും ലംഘിച്ചു. ആഗ്രകോട്ടയിൽ യമുനയുടെ തീരത്തെ തന്റെ പ്രിയതമയുടെ ഓർമ്മ സ്മാരകത്തിലേക്ക് നോക്കി ഷാജഹാന്റെ ഹൃദയം വിതുമ്പി. ഷാജഹാൻ താജ്മഹലിലേക്ക് നോക്കി മുംതാസിനോട് പിറുപിറുത്തു. "എല്ലാവിധ സൗകര്യങ്ങളും വിശാലമായ സാമ്രാജ്യങ്ങളുടെ അധികാരങ്ങളുമുണ്ടായിട്ടും എന്തേ നമ്മുടെ മക്കൾ പരസ്പരം തമ്മിൽ തല്ലി നശിക്കുന്നു? ഇന്ന് തന്റെ സീമന്തപുത്രൻ ദാരയുടെ തലയറുത്തെടുത്ത് നിന്റെ മറ്റൊരു മകൻ എന്റെ മുമ്പിലെത്തിച്ചിരിക്കുന്നു. ഒരു പിതാവിന് മകൻ നൽകാവുന്ന ഏറ്റവും വലിയ ഉപഹാരം. ദാരയുടെ സുന്ദരമുഖത്ത് എത്രയെത്ര തവണ നമ്മൾ ഒരുമിച്ച് ഉമ്മവച്ചതാണ്. ഒരുകവിളിൽ ഞാനും മറുകവിളിൽ നീയും. എത്രമാത്രം ലാളിച്ചാണ് നമ്മളവരെ വളർത്തിയത്. ആ പ്രിയപുത്രന്റെ രക്തംപുരണ്ട ശിരസ്സാണല്ലോ മുംതാസ്, ഞാനിന്ന് കണികണ്ടത്." ഷാജഹാന്റെ വിതുമ്പൽ പൊട്ടിക്കരച്ചിലായി മാറി. ആഗ്രക്കോട്ടയുടെ ഓരോ മൂലയിലും അതിന്റെ പ്രതിദ്ധ്വനി ചെന്നു. എല്ലാത്തിനും സാക്ഷിയായിരുന്ന യമുനാനദി കലങ്ങിമറിഞ്ഞൊഴുകി. കണ്ണുനീർ ധാരധാരയായി പൊട്ടിയൊഴുകികൊണ്ടിരുന്ന ഷാജഹാന്റെ കവിളിൽ നിന്ന് കണ്ണീരൊപ്പിയെടുത്തുകൊണ്ട് മകൾ ജഹനാര വിങ്ങിപൊട്ടുന്നുണ്ടായിരുന്നു. പിതാവിനെപ്പോലെ താനും ആ കോട്ടയിൽ ഔറംഗസീബിന്റെ തടവുകാരിയാണ്.

പിതാവിനെ ആശ്വസിപ്പിച്ചും ശുശ്രൂഷിച്ചും ഈ ജന്മം എരിച്ചുതീർക്കണമെന്ന മോഹമേ അവർക്കുള്ളൂ. സ്വന്തം സഹോദരന്റെ ശിരസ് കണ്ട ഞെട്ടലിൽ നിന്ന് ജഹനാര ഇനിയും മുക്തയായിട്ടില്ല. സ്വയം ആശ്വസിക്കാൻ കഴിയാത്ത താൻ എന്തു വാക്കുകൾ കൊണ്ടാണ് സാമ്രാട്ടിനെ ആശ്വസിപ്പിക്കുകയെന്നറിയാതെ കുഴങ്ങി. ഷാജഹാൻ ഓർക്കുകയായിരുന്നു. ദാര എല്ലാം തികഞ്ഞവനായിരുന്നുവെങ്കിലും നിർഭാഗ്യവാനായിരുന്നു. ദാര ജനിച്ച് ആറാംനാൾ അവന്റെ നെറ്റിയിൽ ഒരു മറുക് പ്രത്യക്ഷപ്പെട്ടിരുന്നു. ഇത് നിർഭാഗ്യചിഹ്നമാണെന്ന് അന്നേ ജ്യോതിഷികൾ മുന്നറിയിപ്പ് നൽകിയിരുന്നു. മക്കളിൽ ഔറംഗസീബിന്റെ വിശാലമായ നെറ്റിത്തടത്തിൽ തെളിഞ്ഞുവന്ന മറുക് ഭാഗ്യത്തിന്റേതാണെന്നും ജ്യോതിഷികൾ അഭിപ്രായപ്പെടുകയുണ്ടായി.

തനിക്കുശേഷം ഔറംഗസീബ് ആകും ഈ മഹാസാമ്രാജ്യം ഭരിക്കുകയെന്ന പ്രവചനം ശരിയായിരിക്കുന്നു. മക്കളിൽ ഏറ്റവും സുന്ദരനും ഔറംഗസീബ് തന്നെ. നല്ല വെളുത്തു തുടുത്ത ശരീരവും ആജ്ഞാശക്തി

എരിയുന്ന കറുത്ത നയനങ്ങളും അവനെ ആരുടെ മുമ്പിലും വ്യത്യസ്ത നാക്കുന്നു. പക്ഷേ സുന്ദരമായ അവന്റെ ശരീരത്തിനുള്ളിലെ ഹൃദയം ആർക്കും പിടികൊടുക്കാതെയുള്ളതായിരുന്നു. അവനെങ്ങനെ ഇത്ര ക്രൂരനായി മാറാൻ കഴിഞ്ഞു. ലോകത്തിൽ ലഭിക്കാവുന്ന എല്ലാ സൗഭാഗ്യങ്ങളും നൽകി വളർത്തിയ തന്റെ മക്കൾ ഒന്നൊന്നായി ഇല്ലാതാവുന്നത് ഷാജഹാൻ തന്റെ കിടക്കയിൽ കണ്ടും കേട്ടും കിടന്നു. പിതാവിന്റെ മുഖത്ത് ചുംബിച്ച് ആശ്വസിപ്പിച്ച് സ്വയം ആശ്വാസത്തിനായ ജഹനാര യമുനാനദിയിലേക്ക് നോക്കി. പ്രിയമാതാവിന്റെ ആത്മാവ് ഇതൊക്കെ അറിയുന്നുണ്ടെങ്കിൽ ആ ഹൃദയം എങ്ങനെയിതൊക്കെ സഹിക്കും. ഒരേ ഗർഭപാത്രത്തിൽ നിന്നുതന്നെയാണ് ഈ മക്കളൊക്കെ പിറന്നതെന്ന് എങ്ങനെയവർ വിശ്വസിക്കും?

ഔറംഗസീബ് കുട്ടിയായിരുന്നപ്പോൾ കൊട്ടാരത്തിലെത്തിയ ഒരു സൂഫിസന്ന്യാസി അവനെ നോക്കി പ്രവചിച്ചത് ജഹനാര ഓർത്തു. മുഗൾവംശത്തിന്റെ മഹാപ്രതാപം ഈ കുട്ടിയോട്കൂടി അവസാനിക്കുമെന്നായിരുന്നു ആ സിദ്ധന്റെ പ്രവചനം. അത് ശരിയായിവരുകയാണെന്ന് ജഹനാര ഭയപ്പെട്ടു. തൈമൂറിന്റെയും ചെങ്കിസ്ഖാന്റെ വംശാവലിയുടെ അവസാനം ഔറംഗസീബിലായിരിക്കുമെന്ന് വിശ്വസിക്കാതിരിക്കാനാവുന്നില്ല. സ്വന്തം സഹോദരങ്ങളുടെ തലയറുത്തു നേടുന്ന രാജസിംഹാസത്തിന്റെ തുടർച്ച എന്തിനു മോഹിക്കണം? ലോകത്തിലെ ഏറ്റവും സമ്പൽസമൃദ്ധമായ സാമ്രാജ്യത്തിലെ രാജകുമാരിയായി ജനിച്ചിട്ടും താൻ ലോകത്തിലെ ഏറ്റവും ദുഃഖിതയായ സ്ത്രീയായി മാറിയതെന്തുകൊണ്ടാണ്? സർവതും സൃഷ്ടിച്ച ജഗന്നിയന്താവേ, നീ എന്നെ പരീക്ഷിക്കരുതേ. അവർ വിങ്ങി വിങ്ങിപ്പൊട്ടി യമുനാനദിക്കരയിൽ നിന്ന് തണുത്ത കാറ്റ് ജഹനാരയുടെ കവിളുകളിൽ സ്പർശിച്ചു. അമ്മയുടെ മൃദുലമായ കൈവിരലുകൾ നദിക്കരയിൽ നിന്ന് തന്നെ ആശ്ലേഷിക്കാനായി നീണ്ടുവരുന്നതായി ജഹനാരയ്ക്കുതോന്നി. അവൾ വിളിച്ചു "അമ്മേ". താൻ ആരുടെ നെഞ്ചിലാണ് ഒന്ന് തലചായിച്ച് ആശ്വസിക്കുക? ധീരനായ എന്റെ പ്രിയ രജപുത്രരാജകുമാരാ ദുലേർ, നീ എവിടെയാണ്? നിനക്കു മാത്രമേ ഈ ഭാഗ്യഹീനയായ ദുഃഖിതയെ ആശ്വസിപ്പിക്കാനാവുകയുള്ളൂ. ജഹനാര കാറ്റിന്റെ മൃദുലമായ ആശ്ലേഷത്തിൽ അമർന്നു.

ജഹനാരയെ വീശാനായി പനിനീർ മുക്കിയ വിശറിയുമായി തോഴിമാർ അവരുടെ അരികിലേക്ക് വന്നെങ്കിലും അവർ അവരെ പറഞ്ഞയച്ചു. ഒരു തടവുകാരിക്ക് ഇതൊക്കെ നിഷിദ്ധമാണ്. ഏകാന്തതയുടെ തുരുത്തിൽ സ്വയം അലിഞ്ഞില്ലാതായി. ആകാശം ചുകപ്പണിഞ്ഞുതുടങ്ങി. പ്രകാശം കെട്ടുവരുന്നു. ദൽഹി ദർവാസയിൽ കൂടി ഒരുകൂട്ടം അശ്വഭടന്മാർ ചുവടുകൾ വച്ചുനീങ്ങുന്നു. വഴിയോരത്ത് കൂടി നിൽക്കുന്നവർ ആദരപൂർവം വഴിവക്കിലേക്ക് ഒതുങ്ങി. കുതിരപ്പടയ്ക്ക് പിന്നിലായി അമ്പാരിയും വഹിച്ചുകൊണ്ട് ആനയുണ്ട്. ആനയ്ക്കുചുറ്റും കാലാൾപ്പടയുണ്ട്. അമ്പാരിയിൽ രാജകുമാരി എല്ലാവിധ പ്രൗഢിയോടുകൂടി

ഇരിപ്പുണ്ട്. ഇരുവശത്തുനിന്നും ദാസിമാർ സ്വർണഖചിതമായ മയിൽപ്പീലി വിശറികൊണ്ട് രാജകുമാരിയെ വീശുന്നുണ്ട്. അന്തരീക്ഷത്തിൽ ഹൃദ്യമായ സുഗന്ധം പരന്നു. അത്തർ തളിച്ച് സഞ്ചാരപഥമാകെ ഭടന്മാർ സുഗന്ധപൂരിതമാക്കികൊണ്ടിരുന്നു.

ഇത് റോഷൻ ആരയുടെ അമ്പാരിയാണ്. സന്ധ്യാനമസ്കാരത്തിനായി അവർ ജുമാഅത്ത് പള്ളിയിലേക്ക് നീങ്ങുകയാണ്. റോഷൻ ആര കൗശലക്കാരിയാണ്. അവൾ സാമ്രാട്ടിനെവിട്ട്. ഔറംഗസീബിനൊപ്പം ചേർന്നിരിക്കുന്നു. അതുകൊണ്ടുതന്നെ ഒരു മുഗൾ രാജകുമാരിക്ക് ലഭിക്കുന്ന എല്ലാ ആഡംബരവും സൗകര്യങ്ങളും റോഷൻ ആരയ്ക്കുണ്ട്. എന്നാൽ ഔറംഗസീബിന്റെ മറ്റൊരു സഹോദരി ജഹനാര ആഗ്രകോട്ടയിൽ ഷാജഹാനൊപ്പം ഒരു തടവുകാരിയായി ജീവിക്കുന്നു. അവർ താജിനെ നോക്കി ഓർത്തു. ലോകത്ത് ഒരു രാജാവിനും സാധിക്കാത്ത വിധം വാസ്തുവിദ്യയെ കവിതയോളം അടുപ്പിച്ച, താജ് പണികഴിപ്പിച്ച ഷാജഹാൻ ചക്രവർത്തി ഇന്ന് കുറ്റക്കാരനാണ്. പ്രിയപത്നിക്കായി ധനം ദുർവ്യയം ചെയ്തുപോലും. ഭാരതത്തിന്റെ യശസ്സ് കാലാകാലത്തോളം ഉയർത്തിയ സാമ്രാട്ടിനെ കുറ്റവാളിയാക്കുന്നതോ, സ്വന്തം സഹോദരന്മാരുടെ കഴുത്തറുത്ത് കൊലപ്പെടുത്തിയ കൊടുംകുറ്റവാളിയായ ഔറംഗസീബ്.

താജ്മഹൽ പണികഴിപ്പിച്ചതുകൊണ്ട് മുഗൾ സാമ്രാജ്യത്തിലെ ഒരു കുഞ്ഞുപോലും പട്ടിണി കിടന്നില്ല. ലോകത്തിലെ ഏറ്റവും സമ്പൽസമൃദ്ധമായ രാജ്യമാണിത്. ജനങ്ങൾക്ക് സമാധാനമുണ്ടായിരുന്ന രാജ്യം. സാമ്രാട്ട് ഷാജഹാന്റെ കാലത്ത് പ്രജകൾ ഒരിക്കലും ദാരിദ്ര്യം അനുഭവിക്കേണ്ടതായി വന്നിട്ടില്ല. അങ്ങനെയുള്ള രാജ്യത്തിന്റെ കിരീടമായി പരിലസിക്കേണ്ട സ്മാരകമാണ് താജ്മഹൽ. കറുത്ത മാർബിൾ കൊണ്ടുള്ള താജ്മഹൽ കൂടി പൂർത്തിയാക്കാനായിരുന്നുവെങ്കിൽ അതുല്യമായ ഈ ശില്പകലയോട് തുലനം ചെയ്യാൻ ലോകത്ത് മറ്റൊന്നും ഉണ്ടാകുമായിരുന്നില്ല. എന്നാൽ ഔറംഗസീബ് അതൊക്കെ തടഞ്ഞിരിക്കുന്നു. സംഗീതം അയാൾ വെറുക്കുന്നു. കവിതകൾ അയാൾ ഇഷ്ടപ്പെടുന്നില്ല. കലാകാരന്മാരെ അയാൾ അപമാനിക്കുന്നു. ഇതൊന്നും മുഗൾവംശത്തിന്റെ ശീലങ്ങളല്ല.

കലയും സംഗീതവും സാഹിത്യവും ഓരോ മുഗളന്റെയും സിരയിലോടുന്ന രക്തംപോലെ പ്രിയപ്പെട്ടതാണ്. പക്ഷേ ഔറംഗസീബ്, നീ ഒഴുക്കിനെതിരെയാണ് സഞ്ചരിക്കുന്നത്. നിന്റെ എല്ലാ ക്രൂരതകൾക്കും ഇസ്ലാമിനെ കൂട്ടുപിടിക്കുകയാണ്. ഇസ്ലാമിനെ നിന്റെ തന്നിഷ്ടപ്രകാരം വളച്ചൊടിക്കുകയാണ്. തൊപ്പി തുന്നി സ്വന്തം അന്നത്തിനുള്ള വക കണ്ടെത്തുന്നുവെന്ന് പ്രജകളെ കൊണ്ടുപറയിക്കുന്നു. നിന്റെ ക്രൂരതകൾ മറച്ചുപിടിക്കാനുള്ള സൂത്രപ്പണിയല്ലാതെ മറ്റെന്താണിത്? ഒരിക്കൽ നിന്റെ അരുകിലേക്ക് ഒരു ഭടൻ വന്ന് പറഞ്ഞു. കൊട്ടാരക്കെട്ടിലെ

പള്ളിക്ക് തീപിടിച്ചുവെന്ന്. അപ്പോൾ നീ അവനോട് ആകാംക്ഷയോടെ ചോദിച്ചു. പള്ളിമുറ്റത്ത് നിന്നിരുന്ന ചിനാർ മരത്തിന് എന്തെങ്കിലും പറ്റിയോയെന്ന്? ഇല്ലെന്ന് ആ ഭടൻ പറഞ്ഞപ്പോൾ നീ ആശ്വാസം കൊണ്ടു. പള്ളിവേണമെങ്കിൽ പുതുക്കിപണിയാം. ചിനാർമരമോയെന്ന്? ഔറംഗസീബ് ചിനാർ മരത്തോടു കാണിക്കുന്ന ഈ സ്നേഹം സ്വന്തം കൂടപ്പിറപ്പുകളോട് എന്തേ നീ കാണിക്കുന്നില്ല? ഒരമ്മയുടെ ഗർഭപാത്രത്തിൽ നിന്ന് വന്നവരല്ലേ നമ്മളൊക്കെ? മരത്തോടുള്ള നിന്റെ സ്നേഹംപോലും കാപട്യമാണ്.

നീ എന്നാണ് വലിയ ചക്രവർത്തിയായത്? കുട്ടിക്കാലത്ത് ഒഴിവു ദിനങ്ങളിൽ നമ്മൾ പിതാവിനൊപ്പം കാട്ടുപ്രദേശത്ത് പക്ഷികളെ കാണാൻ പോയിരുന്നത് നിനക്കോർമ്മയില്ലേ? കാട്ടിൽ നായാട്ടിനു പോയ എത്രയെത്ര സന്ദർഭങ്ങൾ. എന്ത് ആനന്ദത്തോടെയും എന്ത് ഒത്തൊരുമയോടുമാണ് നമ്മൾ കുട്ടിക്കാലം ജീവിച്ചുതീർത്തത്! ആ ഓർമ്മ നിനക്കുണ്ടായിരുന്നുവങ്കിൽ ദാരയുടെ കഴുത്തറുത്ത് നീ പിതാവിന് സമ്മാനിക്കുമായിരുന്നോ? മുറാദിനെ നീ പവീർസർബത്ത് കുടിപ്പിച്ച് വധിക്കുമായിരുന്നോ? പിതാവിനെ തടവുകാരനാക്കുമായിരുന്നോ? ദാരയുടെ പുത്രൻ സുലൈമാൻ ശുക്കോ ജീവഭയത്താൽ എവിടെയോ ഒളിവിൽ കഴിയുകയാണ്. ഔറംഗസീബ്, നിന്റെ സൈന്യം അവനെപ്പോലും വെറുതെ വിടുന്നില്ല. ഭാവിയിൽ സുലൈമാൻ നിനക്കൊരു ഭീഷണിയാകുമെന്ന് കണ്ട് അവനെ നീ വേട്ടയാടുകയാണ്. വരുംതലമുറകളെ കൂടി നശിപ്പിക്കുകയാണ്. കാലം നിനക്ക് മാപ്പുതരില്ല ഔറംഗസീബ്. ദാര എത്ര സുന്ദരനും നിഷ്കളങ്കനുമായിരുന്നു. അവന്റെ ഹൃദ്യമായ ചിരി എന്റെ മനസ്സിൽ നിന്ന് ഒരിക്കലും മായില്ല. ശുദ്ധസംഗീതംപോലെയായിരുന്നു അവന്റെ സ്വരം. ദാരയ്ക്ക് അറിയാത്തതായി യാതൊന്നുമില്ലായിരുന്നു. ചിത്രകലയും സംഗീതവും തത്വചിന്തയും. എന്തിന്, ദാരയുടെ കൃഷിയെക്കുറിച്ചുള്ള നുസ്ഖാദാർ ഫാന്നി ഫലാഹത് എന്ന ഗ്രന്ഥം എത്രയെത്ര ചിന്തകരെയാണ് ആകർഷിച്ചിട്ടുള്ളത്? അങ്ങനെയുള്ള ഒരാളെയാണ് നീ വധിച്ചത്. ആ ഓർമ്മകളിലാണ് നീ രക്തം വീഴ്ത്തിയത്. സാമ്രാട്ട് ഷാജഹാന്റെ കണ്ണുനീർതുള്ളികൾ ഈ കുലം മൂടിപ്പിക്കുമെന്ന് ഞാൻ ഭയക്കുന്നു.

ജഹനാരയുടെ മനസ്സ് തീപിടിക്കുകയായിരുന്നു. അശാന്തമായ മനസ്സ് ഒറ്റയ്ക്കിരുന്ന് കുറേ കരഞ്ഞപ്പോൾ തനിയെ അടങ്ങാൻ തുടങ്ങി. ദുഃഖങ്ങൾക്ക് കണ്ണീർ മാത്രമാണ് പ്രതിവിധി. അത് തടയരുത്. അണപൊട്ടിയൊഴുകട്ടെ. ജഹനാരയുടെ ചിന്തകൾ തുടർന്നു. ബാബർ ചക്രവർത്തി സുൽത്താൻ ഇബ്രാഹിംലോദിയെ തോൽപ്പിച്ചാണ് ഭാരതം കീഴടക്കിയത്. ഇബ്രാഹിം ലോദിയുടെ രാജമാതാവ് പുഴയിൽ ചാടി ആത്മഹത്യ ചെയ്യുകയായിരുന്നു. ആ പാപം തങ്ങളെ വേട്ടയാടുകയാണ്. മനസ്സ് അസ്വസ്ഥമാകുമ്പോൾ നിസാമുദ്ദീൻ ഔലിയയുടെ ശവകുടീരത്ത് പോയിരുന്ന് അമീർഖുസ്രുവിന്റെ കീർത്തനങ്ങൾ കേട്ടിരിക്കുന്ന ശീലമുണ്ടായിരുന്നു. സൂഫിവര്യനായ നിസാമുദീൻ ഔലിയായുടെ ഖബറിടത്തിൽ

ചെന്നിരുന്നു ഖവാലി കേട്ടിരുന്നാൽ മനസ്സ് ശാന്തമാകും. എന്നാൽ ഈ ആഗ്രയിൽ നിന്ന് എത്രയോ അകലെയാണ് നിസാമുദീൻ ഔലിയായുടെ ശവകുടീരം. അവിടെ ഇപ്പോൾ സംഗീതമുണ്ടോയെന്ന് പോലും അറിവില്ല. ഔറംഗസീബ് അതൊക്കെ നിരോധിച്ചിരിക്കും.

മഹാനായ ഹുമയൂൺ ചക്രവർത്തിയുടെ ശവകുടീരത്തിൽപോയി അദ്ദേഹത്തിന്റെ ആത്മാവിന് പ്രാർത്ഥിക്കാറുണ്ടായിരുന്നു. സലിം ചിസ്തിയുടെ ഖബറിടം, അക്ബർ ചക്രവർത്തിയുടെ ഖബറിടം, റാണി നൂർജഹാന്റെ ഖബറിടം ഈ മഹത്തായ വംശാവലിയുടെ എല്ലാ കണ്ണികളും ഔറംഗസീബ്, നിന്നെ ഓർത്ത് കേഴുകയാണ്. ഈ ഹതഭാഗ്യയ്ക്കായി, ഈ മുഗൾരാജകുമാരിയുടെ ശവകുടീരത്തിന് മകുടങ്ങൾ ആവശ്യമില്ല. പുൽപ്പരപ്പല്ലാതെ എന്റെ സമാധിക്കുമേൽ ഒരു ആവരണങ്ങൾ വേണ്ടതില്ല. നിസാമുദ്ദീൻ ഔലിയായുടെ ശവകുടീരത്തിനരുകിൽ അന്തിയുറങ്ങാനാണ് എന്റെ മോഹം. അതിനുള്ള ഭാഗ്യം സർവേശ്വരൻ എനിക്കു നൽകണമേയെന്നാണ് പ്രാർത്ഥന.

ദില്ലിയിൽ നിന്നുള്ള വർത്തമാനങ്ങളുമായി ഒരു ദാസി ജഹനാരയുടെ അരികിലേക്ക് വന്നു. സാമ്രാട്ട് ഔറംഗസീബ് സാമ്രാജ്യത്തിന്റെ അതിർത്തി ഗാന്ധാരത്തിനും അപ്പുറത്തേക്ക് വിപുലപ്പെടുത്താനുള്ള ഒരുക്കങ്ങളിലാണത്രെ. മുഗൾ രാജവംശത്തിലെ ഏറ്റവും വിസ്തൃതമായ സാമ്രാജ്യം ഭരിച്ച സാമ്രാട്ടെന്ന ഖ്യാദിയാണദ്ദേഹത്തിന്റെ മോഹം. അതു കേട്ട് ജഹനാര പറഞ്ഞു. “ജനഹൃദയങ്ങളെ കീഴടക്കാൻ കഴിയാത്ത ഒരു രാജാവും സാമ്രാജ്യവിസ്തൃതി എത്രകണ്ട് വർധിപ്പിച്ചാലും ചരിത്രത്തിന്റെ ചവറ്റുകുട്ടയിലേക്ക് എറിയപ്പെടുകതന്നെ ചെയ്യും. സാമ്രാട്ട് അക്ബറിന്റെ കാലത്തെക്കുറിച്ച് പഴമക്കാർ എത്ര ആദരവോടെയാണ് ഓർക്കുന്നത്. ഹിന്ദുവെന്നോ, മുസ്ലിമെന്നോ ഒരു വ്യത്യാസവും അക്കാലത്തുണ്ടായിരുന്നില്ല. ഔറംഗസീബ് മതത്തെ കൂട്ടുപിടിച്ച് ജനങ്ങളെ ഭിന്നിപ്പിക്കാൻ ശ്രമിക്കുകയാണ്. ഭീതികൊണ്ടാണയാളെ ജനം ആദരിക്കുന്നത്. സ്നേഹം കൊണ്ടല്ല. ജഹാംഗീറിനും സാമ്രാട്ട് ഷാജഹാനും അവകാശപ്പെടാവുന്ന മഹത്ത്വം ഔറംഗസീബിനുണ്ടോ? ഒരിക്കലുമില്ല. അയാളുടെ കിരീടത്തിൽ രക്തംപുരണ്ടിരിക്കുന്നു, സഹോദരരക്തം. ഈ പാപക്കറ മുഗൾവംശത്തിന്റെ ശാപമാണ്.” ജഹനാര പറഞ്ഞു. എന്നിട്ടു ചുറ്റുംനോക്കി.

ഇവിടെ കോട്ടയുടെ മതിലുകളെപ്പോലും വിശ്വസിക്കാനാവില്ല. കൽക്കെട്ടുകൾക്കുപോലും കാതും ചുണ്ടുമുണ്ട്. അതാണ് ഔറംഗസീബിന്റെ വിജയം. കപടനാട്യക്കാരന്റെ ചക്കരവാക്കുകൾക്ക് മുമ്പിൽ എല്ലാവരും മതിമറക്കുന്നു. ജീവിച്ചിരിക്കുന്ന ദിവ്യനെന്നാണയാൾ ഇപ്പോൾ അറിയപ്പെടുന്നത്. ദിവ്യന്മാർ ഇങ്ങനെയാണോ പെരുമാറുന്നത്? ദിവ്യന്മാരെ ആക്ഷേപിക്കാനാണ് ഈ വിശേഷണം ഔറംഗസീബിന് ചാർത്തികൊടുത്തിരിക്കുന്നത്. ജഹനാര ഷാജഹാന്റെ അരികിലേക്ക് മടങ്ങി. തന്റെ

സാമീപ്യമാണ് പിതാവിനെ ഇപ്പോൾ സന്തോഷിപ്പിക്കുന്ന ഏക സംഗതി. കഴിയുന്ന സമയമെല്ലാം പിതാവിനരുകിൽ തന്നെ ചിലവഴിക്കാൻ ജഹനാര ശ്രമിക്കുന്നുണ്ട്. എത്രനാൾ ഇനി തനിക്കീ സൗഭാഗ്യം ലഭിക്കുമെന്നറിയില്ല. സാമ്രാട്ടിന്റെ ആരോഗ്യനില ഓരോ ദിവസം കഴിയുംതോറും മോശമായിവരുകയാണ്. തന്റെ പ്രവൃത്തിയിൽ മനംനൊന്തുകൊണ്ടുള്ള ഔറംഗസീബിന്റെ കത്ത് കൂടെക്കൂടെ സാമ്രാട്ടിന് കിട്ടാറുണ്ട്. അതയാളൊരു പതിവാക്കിയിരിക്കുകയാണ്. തന്റെ പ്രവൃത്തികൾ സാമ്രാട്ട് പൊറുക്കണമെന്നാണ് ഔറംഗസീബ് ആവശ്യപ്പെടുന്നത്. ഒരു പിതാവിന് എല്ലാ മക്കളും ഒരുപോലെതന്നെ. തന്റെ മക്കളെ വധിച്ച മറ്റൊരു മകനോട് ഒരു പിതാവിന് പൊറുക്കാനാകുമോ? അറിയില്ല. ദിവസങ്ങൾ കൊഴിഞ്ഞുവീണുകൊണ്ടിരുന്നു. ദില്ലിയിൽ നിന്നുള്ള വാർത്തകൾക്കായി ജഹനാര ചെവിയോർത്തു. ധാരധാരയായി ഒഴുകുന്ന കണ്ണീർ തുടച്ചുകൊണ്ട് തോഴി പറഞ്ഞു. "ദാരയുടെ പ്രിയപുത്രൻ സുലൈമാൻ ശുക്കോയെ പടയാളികൾ പിടികൂടി കൊട്ടാരത്തിലേക്ക് കൊണ്ടുവന്നു. അന്തപ്പുരത്തിലെ മൂടുപടങ്ങൾ അപ്പോൾ ഒന്നടങ്കം കണ്ണീർപൊഴിച്ചു. സുലൈമാൻ സാമ്രാട്ടിനോട് ഒന്നേ ആവശ്യപ്പെട്ടുള്ളൂ."

ഗദ്ഗദകണ്ഠനായി സുലൈമാൻ ശുക്കോ വിളിച്ചു.

"ഇളയച്ഛാ, എന്നെ കൊന്നുകൊള്ളുക. പക്ഷേ ഗ്വാളിയറിൽ കൊണ്ടുപോയി പവീർ സർബത്ത് കുടിപ്പിക്കരുതേ."

ഔറംഗസീബ് അങ്ങനെ ചെയ്യില്ലെന്ന് സുലൈമാൻ ശുക്കോയെ അറിയിച്ചു. എന്നാൽ സുലൈമാനെ ഗ്വാളിയോർ തടവറയിലേക്ക് തന്നെ അദ്ദേഹം അയച്ചു. അവിടെ മറ്റു പാനീയങ്ങളിൽ പവീർ സർബത്ത് കലർത്തികൊടുത്ത് അയാളെ വധിച്ചു.

തന്റെ സഹോദരപുത്രന്റെ ദാരുണകഥ കേട്ട് ജഹനാരയുടെ കവിളുകളിൽ കണ്ണുനീർതുള്ളികൾ തിളങ്ങി. പിന്നീടവർ ഏങ്ങലടിച്ചു. ഇങ്ങനെയെന്തെല്ലാം ദുരന്തവാർത്തകൾ കേൾക്കാനാണ് താൻ ജീവിക്കുന്നത്. സാമ്രാട്ട് ഔറംഗസീബിന് അഞ്ചു പുത്രന്മാരുണ്ട്. അയാൾ തന്റെ മക്കളെ ഭയക്കുന്നു. സ്വന്തം മകൻ സുൽത്താൻ മുഹമ്മദിനെ ഇതിനോടകം തന്നെ ഔറംഗസീബ് കാരാഗ്രഹത്തിലാക്കികഴിഞ്ഞു. സൂഫിവര്യൻ പറഞ്ഞത് ശരിയാവുകയാണ്. മുഗൾ വംശത്തിന്റെ അസ്തമയം അടുക്കുകയാണ്. ജനിച്ചാൽ മരണമുണ്ട്. ഉദിപ്പിന് അസ്തമയവും. ജനതകൾക്കും വംശങ്ങൾക്കും ഇതുപോലെ ഉയർച്ചയും അധഃപതനവുമുണ്ട്. ലോകത്തിന്റെ മുഴുവൻ സമ്പത്തും പ്രതാപവും ഏറ്റുവാങ്ങിയ മുഗൾവംശത്തിന്റെ അനന്തരവകാശി ഭാവിയിൽ തെരുവിൽ ഒരു ഭിക്ഷക്കാരനായി മാറില്ലെന്ന് ആരു കണ്ടു? അവർ വിങ്ങിപ്പൊട്ടി. ദില്ലയിൽ നിന്നുള്ള വർത്തമാനങ്ങൾ കൂടുതൽ കേൾക്കാൻ കഴിയാതെ സാമ്രാട്ട് ഷാജഹാൻ അന്തരിച്ചു. അദ്ദേഹത്തിന്റെ മൃതദേഹം താജ്മഹലിൽ പ്രിയപത്നി മുംതാസ് മഹലിന്റെ ശവകുടീരത്തിനരുകിൽ തന്നെ സംസ്കരിച്ചു. അതോടെ ജഹനാര

കൂടുതൽ ഒറ്റപ്പെട്ടു. ദില്ലിക്കുമേൽ ആകാശം പ്രകാശം വർഷിക്കുകയും മഴ ചൊരിയുകയും ചെയ്തു.

ഭാരതത്തിൽ കുരുമുളക് തേടിവന്ന ഈസ്റ്റ് ഇന്ത്യ കമ്പനി ലാഭം കൊണ്ട് കൊഴുത്തു. അവർ മധുര വാഴും നായ്ക്കന്മാരിൽ നിന്ന് ചെന്നൈ ഗ്രാമതുരുത്ത് പാട്ടത്തിനെടുത്ത് വ്യാപാരം ശക്തിപ്പെടുത്തി. ഇംഗ്ലണ്ടിലെ ചാൾസ് രാജാവ് രണ്ടാമൻ പോർച്ചുഗൽ റാണി കാതറൈനെ വിവാഹം കഴിച്ചതോടെ കുരുമുളകിനായി പരസ്പരം പോരാടിയ രണ്ടു ശക്തികൾ ഒന്നായി തീർന്നു. പോർച്ചുഗൽ ബോംബെ ദ്വീപ് ഇംഗ്ലീഷുകാർക്ക് വിവാഹസമ്മാനമായി നൽകി. ഇംഗ്ലീഷ് കമ്പനിയുടെ ആസ്ഥാനം സൂറത്തിൽ നിന്ന് ബോംബെയിലേക്ക് മാറുകയും ചെയ്തു. വെടിമരുന്നുണ്ടാക്കാൻ സഹായിക്കുന്ന സാൾട്ട് പീറ്ററും സാൽക്കും ലഭിക്കുന്ന ബംഗാളിലെ ഹുഗ്ലിയിൽ ഇംഗ്ലീഷ് കമ്പനി ഒരു കച്ചവട ഫാക്ടറി സ്ഥാപിച്ചിരുന്നത് കൽക്കട്ടയിലേക്ക് മാറ്റിയിരുന്നു. ഈസ്റ്റ് ഇന്ത്യാകമ്പനി രാജ്യത്ത് ശക്തിപ്പെട്ടുതുടങ്ങിയതോടെ അവരുടെ സാമ്രാജ്യത്വ മോഹങ്ങളും പുറത്തുവരാൻ തുടങ്ങി. ഔറംഗസീബിനുശേഷം മുഗൾശക്തി ക്ഷയിച്ചുവന്നു. നാട്ടുരാജാക്കന്മാരെ പ്രീണിപ്പിച്ചും സഹായിച്ചും തുടങ്ങിയ ഈസ്റ്റ് ഇന്ത്യ കമ്പനിപ്രവർത്തനങ്ങൾ തങ്ങളുടെ വ്യാപാര താത്പര്യങ്ങളെ തടയുന്നവർക്കെതിരെ തിരിഞ്ഞു. ഒരു നാട്ടുരാജാവിനെ ഉപയോഗിച്ച് മറ്റൊരു നാട്ടുരാജാവിനെ വകവരുത്തുന്ന തന്ത്രങ്ങൾ വിജയകരമായി ഈസ്റ്റ് ഇന്ത്യാകമ്പനി പരീക്ഷിച്ചു. ഉദ്യോഗസ്ഥതലങ്ങളിലും സൈനികമേധാവികളുടെയിടയിലും നാട്ടുരാജാക്കന്മാരുടെയിടയിലും ഇംഗ്ലീഷ് ഈസ്റ്റ് ഇന്ത്യ കമ്പനിയുടെ പിണിയാളുകൾ വളർന്നുവരാൻ തുടങ്ങി. ഫ്രഞ്ചുകാർക്കും ഡച്ചുകാർക്കും പോർട്ടുഗീസുകാർക്കും അറബി വ്യാപാരികൾക്കും മുകളിൽ ഒരധീശ ശക്തിയായി ഈസ്റ്റ് ഇന്ത്യ കമ്പനി ഒന്നര നൂറ്റാണ്ടു കാലത്തെ വ്യാപാരങ്ങൾ കൊണ്ട് മാറിക്കഴിഞ്ഞു. ദാസനെപ്പോലെ കടന്നുവന്ന ഇംഗ്ലീഷ് വ്യാപാരികൾ യജമാനന്മാരെപ്പോലെ പെരുമാറാൻ തുടങ്ങി. പണത്തിനും ആയുധങ്ങൾക്കും വേണ്ടി പരസ്പരം പോരാടിയിരുന്ന നവാബുമാരും നാട്ടുരാജാക്കന്മാരും അവരുടെ മുമ്പിൽ തല കുനിച്ചു തുടങ്ങി.

രാജസ്ഥാനിലെ വ്യാപാരസമൂഹമായ മാർവാഡികളും ജൈന, യഹൂദ വ്യാപാരികളും ഈസ്റ്റ് ഇന്ത്യാ കമ്പനിയുമായി കൂടുതൽ അടുത്തു. ബംഗാളിലെ നവാബായിരുന്ന അലി വർദിഖാൻ അന്തരിച്ചതോടെ പുത്രൻ സിറാജുദീൻ ദൗള നവാബായി അവരോധിക്കപ്പെട്ടു. ഈസ്റ്റ് ഇന്ത്യാ കമ്പനിയുടെ സ്വാധീനം വർധിച്ചുവരുന്നതിൽ ആശങ്കാകുലനായിരുന്നു സിറാജുദീൻ ദൗള. വ്യാപാരത്തിനായി ഭാരതമണ്ണിൽ കാലുകുത്തിയ വെള്ളക്കാർ ഇവിടുത്തെ മണ്ണിന്മേൽ കണ്ണുറപ്പിക്കുന്നത് ആദ്യം തിരിച്ചറിഞ്ഞതും സിറാജുദീൻ ദൗളയായിരുന്നു. ബംഗാളിൽ ആയുധകോട്ട കെട്ടി നാട്ടുരാജാക്കന്മാരെ തമ്മിൽ തല്ലിക്കുന്ന ഈസ്റ്റ് ഇന്ത്യാ കമ്പനിക്കെതിരെ ശക്തമായ നടപടി സ്വീകരിക്കാൻ സിറാജുദീൻ ദൗള തീരുമാനിച്ചു.

മാടപ്രാവിനെപ്പോലെ വിശുദ്ധിയുള്ള വ്യക്തിയായിരുന്നു നവാബ്. നേർബുദ്ധിക്കാരനും മനുഷ്യരിൽ വിശ്വാസമർപ്പിക്കുന്നവനുമായിരുന്നു. എന്നാൽ നവാബിന്റെ സേനാനായകൻ മിർജാഫർ കൗശലക്കാരനും അധികാരമോഹിയുമായിരുന്നു.

പുതിയ നവാബായി സിറാജുദ്ദീൻ ചുമതലയേറ്റുവെങ്കിലും സൈന്യത്തിന്റെ കടിഞ്ഞാൺ മിർജാഫറിൽ ഭദ്രമായിരുന്നു. നവാബായിരുന്ന അലിവർദ്ദിഖാന്റെ കാലത്തുതന്നെ ജൈന മാർവാടി വ്യാപാരികളുമായും ഈസ്റ്റ് ഇന്ത്യാകമ്പനിയുമായും അടുത്തബന്ധം പുലർത്തിയിരുന്നയാളുമായിരുന്നു മിർജാഫർ. എന്നാൽ ഇതുവരെ ഈസ്റ്റ് ഇന്ത്യാ കമ്പനിയോട് നവാബ് സ്വീകരിച്ചു വന്ന നയത്തിൽ പുതിയ നവാബ് സിറാജുദ്ദീൻ മാറ്റം വരുത്തിയതിൽ മിർസാദിഖും ആശങ്കാകുലനായിരുന്നു. മാർവാടികളുടെയും ഈസ്റ്റ് ഇന്ത്യാകമ്പനിയുടെയും പണവും സഹായവും മിർജാഫറിന് ആവശ്യംപോലെ ലഭിച്ചിരുന്നു. ഇത് നഷ്ടമാകുമെന്നയാൾ ഭയപ്പെട്ടു. നവാബ് സിറാജുദ്ദീന്റെ മനസ്സ് മാറ്റാൻ ഈസ്റ്റ് ഇന്ത്യാകമ്പനിയും മാർവാഡി വ്യാപാരികളും ചേർന്ന് മിർജാഫറിൽ സമ്മർദ്ദം ചെലുത്തികൊണ്ടിരുന്നു. എന്നാൽ ഈസ്റ്റ് ഇന്ത്യാ കമ്പനിയുടെ ദുഷ്ടലാക്ക് വ്യക്തമായി ബോധ്യമുണ്ടായിരുന്ന സിറാജുദ്ദീൻ ദൗള തന്റെ നിലപാടിൽ അയവു വരുത്താൻ തയ്യാറായില്ല.

നവാബിന്റെ സൈന്യാധിപനായ മിർജാഫറും ജൈന മാർവാഡി വ്യാപാരികളും ഈസ്റ്റ് ഇന്ത്യാ കമ്പനിയുമായി രഹസ്യമായി കൈകോർത്തു. സിറാജുദ്ദീനെ അധികാരഭ്രഷ്ടനാക്കിയാൽ മിർജാഫറിനെ നവാബായി വാഴിക്കാമെന്ന് അവർ ധാരണയിലെത്തി. റോബർട്ട് ക്ലൈവായിരുന്നു ഇംഗ്ലീഷുകാരുടെ ഭാഗത്തുനിന്ന് കരുക്കൾ നീക്കിയിരുന്നത്. ഒരു ചെമ്പരുന്തിനെപോലെ ജാഗ്രതയുള്ളവനായിരുന്നു അയാൾ. വേട്ടക്കാരന്റെ കണ്ണും പുലിയുടെ മെയ്‌വഴക്കമുള്ള ഒരു പടനായകൻ. ഉരുണ്ട മൂക്കും നീലിച്ച തീക്ഷ്ണമായ കണ്ണുകളും കരുത്തുറ്റ ശരീരവും അയാളുടെ പ്രത്യേകതയായിരുന്നു. അയാളുടെ ശരീരം എപ്പോഴും അഹങ്കാരപൂർവം തുടിച്ചു നിന്നിരുന്നു. ചുവന്ന ഓവർകോട്ടും ഉള്ളിൽ വെളുത്ത കട്ടിക്കുപ്പായവും തീക്ഷ്ണമായ നോട്ടവും റോബർട്ട് ക്ലൈവിനെ ഒരു ചെമ്പരുന്തിനെ ഓർമ്മിപ്പിച്ചിരുന്നു. എപ്പോഴും വേട്ടയാടാനായി കാത്തിരിക്കുന്ന വിശന്ന ഒരു ചെമ്പരുന്ത്. കണ്ണിൽ ക്രൂരത തളംകെട്ടിനിന്നിരുന്നു.

എന്നാൽ സിറാജുദ്ദീൻ സുമുഖനും സഹൃദയസ്വഭാവമുള്ള വ്യക്തിയായിരുന്നു. എപ്പോഴും വെളുത്ത വസ്ത്രങ്ങൾ ധരിക്കാൻ ഇഷ്ടപ്പെടുന്നയാൾ. തലയിൽ കൊറ്റികളുടെ കിന്നരിത്തൂവലുകൾ തുന്നിയ തൊപ്പി ധരിച്ച് പ്രസന്നഭാവത്തോടെ ആരെയും സ്വീകരിക്കാൻ തയ്യാറായി നിൽക്കുന്ന ഹൃദ്യമായ മുഖഭാവമുള്ളയാൾ. തന്റെ സൈന്യാധിപനിൽ അന്ധമായി നവാബ് വിശ്വാസം അർപ്പിച്ചിരുന്നു. അയാളിലെ കുതന്ത്രങ്ങൾ വായിച്ചറിയാൻ സിറാജുദ്ദീന് കഴിഞ്ഞിരുന്നില്ല. എന്നെങ്കിലും

ഒരിക്കൽ മിർജാഫർ തനിക്കെതിരെ തിരിയുമെന്ന് ഋജുബുദ്ധിയായ നവാബ് വിശ്വസിച്ചിരുന്നുമില്ല. ഈസ്റ്റ് ഇന്ത്യ കമ്പനിക്കെതിരെ രാജസദസ്സിൽ ഘോരം ഘോരം പ്രസംഗിക്കാൻ മിർജാഫർ മടിച്ചിരുന്നുമില്ല. ഈസ്റ്റ് ഇന്ത്യാ കമ്പനിക്കെതിരെ നവാബിനെ ഒരു യുദ്ധത്തിലേക്ക് വലിച്ചിഴച്ചതും മിർജാഫർ തന്നെയായിരുന്നു.

തൊള്ളായിരത്തോളം ഇംഗ്ലീഷ് ഭടന്മാർ മാത്രമാണ് റോബർട്ട് ക്ലൈവിനുണ്ടായിരുന്നത്. മാർവാഡികളുടെ സഹായത്തോടെ രണ്ടായിരത്തോളം ഇന്ത്യൻ ശിപായിമാരെ സഹായത്തിനായി സംഘടിപ്പിച്ചുവെന്നുമാത്രം. എന്നാൽ നവാബിന് സുശക്തമായൊരു സൈന്യമുണ്ടായിരുന്നു. ഏതാണ്ട് പതിനെണ്ണായിരത്തിലധികം വരുന്ന സൈന്യം. അതിന്റെ നായകനായിരുന്നു മിർജാഫർ. ഒരു ബലാബലത്തിൽ ഈസ്റ്റ് ഇന്ത്യാ കമ്പനിക്ക് നവാബിനോട് ഏറ്റുമുട്ടാനുള്ള ശേഷിയുണ്ടായിരുന്നില്ല. എന്നാൽ കോരിച്ചൊരിയുന്ന ഒരു മഴക്കാലത്ത് ഈസ്റ്റ് ഇന്ത്യാകമ്പനിയുടെ സൈന്യവും നവാബിന്റെ സൈന്യവും തമ്മിൽ നേർക്കുനേർ വന്നു. പ്ലാസിയുദ്ധം. യഥാർത്ഥത്തിൽ യുദ്ധമൊന്നും ഉണ്ടായില്ല. അതൊരു നാടകം മാത്രമായിരുന്നു. ഈസ്റ്റ് ഇന്ത്യ കമ്പനിയുമായുള്ള ഒരു ഒത്തുകളി. നാല്പതു നിമിഷനേരംകൊണ്ട് യുദ്ധം അവസാനിച്ചതായി പ്രഖ്യാപിച്ചു.നിഷ്ക്രിയമായി നിന്ന നവാബിന്റെ സൈന്യത്തിനുമേൽ ഏകപക്ഷീയമായ വിജയം കമ്പനി നേടിയതായി പ്രഖ്യാപിക്കപ്പെട്ടു. സ്വന്തം സൈന്യംതന്നെ നവാബിനെ വഞ്ചിച്ചു. നവാബിനെ ഈസ്റ്റ് ഇന്ത്യാ കമ്പനിക്ക് പിടികൂടാൻ നവാബിന്റെ സൈന്യാധിപൻ മിർജാഫറും മാർവാഡികളും ചേർന്നു ഒത്താശ ചെയ്തു. ഇതിനെ ചെറുത്ത നവാബിനോട് കൂറുണ്ടായിരുന്ന ചില സൈന്യാധിപന്മാരെയും ഭടന്മാരെയും മിർജാഫറിന്റെ അറിവോടെ ബ്രിട്ടീഷ് പടയാളികളും അവരുടെ പിണിയാളുകളായി വന്ന രണ്ടായിരം ഇന്ത്യൻ ശിപായിമാരും ചേർന്നു വകവരുത്തി. സിറാജുദീൻ ദൗള ദാരുണമായി കൊലചെയ്യപ്പെട്ടു. അദ്ദേഹത്തിനോട് കൂറുപുലർത്തിയ ആയിരക്കണക്കിന് ഭടന്മാരെ മൃഗീയമായി വധിച്ചു. ഇതോടെ ഇന്ത്യൻമണ്ണിൽ ഈസ്റ്റ് ഇന്ത്യാ കമ്പനിയുടെ അധികാരവാഴ്ച നേരിട്ട് ആരംഭിച്ചു. 1757ൽ ബംഗാളിൽ ഈ അതിക്രമം നടക്കുമ്പോൾ ദില്ലയിൽ മുഗൾരാജാക്കന്മാർ അതു കണ്ടില്ലെന്ന് നടിച്ചു. വളരെ വിദൂരമായ ഒരു നാട്ടുരാജ്യത്തിലെ ചെറിയ പ്രശ്നമായി അവരതിനെ എഴുതിതള്ളി.

ഭാരതത്തിന്റെ ഒരു ചെറുഭാഗത്ത് പ്രത്യക്ഷപ്പെട്ട പുണ്ണിന് ചികിത്സിക്കാതെ അവഗണിച്ച മുഗൾ രാജാക്കന്മാർ അത് രാജ്യത്തിന്റെ പലഭാഗത്തേക്കും പടർന്നുപിടിക്കുന്നത് നിർന്നിമേഷരായി നോക്കിനിൽക്കേണ്ട ഗതികേടിലെത്തി. അണുക്കൾ ശരീരം ആക്രമിച്ച് കീഴ്പെടുത്തുംപോലെ വെള്ളക്കാർ ഓരോ ഇഞ്ച് ഭൂമിയുടെ മേലും തങ്ങളുടെ അധികാരം പ്രയോഗിച്ചു വളർന്നു വന്നു. ഇന്ത്യയിൽ എല്ലാവരും എല്ലാവർക്കെതിരെയും പോരാടുന്ന സന്ദർഭം ഈസ്റ്റ് ഇന്ത്യ കമ്പനി മുതലെടുത്തു.

ഒരുപക്ഷം ചേർന്ന് മറുപക്ഷത്തെ നശിപ്പിച്ചു. അവരെ മറ്റൊരുകൂട്ടരെ കൊണ്ട് ഇല്ലാതാക്കി.

മുഗൾ സൈന്യത്തിലെ കാലാൾപ്പട ഉദ്യോഗസ്ഥന്റെ മകനായി ജനിച്ച് മൈസൂറിന്റെ ഭരണാധികാരിയായി വളർന്ന ഹൈദർ അലി ഈസ്റ്റ് ഇന്ത്യാ കമ്പനിയുടെ ദുരാഗ്രഹങ്ങളെക്കുറിച്ച് ബോധവാനായിരുന്നു. കരുത്തനും ആരോഗ്യദൃഢഗാത്രനുമായിരുന്നു ഹൈദർ അലി. ആരെയും കൂസാത്ത പ്രകൃതം. നിശ്ചദാർഢ്യം സ്ഫുരിക്കുന്ന കണ്ണുകൾ. ഇംഗ്ലീഷുകാരുടെ ബദ്ധവൈരിയായിരുന്ന ഹൈദർ ഡക്കാനിലെയും കോർമണ്ഡൽ കരയിലെ നവാബുമാരെയും നാട്ടുരാജാക്കന്മാരെയും ഓർമ്മിപ്പിച്ചു. 'ഇംഗ്ലീഷുകാർ' ഇന്ത്യയിലേക്ക് വന്നത് വ്യാപാരത്തിനു വേണ്ടിയാണ്. എന്നാൽ അവരിപ്പോൾ രാജ്യത്തിന്റെ സമ്പത്തും ഫലഭൂയിഷ്ഠതയും അന്തസ്സും ജനങ്ങളെയും പിടിച്ചുപറിക്കുന്നു. അവർ ഇവിടെ നിന്ന് കടത്തി കൊണ്ടുപോയ വിലമതിക്കാനാവാത്ത നിധികൾക്കുപകരം അവരുടെ ദുർനടപ്പുകൾ ഇവിടെ അടിച്ചേൽപ്പിക്കുന്നു. നിർഭാഗ്യമോ വിശ്വാസവഞ്ചനയോ അവരുടെ കൈകളിലെത്തിച്ച രാജാക്കന്മാരെ അവർ കച്ചവട ചരക്കുകളെപ്പോലെയാണ് കണക്കാക്കുന്നത്. അത്യാഗ്രഹികളായ ഈ വിദേശികൾ അവരുടെ താത്പര്യത്തിന് മാത്രമേ വിലകല്പിക്കുന്നുള്ളൂ. ചതിയും കള്ള സത്യങ്ങളും അവരുടെ കൂടപ്പിറപ്പാണ്. ഇംഗ്ലീഷുകാരെന്ന വിപത്തിനെതിരെ ഹിന്ദുസ്ഥാനിലെ എല്ലാവരും ഒന്നിച്ച് അണിനിരക്കണം. ഹൈദർ അലിയുടെ ആഹ്വാനം പല രാജാക്കന്മാരും സംശയദൃഷ്ടിയോടെയേ കണ്ടുള്ളൂ. ഈസ്റ്റ് ഇന്ത്യാ കമ്പനിക്കെതിരെ വിട്ടുവീഴ്ചയില്ലാത്ത നിലപാടുകൾ സ്വീകരിച്ചിരുന്നപ്പോൾ തന്റെ രാജ്യാതിർത്തി വ്യാപിപ്പിക്കാനും നാട്ടുരാജ്യങ്ങളെ വരുതിയിലാക്കാനും ഹൈദർ ശ്രമിച്ചുകൊണ്ടിരുന്നു. തന്റെ പിതാവ് മുഗൾരാജാവിന്റെ കാലാൾപ്പട ഉദ്യോഗസ്ഥനായും മൈസൂർ രാജാവിന്റെ ഉദ്യോഗസ്ഥനായും ജോലിചെയ്തിരുന്നു.

ചെറുപ്പത്തിലേ ഹൈദറും ആ പാത പിൻതുടർന്നു. മഹാരാഷ്ട്രക്കാർക്കെതിരെ നടന്ന യുദ്ധത്തിൽ രാജാവിന് അഭിമാനകരമായ വിജയം നേടിക്കൊടുക്കാൻ ഹൈദർ അലിക്കു കഴിഞ്ഞതുകൊണ്ട് രാജാവ് അദ്ദേഹത്തിന് ബാംഗ്ലൂർ ജില്ലയും കോട്ടയും സമ്മാനമായി നൽകുകയുണ്ടായി. ഇരുപതാംവയസ്സിൽ അദ്ദേഹം മൈസൂർ രാജാവിന്റെ സേനാനായകനായി ഉയർന്നു. മികച്ച സൈന്യാധിപനെന്ന ഖ്യാതി നേടിയ ഹൈദർ രാജാവിനെ അട്ടിമറിച്ച് താമസിയാതെ അവിടുത്തെ ഭരണാധികാരിയായി മാറുകയും ചെയ്തു.

അധികാരമോഹിയും കർക്കശക്കാരനുമായിരുന്നു ഹൈദർ അലി. മൈസൂർശക്തിയെ അയൽരാജ്യങ്ങൾ ഭയപ്പെട്ടു. ഫ്രഞ്ചുകാരുടെ ഉറച്ച പിന്തുണ ഹൈദറിന് എപ്പോഴും ഉണ്ടായിരുന്നു. ഒരിക്കൽ സാമൂതിരിയുമായി നിരന്തരം പോരാടിയിരുന്ന പാലക്കാട്ടെ നാടുവാഴിയായിരുന്ന കോമിഅച്ചൻ ഹൈദറുടെ സഹായം അഭ്യർത്ഥിച്ചു. സാമൂതിരിക്കെതിരെ

മലബാറിൽ വന്ന് പട നയിക്കണമെന്നായിരുന്നു കോമിഅച്ചന്റെ അഭ്യർത്ഥന. മുഖരം സാഹിബിന്റെ നേതൃത്വത്തിൽ 2000 അശ്വഭടന്മാരായ റാവുത്തർന്മാരും 5000 കാലാൾപ്പടയും അഞ്ചുപീരങ്കിയുമായി ഒരു വലിയ സൈന്യവ്യൂഹം പാലക്കാട്ടേക്കു വന്നു. സാമൂതിരിക്ക് മൈസൂർപടയോട് പൊരുതിനിൽക്കാനായില്ല. 12 ലക്ഷം പണം നഷ്ടപരിഹാരം നൽകാമെന്നും പാലക്കാട്ടെ രാജാവിന്റെ പ്രദേശങ്ങൾ തിരികെ നൽകാമെന്നും പറഞ്ഞ് സാമൂതിരി സന്ധിയുണ്ടാക്കി. എന്നാൽ അക്കാലത്ത് ഒരു പട്ടാള മേധാവി മാത്രമായിരുന്ന ഹൈദറെയും മൈസൂർ ദിവാനായിരുന്ന ദേവരാജിനെയും തമ്മിൽ തെറ്റിക്കാൻ സാമൂതിരി ഈ അവസരം പ്രയോജനപ്പെടുത്തി. എന്നാൽ ഈ ചതി മനസ്സിലാക്കിയ ഹൈദർ അലി സാമൂതിരിക്കെതിരെ പടയൊരുക്കം തുടങ്ങി.

ശക്തനായ ഹൈദറിനോട് ഏറ്റുമുട്ടാനുള്ള ശേഷി സാമൂതിരിക്കില്ലായിരുന്നു. ഒരു ലക്ഷത്തോളം വരുന്ന നായർ പടയാളികളായിരുന്നു സാമൂതിരിയുടെ കരുത്ത്. എന്നാൽ ഹൈദറിന്റെ കുതിരപ്പടയോട് ഏറ്റുമുട്ടാൻ കാലാൾപ്പടയ്ക്ക് കഴിയുമോയെന്ന ശങ്ക സാമൂതിരിക്കുണ്ടായിരുന്നു. എങ്ങനെയും ഹൈദറുമായി രമ്യതയിൽ വർത്തിക്കുന്നതാണ് നല്ലതെന്ന് അദ്ദേഹം നിശ്ചയിച്ചു. എന്നാൽ അടുത്ത കിരീടാവകാശിയായ എറാൾപ്പാട് ഹൈദറിനോട് ഏറ്റുമുട്ടണമെന്ന നിലപാടുകാരനായിരുന്നു. കണ്ണൂരിലെ അറയ്ക്കൽ രാജകുടുംബവും സാമൂതിരിയും തമ്മിലുണ്ടായിരുന്ന ബന്ധം തകർന്നിരുന്നു. സാമൂതിരിയെ ആക്രമിക്കാൻ ഹൈദറുടെ സഹായം അവർ തേടുകയും ചെയ്തിരുന്നു. രാഷ്ട്രീയസ്ഥിതി തനിക്കനുകൂലമല്ലെന്ന് ബോധ്യപ്പെട്ട സാമൂതിരി സൈന്യവുമായി കുറുമ്പ്രനാട്ടിൽ പ്രവേശിച്ച ഹൈദർ അലിയുമായി നേരിട്ടെത്തി ചർച്ച നടത്തി. ഹൈദറുടെ പരമാധികാരം അംഗീകരിക്കാമെന്നും നഷ്ടപരിഹാരമായി 28 ലക്ഷത്തോളം പണം നൽകാമെന്നും അറിയിച്ചു. തൽക്കാലം കോഴിക്കോടിനു മുകളിൽ ഉരുണ്ടുകൂടിയ യുദ്ധം ഇതോടെ അവസാനിച്ചു. എന്നാൽ കൊട്ടാരത്തിൽ മടങ്ങിയെത്തിയ സാമൂതിരി രൂക്ഷമായ വിമർശനങ്ങൾക്കിരയായി. ഹൈദറുടെ പരമാധികാരം അംഗീകരിക്കാനാവില്ലെന്നും നഷ്ടപരിഹാരത്തുക നൽകാനാവില്ലെന്നും എറാൾപ്പാട് നിലപാട് സ്വീകരിച്ചു. ഹൈദറുമായി ഉണ്ടാക്കിയ കരാർ നടപ്പാക്കുന്നത് സാധ്യമാകാത്ത സ്ഥിതി വന്നതോടെ സാമൂതിരി ഏറെ ദുഃഖിതനായി. വാക്കു മാറുകയെന്നുവച്ചാൽ മരിക്കുകയെന്നുതന്നെയാണ് സാമൂതിരി വിശ്വസിച്ചു. സത്യത്തിന്റെ നഗരം കരാർ ലംഘിക്കുന്നത് അദ്ദേഹത്തിന് ചിന്തിക്കാനേ കഴിയുമായിരുന്നില്ല. വാക്കു പാലിക്കാൻ കഴിയാത്തതും അപമാനഭീതിയും മൂലം സാമൂതിരി തന്റെ കുടുംബാംഗങ്ങളോടൊപ്പം കൊട്ടാരത്തിന് തീകൊളുത്തി ആത്മഹത്യ ചെയ്തു. സാമൂതിരി കുടുംബം തീപ്പെട്ടു.

എറാൾപ്പാട് അടുത്ത സാമൂതിരിയായി. അദ്ദേഹത്തിന്റെ നിർദ്ദേശാനുസരണം ഹൈദർ അലിക്കെതിരെ നായർപടയാളികൾ ഒളിയുദ്ധം

ആരംഭിച്ചു. ഹൈദറിനെ കൊച്ചിയും തിരുവിതാംകൂറും ഭയപ്പെട്ടു. ഈസ്റ്റ് ഇന്ത്യ കമ്പനിയുടെ പിന്തുണയും ഇവർക്കൊക്കെ ലഭിച്ചു. ഹൈദറിനെ വീഴ്ത്താൻ മലബാറിലെ നാട്ടുരാജാക്കന്മാരുമായി ഈസ്റ്റ് ഇന്ത്യ കമ്പനി കൈകോർത്തു. കുരുമുളകിന്റെ നാട് എരിവുകൊണ്ട് പുളഞ്ഞു. തനിക്കെതിരെ മലബാറിൽ യുദ്ധസന്നാഹം നടക്കുന്നതറിഞ്ഞ് ഹൈദർ അലി ആഞ്ഞടിച്ചു. നായർ പടയാളികൾ തോറ്റോടി. അവർക്ക് പിന്തുണയുമായി വന്ന ഈസ്റ്റ് ഇന്ത്യ കമ്പനി പട്ടാളവും ഹൈദറിനുമുമ്പിൽ തോറ്റമ്പി. ദക്ഷിണ ഭാരതത്തിലെ അജയ്യനായ ചക്രവർത്തിയായി ഹൈദർ അലി ഇതിനോടകം മാറിക്കഴിഞ്ഞിരുന്നു.

ജാതിപരമായ വേർതിരിവ് മലബാറിൽ ശക്തമായിരുന്നു. തിയ്യരും ചെറുമികളും വഴി നടക്കാനോ, പൊതുസ്ഥലത്ത് പ്രത്യക്ഷപ്പെടാനോ കഴിയാത്തവിധം മേൽജാതിക്കാർ അടിച്ചമർത്തിയിരുന്നു. മേൽജാതിക്കാരെ കണ്ടാൽ തീണ്ടാപ്പാട് ദൂരം മാറേണ്ടത് നാട്ടുനടപ്പായിരുന്നു. അത് അറിയാതെ ലംഘിക്കപ്പെട്ടാൽ അവരെ നിഷ്ഠുരമായി കഴുവേറ്റിയും തല വെട്ടിയും വധിച്ചിരുന്നു. മലബാറിലെ മർദ്ദിതവിഭാഗങ്ങൾ ഹൈദറുടെ സഹായം അഭ്യർത്ഥിച്ചു. ഇതോടെ മലബാറിലെ ഭിന്നതകൾ മുതലെടുത്ത് ഹൈദർ സൈന്യം വീണ്ടും മലനാട്ടിലെത്തി. ശ്രീനിവാസരായരുടെയും സയ്യിദ് ഖാന്റയും നേതൃത്വത്തിലുള്ള ഹൈദറുടെ സൈന്യം മലബാറിനെ വിറപ്പിച്ചു. കാട്ടിലെയും നാട്ടിലെയും കുരുമുളക് വള്ളികൾ പോരടിച്ചു നശിക്കുന്ന മനുഷ്യരെ ഉറ്റുനോക്കി.

തമ്മിതല്ലിനശിക്കുന്ന ഈ സമൂഹം സാത്താന്റെ സന്തതികളാണ്. പുനരുദ്ധാരണ ദിനത്തിൽ സാത്താന്റെ പിന്നിൽ അണിനിരക്കേണ്ട വർഗം. കുരുമുളക് വള്ളികൾ ഇലയാട്ടിനിന്നു. കൊച്ചിരാജാവ് ഹൈദറുമായി സന്ധി ചെയ്തു. മേൽക്കോയ്മ അംഗീകരിച്ചു. ഹൈദറിന്റെ സൈന്യത്തിന് മുമ്പിൽ കീഴടങ്ങിയ സാമൂതിരിയുടെ പടയുടെ ആത്മവീര്യം തകർക്കാൻ നാട്ടിലെ തിയ്യരെയും ചെറുമികളെയും കണ്ടാൽ നായർ പടയാളികളും മാടമ്പികളും ആദരിക്കണമെന്നും വന്ദിക്കണമെന്നും ഹൈദറുടെ കല്പനയുണ്ടായി. അടിമകളായ ചെറുമികളെ വന്ദിക്കാത്ത മേൽജാതിക്കാർ കടുത്ത ശിക്ഷയ്ക്ക് വിധേയരാകുമെന്നും കൽപ്പനയുണ്ടായി. മേൽജാതിക്കാരെ സംബന്ധിച്ച് ഇത് കൊലചെയ്യപ്പെടുന്നതിലും ക്രൂരമായിരുന്നു. അവർ മലബാറിൽ നിന്ന് കൂട്ടമായി തിരുവിതാംകൂറിലേക്ക് പലായനം ചെയ്യാൻ തുടങ്ങി.

മലബാറിൽ മൈസൂറിനെതിരെ ഉയർന്നുവരുന്ന അതൃപ്തി മുതലാക്കാൻ ഈസ്റ്റ് ഇന്ത്യാ കമ്പനി തീരുമാനിച്ചു. മൈസൂറിന്റെ വളർച്ച കമ്പനിയുടെ പ്രവർത്തനങ്ങൾക്ക് കനത്ത പ്രഹരം ഏല്പിച്ചുകൊണ്ടിരുന്നു. ഹൈദരാബാദിലെ നൈസാമും മറാത്തശക്തികളും കമ്പനിക്കൊപ്പം നിലകൊണ്ടു. കോഴിക്കോട്ട് കടത്തനാട്ട്, കോട്ടയം രാജാക്കന്മാർ ഹൈദരലിക്കെതിരെ ഇംഗ്ലീഷുകാർക്കൊപ്പം കൈകോർത്തു. മയ്യഴി ഫ്രഞ്ചുകാരുടെ താവളമായിരുന്നു. ഹൈദരുടെ ഉറ്റമിത്രങ്ങളും. ഇംഗ്ലീഷുകാർ

മയ്യഴി പിടിച്ചു. മുസ്ലിമായ ഹൈദറിനെതിരെ ഹിന്ദുക്കളെ ഇളക്കിവിടാൻ കമ്പനി തന്ത്രങ്ങൾ മെനഞ്ഞു. മുസ്ലിങ്ങൾക്കുനേരെ മലബാറിൽ കമ്പനിയുടെ തിട്ടൂരംവാങ്ങിയ ചില മാടമ്പിമാരും നായർപടയാളികളും ആക്രമണം അഴിച്ചുവിട്ടു. കേണൽ ഹംബർസ്റ്റൻ എന്ന ഇംഗ്ലീഷ് പട്ടാളമേധാവിയാണ് നാട്ടിൽ ഹിന്ദു മുസ്ലീം വിരോധം വർധിപ്പിക്കാനും കലാപങ്ങൾ നടത്താനും നിയോഗിക്കപ്പെട്ടത്. അയാളുടെ കുതന്ത്രങ്ങൾ ഫലംകണ്ടു.

തിരൂരങ്ങാടിയിലും മലബാറിന്റെ പല ഭാഗത്തും അതിക്രമങ്ങൾ പടർന്നു. ഹൈദറോട് കൂറു പുലർത്തിയിരുന്ന നാട്ടുരാജാക്കന്മാരും ഒരു വിഭാഗം മുസ്ലീം ഭടന്മാരും ഇംഗ്ലീഷുകാരാലും അവരുടെ സിൽബന്തികളാലും ആക്രമിക്കപ്പെട്ടുകൊണ്ടിരുന്നു. പാലക്കാട് കോട്ടയ്ക്കുനേരെയും ആക്രമണം നടന്നു. മൈസൂറിൽ ഹൈദർ അലി രോഗബാധിതനായി. മലബാറിലെ അതിക്രമങ്ങൾ അവസാനിപ്പിക്കാൻ മകനും ശൂരപരാക്രമിയായ ടിപ്പുവിനെ സൈന്യസമേതം അയച്ചു. എന്നാൽ വഴിമധ്യേ ഹൈദർ അലിയുടെ രോഗം മൂർച്ഛിച്ച വാർത്തയറിഞ്ഞ് ടിപ്പു സ്വദേശത്തേക്ക് തന്നെ മടങ്ങി. ഒരു മഹാസാമ്രാജ്യത്തിന്റെ അധിപനായ മരണാസന്നനായ ഹൈദർ അലി തന്റെ മകൻ ടിപ്പുവിനെ കിടക്കയ്ക്കരുകിലേക്ക് വിളിച്ചു പറഞ്ഞു.

“ഒരു സാമ്രാജ്യം ഞാൻ നിനക്ക് തരികയാണ്. എന്റെ പൂർവികരിൽ നിന്ന് എനിക്ക് പരമ്പരാഗതമായി കിട്ടിയതല്ല ഈ സാമ്രാജ്യം. ഔറംഗസീബിനുശേഷം ഇന്ത്യക്ക് ലോകരംഗത്തുള്ള സ്ഥാനം നഷ്ടമായിരിക്കുന്നു. സുന്ദരമായ ഈ ഭൂമി അന്യോന്യം പൊരുതുന്ന ചെറുരാജ്യങ്ങളായി മാറിയിരിക്കുന്നു. ജനങ്ങൾ എണ്ണമറ്റ ജാതികളായി ഭിന്നിച്ചു. അവരുടെ രാജ്യക്കൂറ് നഷ്ടമായിക്കഴിഞ്ഞു. യൂറോപ്യന്മാരുടെ അസൂയയാണ് നിനക്ക് ജയിച്ചു കയറേണ്ട ഏറ്റവും വലിയ തടസ്സമായി നിൽക്കുന്നത്. ഇംഗ്ലീഷുകാർ രാജ്യത്തെ ഏറ്റവും ശക്തിയുള്ളവരായി മാറിക്കൊണ്ടിരിക്കുന്നു. നീ അവരെ യുദ്ധം ചെയ്ത് ക്ഷീണിപ്പിക്കണം. ഹിന്ദുസ്ഥാനിലെ ആയുധശക്തി കൊണ്ടുമാത്രം അവരെ ആക്രമിച്ചു കീഴ്പ്പെടുത്താനാവില്ല. യൂറോപ്യൻ ശക്തികളെ പരസ്പരം ഇതിനായി കൂട്ടുപിടിക്കുക. ഫ്രഞ്ചുകാരുടെ സഹായം ഗുണകരമായേക്കും. യൂറോപ്യന്മാർക്ക് അവരുടെ തന്ത്രങ്ങളുണ്ട്. അതേ തന്ത്രങ്ങൾ അവർക്കെതിരെ തന്നെ ഉപയോഗിക്കുക. ദൈവം എനിക്ക് ആയുസ്സ് തന്നിരുന്നെങ്കിൽ നിനക്ക് എന്റെ വിജയങ്ങൾ ആസ്വദിച്ചാൽ മാത്രം മതിയായിരുന്നു. എന്നാൽ എനിക്കധികകാലം ജീവിക്കാനാകുമെന്ന് തോന്നുന്നില്ല. ധൈര്യംകൊണ്ട് ഒരു സിംഹാസനം നേടിയെടുക്കാനാവും. ഓർക്കുക, സൈന്യം ഒന്നു കൊണ്ടുമാത്രം സിംഹാസനം സംരക്ഷിച്ചുനിർത്താനാവില്ല. ജനങ്ങളുടെ ഭീരുത്വംകൊണ്ട് രാജാധികാരം പിടിച്ചെടുക്കാം. എന്നാൽ അധികാരം ജനങ്ങളുടെ സ്നേഹത്തിനുവേണ്ടി സമർപ്പിച്ചില്ലെങ്കിൽ കിരീടം നമ്മിൽ നിന്നകന്നുപോകും. വാത്സല്യനിധിയായ തന്റെ പിതാവ് ഹൈദർ അലിയുടെ അന്തിമവാക്കുകൾ ടിപ്പു സശ്രദ്ധം കേട്ടു. എന്നിട്ട് ആ കൈകൾ

ചേർത്തുപിടിച്ചു ആ സ്നേഹത്തിനു മുമ്പിൽ ഒരുതുള്ളി കണ്ണീർ വാർത്തു. ധീരനായ ടിപ്പുവിന്റെ കണ്ണിൽ നിന്ന് ഇറ്റുവീഴുന്ന കണ്ണുനീർ തുള്ളികൾ ഹൈദർ അലി തന്റെ കൈ പതിയെ ഉയർത്തി തുടച്ചുകൊണ്ട് പറഞ്ഞു "ടിപ്പു നിനക്ക് ഹിന്ദുസ്ഥാന്റെ അഭിമാനം വീണ്ടെടുക്കാൻ കഴിയും. നീ ധീരനായ ഭാരതപുത്രനാണ്." അച്ഛനും മകനും തമ്മിലുള്ള കൂടിക്കാഴ്ച അവസാനിച്ചത് ഏതാനും ദിവസങ്ങൾക്കുള്ളിൽ തന്നെ ഹൈദർ അലി അന്തരിച്ചു.

ടിപ്പു പുതിയ രാജാവായി അഭിഷേകം ചെയ്യപ്പെട്ടു. ബ്രിട്ടീഷുകാരുടെ കഴുകൻ കണ്ണുകൾ മൈസൂറിനുമേൽ പതിഞ്ഞുകൊണ്ടിരുന്നു. ഹൈദറിന്റെ വിശ്വസ്തരായ ബ്രാഹ്മണമന്ത്രിമാരെയും ഉദ്യോഗസ്ഥരെയും പുതിയ രാജാവിനെതിരെ തിരിച്ചുവിടാൻ അവർ ഗൂഢാലോചന ആരംഭിച്ചു. ഹൈദറിനും ടിപ്പുവിനും എതിരെ മലബാറിൽ ഇളക്കിവിട്ട വർഗീയ വിദ്വേഷം രാജ്യത്തിന്റെ പല ഭാഗങ്ങളിലേക്ക് പടർത്താൻ അവർ കരുക്കൾ നീക്കി. ഹിന്ദുക്കളും മുസ്ലിങ്ങളും ഒന്നിച്ചുനിൽക്കുന്ന കാലത്തോളം ഹിന്ദുസ്ഥാനിൽ വിദേശിയർക്ക് സ്ഥാനമുണ്ടാവില്ലെന്ന് അവർ മനസ്സിലാക്കിയിരുന്നു. ഭിന്നിപ്പിച്ചു പരസ്പരം പോരടിപ്പിച്ചും മുതലെടുക്കുകയെന്ന തന്ത്രം രാജ്യത്തിന്റെ പല ഭാഗത്തും വിജയം കണ്ടുകഴിഞ്ഞത് ഇംഗ്ലീഷുകാരെ പ്രലോഭിപ്പിച്ചു കൊണ്ടിരുന്നു. പഴുതടച്ച് അതേ തന്ത്രം മൈസൂറിലും മലബാറിലും പ്രയോഗിക്കാൻ അവർ അണിയറയിൽ കരുക്കൾ നീക്കി.

രണ്ട്

കീഴൂർ കുടുംബത്തിന്റെ ശത്രുക്കളായിരുന്നു എട്ടുവീട്ടിൽ പിള്ളമാർ. രാജാവിനെപ്പോലും ധിക്കരിച്ച് നാട്ടിൽ എന്തും ചെയ്യാനുള്ള ശേഷി പിള്ള മാർ നേടിയിരുന്നു. മിത്രൻ നമ്പൂതിരിപ്പാടിനോട് പിള്ളമാർ ലോഹ്യം കാണിച്ചിരുന്നെങ്കിലും ഉള്ളിൽ സുഖത്തിലായിരുന്നില്ല. കേരളവർമ്മ ചിറവ മൂപ്പേറ്റ കാലത്ത് അദ്ദേഹത്തെ ചതിയിൽ വകവരുത്തിയത് പിള്ള മാരായിരുന്നു. ഇതിന് റാണിയുടെ സഹായമുണ്ടായിരുന്നു. ഇതിൽപിന്നെ പിള്ളമാർ തന്നിഷ്ടക്കാരായി മാറി. കേരളവർമ്മയ്ക്ക് ഒപ്പമുണ്ടായിരുന്ന തുലുക്കരെയും പിള്ളമാർ വകവരുത്തിയിരുന്നു. കേരളവർമ്മയുടെ പതന ത്തോടെയാണ് കീഴൂർ കുടുംബത്തിന്റെ ശനിദശ ആരംഭിക്കുന്നത്. മാർത്താണ്ഡമഠം, രാമനാമഠം, കുളത്തൂർ, കഴക്കൂട്ടം, വെള്ളനൂർ, ചെമ്പ ഴന്തി, കടമൺ, പള്ളിച്ചൽ എന്നീ എട്ടുപിള്ളമാരായിരുന്നു രാജ്യത്തിന്റെ ഗതി നിയന്ത്രിച്ചിരുന്നത്.

ജ്യോതിഷത്തിൽ അഗാധപാണ്ഡിത്യമുണ്ടായിരുന്ന മിത്രൻ നമ്പൂതി രിപ്പാടിന്റെ സ്വന്തം ജാതകം തെറ്റുകയും ചെയ്തു. ജാതകത്തിൽ നവ തിക്ക് യോഗമുണ്ടായിരുന്ന മിത്രൻ നമ്പൂതിരിപ്പാട് ഷഷ്ഠിപൂർത്തി തികയ്ക്കും മുമ്പ് ഇഹലോഹവാസം വെടിഞ്ഞു. ഇതെങ്ങനെ സംഭവിച്ചു വെന്ന് മിത്രൻനമ്പൂതിരിപ്പാടിന്റെ കിഴക്കേ ഇല്ലത്തുകാർ അദ്ഭുതം കൂറുക യാണ്. മിത്രൻ നമ്പൂതിരിപ്പാടിന് ജനിച്ച കാർത്തികേയവർമ്മയ്ക്കും ആയു സുണ്ടായില്ല. അശ്വതി തമ്പുരാട്ടിയാണ് കീഴൂർ കുടുംബത്തിന്റെ കാര്യ ങ്ങൾ നോക്കി നടത്തിയിരുന്നത്. പിന്നീട് കീഴൂർ കുടുംബത്തിൽ ഒരാൺതരിയുണ്ടായത് നാരായണവർമ്മയാണ്. നാരായണ വർമ്മയുടെ കാലത്താണ് തമ്പിമാരുമായും എട്ടുവീട്ടിൽ പിള്ളമാരുമായും മാർത്താ ണ്ഡവർമ്മ ഏറ്റുമുട്ടുന്നത്. തമ്പിമാരെയും പിള്ളമാരെയും മാർത്താണ്ഡ വർമ്മ വധിച്ചു. പിള്ളമാരുടെ കുടുംബം കുളം തോണ്ടി. സ്ത്രീകളെ തുറ യിലെ മുക്കുവർക്ക് കൊടുത്തു. ഇതൊക്കെ കേട്ടപ്പോൾ കീഴൂർ കുടുംബ ത്തിലെ സ്ത്രീകളും ദുഃഖിച്ചു. ശത്രുക്കളായിരുന്നുവെങ്കിലും സ്ത്രീക ളോട് ഈ ക്രൂരത വേണ്ടിയിരുന്നില്ലെന്ന് പാർവതി തമ്പുരാട്ടി കീഴൂർ കുടുംബത്തിന്റെ കിഴക്കേകോലായിരുന്നു വേദനയോടെ പറഞ്ഞു. എന്തെല്ലാം ദുരന്തങ്ങളിലൂടെ കടന്നുപോയിട്ടും കീഴൂർ കുടുംബത്തിന്റെ

ഒരു ശാഖയെങ്കിലും ഇന്നും അവശേഷിക്കുന്നത് സ്ത്രീകൾ ജീവിച്ചിരുന്നതുകൊണ്ടാണ്. വംശം നിലനിർത്താൻ സ്ത്രീകൾക്കു മാത്രമേ കഴിയുകയുള്ളൂ. അങ്ങനെയുള്ള സ്ത്രീകളെ മുക്കുവർക്ക് കൊടുത്താൽ പിന്നെ ആ വംശമെങ്ങനെ നിലനിൽക്കും? പറങ്കികൾക്കൊപ്പം ചേർന്നവരാണ് മുക്കുവരിൽ ഒരുവിഭാഗം. പറങ്കികളുടെ ചതിക്കുഴിയിൽ വീഴാതെ നാടിനോട് കൂറുപുലർത്തിയ മുക്കുവരുമുണ്ട്. ഇതിൽ ഏതുകൂട്ടർക്കാണാവോ അച്ചികളെ പിടിച്ചുകൊടുത്തത്? വേദനയോടെ പാർവതി തമ്പുരാട്ടി ആരോടെന്നില്ലാതെ പറഞ്ഞു വേദനിച്ചു.

എന്നാൽ മാർത്താണ്ഡവർമ്മയുടെ പ്രവൃത്തിയിൽ നാരായണ വർമ്മയ്ക്ക് ഒരു തെറ്റും തോന്നിയില്ല. അയാൾ മാർത്താണ്ഡവർമ്മയുടെ ആരാധകനായി മാറുകയും ചെയ്തു. തേങ്ങാപ്പട്ടണത്ത് നിന്നും രണ്ടു നാഴിക മാത്രം ദൂരത്തിൽ കൊല്ലംവരെ മാത്രമുള്ള ഒരു നാടിന്റെ അധിപതിയെന്നതിൽ നിന്നും ഇനിയും വളരണമെന്ന മാർത്താണ്ഡവർമ്മയുടെ മോഹം നാട്ടുരാജാക്കന്മാരെ ഭയവിഹ്വലരാക്കി. കായംകുളം രാജാവും പന്തളവും പൂഞ്ഞാറും ചെമ്പകശ്ശേരിയും ലന്തക്കാരുടെ സഹായത്തോടെ മാർത്താണ്ഡവർമ്മയ്ക്കെതിരെ തിരിഞ്ഞു. കായംകുളം രാജാവ് എന്തുകൊണ്ടും പ്രതാപവാനും ശക്തനുമായിരുന്നു. നാരായണവർമ്മയ്ക്ക് കായംകുളത്തിനോടായിരുന്നു കൂറ്. കായംകുളത്തിന്റെ സേനാനായകൻ അച്യുതവാര്യരുടെ കത്തുപ്രകാരം നാരായണവർമ്മ സൈനിക പ്രവർത്തനങ്ങളിൽ കായംകുളത്തെ സഹായിച്ചു വന്നിരുന്നു.

നൂറുപേർ അടങ്ങുന്ന ഒരു സംഘവും കീഴൂർ കുടുംബത്തിനുണ്ടായിരുന്നു. മധുരയിൽ നിന്ന് ചെങ്കോട്ട ചുരംവഴി വന്ന റാവുത്തർമാരുടെ ഒരു അശ്വസേനയും കായംകുളത്തിന് അതിർത്തികാവലിന് ഉണ്ടായിരുന്നു. എന്നാൽ മധുരയിൽ ചണ്ടാസാഹിബ് പിടിമുറുക്കുകയും കർണാടിക് നവാബുമായി മധുരയ്ക്കുവേണ്ടി പോരിനൊരുങ്ങുകയും ചെയ്ത സാഹചര്യം മാർത്താണ്ഡവർമ്മ പ്രയോജനപ്പെടുത്തി. അപ്പോൾ മധുര പട്ടാണി മുസ്ലീങ്ങളുടെ കീഴാലായിരുന്നു. അവരിൽ നിന്ന് കളക്കാട് സ്വരൂപവും ആയക്കുടി, ചെങ്കോട്ട തുടങ്ങിയ പ്രദേശങ്ങളും മാർത്താണ്ഡവർമ്മ എഴുതിവാങ്ങി. തന്റെ സൈന്യത്തിൽ പട്ടാണികൾക്കും റാവുത്തരന്മാർക്കും മുന്തിയ പരിഗണന നൽകി ശക്തിബലപ്പെടുത്തി. അശ്വസൈന്യത്തിന്റെ പിൻബലത്തിൽ മാർത്താണ്ഡവർമ്മ കൊല്ലംകോട്ട ആക്രമിച്ചു. ലന്തക്കാരുടെ സഹായത്തോടെ കായംകുളത്തിന്റെ സഖ്യസേന മാർത്താണ്ഡവർമ്മയുടെ സൈന്യത്തെ ധീരമായി ചെറുത്തു. ആറായിരത്തോളം സൈനികർ മാർത്താണ്ഡവർമ്മയ്ക്ക് നഷ്ടമായി.

മാർത്താണ്ഡവർമ്മയ്ക്കെതിരെ കുളച്ചലിൽ സൈനികനീക്കം നടത്തിയ ലന്തക്കാർക്ക് അവിടെ കനത്ത തിരിച്ചടിയേറ്റു. വെടിമരുന്ന് പുരയ്ക്ക് തീപിടിച്ച് ലന്തക്കാരിൽ കുറേ മരിച്ചുവീണു. കുറച്ചുപേർ മാർത്താണ്ഡവർമ്മയുടെ സൈന്യത്തിന്റെ പിടിയിലായി. മറ്റു ചിലർ

രക്ഷപ്പെട്ടു. ഡുവർഷോട് ഡിലനായിയും ഡോണാഡിയും ഉൾപ്പെടെ ഇരുപത്തിരണ്ട് ലന്തക്കാരാണ് മാർത്താണ്ഡവർമ്മയുടെ പിടിയിലായത്. ഇവരുടെ സഹായത്തോടെ തിരുവിതാംകൂർ സൈന്യം കൂടുതൽ ആധുനികവൽക്കരിക്കപ്പെട്ടു. എന്നാൽ ഈ തക്കംനോക്കി കിളിമാനൂർ കൊട്ടാരം കായംകുളം സൈന്യം പിടിച്ചടക്കി. അച്യുതവാര്യരുടെ സൈന്യത്തോടൊപ്പം കീഴൂർ കുടുംബത്തിലെ നാരായണവർമ്മയും ഉണ്ടായിരുന്നു. മധുരയിലെ റാവുത്തർമാരുടെ സഹായത്തോടെ മാർത്താണ്ഡവർമ്മ കിളിമാനൂർ കോട്ടയ്ക്ക് ചുറ്റും ഉപരോധം ഏർപ്പെടുത്തി. രണ്ടുമാസം നീണ്ടുനിന്ന ഉപരോധത്തെ തുടർന്ന് കായംകുളം സൈന്യം കൊല്ലത്തേക്ക് പിൻവാങ്ങി. മാർത്താണ്ഡവർമ്മ പിടിച്ച ലന്തക്കാരെ വിട്ടുതരണമെന്ന ആവശ്യം കായംകുളം മുന്നോട്ടുവെച്ചുവെങ്കിലും അതു നിരാകരിക്കപ്പെട്ടു. കായംകുളം സൈന്യത്തോടൊപ്പം കീഴൂർ കുടുംബവും ശക്തമായി നിലകൊണ്ടു. മാർത്താണ്ഡവർമ്മയുടെ കുതിരപ്പടയും നായർപ്പടയും കായംകുളത്തേക്ക് ഇരച്ചുകയറി.

കൊട്ടാരക്കരയിലും ശൂരനാട്ടും വച്ചു പല ഏറ്റുമുട്ടലുകൾ നടന്നു. മരിച്ചുവീണ മുസ്ലീം പടയാളികളെ ശൂരനാട് മയ്യത്തിൻകരയിൽ അടക്കി. യുദ്ധത്തിൽ നേരിട്ട് പങ്കെടുത്ത് ആവേശം പകർന്ന കായംകുളത്തെ രാജാവ് മാർത്താണ്ഡവർമ്മയുടെ സൈന്യത്താൽ കൊല ചെയ്യപ്പെട്ടു. ഇതോടെ മാർത്താണ്ഡവർമ്മയ്ക്കെതിരായി യുദ്ധം ചെയ്യാൻ മുന്നോറോളം ചാവേറുകൾ മുന്നോട്ടുവന്നു. അതിന്റെ നായകത്വം നാരായണവർമ്മ ഏറ്റെടുത്തു. നാട്ടുനടപ്പിന് വിരുദ്ധമായി നാട്ടുരാജാവിനെ യുദ്ധത്തിൽ കൊലപ്പെടുത്തിയ തിരുവിതാംകൂറിന്റെ നടപടി പരക്കെ വിമർശിക്കപ്പെടുകയും ചെയ്തു.

മാർത്താണ്ഡവർമ്മയ്ക്കെതിരെ സാമൂതിരിയുടെ സഹായം തേടാനായി പുതുതായി ചുമതലയേറ്റ കായംകുളം രാജാവും നാരായണവർമ്മയുടെ നേതൃത്വത്തിലുള്ള നൂറോളം സൈനികരും വടക്കൻദിക്കിലേക്ക് ഒരു ചെറുകപ്പലിൽ യാത്രതിരിച്ചു. എന്നാൽ അവർക്ക് കോഴിക്കോട് ചെന്നെത്താനായില്ല. മാർത്താണ്ഡവർമ്മയുടെയും രാമയ്യന്റെയും കുതന്ത്രത്താൽ അവർ കൊല ചെയ്യപ്പെട്ടുവെന്നാണ് കീഴൂർ കുടുംബത്തിൽ ലഭിച്ച വിവരം. കായംകുളം രാജ്യത്തിന്റെ ചുമതലയേറ്റ പലരും അപമൃത്യുവിന് ഇരയായി.

മാർത്താണ്ഡവർമ്മയുടെ അശ്വസൈന്യത്തിന്റെ കുളമ്പടി വടക്ക് പെരിയാർവരെ മുഴങ്ങികേൾക്കാൻ തുടങ്ങി. മാർത്താണ്ഡവർമ്മയുടെ സൈന്യത്തെ തടയാൻ ആർക്കും ത്രാണിയുണ്ടായിരുന്നില്ല. ഇതോടെ കീഴൂർകുടുംബം സൈനിക വൃത്തികളിൽ നിന്ന് പൂർണമായും ഒഴിവായി കാർഷിക പ്രവർത്തനങ്ങളിലേക്ക് വീണ്ടും മടങ്ങി. കീഴൂർ കുടുംബത്തിലുണ്ടായിരുന്ന കളരികൾ പിരിച്ചുവിട്ടു. മാടമ്പിമാർക്കെതിരെ മാർത്താണ്ഡവർമ്മ ശക്തമായ നടപടികൾ സ്വീകരിച്ചതോടെ കീഴൂർകുടുംബവും

ക്ഷേത്രകാര്യനടത്തിപ്പിൽ മാത്രം ഒതുങ്ങി. പഴയ കുടുംബപേരുകളുള്ള പള്ളിക്കലിൽ കീഴൂർകുടുംബം കുരുമുളക് കൃഷിയും കരിമാങ്കാവിലെ ഉത്സവ നടത്തിപ്പുമായി ജീവിച്ചു. ഒരുകാലത്ത് കുരുമുളക് വ്യാപാര രംഗത്തെ രാജപദവിയുണ്ടായിരുന്ന കുരുമുളക് രാജാവിന്റെ പിന്മുറക്കാർ എന്ന നിലയിൽ കീഴൂർ കുടുംബാംഗങ്ങൾ വ്യാപാരികളുടെ ഇടയിലും മാനിക്കപ്പെട്ടു. കീഴൂർ കുടുംബത്തിൽ ഇളയ ഗോദവർമ്മരാജ കാരണ വരായിരിക്കുമ്പോഴാണ് മാർത്താണ്ഡവർമ്മ തിരുമനസ് നാടുനീങ്ങുന്നത്. തിരുവിതാംകൂർ മഹാരാജാവായി രാമവർമ്മ അഭിഷേകം ചെയ്യപ്പെട്ടു. തന്ത്രശാലിയായ രാജാകേശവദാസനായിരുന്നു അന്നത്തെ ദിവാൻ. തിരു വിതാംകൂറിലേക്കുള്ള മേൽജാതിക്കാരുടെ പലായനത്തെ ദിവാൻ പ്രോത്സാഹിപ്പിച്ചു.

മലബാറിന്റെ വിവിധ ഭാഗങ്ങളിൽ നിന്ന് അപമാനഭയത്താലും ജീവ ഭയത്താലും തിരുവിതാംകൂറിലേക്ക് വരുന്ന ഉയർന്ന ജാതിക്കാർ തിരു വിതാംകൂറിനെ ശക്തിപ്പെടുത്തുമെന്ന് അദ്ദേഹം വിശ്വസിച്ചു. മലബാ റിലെ മുസ്ലീംവ്യാപാരികളെ തിരുവിതാംകൂറിലേക്ക് ക്ഷണിച്ചുകൊണ്ടു വന്നതിന്റെ പിന്നിലും രാജാകേശവദാസൻ തന്നെയായിരുന്നു. മലബാ റിന്റെ ശക്തികേന്ദ്രങ്ങളും ബുദ്ധികേന്ദ്രങ്ങളും തിരുവിതാംകൂറിന്റെ ഭാഗ മായി മാറുന്നത് ഈ രാജ്യത്തെ കൂടുതൽ ശക്തിയുള്ളതാക്കുമെന്നാ യിരുന്നു അദ്ദേഹത്തിന്റെ കണക്കുകൂട്ടൽ. ഭാവിയിൽ മൈസൂർശക്തി യുമായി ഒരേറ്റുമുട്ടൽ വേണ്ടിവന്നാൽ മലബാറുകാർ തിരുവിതാംകൂറിന് കരുത്തു പകരുമെന്നും അദ്ദേഹം വിശ്വസിച്ചു. വളരെ ത്യാഗനിർഭരമായ ജീവിതത്തിലൂടെയാണ് ശൂദ്രനായ കേശവപിള്ള രാജാകേശവദാസനായി വളർന്നത്. ഇതിൽ മേൽജാതിക്കാർ അസൂയാലുക്കളുമായിരുന്നു.

പോക്കുമൂസാ മരയ്ക്കാരെന്ന ധനികനായ ഒരു മുസ്ലീം വ്യാപാരിയുടെ സഹായിയായാണ് കേശവപിള്ള ജീവിതം ആരംഭിച്ചത്. വിദേശരാജ്യ ങ്ങളുമായി വമ്പിച്ച വ്യാപാരബന്ധമുണ്ടായിരുന്ന പോക്കുമൂസയുടെ വാത്സല്യം ചെറുപ്രായത്തിൽ തന്നെ കേശവപിള്ള നേടിയിരുന്നു. തിരു വിതാംകൂറിലേക്കാവശ്യമായ അരിയും മറ്റും ഇറക്കുമതി ചെയ്തിരുന്നത് പോക്കുമൂസയായിരുന്നു. ഒരിക്കൽ തിരുവിതാംകൂറിൽ ഭക്ഷ്യക്ഷാമം അനുഭവപ്പെട്ടു. ജനങ്ങൾ പട്ടിണിയിലേക്ക് വഴുതിവീഴുന്ന സ്ഥിതിയായി. രാജാവ് ആശങ്കാകുലനായി. തിരുവിതാംകൂർ കൊട്ടാരത്തിലേക്ക് അടി യന്തരമായി പോക്കുമൂസയെ വിളിച്ചുവരുത്താൻ രാജാവ് കല്പിച്ചു. തേങ്ങാപട്ടണത്തുനിന്ന് പോക്കുമൂസ തന്റെ കുതിരവണ്ടികളുമായി കൊട്ടാരത്തിലേക്ക് നീങ്ങി. ഒപ്പം കൊച്ചുകുട്ടിയായിരുന്ന കേശവപിള്ളയും ഉണ്ടായിരുന്നു. രാജാവുമായി ഭക്ഷ്യപ്രശ്നങ്ങൾ ചർച്ച ചെയ്ത് നേരം ഇരുട്ടിയത് പോക്കുമൂസ അറിഞ്ഞില്ല. ബംഗാളിൽ നിന്നും സൂററ്റിൽ നിന്നും അരിയുമായി കപ്പൽ തുറമുഖത്ത് എത്തേണ്ടതാണെന്നും അത് കാത്തിരിക്കുകയാണെന്നും പോക്കുമൂസ മരയ്ക്കാർ രാജാവിനെ അറി യിച്ചു. എന്നാൽ അത് എപ്പോൾ തുറമുഖത്ത് എത്തുമെന്ന് പറയാൻ

കഴിയില്ലെന്നും അദ്ദേഹം രാജാവിനോട് പറഞ്ഞു. ജനങ്ങൾ പട്ടിണി കിടന്ന് മരിക്കുന്ന സ്ഥിതിയെ എങ്ങനെ തരണം ചെയ്യണമെന്നറിയാതെ രാജാവ് കുഴങ്ങി. വളരെ ഉദ്യോഗജനകമായ വിഷയമായതുകൊണ്ട് ചർച്ച കഴിഞ്ഞ് പോക്കുമൂസ രാത്രിവൈകി തന്റെ കുതിരവണ്ടിയിൽ കയറി പോക്കുമൂസാപുരത്തേക്ക് നീങ്ങി. പിന്നാലെ ആയുധധാരികളായി ഭടന്മാരും സിൽബന്തികളും സഞ്ചരിക്കുന്ന കുതിരവണ്ടികളുമുണ്ടായിരുന്നു. രാജാകേശവദാസ് അതിൽ ഏതെങ്കിലും ഒരു കുതിരവണ്ടിയിലുണ്ടാകുമെന്ന് പോക്കുമൂസ കരുതി.

എന്നാൽ കൊട്ടാരത്തിനുള്ളിൽ ചർച്ചകൾ പൊടിപൊടിക്കുമ്പോൾ അതിന്റെ കോലായിൽ കിടന്ന് ബാലനായ കേശവപിള്ള ഉറങ്ങിപ്പോയിരുന്നു. രാജാവിന് രാജ്യത്തിന്റെ സ്ഥിതി ഓർത്തു രാത്രി ഉറങ്ങാനായില്ല. അതിരാവിലെ രാജാവ് ഉണർന്ന് മുറി തുറന്ന് കോലായിലൂടെ ഉലാത്തുമ്പോൾ ഒരു ബാലൻ കൗപീനവും ധരിച്ച് കിടക്കുന്നതു കണ്ടു. രാജാവിന്റെ അന്നേരത്തെ മനോനില ക്ഷോഭകരമായിരുന്നു. കോപത്തോടെ ആരവിടെയെന്ന് കല്പിച്ചു. ഉടൻ ഭടന്മാർ ഓടിയെത്തി. “ഈ ബാലൻ എങ്ങനെ കൊട്ടാരത്തിനുള്ളിൽ കടന്നു?” ഭടന്മാർ അപ്പോഴാണ് കൗപീനധാരിയായ ബാലൻ കിടന്നുറങ്ങുന്നത് കണ്ടത്. അവർ ആ പയ്യനെ തട്ടി ഉണർത്തി. താൻ ഇന്ന് കണികണ്ടത് ഈ ദരിദ്രപയ്യനെയാണല്ലോയെന്നോർത്ത് രാജാവിന് ആധിയായി. ഇന്നത്തെ കണിഫലം അറിഞ്ഞിട്ട് ബാലനെ പുറത്തുവിട്ടാൽ മതിയെന്നും തുറുങ്കിലടയ്ക്കാനും രാജാവ് കല്പിച്ചു. നിരപരാധിയായ കേശവപിള്ള അങ്ങനെ കൽത്തുറുങ്കിലായി. ഉച്ചയോടടുപ്പിച്ച് തേങ്ങാപട്ടണത്ത് അരിനിറച്ച കപ്പലുകൾ പ്രത്യക്ഷപ്പെട്ടു. ഈ സന്തോഷവർത്തമാനം രാജാവിനെ അറിയിക്കാനായി പോക്കുമൂസയുടെ ആൾക്കാർ കൊട്ടാരത്തിൽ എത്തി. രാജാവ് സന്തോഷവർത്തമാനം അറിഞ്ഞയുടൻ ആ കുട്ടിയെ മോചിപ്പിക്കാനും തന്റെ അരികിലെത്തിക്കാനും ആവശ്യപ്പെട്ടു. ഭടന്മാർ കേശവപിള്ളയേയും കൊണ്ടുരാജാവിന്റെ മുമ്പിലെത്തി. നിന്നെ കണികണ്ടത് ശുഭകരമായെന്നും രാജാവ് കേശവപിള്ളയെ അറിയിച്ചു. അപ്പോൾ കേശപിള്ള പറഞ്ഞു “പക്ഷേ ഞാൻ അങ്ങയെയായിരുന്നല്ലോ മഹാരാജാവേ കണി കണ്ടത്.”

രാജാവിനെ കണികണ്ട താൻ ജയിലിൽ ആയെന്നായിരുന്നു കേശവപിള്ളയുടെ ധ്വനി. രാജാവ് പുഞ്ചിരി തൂകി. നീ ആള് അതിസമർത്ഥൻ തന്നെ. പോക്കുമൂസയുടെ സഹായി ആണ് കേശവപിള്ളയെന്നറിഞ്ഞപ്പോൾ സന്തോഷം ഇരട്ടിച്ചു. കൊട്ടാരത്തിൽ തന്നെ കഴിയാനും നിർദ്ദേശിച്ചു. അങ്ങനെയാണ് കേശപിള്ളയുടെ രാജയോഗം തെളിഞ്ഞത്. ചെറിയ ജോലികളിൽ തുടങ്ങി ഉയർന്നുയർന്ന് ദിവാനായി മാറി. ബുദ്ധിയും അനുഭവസമ്പത്തും കൈമുതലായുള്ള രാജാകേശവദാസ് തിരുവിതാംകൂറിന്റെ വികസനത്തിന് അടിത്തറയിട്ടു. ആലപ്പുഴ തുറമുഖത്തിന്റെ ശില്പിയായ രാജാകേശവദാസന്റെ കീർത്തി കടൽകടന്നു.

പ്രജാതത്പരനും പാവങ്ങളോട് കാരുണ്യമുള്ളവനും ഒപ്പം രാജ്യതന്ത്രജ്ഞനുമെന്ന് പേരു കേട്ടു.

അക്കാലത്ത് ടിപ്പുസുൽത്താന്റെ ഭരണത്തിൻ കീഴിലായിരുന്നു മലബാർ. ടിപ്പുവിനെ ഭയന്ന് ബ്രാഹ്മണ കുടുംബങ്ങൾ തിരുവിതാംകൂറിലേക്ക് പലായനം ചെയ്തുകൊണ്ടിരുന്നു. ഒരുനാൾ ഒരു ബ്രാഹ്മണ കുടുംബം അഭയം തേടി കീഴൂർ കുടുംബത്തിലുമെത്തി. സുന്ദരിയായ ലളിതാംബിക അന്തർജനം എന്നൊരു യുവതി ആ കുടുംബത്തിലുണ്ടായിരുന്നു. ഇളയ ഗോദവർമ്മയുടെ മകൻ ഉണ്ണിക്കേരളവർമ്മ ലളിതാംബിക അന്തർജനത്തെ വിവാഹം കഴിച്ചു. ഇതോടെ ആ ബ്രാഹ്മണ കുടുംബം കീഴൂർ കുടുംബത്തിന്റെ ഭാഗമായി മാറി. പറങ്കികളുടെ അക്രമത്തിൽ നശിച്ചു പോയ കുരുമുളക് വ്യാപാരം തുലുക്കരുടെയും നായന്മാരുടെയും സഹായത്തോടെ കീഴൂർ കുടുംബം വികസിപ്പിച്ചെടുത്തു. ഈഴവരും പുലയരും പണിയാളരായി. സുറിയാനി ക്രിസ്ത്യാനികൾക്കും അഭയം നൽകി. ഇംഗ്ലീഷുകാർക്കും കിഴക്കൻവഴി മുസ്ലീങ്ങൾക്കും ഒരുപോലെ കുരുമുളക് വ്യാപാരം നടത്തി കീഴൂർ കുടുംബം പ്രതാപം പതുക്കെ വീണ്ടെടുക്കാൻ തുടങ്ങി.

മൈസൂർ കടുവ എന്നറിയപ്പെട്ട ടിപ്പുവിന്റെ വളർച്ചയിൽ മറ്റു നാട്ടുരാജാക്കന്മാർ അസൂയാലുക്കളായിരുന്നു. ഇംഗ്ലീഷുകാരുടെ രാജ്യത്ത് വർധിച്ചുവരുന്ന സ്വാധീനത്തിൽ ഹൈദർ അലിയെപ്പോലെ തന്നെ ടിപ്പുസുൽത്താനും ദുഃഖിതനായിരുന്നു. ഹൈദർ അലിയുടെ അന്തിമവാക്കുകൾ ടിപ്പുവിന്റെ മനസ്സിനെ വ്രണപ്പെടുത്തികൊണ്ടിരുന്നു. ഏതു വിധേനയും ഇംഗ്ലീഷുകാരെ ഹിന്ദുസ്ഥാനിൽ നിന്ന് കെട്ടുകെട്ടിക്കുകയെന്നതായിരുന്നു ടിപ്പുവിന്റെ മനസ്സിലിരുപ്പ്. ഈ ആവശ്യം സാധ്യമാകണമെങ്കിൽ ശക്തമായൊരു രാജ്യമുണ്ടാകണം. നാട്ടുരാജ്യങ്ങൾ ഒറ്റക്കെട്ടായി വിദേശികൾക്കെതിരെ അണിനിരക്കണം. ഈ ആവശ്യം ഉന്നയിച്ചുകൊണ്ട് ടിപ്പുവിന്റെ കത്ത് നാട്ടുരാജ്യങ്ങൾക്ക് പൊയ്ക്കൊണ്ടിരുന്നു. എന്നാൽ ഔറംഗസീബിനുശേഷം ഹിന്ദുസ്ഥാനിന്റെ സാമ്രാട്ടാവുകയെന്നതാണ് ടിപ്പുവിന്റെ മോഹമെന്ന് നാട്ടുരാജാക്കന്മാർ വിശ്വസിച്ചു.

ടിപ്പു മലബാർ പിടിച്ചെടുത്തു. കൊച്ചി ടിപ്പുവിന്റെ മേൽക്കോയ്മ അംഗീകരിച്ചു. ഇനി ടിപ്പുവിന്റെ സൈന്യം തിരുവിതാംകൂറാണ് ലക്ഷ്യം വെയ്ക്കുന്നതെന്ന് തിരുവിതാംകൂർ രാജാവ് രാമവർമ്മ തിരിച്ചറിഞ്ഞു. ഇംഗ്ലീഷുകാർ ടിപ്പുവിന്റെ നീക്കങ്ങളെ ചെറുക്കാൻ തിരുവിതാംകൂറുമായി ചങ്ങാത്തം വർധിപ്പിച്ചു. വടക്ക് പഴശ്ശിരാജാവും കൂട്ടരും ഈസ്റ്റ് ഇന്ത്യാ കമ്പനിയുടെ സുഹൃത്തുക്കളായി എത്തിയിട്ടുണ്ട്. സാമൂതിരിയുടെ നായർപട്ടാളത്തിൽ ഒരു വിഭാഗവും കോലത്തിരിയുടെ ആൾക്കാരും സഹായിക്കാനുണ്ടാകും. അറയ്ക്കൽ രാജകുടുംബം സുൽത്താന് ഒപ്പമാണ്. അറയ്ക്കൽ രാജകുടുംബത്തിലെ ബീവിയെ ടിപ്പുസുൽത്താന്റെ മകൻ വിവാഹമാലോചിച്ചതായും കേൾക്കുന്നു. മലബാറിൽ ഇതൊരു

അവസരമാക്കാവുന്നതാണ്. ഹിന്ദു മുസ്ലീം ഭിന്നത ഇളക്കിവിട്ടാലല്ലാതെ ടിപ്പുവിനെ പരാജയപ്പെടുത്തുകയെന്നത് അസാധ്യമെന്ന് ഈസ്റ്റ് ഇന്ത്യ കമ്പനി മനസ്സിലാക്കിയിരുന്നു. ടിപ്പുവിന്റെ സൈന്യത്തിൽ വലിയൊരു വിഭാഗം ഹിന്ദുക്കളാണ്. ഹിന്ദുസ്ഥാന്റെ പലഭാഗത്തും ഈ തന്ത്രം വിജയകരമായി പരീക്ഷിച്ച് ജയിച്ച അനുഭവങ്ങൾ കമ്പനി പട്ടാളത്തിനുണ്ട്. ശത്രുവിനെ വിഘടിപ്പിക്കുക എന്നിട്ട് പ്രധാനശത്രുവിനെ തോല്പിക്കുക. മറ്റുള്ളവരെ നിഷ്ക്രിയരാക്കുകയോ ആക്രമിച്ച് നശിപ്പിക്കുകയോ ചെയ്യുക എന്നതാണ് കമ്പനിയുടെ തന്ത്രം. ടിപ്പുവിന്റെ വളർച്ചയിൽ രാജ്യത്തെ പ്രധാന ശക്തികളായ മറാത്താക്കാരും ഹൈദരാബാദിലെ നൈസാമും ആശങ്കാകുലരാണ്. കമ്പനിയെ സഹായിക്കാൻ അവർ അവരുടെ എല്ലാകഴിവുകളും പ്രയോജനപ്പെടുത്തും. തമിഴ്നാട്ടിലെയും മലനാട്ടിലെയും നാട്ടുരാജാക്കന്മാരുടെയും വടക്കൻ ദിക്കിൽ നിന്നുള്ള സൈനികരും കൂടിച്ചേർന്നാൽ ടിപ്പുവിനെ വീഴ്ത്തുക വലിയ പ്രശ്നമാവില്ല. ആളും അർത്ഥവും നൽകാൻ തിരുവിതാംകൂർ ഉൾപ്പെടെയുള്ള നാട്ടുരാജ്യങ്ങൾ സദാസന്നദ്ധവുമാണ്.

ടിപ്പുവാണ് ശത്രു. ഇംഗ്ലീഷുകരുടെ ഏറ്റവും വലിയ ശത്രു. ടിപ്പു വീണാൽ ഹിന്ദുസ്ഥാൻ കമ്പനിയുടെ കാൽക്കീഴിൽ പൂർണമായും അമരുകതന്നെ ചെയ്യും. മുഗൾ രാജവംശമെന്നത് ഇപ്പോൾ ഒരു കെട്ടുകഥ മാത്രമായി മാറിക്കഴിഞ്ഞിരിക്കുകയാണ്. കമ്പനിയോട് ഏറ്റുമുട്ടാനുള്ള ത്രാണി അവർക്കിന്നില്ല. കമ്പനിയുടെ ഔദാര്യം ഒന്നുകൊണ്ട് മാത്രമാണ് ദില്ലിയിൽ നിന്ന് മുഗൾരാജാവിനെ തുരത്താതിരിക്കുന്നത്. അവരുടെ പഴയ പ്രതാപത്തെ കമ്പനി മാനിക്കുന്നതുകൊണ്ടുമാത്രം. എന്നാൽ ടിപ്പു അങ്ങനെയല്ല. ശക്തനായ എതിരാളിയാണ്. കമ്പനിയുടെ എല്ലാ കഴിവുകളും ടിപ്പുവിനെതിരെ പ്രയോഗിക്കേണ്ട സമയമാണിപ്പോൾ.

ടിപ്പുവിന്റെ സൈനികശക്തിയെ സ്വാധീനിക്കാൻ ഇംഗ്ലീഷുകാർ നാട്ടുരാജാക്കന്മാർ വഴി രഹസ്യനീക്കങ്ങൾ നടത്തികൊണ്ടിരുന്നു. ടിപ്പുവിന്റെ ഭരണതലത്തിൽ ഉയർന്ന സ്ഥാനങ്ങളിലുള്ള ബ്രാഹ്മണരെയും ഹിന്ദുക്കളെയും ടിപ്പുവിനെതിരെ തിരിച്ചുവിടാനും ശ്രമങ്ങളാരംഭിച്ചു. എന്നാൽ കമ്പനിയുടെ തന്ത്രം ഹിന്ദു മുസ്ലീം ഭിന്നത വളർത്തി രാജ്യത്തെ അവരുടെ അടിമത്തത്തിലാക്കുകയാണെന്ന് ടിപ്പു സുൽത്താൻ തിരിച്ചറിഞ്ഞു. ബ്രാഹ്മണരെ ഉയർന്ന ഉദ്യോഗങ്ങളിൽ കൂടുതലായി നിയമിച്ചു. രാജഭരണം നിലനിർത്തണമെങ്കിൽ ജനങ്ങളുടെ സ്നേഹം ആർജിക്കണമെന്ന ഹൈദർ അലിയുടെ വാക്കുകൾ ടിപ്പുവിന്റെ മനസ്സിൽ ആഴത്തിൽ പതിഞ്ഞുനിന്നിരുന്നു. എന്നാൽ ഫക്കീറന്മാർക്കും സന്ന്യാസിമാർക്കും ഒഴിച്ച് ഏതു പ്രജയ്ക്കു വേണമെങ്കിലും സുൽത്താനെ എപ്പോഴും സന്ദർശിക്കാമെന്ന് വിളംബരമുണ്ടായി. ഹൈദർഅലി സാഹിബ് രോഗബാധിതനായി വീണപ്പോൾ ചില ഫക്കീറന്മാരും സന്ന്യാസിമാരും അദ്ദേഹത്തെ സന്ദർശിച്ച് ടിപ്പുവിനെ ഭരണാധികാരിയാക്കുന്നതിൽ ചില

ദുശ്ശകുനങ്ങൾ ബോധ്യപ്പെടുത്തിയിരുന്നു. ഇതറിഞ്ഞ ടിപ്പു ഫക്കീറന്മാരെയും സന്ന്യാസിമാരെയും വെറുത്തു. ഇത്തരക്കാരുടെ ഉപദേശം തനിക്കാവശ്യമില്ലെന്ന് പ്രഖ്യാപിക്കുകയും ചെയ്തിരുന്നു. എന്നാൽ സാധാരണ ജനങ്ങളോട് ടിപ്പു വളരെ ദയാപരമായാണ് പെരുമാറിയിരുന്നത്. ഹിന്ദു മുസ്ലിം മൈത്രിയുടെ പ്രതീകമെന്നോണം രാജ്യത്തിന്റെ മാതൃക ഭരണാധികാരിയായിരുന്ന ശ്രീരാമന്റെ നാമം കൊത്തിയ മോതിരമാണ് ടിപ്പു സുൽത്താൻ അണിഞ്ഞിരുന്നത്. നിത്യശീവേലികളാൽ സമ്പന്നമായ ശ്രീരംഗനാഥക്ഷേത്രത്തിന് എല്ലാ സഹായവും ചെയ്തു നാടിന്റെ കേന്ദ്രസ്ഥാനത്ത് നിർത്തി. രാമനെപ്പോലെയും ഉമറിനെപ്പോലെയും നീതിമാനായ ചക്രവർത്തിയായി മാറണമെന്ന് ടിപ്പു മോഹിച്ചു. മറാത്താക്കാരുടെ അക്രമങ്ങളിൽ തകർന്ന രാജ്യത്തെ ഹിന്ദു ക്ഷേത്രങ്ങളും മഠങ്ങളും ടിപ്പു പുനരുദ്ധരിച്ചു. രഘുനാഥറാവു പട്വർധനന്റെ നേതൃത്വത്തിൽ ശൃംഗേരിമഠം കൊള്ള ചെയ്യുകയും ബ്രാഹ്മണരെ വധിക്കുകയും ചെയ്തപ്പോൾ ടിപ്പുവിന്റെ സൈന്യം മഠത്തിന്റെ രക്ഷയ്ക്കെത്തി അവരുടെ കണ്ണീരൊപ്പി.

പാലക്കാട്ടെ കൽപ്പാത്തി, തിരൂർ തൃക്കണ്ടിയൂർ ക്ഷേത്രം, രാമനാട്ടുകരക്ഷേത്രം തുടങ്ങി മലബാറിലെ പല ക്ഷേത്രങ്ങൾക്കും ടിപ്പുവിന്റെ സഹായം എത്തി. എന്നാൽ ടിപ്പുവിന്റെ ഈ നടപടികൾ അട്ടിമറിക്കാൻ അദ്ദേഹത്തിന്റെ സൈന്യത്തിനുള്ളിൽ കമ്പനിയുടെ രഹസ്യക്കാർ പ്രവർത്തിച്ചു. ടിപ്പു മറാത്താക്കാരുമായി യുദ്ധം ചെയ്തുകൊണ്ടിരിക്കുമ്പോൾ ടിപ്പുവിന്റെ സൈനികരിൽ ചില ഗുരുവായൂർ ക്ഷേത്രത്തിന് തീയിട്ടു. ക്ഷേത്രത്തിലെ സ്വർണവിഗ്രഹം ക്ഷേത്രഭരണാധികാരികൾ രഹസ്യമായി തിരുവിതാംകൂറിലേക്ക് കടത്തിയതുകൊണ്ട് നശിപ്പിക്കപ്പെട്ടില്ല. ടിപ്പു ഹിന്ദുക്കളുടെ ക്ഷേത്രങ്ങൾ തകർക്കുകയാണെന്ന കമ്പനിയുടെയും ചില നാട്ടുകാരുടെയും പ്രചാരണങ്ങൾക്ക് ഇതോടെ ആക്കം വർധിച്ചു. മലബാറിൽ നിന്ന് ഹിന്ദുക്കളെ പലായനം ചെയ്യാൻ കമ്പനിയും അവരുടെ ആൾക്കാരും പ്രേരിപ്പിച്ചുകൊണ്ടിരുന്നു. ജീവഭയത്താലും മാനഭയത്താലും മതംമാറ്റം ഭയന്നും ബ്രാഹ്മണർ ബ്രിട്ടീഷുകാരുടെ സഹായത്തോടെ തിരുവിതാംകൂറിലേക്ക് പലായനം ചെയ്തുകൊണ്ടിരുന്നു. എന്നാൽ മലബാറിൽ തന്റെ പേരിൽ നടക്കുന്ന അതിക്രമങ്ങളെക്കുറിച്ചറിഞ്ഞ ടിപ്പു സുൽത്താൻ ഗുരുവായൂരിൽ എത്തി കുറ്റക്കാരായ സൈനികരെ മാതൃകാപരമായി ശിക്ഷിച്ചു. എങ്കിലും ജനങ്ങളുടെയിടയിലുള്ള ഭയം പൂർണമായും വിട്ടുമാറിയില്ല.

ടിപ്പുവിനെ ഭയപ്പാടോടെയാണ് ചിലരെങ്കിലും കണ്ടത്. കമ്പനി ഇതിൽ വിളവെടുപ്പ് ആരംഭിച്ചു. ഇംഗ്ലീഷുകാരെ ഹിന്ദുസ്ഥാനിൽ നിന്ന് ആട്ടിയോടിക്കണമെങ്കിൽ കുരുമുളക് വ്യാപാര രംഗത്തുനിന്ന് അവരെ പൂർണമായും അകറ്റണമെന്ന് ടിപ്പു മനസ്സിലാക്കി. ഇംഗ്ലീഷുകാർക്കെന്നല്ല ഏത് വിദേശ ശക്തിയും കുരുമുളക് വ്യാപാരം നടത്തുന്നത് ടിപ്പു നിരോധിച്ചു. കുരുമുളകും സുഗന്ധവ്യഞ്ജന വ്യാപാരവും ദേശസാൽക്കരിച്ചു.

ഇതോടെ സ്വതന്ത്ര കുരുമുളക് വ്യാപാര രംഗത്ത് പ്രവർത്തിച്ച് സമ്പന്നരായിരുന്ന മാപ്പിള മുസ്ലീങ്ങളുടെ ജീവിതം പ്രതിസന്ധിയിലായി. അവരുടെ കപ്പലുകൾ കടലിൽ നങ്കുരമിട്ടു കിടന്നു. നിരവധി കപ്പലുകളും പാണ്ടികശാലകളും ആയിരക്കണക്കിന് തൊഴിലാളികളും സ്വന്തമായുണ്ടായിരുന്ന വലിയ മാപ്പിള മുസ്ലീം കുടുംബങ്ങൾ കടുത്ത സാമ്പത്തിക പ്രതിസന്ധിയിലേക്ക് നീങ്ങി. ഭരണരംഗത്ത് സദുദ്ദേശത്തോടെ ടിപ്പു ചെയ്ത പല പരിഷ്കാരങ്ങളും ജനങ്ങളെ ബുദ്ധിമുട്ടിച്ചു. സൈനിക ഗവർണറുടെയും സിവിൽ ഗവർണറുടെയും അധികാരങ്ങൾ വിഭജിച്ചു. ടിപ്പുവിന്റെ മലബാർ ഗവർണർ ആയിരുന്ന അർഷദ് ബോഗിന്റെ നികുതി പിരിവ് ജനങ്ങളെ വലച്ചു. ദേവസ്വത്തെ നികുതിയിൽ ഒഴിവാക്കിയിരുന്നത് അർഷദ് ബേഗ് നിർത്തൽ ചെയ്തു. ഭൂമിയുടെ വലിയൊരു ഭാഗം ദേവസ്വം സ്വത്താക്കി നികുതിയിൽ നിന്ന് ഒഴിവാക്കിയിരുന്നത് ഖജനാവിന് വലിയ നഷ്ടം വരുത്തുന്നുവെന്ന് കണ്ടാണ് നികുതിപട്ടികയിൽ ചേർക്കപ്പെട്ടത്. എന്നാൽ മൈസൂറിന്റെ ഈ നടപടി ഹിന്ദുക്കളോടുള്ള വിവേചനമായി വ്യാഖ്യാനിക്കപ്പെട്ടു.

ടിപ്പുവിന്റെ ഭരണത്തിൽ സമ്പന്ന മാപ്പിള മുസ്ലീം ഭവനങ്ങളും ദരിദ്രമാകുന്നത് കണ്ട് മഞ്ചേരി കുരിക്കളെപ്പോലെയുള്ളവർ ടിപ്പുവിനെതിരെ തിരിഞ്ഞു. നായർ പ്രമാണിമാരും ടിപ്പുവിനെ വെറുത്തു. ജനങ്ങൾക്ക് തുല്യാവകാശം നടപ്പിൽ വരുത്തിയതിനാൽ ഈഴവർ തൊട്ടുള്ള കീഴ്ജാതിക്കാർ ടിപ്പുവിന്റെ ഭരണത്തിന്റെ തണലിൽ സംതൃപ്തരായിരുന്നു. മാടമ്പിമാർക്കും കീഴ്ജാതിക്കാരെ അധിക്ഷേപിക്കാനോ അക്രമിക്കാനോ അനുവാദം നൽകിയിരുന്നില്ല. കീഴ്ജാതിക്കാരനെ മേൽജാതിക്കാർ ബഹുമാനിക്കണമെന്ന ഹൈദർ അലിയുടെ ഉത്തരവ് മലബാറിൽ നിലനിന്നിരുന്നു. കോഴിക്കോട്ട് നിന്ന് മലബാറിന്റെ തലസ്ഥാനം ഫറൂക്കിലേക്ക് മാറ്റാനുള്ള ടിപ്പുവിന്റെ ശ്രമങ്ങളും എതിർപ്പുകൾ ക്ഷണിച്ചു വരുത്തി. എത്ര പുരുഷന്മാരെ വേണമെങ്കിലും സ്വീകരിക്കാമെന്ന നായർ സ്ത്രീകളുടെ ഇടയിലെ ആചാരങ്ങൾക്ക് നേരെ ടിപ്പു ശക്തമായ നിലപാട് സ്വീകരിച്ചത് മലബാറിനെ പിടിച്ചുകുലുക്കി.

“നിങ്ങളുടെ കൂട്ടത്തിൽ ഒരു സ്ത്രീ പത്തുപുരുഷന്മാരോടൊത്ത് കഴിയുന്നു. ഇത്തരം ആഭാസ ജീവിതം നയിക്കുന്നതിന് സ്വന്തം അമ്മ പെങ്ങന്മാരെ നിങ്ങൾ അനുവദിക്കുന്നു. വ്യഭിചാരത്തിന്റെ സന്തതികളായി നിങ്ങളോരോരുത്തരും മാറുകയാണ”ന്ന ടിപ്പുവിന്റ ശാസന മനുഷ്യ ഹൃദയങ്ങളെ നൊമ്പരപ്പെടുത്തി. ഇതിനോട് യോജിച്ചും പ്രതികൂലിച്ചും ആളുകൾ മുന്നോട്ടുവന്നു. നൂറ്റാണ്ടുകളായി തുടർന്നുവരുന്ന ആചാരങ്ങൾ ടിപ്പു തകിടംമറിക്കുകയാണെന്ന ആരോപണം വന്നു. മാറുമറയ്ക്കാത്ത മലബാറിലെ മുഴുവൻ സ്ത്രീകളും കുപ്പായമിടണമെന്ന് നിയമം കൂടിവന്നതോടെ ടിപ്പുവിന്റെ ശ്രമം സമ്പൂർണ മതപരിവർത്തനമാണെന്ന് വ്യഖ്യാനിക്കപ്പെട്ടു. പല പുരുഷന്മാരെ സ്വീകരിക്കുന്ന നായർ സ്ത്രീകൾക്കെതിരെ ശാസന പുറപ്പെടുവിച്ച ടിപ്പു പല സ്ത്രീകളെ കൂടെ

പാർപ്പിക്കുന്ന മുസ്‌ലീം പുരുഷന്മാരുടെ നേർക്ക് കണ്ണടച്ചത് ഈ ധാരണ ശക്തിപ്പെടുത്തി. മാറുമറയ്ക്കാൻ വിസമ്മതിച്ച സ്ത്രീകൾക്ക് നേരെ ബല പ്രയോഗമുണ്ടാകുമെന്ന അഭ്യൂഹം ജനങ്ങളെ പരിഭ്രാന്തരാക്കി. കുപ്പായ മിടാൻ ഒരുവിഭാഗം ബ്രാഹ്മണ സ്ത്രീകളും നായർ സ്ത്രീകളും വിസ മ്മതിച്ചു. മതപരിവർത്തനമല്ല തന്റെ ലക്ഷ്യമെന്നും സ്ത്രീകളിവിടെ മാറു മറയ്ക്കാതെ ജീവിക്കുന്നത് ഹിന്ദുസ്ഥാന് ചേർന്നതല്ലെന്നും ടിപ്പു ആവർത്തിച്ചെങ്കിലും ഫലം കണ്ടില്ല. കുപ്പായമിടാൻ മടിക്കുന്നവർ ചേല കൊണ്ട് എങ്കിലും മാറുമറയ്ക്കാൻ ടിപ്പു ഉത്തരവിട്ടു. ഇതിനായി വൻതോതിൽ ചേല മലബാറിലേക്ക് കൊണ്ടുവന്നു ടിപ്പു തന്നെ നേരി ട്ടെഴുന്നള്ളി പ്രുഖ ഹിന്ദു കുടുംബങ്ങളിലെ സ്ത്രീകൾക്ക് ചേല വിത രണം ചെയ്ത് ജനങ്ങളുടെ ആശങ്കയകറ്റാൻ ശ്രമിച്ചു. എങ്കിലും ടിപ്പുവിന്റെ നടപടികളിലുള്ള സംശയങ്ങൾ പൂർണമായും ദൂരികരിക്കാൻ കഴിഞ്ഞില്ല. ടിപ്പുവിന്റെ ഗവർണർമാർ പരമാവധി നികുതി വസൂലാക്കാ നുള്ള തന്ത്രങ്ങളാണ് ആവിഷ്കരിച്ചുകൊണ്ടിരുന്നത്.

കമ്പനിയുമായും നൈസാമും മറാത്തക്കാരുമായി നിരന്തരം യുദ്ധം നടത്തുന്ന ടിപ്പുവിന് ധാരാളം ധനം ആവശ്യമായിവന്നിരുന്നു. ഇംഗ്ലീഷ് കമ്പനിയെ ഏതെങ്കിലും വിധത്തിൽ സഹായിക്കുന്നവരെ ടിപ്പുവിന്റെ സൈന്യം ശക്തിയായി നേരിട്ടു. മൈസൂറിനെതിരെ യുദ്ധസന്നാഹം നട ത്തുന്ന കമ്പനിപട്ടാളത്തിന് ചില ക്രിസ്ത്യൻ പള്ളികൾ കേന്ദ്രീകരിച്ചും ക്ഷേത്രങ്ങൾ കേന്ദ്രീകരിച്ചും ഭക്ഷണസാധനങ്ങളും മറ്റും ശേഖരിച്ചു നൽകുന്നത് ശ്രദ്ധയിൽപ്പെട്ട മൈസൂർപട്ടാളം ക്ഷേത്രങ്ങളും ക്രിസ്ത്യൻ പള്ളികളും നശിപ്പിച്ചു. കമ്പനിപട്ടാളത്തെ സഹായിക്കാൻ നേതൃത്വം നൽകിയവരെ വധിച്ചു. എന്നാൽ ഇത്തരം സാഹചര്യങ്ങളെ ടിപ്പുവിനെ തിരെ തിരിച്ചുവിടാൻ ഇംഗ്ലീഷ് കമ്പനിയും മൈസൂറിന്റെയും ശത്രുരാജ്യ ങ്ങളും കൈകോർത്തുപിടിച്ചു.

മലബാറിലെ സുന്ദരിമാർ പലരും ടിപ്പുവിന്റെ അന്തഃപുരത്തിൽ അന്തി യുറങ്ങി. കരിപ്പൂർ സ്വരൂപത്തിലെ അനസ്സൂയ റാണി ടിപ്പുവിന്റെ കാമുകി യായി മാറിയിരുന്നു. ടിപ്പുവിന്റെ അന്തഃപുരത്തിൽ മുന്നൂറോളം സ്ത്രീകളെ പാർപ്പിച്ചിരുന്നു. ഹൈദ്രോസ് കുട്ടിമൂപ്പനെപോലെയുള്ളവർ ടിപ്പുവിന്റെ മലബാറിലേക്കുള്ള കൈയ്യേറ്റത്തിനെതിരെ ശക്തിയായി സാമൂതിരി ക്കൊപ്പം നിലകൊണ്ടു. മലബാറി മുസ്ലീങ്ങളിൽ ഒരുവിഭാഗം തനിക്കെ തിരാണെന്ന് മനസ്സിലാക്കിയ ടിപ്പു അവരെ അനുനയിപ്പിക്കാൻ മഞ്ചേരി അത്തൻകുരുക്കളുമായി ചർച്ച നടത്തി. മംഗലാപുരത്ത് ടിപ്പു സ്ഥാപിച്ച നാവികസേന കേന്ദ്രത്തിലേക്ക് തുണികൾ എത്തിക്കുന്നതിന് കണ്ണൂരിലും കാസർകോട്ടും നെയ്ത്തുശാലകൾ സ്ഥാപിക്കപ്പെട്ടു. മലബാറിലെ മാറു മറയ്ക്കുന്ന സ്ത്രീകൾക്കും ഇവിടുത്തെ തുണികൾ പ്രയോജനം ചെയ്യു മെന്ന് ടിപ്പു വിശ്വസിച്ചു. ഒരു കൊടുങ്കാറ്റ് പോലെ ബ്രിട്ടീഷുകാരെയും എതിരാളികളെയും ഭയപ്പെടുത്താൻ ടിപ്പുവിന് കഴിഞ്ഞു.

ടിപ്പുവിന്റെ യുദ്ധതന്ത്രങ്ങൾ ചിലപ്പോഴൊക്കെ വിജയം കണ്ടു. കമ്പനി പട്ടാളം ടിപ്പുവിന് മുമ്പിൽ മുട്ടുമടക്കി. മറ്റു ചിലപ്പോൾ ടിപ്പു പരാജയപ്പെട്ടു. എങ്കിലും ഏറ്റവും ആധുനികമായ യുദ്ധോപകരണങ്ങളാൽ സമ്പന്നമായിരുന്നു ടിപ്പുവിന്റെ പട. യുദ്ധത്തിൽ ചെറുറോക്കറ്റുകൾ പോലും ടിപ്പു ഉപയോഗിച്ചു. ബ്രിട്ടീഷ് സൈന്യത്തിന് സ്വപ്നം കാണാൻ കഴിയാതിരുന്ന ആയുധശേഖരം ടിപ്പുവിനുണ്ടായിരുന്നു. സർവനാട്ടുരാജ്യങ്ങളെയും ഉൾപ്പെടുത്തി ഇംഗ്ലീഷുകാരെ ഹിന്ദുസ്ഥാനിൽ നിന്ന് കെട്ടുകെട്ടിക്കണമെന്ന് മോഹിച്ച ടിപ്പുവിന് തിരിച്ചടിയായത് സ്വന്തം ആൾക്കാർ തന്നെയായിരുന്നു. ടിപ്പുവിന്റെ സൈന്യത്തിലുള്ളവരെയും ഉദ്യോഗസ്ഥരെയും കൈക്കൂലികൊടുത്തും അധികാരം കാട്ടി മോഹിപ്പിച്ചും രഹസ്യമായി കൂടെനിർത്താൻ ബ്രിട്ടീഷുകാർക്കും അവരുടെ പങ്കാളികളായ നാട്ടുരാജ്യങ്ങൾക്കും കഴിഞ്ഞു. സർവ്വവിധ സന്നാഹവുമായി ടിപ്പുവിനെ വളഞ്ഞ ബ്രിട്ടീഷുകാരോടും ഹൈദരാബാദിലെ നൈസാമിനോടും മറാത്താക്കാരോടും പിന്നെ നൂറുകണക്കിന് നാട്ടുരാജ്യങ്ങളോടും ഒരുപോലെ ഏറ്റുമുട്ടി ടിപ്പു പടക്കളത്തിൽ മുറിവേറ്റുവീണു. യുദ്ധക്കളത്തിൽ നിന്ന് പിന്തിരിഞ്ഞോടാതെ ധീരമായി പൊരുതി ഒടുക്കം രക്തസാക്ഷിയായി. മൈസൂർ രാജ്യം ബ്രിട്ടീഷുകാരുടെ കാൽകീഴിൽ അമർന്നു. ടിപ്പുവിന്റെ കുടുംബത്തെ തടവുകാരാക്കി കൽക്കട്ടയിലേക്ക് നാടുകടത്തുകയും ചെയ്തു. ടിപ്പുവിന്റെ പതനത്തോടെ ബ്രിട്ടീഷ് ശക്തിയെ നേരിടാൻ ഹിന്ദുസ്ഥാനിൽ ഒരു ശക്തിക്കും ശേഷിയില്ലാതെയായി. മുമ്പത്തെക്കാളും നികൃഷ്ടമായി ഇന്ത്യക്കാരോട് ബ്രിട്ടീഷുകാർ പെരുമാറി.

ടിപ്പുവിനെതിരെ തങ്ങളോടൊപ്പം നിന്ന നാട്ടുരാജാക്കന്മാരോടുള്ള മനോഭാവം അവർ മാറ്റിമറിച്ചു. പഴശ്ശിരാജയോട് ബ്രിട്ടീഷുകാർ വിശ്വാസവഞ്ചന കാട്ടി. പഴശ്ശിരാജ ബ്രിട്ടീഷുകാരോട് ഒളിയുദ്ധം ചെയ്ത് പിടിച്ചുനിൽക്കാനാവാതെ ആത്മാഹുതി ചെയ്തു. തിരുവിതാംകൂറിന്റെ സൈന്യത്തെ പിരിച്ചുവിട്ട് രാജാവിനെ നിരായുധരാക്കി. നിസ്സാരകാരണങ്ങൾ ചൂണ്ടിക്കാട്ടി നാട്ടുരാജ്യങ്ങൾ പിടിച്ചെടുത്തു. ബ്രിട്ടീഷുകാരെ സേവിക്കുന്ന ഇന്ത്യൻ ശിപ്പായിമാരെ മൃഗതുല്യമായി കണ്ട് പീഡിപ്പിച്ചു. ഇംഗ്ലീഷ് ഉദ്യോഗസ്ഥർക്ക് കുതിരവണ്ടിയിൽ കയറാൻ ഇന്ത്യൻ ശിപ്പായിയുടെ മുതുക് വേണമെന്നായി. ഇന്ത്യൻ സ്ത്രീകൾ ബ്രിട്ടീഷ് ഉദ്യോഗസ്ഥരാൽ മാനഭംഗം ചെയ്യപ്പെട്ടുകൊണ്ടിരുന്നു. ത്സാൻസിറാണി, റാണി ലക്ഷ്മിഭായി ബ്രിട്ടീഷ് അതിക്രമങ്ങൾക്കെതിരെ വാളെടുത്തു. തന്റെ ദത്തുപുത്രൻ ദാമോദർ റാവുവിനെ അനന്തരാവകാശിയായി അംഗീകരിക്കാൻ തയ്യാറാവാത്ത ബ്രിട്ടീഷ് ഗവർണർ ജനറൽ ഡൽഹൗസിയുടെ തീരുമാനത്തിനെതിരെയുള്ള പ്രതിഷേധമായിട്ടായിരുന്നു ത്സാൻസി റാണിയുടെ പടയൊരുക്കം. ബ്രിട്ടീഷുകാരുടെ ക്രൂരമായ വിവേചനത്തിൽ ദുഃഖിതരായ അവരുടെ കൂലിപ്പട്ടാളമായിരുന്ന ശിപായിമാരും ബ്രിട്ടീഷുകാർക്കെതിരെ തിരിഞ്ഞ സന്ദർഭമായിരുന്നു അത്. മീററ്റിൽ തുടങ്ങിയ ലഹളയ്ക്ക് താന്തിയാതോപ്പിയുടെ പിന്തുണയുണ്ടായിരുന്നു. വളരെവേഗം

ബ്രിട്ടീഷ് വിരുദ്ധകലാപം ദില്ലിവരെ വ്യാപിച്ചു. മുഗൾവംശത്തിന്റെ പിന്തുടർച്ചക്കാരൻ ബഹദൂർഷാസഫറിനെ ഹിന്ദുസ്ഥാന്റെ സാമ്രാട്ടായി പ്രഖ്യാപിച്ചുള്ള സമരത്തിൽ ജയ്പൂർ രാജകുടുംബവും ഗ്വാളിയോർ രാജ കുടുംബവും ബ്രിട്ടീഷുകാർക്കൊപ്പം നിലകൊണ്ടു. ടിപ്പുവിനെ നശിപ്പി ച്ചതിന്റെ ആവേശത്തോടെ നിലകൊണ്ട ബ്രിട്ടീഷ് ശക്തിയുടെ പടയോട്ട ത്തിൽ ത്സാൻസിറാണിയും മുഗൾപടയും വീണു. അച്ചടക്കമോ, നേതൃത്വ ഗുണമോ ഇല്ലാതിരുന്ന ഇന്ത്യൻ പട്ടാളം തകർന്നടിഞ്ഞു. മുഗൾചക്ര വർത്തി ഹുമയൂണിന്റെ ശവകുടീരത്തിൽ പ്രാർത്ഥനാനിർഭരമായി നിന്നി രുന്ന ഭാരത ചക്രവർത്തി ബഹദൂർഷാസഫറിനെ ഒരു നികൃഷ്ടജീവിയെ എന്നപോലെ വരിഞ്ഞുകെട്ടി റോഡിലൂടെ നടത്തിച്ചു. ബഹദൂർഷാ സഫറിന്റെ മകനെയും കൊച്ചുമക്കളെയും നിഷ്ഠുരമായി കൊലപ്പെടുത്തി ബ്രിട്ടീഷുകാർ മുഗൾ വംശത്തിന്റെ തായ്‌വേരറുത്തു.

ബഹദൂർഷാ സഫറിനെ ഹിന്ദുസ്ഥാനിൽ നിന്ന് നാടുകടത്തി. മുഗൾ വംശത്തോട് കൂറുപുലർത്തുന്നവരെ തെരഞ്ഞുപിടിച്ചു കൊലപ്പെടുത്തി.. അവരുടെ വസ്തുവകകൾ കണ്ടുകെട്ടി. അവരെ നിന്ദിച്ചു തരംതാഴ്ത്തി. ലോകത്തിലെ ഏറ്റവും വലിയ സമ്പന്നസാമ്രാജ്യം ഭരിച്ചിരുന്ന മുഗൾ വംശത്തെ തെരുവിലേക്ക് വലിച്ചിഴയ്ക്കപ്പെട്ടു. കൊട്ടാരങ്ങളും വസ്തു വകകളും ബ്രിട്ടീഷ് പട്ടാളം കയ്യേറി. റെഡ്ഫോർട്ടിൽ അവർ സൈനിക ക്യാമ്പ് തുറന്നു. മുഗൾവംശം സംശുദ്ധിയോടെ കാത്തുസൂക്ഷിച്ച കേന്ദ്ര ങ്ങളൊക്കെ അവർ അലങ്കോലപ്പെടുത്തി മാലിന്യ നിക്ഷേപകേന്ദ്ര ങ്ങളാക്കി മാറ്റി. എതിർക്കാൻ ശേഷിയില്ലാതെ ഓരോ യൗവ്വനവും സ്വയം എരിഞ്ഞുതീർന്നുകൊണ്ടിരുന്നു. ചാരക്കൂമ്പാരത്തിൽ അവിടവിടെ തീപ്പൊരികൾ ഇടയ്ക്കിടെ മിന്നിയെങ്കിലും അതൊക്കെ ബ്രിട്ടീഷുകാർ വളരെ വേഗം ഊതികെടുത്തി. സാമ്രാട്ട് ജഹാംഗീറിന്റെ കൊട്ടാരത്തി ലേക്ക് തല പരമാവധി കുനിച്ച് ഒരു ചെറുകിട വ്യാപാരിയായി കടന്നു വന്ന ബ്രിട്ടീഷുകാർ രാജ്യത്തിന്റെ പരമാധികാരിയായി നെഞ്ചുവിരിച്ചു നിന്നു. രാജാക്കന്മാരും നവാബുമാരും അവരുടെ മുമ്പിൽ തല പരമാ വധി കുനിച്ചുനിന്നു. ഈസ്റ്റ് ഇന്ത്യ കമ്പനി ഭരണത്തിൽ നിന്ന് ഹിന്ദു സ്ഥാന്റെ ഭരണം ബ്രിട്ടീഷ് രാജ്ഞിയുടെ കിരീടത്തിലേക്ക് മാറ്റിവയ്ക്ക പ്പെട്ടു.

ഒന്നാം സ്വാതന്ത്ര്യസമരം അടിച്ചമർത്തപ്പെട്ടതോടെ ഇന്ത്യയുടെ അധികാരം പൂർണമായും വിക്ടോറിയ രാജ്ഞിയുടെ കിരീടത്തിൽ ഉറച്ചു. കടലിനക്കരെയിരുന്ന് കുലീനയായ ആ തടിച്ച സ്ത്രീ ഇന്ത്യ ഭരിച്ചു. താഴേക്കിടയിലുള്ള നിയമരഹിതരായ മനുഷ്യരെ ഭരിക്കാനായി പിറന്ന വരാണ് തങ്ങളെന്ന കവി റുഡ്യാർഡ് കിപ്ലിംങ്ങിന്റെ തത്ത്വശാസ്ത്രം മനസ്സിലാവാഹിച്ച് വെള്ളക്കാർ ഇന്ത്യയിലേക്ക് ഒഴുകിവന്നുകൊണ്ടി രുന്നു. സ്വപ്നത്തിൽപോലും ആഗ്രഹിക്കാത്ത ആഡംബരജീവിതം അവർക്കായി ഇവിടെ കാത്തിരുന്നു. നാട്ടുരാജാക്കന്മാരുടെ വിരുന്നുകളും നായാട്ടും സമ്മാനപ്പൊതികളും ഓരോ വെള്ളക്കാരനും സങ്കല്പിക്കാൻ

കഴിയുന്നതിലും അധികമായിരുന്നു. സമ്പൽസമൃദ്ധമായ ഇന്ത്യയുടെ സ്വത്തും പ്രകൃതിവിഭവങ്ങളും അതിവേഗത്തിൽ കടൽകടന്നുകൊണ്ടിരുന്നു. നാട്ടുരാജ്യങ്ങളെയും രാജാക്കന്മാരെയും വെള്ളക്കാർ കൊള്ളയടിച്ചു. ലോകജനസംഖ്യയുടെ അഞ്ചിലൊന്നു വരുന്ന ഇന്ത്യക്കാരുടെ ജീവിതം വെള്ളക്കാരന്റെ തോക്കിനുമുമ്പിൽ പകച്ചുനിന്നു. പുരുഷനും സ്ത്രീയും അവർക്കായി ഒരുക്കപ്പെട്ടു. ആഡംബര പൂർണമായ ചുവന്ന തെരുവുകളിൽ വെള്ളക്കാർ സുഖലോലുപരായി കഴിഞ്ഞു. ഇന്ത്യൻ സ്ത്രീകളുടെമേൽ കുതിര കയറി ജന്മമെടുത്ത സങ്കര ജനത വെള്ളക്കാരെപ്പോലെ മേനി നടിച്ചുനടന്നു. ഇന്ത്യക്കാരെ അടിച്ചമർത്താനായി പട്ടാളം കൂടുതൽ ശക്തിപ്പെടുത്തി. പട്ടാളത്തിന് ആവശ്യത്തിന് വെള്ളക്കാരെ കിട്ടാതെ വന്നപ്പോൾ രജപുത്രരും പത്താൻകാരും നായന്മാരും ഗൂർക്കകളും തുടങ്ങി രണശൂരന്മാരായ ഇന്ത്യൻ വർഗങ്ങളെയവർ പരിശീലിപ്പിച്ചെടുത്തു. ഒന്നാം ലോകമഹായുദ്ധത്തിൽ പതിനായിരക്കണക്കിന് വെള്ളക്കാർ മരിച്ചുവീണതോടെ അവർക്ക് കൂടുതൽ ആളുകളെ ആവശ്യമായിവന്നു.

കീഴൂർ കുടുംബത്തിലെ ഗോപാലവർമ്മ ബ്രിട്ടീഷുകാരുടെ ഏഴാം കാലാൾപ്പടയിൽ സുബേദാറായി ജോലിയിൽ പ്രവേശിച്ചു. അതിർത്തി ഗ്രാമങ്ങളിലെ ഇന്ത്യക്കാരെ കൂട്ടമായി കൊലപ്പെടുത്തിയതിന്റെ വിജയചിഹ്നങ്ങൾ കുപ്പായത്തിൽ ആഡംബരമായി മാറിയപ്പോൾ ഗോപാലവർമ്മയ്ക്ക് ഉദ്യോഗക്കയറ്റം കിട്ടി. ഉയർന്ന ഉദ്യോഗങ്ങളിൽ ആവശ്യത്തിന് വെള്ളക്കാരെ കിട്ടാത്ത സ്ഥിതിയായിരുന്നു. ഗോപാലവർമ്മ ബ്രിഗേഡിയറായി ഉയർന്നു. വെള്ളക്കാരുടെ ക്ലബ്ബുകളിൽ അംഗമാകാനും അവരോടൊത്തു ഹോക്കിയും ക്രിക്കറ്റും കളിക്കാനുമുള്ള യോഗ്യത ഗോപാലവർമ്മ നേടിയെടുത്തു. പഞ്ചാബ് പ്രവിശ്യയിലെ ഏറ്റവും വലിയതും പൗരാണികവുമായ ലാഹോറിലേക്ക് ഗോപാലവർമ്മ നിയോഗിക്കപ്പെട്ടു.

ഇന്ത്യയിലെ ഏറ്റവും മനോഹരമായ നഗരങ്ങളിലൊന്നായിരുന്നു ലാഹോർ. മുഗൾ ചക്രവർത്തിമാരുടെ ലാളനകൊണ്ട് ലാഹോർ ലോകത്തിലെ ഏറ്റവും സുന്ദര നഗരങ്ങളിലൊന്നായി മാറിയിരുന്നു. ബ്രിട്ടീഷ് ഭരണകാലത്തും അതിന്റെ പ്രൗഢിക്ക് വലിയ തോതിൽ ഇടിവ് തട്ടിയിരുന്നില്ല. ഔറംഗസീബ് പണികഴിപ്പിച്ച അതിമനോഹരമായ മുസ്ലീംപള്ളി നഗരത്തിന്റെ തിലകക്കുറിയായി ഉയർന്നുനിന്നു. വെള്ളമാർബിളിൽ കൊത്തിയെടുത്ത ദൈവത്തിന്റെ തൊണ്ണൂറ്റൊമ്പത് നാമങ്ങൾ പള്ളിയെ ആകർഷക കേന്ദ്രമാക്കിനിർത്തി. പേർഷ്യൻ വാസ്തുശില്പശൈലിയുടെ എല്ലാവിധ ആകർഷണീയതയും ഒത്തിണങ്ങിയതായിരുന്നു ആ ദേവാലയം. അക്ബർകോട്ട പ്രൗഢിയോടെ നഗരത്തെ വലയം ചെയ്തുനിന്നു. ഫത്തേപൂർ സിക്രിയെക്കാൾ ആഡംബരം നിറഞ്ഞതായിരുന്നു ലാഹോർകോട്ട.

മുഗൾ ഉദ്യാനങ്ങളിലെ റാണിയായി നിൽക്കാവുന്ന ഷാലിമാർ ലാഹോറിന്റെ ആകർഷണീയത വർധിപ്പിച്ചു. ഹിന്ദുക്കളും മുസ്ലീങ്ങളും

സിക്കുകാരും പാഴ്സികളും ക്രിസ്ത്യാനികളും നിറഞ്ഞ തെരുവുകൾ മതസാഹോദര്യത്തിന്റെ വിളംബരമായി നിലകൊണ്ടു. ക്ഷേത്രങ്ങളും ഗുരുദ്വാരകളും പള്ളികളും നഗരത്തെ ആത്മീയമായ ഉണർവിലേക്ക് നയിച്ചു. വിവിധ സംസ്കാരങ്ങളുടെ കൂടിച്ചേരൽ ലാഹോറിനെ സംസ്കാര സമ്പന്നമാക്കി. കടകളും ഭോജനശാലകളും സിനിമാതിയറ്ററുകളും മദ്യ ശാലകളും കാബറേ നൃത്തകേന്ദ്രങ്ങളും നിറഞ്ഞ ലാഹോറിനെ കിഴ ക്കിന്റെ പാരീസ് എന്നാണ് വെള്ളക്കാർ വിശേഷിപ്പിക്കുന്നത്. ഗസൽ സന്ധ്യകളും പുസ്തകശാലകളും നൃത്തകേന്ദ്രങ്ങളും ലാഹോറിനെ ഇന്ത്യയിലെ വ്യത്യസ്തനഗരമായി നിലനിർത്തി. റാണി നൂർജഹാന്റെയും നർത്തകി അനാർക്കലിയുടെയും ശവകുടീരങ്ങളും ലാഹോറിലായി രുന്നു. ലാഹോറിലെ കോസ്മോ പോളിറ്റൻ ക്ലബ്ബുകളിലൊന്നിൽ ഗോപാല വർമ്മയും അംഗത്വമെടുത്തു. സമൂഹത്തിലെ ഉയർന്നതലത്തിൽ പ്രവർത്തിക്കുന്ന ഹിന്ദുക്കളും സിക്കുകാരും മുസ്ലീങ്ങളും ബ്രിട്ടീഷു കാർക്കൊപ്പം നൃത്തം വയ്ക്കുന്ന റോയൽക്ലബ് ഗോപാലവർമ്മയ്ക്ക് വ്യത്യസ്തമായൊരു അനുഭവമായി മാറി.

ബ്രിട്ടീഷ് ഇന്ത്യയിൽ ഇങ്ങനെ ചില പച്ചതുരുത്തുകൾ നിലനിന്നിരു ന്നുവെങ്കിലും മഹാഭൂരിപക്ഷം വരുന്ന ഇന്ത്യക്കാർ ദിനംപ്രതിയെന്നോണം ദാരിദ്ര്യത്തിലേക്കും രോഗങ്ങളിലേക്കും അജ്ഞതയിലേക്കും വീണു കൊണ്ടിരുന്നു. ഇന്ത്യയുടെ സമ്പത്ത് പുഴപോലെ ബ്രിട്ടനിലേക്ക് ഒഴുകി കൊണ്ടിരുന്നു. നാടിന്റെ നാനാഭാഗങ്ങളിലേക്ക് വ്യാപിപ്പിച്ച റയിൽവേയി ലൂടെ തേക്കും തേയിലയും പരുത്തിയും സുഗന്ധവ്യഞ്ജനങ്ങളും ലോഹങ്ങളും കരകൗശല വസ്തുക്കളും രാജാക്കന്മാരുടെ സ്വർണ ത്തിലും വെള്ളിയിലും തീർത്ത പൗരാണിക പാത്രങ്ങളും വസ്തുക്കളും തുറമുഖങ്ങളിലേക്ക് തീതുപ്പി ഓടി. ഇന്ത്യൻ പ്രതാപത്തിന്റെ മൂർത്ത രൂപമായ കോഹിന്നൂർ രത്നവും കടൽ കടന്നു.

പട്ടുവസ്ത്രങ്ങൾ നെയ്യുന്ന വൈദഗ്ധ്യം കൊണ്ട് മനോഹരമാക്കപ്പെട്ട ഇന്ത്യൻ സ്ത്രീകളുടെയും പുരുഷന്മാരുടെയും വിരലുകൾ ബ്രിട്ടീഷു കാർ മുറിച്ചു നീക്കി. വെള്ളക്കാരുടെ മിൽത്തുണികൾ പ്രചരിപ്പിക്കാ നാണവർ ഈ ക്രൂരകൃത്യം ചെയ്തത്. ഇങ്ങനെ ഇന്ത്യ നൂറ്റാണ്ടിലൂടെ ആർജിച്ച വിജ്ഞാനവും സാങ്കേതികവിദ്യകളും അവർ ഒന്നൊന്നായി പിഴുതെറിഞ്ഞു. പകരം അവരുടെ യന്ത്രവത്കൃത സാങ്കേതികതയുടെ അടിമകളാക്കി ഇന്ത്യക്കാരെ പരിവർത്തിപ്പിച്ചുകൊണ്ടിരുന്നു. വിദ്യാഭ്യാസം മാതൃഭാഷയിൽ നിന്ന് ഇംഗ്ലീഷിലേക്ക് മാറ്റി പണിതു. മാനസികവും ഭൗതി കവുമായ വികാസത്തിന് ഉപകാരപ്പെടേണ്ട വിദ്യയെ മെക്കാളെ കൂലി ത്തൊഴിലുകൾക്കായി പരിശീലിപ്പിക്കുന്ന കേന്ദ്രങ്ങളാക്കി മാറ്റി. ഇന്ത്യ മാറിമറിയുകയായിരുന്നു.

പകർച്ചവ്യാധികളും ദാരിദ്ര്യവും ഇന്ത്യക്കുമേൽ കരിനിഴൽ വീഴ്ത്തി. ഇന്ത്യയിൽ ഉല്പാദിപ്പിക്കുന്ന അരിയും ഗോതമ്പും വെള്ളക്കാർ കടൽ

കടത്തി. ഇതിനൊക്കെ ചൂട്ടുപിടിക്കാനായി ഇരുപത്തിയഞ്ച് ലക്ഷത്തോളം വരുന്ന ഇന്ത്യൻ ശിപ്പായിമാർ തോക്കുചൂണ്ടി കാവൽനിന്നു. ബ്രിട്ടീഷു കാരുടെ ചൂഷണത്തിനും അതിക്രമങ്ങൾക്കുമെതിരെ ഒറ്റയ്ക്കും കൂട്ടായും ചെറുത്തുനിൽപ്പുസമരങ്ങൾ ഉയർന്നുവന്നുകൊണ്ടിരുന്നു. പ്രശസ്ത പക്ഷിനിരീക്ഷകനും ഊർജ്ജസ്വലനായ ഇന്ത്യൻ സിവിൽ സർവീസുകാ രനുമായ വെള്ളക്കാരൻ എ.ഒ.ഹ്യൂം ഇന്ത്യൻ നാഷണൽ കോൺഗ്രസ് എന്ന പ്രസ്ഥാനത്തിന് രൂപം നൽകിയിരുന്നു. വെള്ളക്കാരും ഇന്ത്യക്കാരും പരസ്പരം ഇടപഴകുന്നതിനുള്ള ഒരു വേദി മാത്രമായാണ് അത് സ്ഥാപി ക്കപ്പെട്ടത്. കോസ്മോ പൊളിറ്റൻ ക്ലബ്ബുകളുടെ മറ്റൊരു വകഭേദം. ഇവിടെ രാഷ്ട്രീയ പ്രശ്നങ്ങൾകൂടി കൈകാര്യം ചെയ്തിരുന്നുവെന്നൊരു വ്യത്യാസമേയുണ്ടായിരുന്നുള്ളൂ. എന്നാൽ പ്രവാചകമനസുള്ള മോഹൻ ദാസ് കരംചന്ദ് ഗാന്ധിയെന്ന യുവ അഭിഭാഷകൻ ഇന്ത്യൻ നാഷണൽ കോൺഗ്രസിന്റെ അമരത്ത് വന്നതോടെ പ്രസ്ഥാനത്തിന് കൂടുതൽ ജന കീയത കൈവരിച്ചു.

രാജ്യം സ്വാതന്ത്ര്യത്തിനായി ഉയർത്തെഴുന്നേറ്റു. ബ്രിട്ടീഷുകാർക്കെ തിരെ പോരാടിയ മലബാറിലെ മാപ്പിള മുസ്ലീങ്ങളെ വെള്ളക്കാർ ഗുഡ്സ് ട്രെയിനിൽ കുത്തിനിറച്ച് ശ്വാസംപോലും നൽകാതെ കൂട്ടമായി വകവരുത്തി. അവർ മതലഹളയാക്കിയതിനെ മാറ്റിമറിച്ചു. ജാലിയൻ വാലാബാഗിൽ വെള്ളക്കാർ സ്വാതന്ത്ര്യസമരഭടന്മാർക്കെതിരെ നിഷ്ക രുണം വെടിയുതിർത്തു. കേണൽ ഡയറുടെ ഉത്തരവുപ്രകാരം ഇന്ത്യൻ ശിപ്പായിമാരാണ് ഈ ക്രൂരകൃത്യം ചെയ്യാൻ നിർബന്ധിതരായത്. നൂറു കണക്കിനാളുകൾ കൊല്ലപ്പെട്ടു. രാജ്യം വെള്ളക്കാർക്കെതിരെ തിളച്ചു മറിയാൻ തുടങ്ങി.

നെഹ്റുവും സർദാർ വല്ലഭായ് പട്ടേലും സുഭാഷ് ചന്ദ്രബോസും മുഹ മ്മദലി ജിന്നയും അലിസഹോദരന്മാരും മൗലാനാ അബ്ദുൽകലാം ആസാദും രാജേന്ദ്രപ്രസാദും തുടങ്ങി സ്വാതന്ത്ര്യസമരഭടന്മാരുടെ ഒരു വലിയനിര ഉയർന്നുവന്നു കഴിഞ്ഞിരുന്നു. ഗാന്ധിജിയുടെ നേതൃത്വത്തിൽ ലോകം അന്നുവരെ ദർശിച്ചിട്ടില്ലാത്ത അഹിംസാ സമരങ്ങൾക്ക് വേദി യായി മാറി. സഹനസമരത്തിലൂടെ ഇന്ത്യക്കാർ കൂടുതൽ ശക്തി യാർജിച്ചു. ഇന്ത്യൻ നാഷണൽ കോൺഗ്രസ് വെള്ളക്കാരുടെ കണ്ണിലെ കരടായി മാറി.

ഇന്ത്യൻ ദേശീയ പ്രസ്ഥാനങ്ങൾ ബ്രിട്ടീഷ് ഭരണത്തെ പിടിച്ചുലക്കു മ്പോഴാണ് ഗോപാലവർമ്മ ലാഹോറിൽ കഴിഞ്ഞത്. ഗോപാലവർമ്മയ്ക്ക് ഏഴാംകാലാൾപ്പടയിൽ എല്ലാവിധ അധികാരങ്ങളും ഉണ്ടായിരുന്നു. വെള്ളക്കാരെപ്പോലെ ജീവിക്കുന്നതിനുള്ള ചുറ്റുപാടുകൾ അയാളെ അധികാരമത്തനാക്കേണ്ടതായിരുന്നു. എന്നാൽ ഗോപാലവർമ്മയുടെ മനസ്സ് വ്യാകുലപ്പെട്ടുകൊണ്ടിരുന്നു. സ്വന്തം മാതൃരാജ്യത്തിനെ തിരെയാണ് തന്റെ ജീവിതം. താൻ ചിലവഴിക്കുന്നതെന്ന കുറ്റബോധം

അയാളെ ചെറുപ്രായത്തിലേ വിസ്കികുപ്പികൾക്ക് മുമ്പിൽ ചടഞ്ഞു കൂടിയിരിക്കാൻ പ്രേരിപ്പിച്ചു. മേജർ ഹാരിസ് ഹിമ്മർട്ടിന്റെ സഹോദരി മേരിമറിയം ചർച്ച് ഓഫ് ഇംഗ്ലണ്ടിന്റെ വിദേശ മിഷനറി സർവീസിന്റെ സാമൂഹ്യ പ്രവർത്തകസംഘത്തിൽ പ്രവർത്തിച്ചുവരുകയായിരുന്നു. മേജർ ഹാരീസിന്റെ ബംഗ്ലാവിലേക്കുള്ള സന്ദർശനവേളകളിൽ ഗോപാല വർമ്മ മേരിയുമായി കൂടുതൽ അടുത്തു. വിസ്കികുപ്പികളിൽ നിന്നുള്ള മോചനമായി ഈ സൗഹൃദത്തെ അയാൾ കണ്ടു. മേരിയുമൊത്ത് ലാഹോർ തെരുവുകളിലൂടെ സായാഹ്ന സവാരിക്കിറങ്ങുന്നവിധം ആ ബന്ധം വളർന്നു. മേരി ഇന്ത്യയെ സ്നേഹിക്കുന്നുവെന്ന് ഗോപാലവർമ്മ മനസ്സിലാക്കി. ലാഹോറിലെ തെരുവുകളിലെ കടകൾ എപ്പോഴും തറ നിരപ്പിൽ നിന്ന് ഉയർന്നുനിന്നിരുന്നു. മഴക്കാലത്ത് വെള്ളം കടയിലേക്ക് കയറാതിരിക്കുന്നതിനുവേണ്ടിയായിരുന്നു ഇങ്ങനെ നിരത്തുകളിൽ നിന്ന് കടകൾ ഉയർത്തി കെട്ടിയിരുന്നത്. അക്കാലത്തെ ഏതൊരു ഇന്ത്യൻ നഗരത്തെക്കാളും ശുചിത്വമുള്ള സുന്ദരമായ ലാഹോർ നഗരത്തിലെ ഇടുങ്ങിയ തെരുവുകളിലൂടെയുള്ള സായാഹ്നസവാരി മനസ്സിന് ഉന്മേഷം നൽകുന്നതായിരുന്നു.

നിറവും സുഗന്ധവും നിറഞ്ഞതായിരുന്നു ലാഹോർ. നഗരത്തിലെ പൂക്കടകൾക്കരികിലൂടെ സുഗന്ധവാഹിയായ ശ്വാസവായു ആവാഹിച്ചു നടക്കാനാണ് മേരി മറിയം ഏറെ ഇഷ്ടപ്പെട്ടിരുന്നത്. മേരിമറിയം പൂക്കൾ ഏറെ ഇഷ്ടപ്പെട്ടിരുന്നു. പൂക്കൾക്ക് മാത്രമായി ചില തെരുവുകൾ അവിടെ ഉണ്ടായിരുന്നു. പനിനീർപൂക്കളും മുല്ലയും പിച്ചിയും താമരപ്പൂക്കളും വില്പനയ്ക്കായി കൂട്ടിയിട്ടിരുന്നു. ഗോപാലവർമ്മ മേരിക്ക് മുല്ലമാലകൾ വാങ്ങി സമ്മാനിക്കാറുണ്ടായിരുന്നു. മനോഹരമായ കുപ്പികളും ഭരണി കളും അടുക്കിവച്ചിരിക്കുന്ന കടകളിൽ പലതരത്തിലുള്ള പഴച്ചാറുകളും ഉണക്കഫലങ്ങളും വിറ്റിരുന്നു. ചുണ്ടൻവള്ളത്തിന്റെ ചുണ്ടുപോലെ ഉയർന്ന് നിൽക്കുന്ന മനോഹരമായി ചിത്രവേല ചെയ്ത ചെരിപ്പുകൾ വിൽക്കുന്ന കടകൾ, സ്ഫടികപാത്രങ്ങൾ, സ്വർണവും വെള്ളിയും ആഭര ണങ്ങൾ വിൽക്കുന്ന കടകൾ, ഓട്ടുപാത്രക്കടകൾ, ചന്ദനപ്പെട്ടികളും ആന കൊമ്പുകളിൽ ചിത്രവേലകൾ ചെയ്ത കരകൗശല വസ്തുക്കൾ വിൽക്കുന്ന കടകൾ, കടുവാത്തോൽ വസ്ത്രങ്ങൾ വിൽക്കുന്ന കടകൾ, പട്ടും പരുത്തിവസ്ത്രങ്ങളുടെയും നിരനിരയായുള്ള കടകൾ, കൃപാ ണവും കത്തികളും വാളുകളും വിൽക്കുന്ന കടകൾ. സ്വർണ കസവു കൊണ്ട് തുന്നിയ തൊപ്പികൾ വിൽക്കുന്ന കടകൾ, പട്ടുതുണിയിൽ കല്ലു കളും പളുങ്കും രത്നങ്ങളും പതിപ്പിച്ച് കല്യാണതലപ്പാവുകൾ നിരനിര യായി സൂക്ഷിച്ചിരിക്കുന്ന കടകൾ, തുന്നൽക്കാർ, ചെരുപ്പുകുത്തികൾ, കുതിരക്കാർ, തെരുവുകച്ചവടക്കാർ തുടങ്ങി നഗരക്കാഴ്ചകൾക്ക് കൈയും കണക്കുമില്ല.

നടന്നുമടുക്കുമ്പോൾ കുതിരസവാരിയോ, അലങ്കരിച്ച കുതിരവണ്ടി യിലോ റിക്ഷായിലോ യാത്ര ചെയ്യാം. ഒഴിവുവേളകളിൽ മേരിയുമൊത്തുള്ള

ഗോപാലവർമ്മയുടെ യാത്രകൾ പതിവായി. റാണി നൂർജഹാന്റെ ശവകൂടിരത്തിൽ പോയിരുന്നവർ പരസ്പരം മനസ്സ് തുറന്നു. അരണ്ടവെളിച്ചത്തിൽ ആണും പെണ്ണും തമ്മിൽ തോളോടുതോൾ ചേർന്ന് വിസ്കി പാത്രവുമായി ഡാൻസുചെയ്യുന്ന നിശാശാലകളിൽ മേരിയെ കാണാനാവുമായിരുന്നില്ല. നീണ്ട നാസികയും നീലക്കണ്ണുകളുമുള്ള മേരി വെള്ള ഫ്രോക്കാണ് ധരിച്ചിരുന്നത്. പളുങ്കുമാലകളും മരതകമുത്തുകൾ പതിപ്പിച്ച കമ്മലും അവർ അണിഞ്ഞിരുന്നു. വെള്ള വിശുദ്ധിയുടെ നിറമാണന്ന് അവർ വിശ്വസിച്ചു. ലാഹോറിലെ മുസ്ലീം സ്ത്രീകൾ ദുഃഖവേദികളിലാണ് വെള്ളവസ്ത്രങ്ങൾ അണിയാറുള്ളതെന്ന് ഗോപാലവർമ്മ മനസ്സിലാക്കിയിരുന്നു. ഗോപാലവർമ്മ അക്കാര്യം പറഞ്ഞ് അവരെ കളിയാക്കുമായിരുന്നു. എല്ലാ മനുഷ്യരും ആന്തരികമായി ദുഃഖിതരാണെന്നായിരുന്നു മേരിമറിയത്തിന്റെ മറുപടി. നിറങ്ങളിൽ ഒന്നാം സ്ഥാനം വെള്ളയ്ക്കാണന്നും അതിനുപിന്നാലെ മറ്റെല്ലാ നിറങ്ങളും വരുകയുള്ളൂവെന്നും മേരി മരിയം ഓർമിപ്പിച്ചു. “അപ്പോൾ ഏതാ നിറങ്ങളിൽ രണ്ടാംസ്ഥാനത്ത്?” ഗോപാലവർമ്മ ചോദിച്ചു. “പച്ച” മേരി മറിയം ഉടൻ മറുപടി പറഞ്ഞു. “എങ്കിൽ ഇനി ഞാൻ പച്ച ധരിക്കും.” അയാൾ ചിരിച്ചുകൊണ്ട് പറഞ്ഞു.

മേരിമറിയം നാട്ടുഭാഷകളും ഹിന്ദുസ്ഥാനിയും സംസാരിക്കാൻ പരിശീലിച്ചുകൊണ്ടിരുന്നു. ഗോപാലവർമ്മയുമായുള്ള അടുപ്പംകൊണ്ടവർ മലബാറിനെയും സ്നേഹിച്ചു. ഒന്നുരണ്ടുതവണ ഗോപാലവർമ്മയ്ക്കൊപ്പം കീഴൂർ കുടുംബത്തിൽ വന്ന് കുറച്ചുദിവസം താമസിച്ചു. കരിമാങ്കാവിൽ ഉത്സവം നടക്കുന്ന കാലത്താണവർ ആദ്യം വന്നത്. അന്നവർ മനോഹരമായൊരു കടുവത്തോൽ ഹാന്റ് ബാഗ് തൂക്കിയിരുന്നു. കൊച്ചുകുട്ടിയായിരുന്ന രമണിക്കുഞ്ഞമ്മ ആ മനോഹരമായ ബാഗിൽ കൊതിയോടെ നോക്കുന്നത് കണ്ട് അവരത് നാലഞ്ചുവയസ്സ് മാത്രം പ്രായമുള്ള കുട്ടിക്കത് സമ്മാനമായി നൽകുകയുണ്ടായി.

വെള്ളക്കാരി കീഴൂർ കുടുംബത്തിൽ വന്നത് കാണാൻ നാട്ടുകാർ അവിടേക്ക് കൂട്ടമായി വന്നുകൊണ്ടിരുന്നു. പള്ളിക്കൽദേശത്ത് വെള്ളക്കാരെ കാണുക അത്യപൂർവമായിരുന്നു. പള്ളിക്കൽ പുഞ്ചയിലെ കരിമീൻ പൊള്ളിച്ചതും നാട്ടുകുളത്തിലെ കുളിയും മേരി നന്നായി ആസ്വദിച്ചു. പള്ളിക്കലെ നാട്ടുകാരുടെ നിഷ്കളങ്കമായ സ്നേഹം മേരിമറിയത്തെ ഇന്ത്യയോടുള്ള സ്നേഹം ഇരട്ടിപ്പിച്ചു. ഇതൊക്കെ കൊണ്ടുകൂടിയാവാം ചർച്ച് ഓഫ് ഇംഗ്ലണ്ടിൽ നിന്ന് മേരിയുടെ പ്രവർത്തനം ആനിബസന്റിന്റെ തിയോസഫിക്കൽ സൊസൈറ്റിയിലേക്ക് മാറിയത്. അവർ ഭഗവത്ഗീത വായിക്കാൻ തുടങ്ങി.

ഇംഗ്ലീഷുകാരുടെ വസ്ത്രരീതിമാറ്റി സാരി ഉടുക്കുന്നതു പതിവാക്കി. മലമ്പനി പിടിച്ച് ആളുകൾ കൂട്ടമായി മരിച്ചുവീണുകൊണ്ടിരുന്ന അമൃതസറിലെ ഒരു ഗ്രാമത്തിൽ സന്നദ്ധപ്രവർത്തനങ്ങൾ നടത്താനും തയ്യാറായി. ഗോപാലവർമ്മയുമായി മേരിമറിയം കൂടുതൽ അടുത്തു. റോയൽ ഹോഴ്സ് ആർട്ടിലറിയിലെ ലെഫ്റ്റനന്റ് തോമസ് ഹെൻട്രിയെകൊണ്ട്

മേരി മറിയം ഹിമ്മർട്ടിനെ വിവാഹം കഴിപ്പിക്കുന്നതിനായിരുന്നു സഹോദരൻ ഹാരിസ് ഹിമ്മർട്ട് ആഗ്രഹിച്ചിരുന്നത്. എന്നാൽ മേരിയതിന് വഴങ്ങിയില്ല. തോമസ് ഹെൻട്രിയുടെ വഴിവിട്ട ജീവിതം അയാളോട് മേരിക്കുള്ള വെറുപ്പ് വർധിപ്പിച്ചു. ഇന്ത്യക്കാരോട് അയാൾ കാട്ടുന്ന ക്രൂരതയിലും മേരിമറിയം അസ്വസ്ഥയായി.

കുടുംബത്തിൽ അഭിപ്രായവ്യത്യാസം നിലനിന്നിരുന്നുവെങ്കിലും മേരിയുടെ താത്പര്യപ്രകാരം ബ്രിഗേഡിയർ ഗോപാലവർമ്മയെ വിവാഹം കഴിക്കാൻ ഒടുക്കം അവർക്ക് സമ്മതിക്കേണ്ടിവന്നു. കറാച്ചിയിലെ ഒരു ക്രിസ്ത്യൻ പള്ളിയിൽവച്ചായിരുന്നു ആചാരപൂർവം വിവാഹം. ക്രിസ്ത്യൻ മതാചാരപ്രകാരം തന്നെ ചടങ്ങുകൾ നടന്നു. പിന്നീടവർ പള്ളിക്കൽ ഗ്രാമത്തിലെത്തി ക്ഷേത്രത്തിൽ മാലയിട്ട് ഹിന്ദു ആചാരപ്രകാരവും കല്യാണം കഴിച്ചു. അതിനുശേഷം നാട്ടുകാർക്ക് വിഭവസമൃദ്ധമായ സദ്യയും നൽകി. നാട്ടിലെ വിദേശ വനിതയുമായുള്ള ആദ്യത്തെ വിവാഹം കാണാൻ നൂറുകണക്കിനാളുകളാണ് കരിമാങ്കാവിൽ എത്തിയിരുന്നത്. കരിമാങ്കാവിലെ മറ്റൊരു ഉത്സവംപോലെയായിരുന്നു ഗോപാലവർമ്മയുടെ കല്യാണമെന്ന് നാട്ടുകാർ മേനിപറഞ്ഞു നടന്നു. തങ്ങളിൽ ഒരാളായി മേരിമറിയത്തെയവർ സ്നേഹിക്കുകയും ചെയ്തു.

മേരിമറിയവും അങ്ങനെതന്നെയായിരുന്നു. നാട്ടുകാരോട് സ്നേഹത്തോടെയവർ പെരുമാറി. ഇന്ത്യയിലെ രാഷ്ട്രീയ സ്ഥിതി സ്ഫോടനാത്മകമായിരുന്നു. രണ്ടാംലോകമഹായുദ്ധത്തിൽ ഇന്ത്യ ബ്രിട്ടീഷുകാർക്കൊപ്പം നിന്നു. ഇന്ത്യയ്ക്ക് സ്വാതന്ത്ര്യം നൽകാമെന്ന വാഗ്ദാനം അവർ ലംഘിക്കപ്പെടുമെന്ന സ്ഥിതി ഗാന്ധിജിയെ കോപാകുലനാക്കി. ബ്രിട്ടീഷുകാർ ഇന്ത്യവിടുകയെന്ന് ഗാന്ധിജി ഒരു മന്ത്രംപോലെ ഉരുവിട്ടത് ഒരു കൊടുങ്കാറ്റായി ഇന്ത്യയാകെ വീശിയടിച്ചു. യുദ്ധത്തിൽ ദരിദ്രമായ ബ്രിട്ടൻ ആ കൊടുങ്കാറ്റിൽ വിറച്ചു. ബ്രിട്ടനിലെ പാർലമെന്റ് സ്ട്രീറ്റിനു സമീപമുള്ള നമ്പർ 10, ഡൗണിങ് സ്ട്രീറ്റ് വീട് ഇന്ത്യയെ സംബന്ധിച്ച് വളരെ പ്രധാനപ്പെട്ട ഒന്നായിരുന്നു. അവിടെയിരുന്നാണ് മഹത്തായ ഇന്ത്യ സാമ്രാജ്യത്തെ വെള്ളക്കാർ നിയന്ത്രിച്ചിരുന്നത്. ലോകത്ത് കോടിക്കണക്കിന് മനുഷ്യർക്ക് തീരാദുഖം നൽകിയ ലക്ഷക്കണക്കിനാളുകൾ കൊല്ലപ്പെട്ട രണ്ട് ലോകമഹായുദ്ധങ്ങളുടെ കേന്ദ്രസ്ഥാനങ്ങളിലൊന്ന് ഈ വീടായിരുന്നു. കറുത്ത നീളൻ കുപ്പായവും വായിലൊരു ചുരുട്ടുമായി ഉറച്ചമനസുള്ള വിൻസ്റ്റൻ ചർച്ചിൽ ലോകമഹായുദ്ധങ്ങൾക്ക് നേതൃത്വം നൽകി. ഇന്ത്യ എക്കാലവും ബ്രിട്ടന്റെ കോളനിയായി തുടരണമെന്ന് അയാൾ മോഹിച്ചു.

എന്നാൽ ബ്രിട്ടനിൽ ലേബർ പാർട്ടി അധികാരത്തിലെത്തിയതോടെ മനുഷ്യത്വത്തിന്റെ പ്രകാശം ആ വീടിനുമുകളിൽ പ്രഭ ചൊരിയാൻ തുടങ്ങി. പ്രധാനമന്ത്രി ക്ലെമന്റ് ആറ്റ്ലി ഇന്ത്യയ്ക്ക് സ്വാതന്ത്ര്യം നൽകാനായി

ലൂയി മൗണ്ട് ബാറ്റൻപ്രഭുവിനെ വൈസ്രോയി ആയി ഇന്ത്യയിലേക്കയച്ചു. നൂറ്റാണ്ടുകൾ നീണ്ട അടിമത്തത്തിൽ നിന്ന് ഇന്ത്യ മോചിതയാകുന്ന സ്ഥിതി വന്നപ്പോൾ വിഭജനമെന്ന തന്ത്രം ബ്രിട്ടീഷുകാർ പുറത്തെടുത്തു. ഇന്ത്യയിൽ നൂറ്റാണ്ടുകളായി പ്രയോഗിച്ചു വിജയിച്ച വിജയമന്ത്രമാണത്. ഹിന്ദുമുസ്ലീം വൈരം. അത് ആളിക്കത്തിക്കാൻ രഹസ്യനീക്കങ്ങൾ നടന്നു. ഇരുപക്ഷത്തും അവർക്കതിനാളുണ്ടായി. ഇന്ത്യയും പാകിസ്ഥാനുമെന്ന രണ്ടുരാജ്യങ്ങളായി ഭാരതം മുറിക്കണമെന്ന വാദഗതി ശക്തിപ്പെട്ടു. ഇന്ത്യയെ മുറിക്കണമെങ്കിൽ തന്നെ രണ്ടായി മുറിക്കണമെന്ന് ഗാന്ധിജി നിലപാടെടുത്തു. രാജ്യത്തിന്റെ പല ഭാഗങ്ങളിലും ലഹളകൾ നടന്നു. സ്വാതന്ത്ര്യത്തിന് വേണ്ടി ഒത്തൊരുമിച്ചു പോരാടിയ മുസ്ലീങ്ങളും ഹിന്ദുക്കളും പരസ്പരം വാളെടുത്തു. കൊലപാതകങ്ങൾ തുടർക്കഥയായിമാറി. അതിന്റ അലയൊലികൾ ലാഹോർ പട്ടണത്തെയും പിടിച്ചു കുലുക്കി. മതസാഹോദര്യത്തിന് പേരെടുത്ത ലാഹോർ തെരുവുകളിൽ പോർവിളികളും അക്രമവും സാധാരണമായി മാറി. ഗോപാലവർമ്മയും മേരി മറിയവും തങ്ങളുടെ മധുവിധുകാലം ചിലവഴിക്കാൻ തെരഞ്ഞെടുത്തിരുന്നത് ലാഹോറായിരുന്നു. അവർ ഏറെയിഷ്ടപ്പെട്ട ലാഹോറിൽതന്നെ തുടർന്നു ജീവിക്കാനും തീരുമാനിച്ചിരുന്നു. എന്നാൽ അവരുടെ എല്ലാ പ്രതീക്ഷകളെയും തകിടംമറിച്ചുകൊണ്ട് ലാഹോർ നഗരം അക്രമങ്ങളിലേക്ക് വഴുതിവീണു. നാടിന്റെ സമാധാനം നഷ്ടപ്പെട്ടു. വെടിവയ്പും ലാത്തിചാർജും നിത്യസംഭവങ്ങളായി. ഇത് ലാഹോറിന്റെ മാത്രം കാര്യമായിരുന്നില്ല. ഇന്ത്യയുടെ ഒട്ടുമിക്ക നഗരങ്ങളും ഗ്രാമങ്ങളും അക്രമങ്ങളിലേക്ക് വീണു.

ഇന്ത്യയും പാകിസ്ഥാനുമെന്ന് രണ്ടു രാജ്യം വൈമനസ്യത്തോടെയെങ്കിലും അംഗീകരിക്കേണ്ടതായി വന്നു. ഇന്ത്യക്കാരെക്കുറിച്ചോ ഇന്ത്യയെക്കുറിച്ചോ യാതൊരു വിവരവും ഇല്ലാതിരുന്ന സിറിൽ റാഡ്ക്ലിഫ് ഇന്ത്യയെ രണ്ടായി മുറിക്കുന്ന ചരിത്രദൗത്യത്തിന് നിയോഗിക്കപ്പെട്ടു. സഹസ്രാബ്ദങ്ങളായി ലോകത്തിന്റെ ശ്രദ്ധാകേന്ദ്രമായിരുന്ന ഒരു മഹത്തായ രാജ്യത്തിന്റെ ഭൂപടത്തിനുമേൽ റാഡ്ക്ലിഫ് അലക്ഷ്യമായി തന്റെ പെൻസിൽ കൊണ്ട് വരയിട്ടു. എന്നാൽ ഹിന്ദുഭൂരിപക്ഷ പ്രദേശമെന്നും മുസ്ലിം ഭൂരിപക്ഷ പ്രദേശമെന്നമുള്ള ചേരിതിരിവ് ഈ പെൻസിൽവരകളിൽ തെറ്റിപ്പോവാതിരിക്കാൻ അയാൾ ബോധപൂർവം ശ്രമിച്ചു. പുരാതനകാലം മുതൽ ഒന്നിച്ചു ജീവിച്ചു മരിച്ച മനുഷ്യഹൃദയങ്ങളുടെ വികാരവിചാരങ്ങളും ഉത്കണ്ഠകളും തന്റെ അതിർത്തി നിർണയത്തിൽ റാഡ്ക്ലിഫിന് ഒരു തലവേദനയും സൃഷ്ടിച്ചില്ല. ഒരു ഹൃദയശസ്ത്രക്കാരന്റെ സൂക്ഷ്മതപോലും റാഡ്ക്ലിഫിന് ഇക്കാര്യത്തിൽ ഉണ്ടായിരുന്നില്ല. താനുമായി യാതൊരു ബന്ധവുമില്ലാത്ത അപരിചിത ജനതയ്ക്കും നാടിനുമേൽ അയാളുടെ പെൻസിൽ നിർവികാരതയോടെ വെറുതെ വിരലോടിച്ചുപോയി. അതോടെ ഇന്ത്യയെന്ന മഹത്തായ രാജ്യം രണ്ടായി പങ്കുവക്കപ്പെട്ടു. രാജ്യത്തിന് തീപിടിച്ചു. ഗോപാലവർമ്മ അതിർത്തി

പ്രദേശങ്ങളിൽ ലഹളകൾ അടിച്ചമർത്തുന്നതിന് നിയോഗിക്കപ്പെട്ടു. പഞ്ചാബിന്റെ അതിർത്തികളിൽ ഉന്മത്തരായ മനുഷ്യരുടെ ഇടയിൽ അയാൾ പ്രവർത്തിച്ചു. പരസ്പരം കൊള്ളയും കൊള്ളിവെയ്പും ബലാൽസംഗവും സാധാരണമായിരുന്നു.

ഉന്മത്തരായ ജനതയെ സമാധാനത്തിന്റെ പാതയിലേക്ക് മടക്കി കൊണ്ടുവരുന്നതിന് തീവ്രശ്രമങ്ങൾ നടത്തികൊണ്ടിരുന്ന ബ്രിഗേഡിയർ ഗോപാലവർമ്മയുടെ കൈകളിലേക്ക് കല്ലച്ചിൽ അടിച്ച് തയ്യാറാക്കിയ ഒരു ഫോറം നൽകപ്പെട്ടു. ഇന്ത്യൻ സേനയിലാണോ പാകിസ്ഥാൻ സേന യിലാണോ താങ്കൾ ചേരാൻ ആഗ്രഹിക്കുന്നതെന്ന് വ്യക്തമാക്കാനുള്ള തായിരുന്നു ആ ഫോറം. ഗോപാലവർമ്മ നേരിയ തവിട്ടുനിറത്തിലുള്ള ആ ഫോറം കൈയിൽ വാങ്ങി നിർവികാരതയോടെ അതിനെ നോക്കി. ജീവിതത്തിൽ ഇത്തരത്തിലൊരു മുഹൂർത്തത്തെ അഭിമുഖീകരിക്കേണ്ട തായി വരുമെന്ന് അയാൾ ചിന്തിച്ചിരുന്നില്ല. വിഭജനം എന്ന യാഥാർഥ്യം അയാളുടെ മനസ്സിനെ മുറിപ്പെടുത്തി. കണ്ണിൽ തിളച്ച കണ്ണുനീർ ആവി യായി പൊയ്ക്കൊണ്ടിരുന്നു. ജനറൽ ജഹാംഗീർഖാന്റെ മുറിയിലേക്ക് പിടക്കുന്ന ഹൃദയവും ഉലയുന്ന ചുവടുമായി ബ്രിഗേഡിയർ ഗോപാല വർമ്മ കടന്നുചെന്നു. രജ്പുത്ര മുസ്ലീമായ ജഹാംഗീർഖാന്റ കണ്ണുകൾ വേദനകൊണ്ട് കലങ്ങി ചുവന്നു കിടന്നിരുന്നു. രജപുത്ര പാരമ്പര്യവും മുഗൾ പാരമ്പര്യവും ഒരുപോലെ രക്തത്തിലൂടെ ഒഴുകി ഒന്നായി ചേരുന്ന ആ ഹൃദയം കഠിനവേദനയാൽ പുളയുകയായിരുന്നു. ധീരനായ ജഹാം ഗീർ ഖാൻ റാത്ത് ബ്രിഗേഡിയർ ഗോപാലവർമ്മയുടെ സാന്നിധ്യം തിരിച്ച റിയുകപോലുമുണ്ടായില്ല. അയാളുടെ മനസ്സ് ഉത്തർപ്രദേശിലെ തന്റെ പൗരാണികതയും രാജകീയതയും ഒത്തുചേർന്ന കുടുംബവീടിന്റെ ചുറ്റു വട്ടത്ത് അലയുകയായിരുന്നു. കുതിരസവാരി ചെയ്ത് ശീലിച്ച നാട്ടുവഴി കളിലൂടെ അയാളുടെ മനസ്സ് ഇഴഞ്ഞുനീങ്ങുകയായിരുന്നു. വിശാലമായ ഗോതമ്പുപാടങ്ങളും മാവുകൾ പൂത്ത നാട്ടുവഴികളും മയിൽ കൂട്ടങ്ങളും ആ ഹൃദയത്തെ പിടിച്ചുലച്ചു കഴിഞ്ഞിരുന്നു. കളിക്കൂട്ടുകാരുടെയും ബന്ധുക്കളുടെയും മുഖങ്ങൾ ഒരു സിനിമയിലെന്നപോലെ അയാളുടെ മനസ്സിലൂടെ ഓടിക്കൊണ്ടിരുന്നു.

ഗോപാലവർമ്മ ഒന്ന് ചുമച്ച് തന്റെ സാന്നിധ്യം ബോധ്യപ്പെടുത്തി പെട്ടെന്ന് ഓർമയിൽ നിന്നുണർന്നതുപോലെ ജഹാംഗീർഖാൻ ചോദിച്ചു. "ഗോപാലവർമ്മ എന്തു തീരുമാനിച്ചു. പാകിസ്ഥാനിലേക്കോ ഇന്ത്യ യിലേക്കോ?" "സർ. ഞാൻ ജോലി രാജിവച്ച് എന്റെ ഗ്രാമത്തിലേക്ക് മടങ്ങുകയാണ്?"

ഒരു നിമിഷത്തെ നിശ്ശബ്ദതയ്ക്ക് ശേഷം ജഹാംഗീർ ഖാൻ ചോദിച്ചു. "രാജ്യം ഒരു വലിയ കലാപത്തിലേക്ക് നീങ്ങുകയാണ്. ഈ അവസര ത്തിൽ രാജിതീരുമാനം യുക്തിപൂർവമാണോ? നമ്മൾ ജനങ്ങളെ അവ രുടെ വിധിക്ക് വലിച്ചെറിയണമെന്നാണോ?" "ഇംഗ്ലീഷ് പട്ടാളത്തിന്റെ ഒരു

ഭാഗമായി പ്രവർത്തിക്കേണ്ടിവന്നതിൽ എന്റെ മനസ്സ് എന്നെത്തന്നെ കുറ്റപ്പെടുത്തുന്നു. ഇനി ഇന്ത്യയെ അവർ വെട്ടിമുറിക്കുന്നതിന് ചൂട്ടുപിടിക്കാനെനിക്കാവില്ല." "ഉം" ഗാംഭീര്യമായുള്ള ഒരു മൂളൽ മാത്രമായിരുന്നു അതിനുത്തരം. പതിവിലും നേരത്തെ ഗോപാലവർമ്മ തന്റെ ക്വാർട്ടേഴ്സിലേക്ക് മടങ്ങുകയും ചെയ്തു. മേരിമറിയത്തിന് രാജ്യത്ത് എന്താണ് നടക്കുന്നതെന്നത് സംബന്ധിച്ച് നല്ല ബോധ്യമുണ്ടായിരുന്നു. അവർ ഗോപാലവർമ്മയുടെ തീരുമാനത്തെ എതിർത്തില്ല. ഡൽഹിയിൽ ലൂയി മൗണ്ട് ബാറ്റനും ഗാന്ധിജിയും മുഹമ്മദാലി ജിന്നയും നെഹ്റുവും തമ്മിലുള്ള ചർച്ചകൾ മുറുകുന്നതിനിടയിൽ ലാഹോറിലെ ജീവിതം അവസാനിപ്പിച്ച് ഗോപാലവർമ്മയും മേരിമറിയവും വിഭജനത്തിന്റെ രക്തഗന്ധമില്ലാത്ത കേരളത്തിലേക്ക് തിരിച്ചു. പള്ളിക്കൽ ഗ്രാമത്തിലെ തന്റെ തറവാട്ടുവീട്ടിൽ ഇനിയുള്ള കാലം കൃഷിയും സാമൂഹികസേവനവുമായി ഒതുങ്ങികൂടാൻ അവർ തീരുമാനിച്ചു.

ട്രെയിൻ മംഗലാപുരം കഴിഞ്ഞപ്പോഴേക്കും ഗോപാലവർമ്മയുടെ ഹൃദയം ജന്മനാടിന്റെ ഗന്ധം കൊണ്ടുണർന്നു കഴിഞ്ഞിരുന്നു. വെള്ളക്കാർ മാത്രം സഞ്ചരിച്ചിരുന്ന ഫസ്റ്റ് ക്ലാസ് ബോഗിയിൽ ഇരുന്ന് ഗോപാലവർമ്മ മേരിമറിയത്തോട് പറഞ്ഞു. "ഭടന്മാരെപ്പോലെ ഈ നാടുനിറയെ നിറഞ്ഞുനിൽക്കുന്ന തെങ്ങുകൾ കാണുമ്പോൾ മനസ്സിനു ലഭിക്കുന്ന ശാന്തി മറ്റൊന്നിനും തരാനാവില്ല. ഒന്നിനും." പുരികക്കൊടി ഉയർത്തി മേരിമറിയം കുസൃതിക്കണ്ണുകളോടെ ചോദിച്ചു "ഉം ഉം." മൂളിക്കൊണ്ട് തന്റെ വിസ്കി ഗ്ലാസ് ചുണ്ടോടുചേർത്തുകൊണ്ട് ഗോപാലവർമ്മ പറഞ്ഞു. "എന്റെ നാടും മേരിയും എനിക്കൊരുപോലെ പ്രിയപ്പെട്ടതാണ്."

"ഞാനെന്റെ കുട്ടിക്കാലവും എന്റെ പള്ളിക്കൽ ഗ്രാമവും ഓർക്കുകയാണ്." അയാൾ വികാരവായ്പോടെ പറഞ്ഞു. "ഉം" എന്ന് മൂളിക്കൊണ്ട് മേരി തന്റെ കുട്ടിക്കാലത്തെ കുറിച്ച് പറഞ്ഞു തുടങ്ങി. "എന്റെ നാട്ടിൽ തെങ്ങുകളില്ല. ഞാൻ തെങ്ങ് കാണുന്നത് ഇവിടെ വന്നപ്പോൾ മാത്രമാണ്. പൈൻമരങ്ങളും ഡാഫോഡിൽസ് പൂക്കളും നിറഞ്ഞതായിരുന്നു എന്റെ ഗ്രാമം. ആപ്പിൾ മരങ്ങളും ഓറഞ്ചുമരങ്ങളും നാട്ടുവഴികളെ സുന്ദരമാക്കിയിരുന്നു. എന്റെ നാട്ടിൽ നിന്ന് അധികദൂരത്തായിരുന്നില്ല അമ്മ മാർഗരറ്റ് ക്ലാരയുടെ സ്കൂൾ. അവരവിടെ ഭാഷ പഠിപ്പിക്കുന്ന അധ്യാപികയായിരുന്നു. അച്ഛൻ ഫിലിപ്പ് ഹാമ്മർട്ട് ബ്രിട്ടീഷ് ഹോഴ്സ് ആർട്ടിലറിയിലെ ലെഫ്റ്റനന്റ് കേണലായിരുന്നു. അദ്ദേഹം കുറച്ചുകാലം ഇന്ത്യയിലും ജോലി നോക്കിയിരുന്നു. അക്കാലത്ത് ഞങ്ങൾ കാശ്മീരിലാണ് ജീവിച്ചത്. കാശ്മീരിലെ ജീവിതം സന്തോഷകരമായിരുന്നു. സുന്ദരനാടാണ് അത്. രണ്ടുവർഷം." മേരി ഒന്നുനിർത്തി. പിന്നെ പതിയെ വീണ്ടും പറഞ്ഞുതുടങ്ങി. "പിന്നീട് ബ്രിട്ടനിലേക്കു തന്നെ മടങ്ങി. അമ്മ വളരെ ശാന്തമായ ജീവിതം ആഗ്രഹിച്ചിരുന്നയാളായിരുന്നു. നല്ല ദൈവവിശ്വാസിയും." നിർവികാരതയോടെ ഒരു പ്രത്യേകതാളത്തിൽ മേരിമറിയം പറഞ്ഞു നിർത്തി. ഓർമ്മയിലാണ്ടപോലെ നിശബ്ദമായി. ഇത്

എത്രയോതവണ കേട്ടതാണ് എന്ന ഭാവത്തിൽ ഗോപാലവർമ്മ ഒന്നു ചിരിച്ചു. പെട്ടെന്ന് ഗൗരത്തോടെ മേരി മറിയം പറഞ്ഞു "ഞാൻ പറഞ്ഞിരുന്നുവല്ലോ. എന്നെ ഏറ്റവും അധികം ദുഃഖിപ്പിച്ചത് എന്റെ അച്ഛന്റെ രണ്ടാംവിവാഹമാണ്. അദ്ദേഹം ഒരു ഫ്രഞ്ചുകാരിയെ വിവാഹം ചെയ്ത് പാരീസിലേക്ക് കുടിയേറി. അതോടെ ഞങ്ങളുടെ സന്തോഷമെല്ലാം അവസാനിച്ചു. ഞാൻ സ്കൂൾ ഫൈനലിന് പരീക്ഷാ എഴുതികഴിഞ്ഞപ്പോഴാണ് അച്ഛന്റെ രണ്ടാം വിവാഹം." മേരി മറിയത്തിന്റെ കണ്ണുകൾ നിറഞ്ഞു. ഗോപാലവർമ്മ അവരെ ആശ്വസിക്കുംപോലെ ചേർത്തുപിടിച്ചുകൊണ്ട് തന്റെ വിസ്കിഗ്ലാസ് ഒഴിച്ചുകൊണ്ടു പറഞ്ഞു "മേരി, നിനക്ക് ഒരു ദുഃഖവും ഉണ്ടാവില്ല. എന്റെ എല്ലാ താത്പര്യങ്ങളും നിന്റെ സ്നേഹത്തിനു മുമ്പിൽ ഞാൻ അടിയറവച്ചിരിക്കുകയാണ്. നിന്റെ സന്തോഷം മാത്രമാണ് എന്റെ സന്തോഷം. എനിക്കറിയാം. എല്ലാം. എല്ലാം ഉപേക്ഷിച്ചാണ് എനിക്കൊപ്പം മേരി വന്നതെന്ന്. എന്റെ ജീവിതത്തിൽ ഏറ്റവും വലുത് മേരിയാണ്." എന്നിട്ട് അവളുടെ കണ്ണുനീർ തിളങ്ങുന്ന നീലക്കണ്ണുകളിലേക്ക് ഉറ്റുനോക്കി തന്റെ ചുണ്ടുകൾ അവിടേക്ക് അടുപ്പിച്ചുകൊണ്ട് അവരുടെ കൈവിരലുകളിൽ തലോടി ആശ്വസിപ്പിച്ചുകൊണ്ട് വിളിച്ചു "മേരി".

"ഉം" അവർ മൂളി.

"ഈ ജന്മം നിനക്കുള്ളതാണ്. നീ എനിക്കും."

അതുകേട്ട് മേരിമറിയം ചെറിയ ശബ്ദത്തോടെ ഒന്നു തേങ്ങി. മേരിയുടെ ജന്മനാടിനെപ്പോലെത്തന്നെ. "എന്റെ പള്ളിക്കൽ ഗ്രാമത്തെയും മേരി സ്നേഹിക്കുമെന്നെനിക്കുറപ്പാണ്. പള്ളിക്കൽക്കാർ വെറും പാവങ്ങളാണ്. അവർ അവരുടെ രാജ്ഞിയായാണ് മേരിയെ സ്നേഹിക്കുന്നത്."

"ഉം" മേരി മൂളി.

"നമുക്ക് വീട്ടിലെ കുളത്തിൽ കുളിച്ചും നാട്ടുവഴികളിലൂടെ സൈക്കിൾ ചവുട്ടിയും ജീവിതം ആഘോഷിക്കണം. പുഞ്ചപ്പാടത്ത് കൃഷിയിറക്കണം. പണ്ടൊക്കെ എന്തു രസമായിരുന്നു. കൊയ്ത്തും മെതിയും. ഞാറുനടീലും ഒക്കെ ഉത്സവമായിരുന്നു. ഓണക്കാലത്ത് നമ്മുടെ വടക്കേമുറ്റത്തെ വലിയ പ്ലാവിന്റെ കൊമ്പിൽ നല്ലൊരു ഊഞ്ഞാലിട്ട് നമുക്കതിൽ ഒന്നിച്ചിരുന്നത് ആടിരസിക്കണം. പറമ്പിലെ ഏത്തക്കുലകളൊക്കെ വെട്ടി ഉപ്പേരി വറക്കണം. മേരി ഓണത്തിന് നാട്ടിൽ വന്നിട്ടില്ലല്ലോ? ഓണനിലാവും ഓണപ്പാട്ടും കളികളുമൊക്കെ മേരിക്കിഷ്ടപ്പെടും. ഈ മദാമ്മ സെറ്റും മുണ്ടുമൊക്കെ ധരിച്ച് മുറ്റത്ത് തിരുവാതിര കളിച്ചങ്ങനെ കഴിയും." "ഉം" "പിന്നെ."

മേരി വീണ്ടും ചോദിച്ചു. നമുക്ക് ചുണക്കുട്ടന്മാരായ കുട്ടികളുണ്ടാകും. മേരിയുടെ നീലക്കണ്ണുകളും എന്റെ തവിട്ടുനിറവുമുള്ള കുഞ്ഞുങ്ങൾ. കുട്ടികളെയും കൂട്ടി സന്ധ്യക്ക് കരുമാങ്കാവിൽ നടന്നുപോയി തൊഴും.

വെയിൽവീഴാപൂഞ്ചിറയിലെ പുരാതന യക്ഷിയമ്പലത്തിൽ വിളക്കു വയ്ക്കും. എന്നിട്ട് മേരിയുടെ ചെവിയിൽ കൈകൊണ്ട് ഇക്കിളിപ്പെടുത്തിക്കൊണ്ടുപറഞ്ഞു. "പിന്നെ ഈ മദാമക്കുട്ടിക്ക് ആഴ്ചയിലൊരിക്കൽ ആട്ടിൻസൂപ്പുവച്ച് ബ്രിഗേഡിയർ ഗോപാലവർമ്മ തരും. എന്താ." ഒരു കിന്നാരഭാവത്തോടെ ഗോപാലവർമ്മ മേരിയോട് ചോദിച്ചു. മേരി പൊട്ടി പൊട്ടിച്ചിരിച്ചു. "ക്രിസ്തുവിനെ നമുക്ക് കൈയൊഴിയുകയൊന്നും വേണ്ട. പൂജാമുറിയിൽ കൃഷ്ണനും പരമശിവനും അയ്യപ്പനുമൊപ്പം ക്രിസ്തുവിന്റെ പടംകൂടി വയ്ക്കാം." അതുകേട്ട് മേരി മറിയം ഒന്നു പുഞ്ചിരിക്കുക മാത്രം ചെയ്തുകൊണ്ട് ഗോപാലവർമ്മയുടെ കൈകളിൽ ശക്തിയായി ചേർത്തുപിടിച്ചു. കീഴൂർ കുടുംബത്തിൽ ഗോപാലവർമ്മയും മേരിമറിയവും പൊറുതി തുടങ്ങി. പട്ടണത്തിൽ നിന്ന് ഇംഗ്ലീഷ് പത്രം ആഴ്ചയിലൊരിക്കൽ കീഴൂർ കുടുംബത്തിൽ വന്നുവീണുകൊണ്ടിരുന്നു. റേഡിയോയിലൂടെ രാജ്യത്ത് നടക്കുന്ന സംഭവങ്ങൾ അപ്പപ്പോൾ കീഴൂർകുടുംബത്തിലിരുന്ന് ഗോപാലവർമ്മയും മേരിമറിയവും അറിയുന്നുണ്ടായിരുന്നു. സർ സിറിൽ റാഡ്ക്ലിഫ് വരച്ച അതിർത്തിവരയിൽ തട്ടി ലക്ഷങ്ങൾ മരിച്ചു വീണുകൊണ്ടിരുന്നു. ലക്ഷങ്ങൾ ഭവനരഹിതരായി. കോടിക്കണക്കിന് മനുഷ്യർ ഇരുഭാഗത്തേക്കും ഒഴിഞ്ഞുപോയി. ലക്ഷക്കണക്കിനാളുകൾ കൊല്ലപ്പെട്ടു. അത്രതന്നെ സ്ത്രീകൾ മാനഭംഗം ചെയ്യപ്പെട്ടു. ലക്ഷക്കണക്കിന് കുട്ടികളെ കാണാതായി.

ലോകത്തെ ഏറ്റവും വലിയ ദുരന്തങ്ങളിലൊന്നിലൂടെ രാജ്യം കടന്നുപൊയ്ക്കൊണ്ടിരുന്നു. ഇടയ്ക്കിടെ ഈ പട്ടാളക്കാരന്റെ ഹൃദയാവേശം ഗോപാലവർമ്മയെ കശക്കിയെറിഞ്ഞു. ദുരന്തവർത്തമാനങ്ങൾക്കിടയിൽ അയാൾ യോഗയിലൂടെ ആത്മസംയമനം നേടാൻ ശ്രമിച്ചുകൊണ്ടിരുന്നു. 1947 ആഗസ്റ്റ് 14 അർധരാത്രിയിൽ ബ്രിട്ടീഷ് ഭരണം അവസാനിച്ചു. പാകിസ്ഥാൻ പിറന്നു. ഇന്ത്യ സ്വാതന്ത്ര്യത്തിന്റെ പുലരിക്കായി ത്രിവർണ പതാക ഉയർത്തി കാത്തിരുന്നപ്പോൾ ഗോപാലവർമ്മയുടെ ഹൃദയം വേദനകൊണ്ട് തുടിക്കുകയായിരുന്നു. റേഡിയോയിലൂടെ പണ്ഡിറ്റ് ജവഹർലാൽ നെഹ്റുവിന്റെ വികാരം മുറ്റിയതും പ്രവാചകസ്വഭാവമുള്ള ശബ്ദം മുഴങ്ങി. അർധരാത്രിയുടെ ഘടികാരശബ്ദത്തിൽ, ലോകമാകെ ഉറങ്ങുമ്പോൾ ഇന്ത്യ ജീവിതത്തിലേക്കും സ്വാതന്ത്ര്യത്തിലേക്കും ഉയർത്തെഴുന്നേൽക്കും. ആ നിമിഷം ഇതാ വന്നണയുന്നു...

പഞ്ചാബും ബംഗാളും ഭാരതത്തിൽ നിന്ന് മുറിഞ്ഞുപോയിരിക്കുന്നുവെന്ന് വിശ്വസിക്കാൻ ഗോപാലവർമ്മ പാടുപെടുകയായിരുന്നു. ഗോപാലവർമ്മ കീഴൂർ കുടുംബത്തിലും പള്ളിക്കൽ ഗ്രാമത്തിലുമായി ഒതുങ്ങികൂടി. നാട്ടിൽ സ്വാതന്ത്ര്യദിനാഘോഷങ്ങൾ നടക്കുന്നതൊക്കെ വർമ്മ അറിയുന്നുണ്ടായിരുന്നു. രബീന്ദ്രനാഥ ടാഗോർ രചിച്ച ദേശീയഗാനം സ്കൂളുകളിലും വായനശാലകളിലും മുഴങ്ങി കേൾക്കാൻ തുടങ്ങി. ത്രിവർണ പതാക നാട്ടിലെവിടെയും ഉയർന്ന് പാറി. കോൺഗ്രസ് പ്രവർത്തകർ നാട്ടിടവഴികളിലൂടെ ജാഥകൾ നയിച്ചു. പുതിയൊരു

ആവേശം ജനങ്ങളെ തഴുകി ഉണർത്തി. നൂറ്റാണ്ടുകൾ നീണ്ട അടിമത്തത്തിൽ നിന്ന് രാജ്യം ഒരു ഫിനിക്സ് പക്ഷിയെപ്പോലെ ഉയർന്നു പൊങ്ങാൻ തുടങ്ങിയിരിക്കുന്നു. തെക്കേവീട്ടിലെ രാമൻപിള്ള ബംഗാളിൽ നിന്ന് നാട്ടിൽ വന്നപ്പോൾ കീഴൂർ കുടുംബത്തിൽ വന്ന് ഗോപാലവർമ്മയെ കണ്ടു. അവർ സമപ്രായക്കാരാണ്. വിദ്യാഭ്യാസം ഒരുമിച്ചായിരുന്നു. യൂണിവേഴ്സിറ്റി വിദ്യാഭ്യാസം കഴിഞ്ഞപ്പോൾ ഗോപാലവർമ്മ പട്ടാളത്തിലും രാമൻപിള്ള റെയിൽവേയിലും ചേർന്നു. ബംഗാളിലെ തെരുവുകളിൽ വിഭജനം വരുത്തിച്ച മുറിവുകളായിരുന്നു അയാൾക്ക് ഏറെ പറയാനുണ്ടായിരുന്നത്. ബ്രിട്ടീഷുകാർ ഇന്ത്യ വിട്ടതിൽ രാമൻപിള്ള ദുഃഖിക്കുന്നതായി ഗോപാലവർമ്മയ്ക്കു തോന്നി.

രാമൻപിള്ള പറഞ്ഞു. "റെയിൽവേ മാസ്റ്റർ തോമസ് മൂർ സാറിന് കൽക്കട്ടയിൽ നൽകിയ യാത്രയയപ്പ് യോഗത്തിൽ ജീവനക്കാർ കണ്ണീരോടെയാണ് വിടനൽകിയത്. ബ്രിട്ടീഷ് ഭരണത്തിൽ നാട്ടിൽ ഒരു അടുക്കും ചിട്ടയും ഉണ്ടായിരുന്നു. ഇനിയത് ഉണ്ടാകുമോയെന്ന് കണ്ടറിയണം!"

അതുകേട്ട് ഒരുപുഞ്ചിയോടെ ഗോപാലവർമ്മ ചോദിച്ചു "എന്തു ചിട്ട. ബ്രിട്ടീഷ് ഭരണത്തിൽ ഇന്ത്യ കൂടുതൽ ദരിദ്രമാവുകയായിരുന്നു?" ബ്രിട്ടീഷ് പട്ടാളത്തിൽ സേവനം അനുഷ്ഠിച്ച ഒരാളിൽ നിന്ന് പ്രതീക്ഷിച്ച മറുപടിയായിരുന്നില്ല രാമൻപിള്ളയ്ക്ക് കിട്ടിയത്. "ഇന്ത്യയുടെ ആധുനികവൽക്കരണത്തിൽ ബ്രിട്ടീഷ് ഭരണം സഹായിച്ചില്ലെന്ന് പറയാനാകുമോ? ഇംഗ്ലീഷ് ഭാഷയും അവരുണ്ടാക്കിയ ഓഫീസ് സംവിധാനങ്ങളുമാണ് ഇന്ത്യയെ ചലിപ്പിക്കുന്നത്." രാമൻപിള്ള ഒരു ബ്രിട്ടീഷ് പക്ഷപാതിയെപ്പോലെ പറഞ്ഞു.

"ഹെയ്." നിഷേധാർത്ഥത്തിൽ അയാൾ തലയാട്ടി. "ഒരടിമയ്ക്ക് ഉടമയോട് തോന്നുന്ന ആദരവിൽ കവിഞ്ഞ് ഇതിലൊന്നുമില്ല." മുഖത്തടിയേറ്റതുപോലെ രാമൻപിള്ള ഗോപാലവർമ്മയെ രൂക്ഷമായി നോക്കി. ഒരു ഇംഗ്ലീഷുകാരന്റെ ചിട്ടവട്ടങ്ങളോടെയുള്ള ഔപചാരികതയോടെ അയാൾ യാത്രപറഞ്ഞിറങ്ങുകയും ചെയ്തു.

"ഇന്ത്യ ഒന്നേന്നിനി പുതുക്കി പണിയേണ്ടതുണ്ട്" ഗോപാലവർമ്മ ആലോചിച്ചു. കീഴൂർ കുടുംബത്തിൽ ഒരു ലോവർപ്രൈമറി സ്കൂൾ തിരുവിതാംകൂർ മഹാരാജാവ് ശ്രീചിത്തിരതിരുനാൾ അനുവദിച്ചിരുന്നു. പള്ളിക്കൽ പ്രദേശത്തെ ഏക വിദ്യാലയമാണത്. സ്കൂളിൽ കുട്ടികൾ ആലപിച്ചിരുന്ന രാജസ്തുതി വിമ്മിട്ടത്തോടെയാണങ്കിലും ദേശീയഗാനത്തിന് വഴിമാറിയിരുന്നു. ഇനി ഈ സ്കൂൾ വികസിപ്പിച്ച് ഒരു ഹൈസ്കൂൾ ആക്കിമാറ്റണം. ഗോപാലവർമ്മ ഓർത്തു. രമണിക്കുഞ്ഞമ്മ മേരിമറിയത്തിന്റെ നിഴൽപോലെ നടക്കുകയാണ്. അവൾക്ക് വെള്ളക്കാരിയായ അമ്മാവിയെ നന്നായി ബോധിച്ചിരിക്കുന്നു. രമണിക്കുഞ്ഞമ്മ കുറേശ്ശെ ഇംഗ്ലീഷ് സംസാരിച്ചും തുടങ്ങിയിട്ടുണ്ട്. മേരിമറിയം ഉച്ചാരണശുദ്ധിയില്ലെങ്കിലും മലയാളം പറയാൻ തുടങ്ങിയിട്ടുണ്ട്.

1948 ജനുവരി 30 വെള്ളിയാഴ്ച വൈകുന്നേരം. ന്യൂഡൽഹിയിലെ ബിർളാമന്ദിരത്തിൽ ഗാന്ധിജിയുടെ പതിവ് പ്രാർത്ഥനയ്ക്കുള്ള ഒരുക്കങ്ങൾ നടക്കുകയാണ്. ആഭ്യന്തരമന്ത്രി സർദാർ വല്ലഭായ് പട്ടേൽ ഗാന്ധിജിയും കൂട്ടിക്കാഴ്ച നടത്തുന്നു. ഗാന്ധിജിയുടെ ഇംഗർസോൾ വാച്ചിന്റെ മിടിപ്പ് അഞ്ചുമണി കഴിഞ്ഞിട്ടും നീണ്ടുപോകുന്നത് ഗാന്ധിജിയറിയുന്നുണ്ടായിരുന്നില്ല. പ്രാർത്ഥനാ സമയത്തിൽ മാറ്റം വരുത്തുന്നത് ഗാന്ധിജി ഒരിക്കലും ഇഷ്ടപ്പെട്ടിരുന്നില്ല. എന്നാൽ ജവഹർലാൽ നെഹ്റുവും സർദാർ വല്ലഭായ് പട്ടേലും തമ്മിലുള്ള അഭിപ്രായവ്യത്യാസം പട്ടേലിന്റെ രാജിക്കത്തിലേക്കുവരെ നീണ്ടിരിക്കുന്നു. ഇരുവരെയും ഒപ്പമിരുത്തി പ്രശ്നം പരിഹരിക്കുന്നതിനെക്കുറിച്ചായിരുന്നു ഗാന്ധിജിയുടെ ചിന്ത. അതുകൊണ്ടാണ് ഉരുകിയൊലിക്കുന്ന സമയത്തെക്കുറിച്ച് ഗാന്ധി ബോധവാനല്ലാതായിപ്പോയത്.

അഞ്ചുമണി കഴിഞ്ഞ് പത്തുമിനിറ്റ് കഴിഞ്ഞപ്പോൾ ഗാന്ധിജിയുടെ ഊന്നുവടികളിലൊന്നായി മാറാറുള്ള പെൺകുട്ടി മനു ഗാന്ധിയുടെ അരികിൽ വന്ന് സമയമായെന്ന് വാച്ചിലേക്ക് ചൂണ്ടിക്കാട്ടി. പതിവായി കഴിക്കാറുള്ള ആട്ടിൻപാലും പഴച്ചാറും ഓറഞ്ചും കഴിച്ച് ഗാന്ധി മനുവിന്റെയും ആംദയുടെയും തോളിൽ പിടിച്ച് പ്രാർത്ഥനാവേദിയിലേക്ക് നടന്നു. ആൾക്കൂട്ടത്തിനിടയിൽ നിന്ന് കാക്കിനിക്കറിട്ട ഒരാൾ മുന്നോട്ടുവന്ന് ഗാന്ധിജിയോട് പറഞ്ഞു “നമസ്തേ ഗാന്ധിജി” എന്നിട്ട് ഒന്നു കുനിഞ്ഞു. വഴിതടഞ്ഞുനിൽക്കുന്ന അയാളെ മാറ്റാൻ മനു ശ്രമിക്കുന്നതിനിടയിൽ അവളുടെ കൈയിലുണ്ടായിരുന്ന നോട്ടുബുക്കും പേനയും തട്ടിത്തെറിപ്പിച്ചശേഷം അയാൾ ഗാന്ധിജിയുടെ നെഞ്ചിലേക്ക് മൂന്നുതവണ നിറയൊഴിച്ചു. അതോടെ ലോകം ഒരുനിമിഷം നിശ്ചലമായി. മൃദുശബ്ദത്തിൽ ഗാന്ധിജി മൊഴിഞ്ഞു “ഹേ രാമാ”. അതൊരു ഞരക്കമായി അവസാനിച്ചു.

കീഴൂർ കുടുംബത്തിന്റെ പൂമുഖത്തിരുന്ന് എല്ലാം അറിഞ്ഞിട്ടും അറിയാത്തപോലെ റേഡിയോ പാടിക്കൊണ്ടിരുന്നു. കുറച്ചുസമയങ്ങൾക്കുശേഷം റേഡിയോ നടുക്കുന്ന ഒരു വാർത്ത പുറത്തുവിട്ടു. ബിർളാ ഹൗസിലെ പതിവ് പ്രാർത്ഥനയ്ക്കെത്തിയ മഹാത്മാഗാന്ധി വധിക്കപ്പെട്ടു. ഹിന്ദുവായ നാഥുറാം ഗോഡ്സെയെന്നയാളാണ് ഗാന്ധിജിയെ വധിച്ചത്. വൈകിട്ട് അഞ്ചുമണി കഴിഞ്ഞ് 20 മിനിറ്റുള്ളപ്പോൾ ആയിരുന്നു സംഭവം. ബ്രാഹ്മണനായ നാഥുറാം ഗോഡ്സെ എന്തോ വലിയ കാര്യം രാജ്യത്തിനുവേണ്ടി ചെയ്തുവെന്ന വിശ്വാസത്തിലായിരുന്നു. ബുദ്ധനുശേഷം ഭാരതത്തിൽ നിന്ന് ഉയർന്നുവന്ന ഒരു മഹാത്മാവിനെ വധിച്ചതിന്റെ പേരിൽ കാലമുള്ളിടത്തോളം അയാൾ ശപിക്കപ്പെടുമെന്ന് അയാളൊരിക്കലും ചിന്തിക്കാനിടയില്ല. കീഴൂർ ഗ്രാമത്തിലും ദേശീയ പതാക താഴ്ത്തികെട്ടി. ഗ്രാമവീഥികൾ കണ്ണീരൊഴുക്കി. മേരിമറിയവും ഗാന്ധിജിയുടെ വധത്തിൽ ആത്മാർത്ഥമായി ദുഃഖിച്ചു. ക്രിസ്തുവിന്റെ പുനരവതാരമാണ് ഗാന്ധിജിയെന്ന് അവർ പറയുകയും ചെയ്തു.

ക്രിസ്തുവിനെ സ്വന്തം ആൾക്കാർ തന്നെ കുരിശിലേറ്റി. ഗാന്ധിജിയെ സ്വന്തം ജനത തന്നെ വെടിവച്ചുകൊന്നു. ബ്രിട്ടീഷ് ഭരണം ഇന്ത്യയിൽ അവസാനിപ്പിച്ച് അദ്ദേഹത്തോടു ബ്രിട്ടീഷുകാർ ചെയ്യാത്ത ക്രൂരതയാണ് ഇന്ത്യക്കാർ ചെയ്തതെന്നും അവർ വിലപിച്ചു. ദിവസങ്ങൾ കൊഴിഞ്ഞു വീണുകൊണ്ടിരുന്നു. കീഴൂർ തറവാട്ടിലെ ജീവിതം മേരിമറിയം നന്നായി ആസ്വദിക്കുന്നുണ്ടായിരുന്നു. ചോറും കറികളും കഴിക്കാൻ അവർ ശീലിച്ചു കഴിഞ്ഞിരുന്നു.

പ്രതീക്ഷിച്ചതിലും വേഗത്തിൽ മേരിമറിയം പള്ളിക്കൽ ഗ്രാമവുമായി ഇഴുകിചേർന്നു. ഇതിൽ ഗോപാലവർമ്മയ്ക്ക് വലിയ ആഹ്ലാദം തോന്നി. തിരുകൊച്ചി മന്ത്രിസഭ അധികാരത്തിൽവന്നു. വടക്കൻ പ്രദേശമായ മലബാറും ചേർത്ത് കേരളമായി മാറുന്നതിനുള്ള തയ്യാറെടുപ്പുകൾ പുരോഗമിച്ചുകൊണ്ടിരുന്നു. കർഷകത്തൊഴിലാളികളുടെ അവകാശങ്ങളുയർത്തി കമ്മ്യൂണിസ്റ്റ് പ്രസ്ഥാനം നാട്ടിൽ ശക്തിയായി വേരുപിടിച്ചു തുടങ്ങി. കോൺഗ്രസ്സുകാരായ പല നേതാക്കളും കമ്മ്യൂണിസ്റ്റുപ്രസ്ഥാനത്തിന്റെ ഭാഗമായി മാറിക്കഴിഞ്ഞു. നവോത്ഥാന പ്രസ്ഥാനങ്ങൾ ഉഴുതുമറിച്ച മണ്ണിൽ കമ്മ്യൂണിസ്റ്റ് പ്രസ്ഥാനത്തിന് കൂടുതൽ വേരോട്ടം ലഭിച്ചു. കേരളം പിറന്നു. ആദ്യതെരഞ്ഞെടുപ്പിൽ കമ്മ്യൂണിസ്റ്റ് പാർട്ടി അധികാരത്തിൽവന്നു. കീഴൂർ കുടുംബം രാഷ്ട്രീയകാര്യങ്ങളിലൊന്നും ഇടപെട്ടില്ല. പുരാതന ജന്മികുടുംബം എന്ന നിലയിൽ നാട്ടുകാർ കീഴൂർ കുടുംബത്തിന് ഒരംഗീകാരം നൽകിവന്നിരുന്നു. കരിമാങ്കാവിന്റെ ഉത്സവനടത്തിപ്പിൽ കീഴൂർ കുടുംബത്തിന് ആചാരപരമായ അവകാശങ്ങൾ സർവരും വകവച്ചു നൽകിയിരുന്നു. വിസ്തൃതമായ ഭൂപ്രദേശങ്ങൾ ഇപ്പോഴും കീഴൂർ കുടുംബത്തിന്റെ വകയാണ്. നെൽവയലുകളും കുരുമുളക് തോട്ടങ്ങളുമായി കണ്ണെത്താദൂരം വരെയുണ്ട്.

ഭൂപരിഷ്കരണ നിയമം കേരള സർക്കാർ മുന്നോട്ടുവച്ചു. ജന്മികുടുംബങ്ങളുടെ തായ്‌വേര് അറുക്കുന്ന തീരുമാനമാകുമതെന്ന് മറ്റാരെക്കാളും നന്നായി ഗോപാലവർമ്മയ്ക്കറിയാമായിരുന്നു. കീഴൂർ കുടുംബത്തിന്റെ കൈവശമുള്ള പാടശേഖരങ്ങളും പുരയിടങ്ങളും താമസിയാതെ കൈയ്യൊഴിയേണ്ടതായി വരും. അടിയാന്മാരും കുടിയാന്മാർക്കും ഭൂമി പതിച്ചുനൽകേണ്ടിവരും. സ്വാതന്ത്ര്യത്തിന്റെ അനിവാര്യമായ മാറ്റമായി ഇതിനെ കാണാനും അംഗീകരിക്കാനും ഗോപാലവർമ്മയ്ക്കു കഴിഞ്ഞു. എന്നാൽ കീഴൂർ കുടുംബത്തിന്റെ മുഴുവൻ സ്ഥിതിയതായിരുന്നില്ല. ഉണ്ണിവർമ്മ കുടുംബവക ഭൂമിയെല്ലാം കൈവശപ്പെടുത്താനുള്ള സർക്കാർ നീക്കത്തിൽ ആശങ്കാകുലനായിരുന്നു. ഇപ്പോൾ പാട്ടത്തിന് വയലിൽ കൃഷിയിറക്കികൊണ്ടിരിക്കുന്ന കൃഷ്ണപിള്ള അതൊക്കെ അവർക്ക് സ്വന്തമാകുമെന്ന് പറഞ്ഞ് നടക്കുകയാണ്. അയാൾ പാട്ടനെല്ലിൽ കുറവുവരുത്തുകയും ചെയ്തു. കിഴക്കേപറമ്പിൽ കഴിയുന്ന അടിയാന്മാരായ പത്തു കുടുംബങ്ങളും അവകാശത്തോടെ തെങ്ങിൽ കയറി തേങ്ങയിട്ടു. ഇതൊക്കെ ചെയ്യിക്കാൻ അവർക്ക് പിന്നിൽ

ആളുണ്ടെന്ന് ഉണ്ണിവർമ്മയ്ക്കറിയാം. പക്ഷേ നാട്ടിൽ കുടിയാന്മാരും അടിയാന്മാരും സംഘടിച്ച് ജന്മിമാർക്കെതിരെ പ്രവർത്തിച്ചുതുടങ്ങിയ സാഹചര്യത്തിൽ ഉണ്ണിവർമ്മ അവരെ ഇറക്കിവിടാൻ അശക്തനായിരുന്നു. സർക്കാർ പിന്തുണയും അവർക്കാണ്. മാറ്റത്തെ നിസ്സംഗതയോടെ അംഗീകരിക്കാൻ ഉണ്ണിവർമ്മയും പതിയെ ശീലിച്ചു. തുടക്കത്തിലെ ആവേശം അയാൾ കൈയൊഴിയുകയും ചെയ്തു. നാട്ടുകാരെ വെറുപ്പിച്ചുകൊണ്ട് ജീവിക്കുക അസാധ്യമാണ്.

കുടിയാന്മാർക്ക് സ്വന്തമായി ഭൂമി നൽകി നാടിനു മാതൃക കാട്ടാൻ ഗോപാലവർമ്മയുടെ നിർദ്ദേശം കുടുംബാംഗങ്ങൾക്ക് അംഗീകരിക്കേണ്ടതായി വന്നു. സർക്കാർ കുടിയാൻ നിയമം പാസ്സാക്കുന്നതിനുമുമ്പ് തന്നെ പത്തു കുടിയാന്മാർക്കും ഭൂമി നൽകി കീഴൂർ കുടുംബം നാട്ടുകാരുടെ അംഗീകാരം നേടുകയും ചെയ്തു. ഗോപാലവർമ്മക്കും മേരിമറിയത്തിനും കുട്ടികളൊന്നും ഉണ്ടായില്ല. അതിന്റെയൊരു വേദന മേരിമറിയത്തിനുണ്ടായിരുന്നു. ആയിടയ്ക്കാണ് ബ്രിട്ടിനിൽ നിന്ന് മേരിമറിയത്തിന്റെ അമ്മ മാർഗരറ്റ് ക്ലാരയുടെ കമ്പിവന്നത്. അവർക്ക് രോഗം മൂർച്ഛിച്ചുവെന്നും എത്രയും വേഗം നാട്ടിലെത്തണമെന്നുമായിരുന്നു കമ്പി. ഗോപാലവർമ്മയും മേരിമറിയവും പള്ളിക്കൽ ഗ്രാമത്തിൽ നിന്ന് ബ്രിട്ടനിലേക്ക് കപ്പൽകയറി. പള്ളിക്കൽ ഗ്രാമത്തിലേക്ക് മടങ്ങിവരാമെന്ന പ്രതീക്ഷയിലായിരുന്നു ആ യാത്ര. എന്നാൽ അവർ പിന്നീട് ഇന്ത്യയിലേക്ക് മടങ്ങിവന്നില്ല.

വല്ലപ്പോഴും ഒരിക്കൽ ഗോപാലവർമ്മയുടെ കത്ത് കീഴൂർ കുടുംബത്തിൽ വന്നിരുന്നുവെന്നുമാത്രം. ഓണക്കാലത്ത് മേരിമറിയത്തിന്റേതായി ചില സമ്മാനപ്പൊതികളും കീഴൂർ കുടുംബത്തെ തേടിയെത്തികൊണ്ടിരുന്നു. കീഴൂർ കുടുംബത്തിന്റെ വകയായ ലോവർ പ്രൈമറി സ്കൂൾ അപ്പർ പ്രൈമറിയായും ഹൈസ്കൂൾ ആയും ഉയർന്നു. നാട്ടിൽ പല മാറ്റങ്ങളും വന്നു. കേരളഭരണം പല പാർട്ടികൾ മാറിമാറി നടത്തികൊണ്ടിരുന്നു. കീഴൂർ കുടുംബത്തിന്റെ സ്വത്തുവകകളിൽ വലിയൊരു ശതമാനം ഭൂപരിഷ്കരണ നിയമം നടപ്പിലാക്കിയതോടെ നഷ്ടപ്പെട്ടു. കീഴൂർ കുടുംബത്തിന്റെ പ്രതാപം കുറഞ്ഞു കുറഞ്ഞുവന്നു.

കുതിരവണ്ടികളും കാളവണ്ടികളും സഞ്ചരിച്ചിരുന്ന കരിമാങ്കാവിനു മുമ്പിലൂടെ ബസ്സ് ഓടി. കാറും ജീപ്പും ഗ്രാമത്തിൽ വന്നു. നാട്ടിൽ ആദ്യമായി കാറു വാങ്ങിയത് കള്ളുകച്ചവടക്കാരായ ചാരുംമൂട്ടുകാരാണ്. കീഴൂർ കുടുംബത്തിനതൊരു പോരായ്മയായി തോന്നി. അവരുടനെ ഒരു കാറു വാങ്ങി വീട്ടുമുറ്റത്തിട്ടു. കുരുമുളക് കൊടികൾ നിറഞ്ഞ മരങ്ങൾ വെട്ടി പുരയിടത്തിൽ റബർ നടുന്നതാണ് ആദായകരമെന്ന് കൃഷിവകുപ്പ് ഉദ്യോഗസ്ഥനായ മാത്യു വന്ന് കീഴൂർകുടുംബത്തെ ഉപദേശിച്ചു. കുരുമുളകിന്റെ വില നാൾക്കുനാൾ കുറഞ്ഞുവരുകയാണ്. നാട്ടിൽ തെങ്ങുകളും മറ്റ് പലജാതി മരങ്ങളും മുറിച്ചുമാറ്റി. റബർ നട്ട് പല ക്രിസ്ത്യൻ

കുടുംബങ്ങളും മാതൃക കാട്ടി. കീഴൂർ കുടുംബം മാറ്റം ഉൾക്കൊള്ളാൻ വിമുഖത കാട്ടി നിന്നു. എന്നാൽ റബ്ബർ തൈകൾ നാട്ടിൽ പല പുരയിടങ്ങളിലും തല ഉയർത്തിവന്നതോടെ കീഴൂർ കുടുംബത്തിന്മേലും സമ്മർദ്ദം ഉയർന്നു. ഭൂപരിഷ്കരണത്തിന് മുമ്പ് റബ്ബർ വച്ചിരുന്നെങ്കിൽ ഭൂമിയൊക്കെ തോട്ടമായി നിലനിർത്തി സംരക്ഷിക്കാമായിരുന്നുവെന്ന് പലരും കീഴൂർ കുടുംബക്കാരോട് പറഞ്ഞു. എന്നാൽ പോയ ബുദ്ധി ആനപിടിച്ചാലും തിരിച്ചുവരികയില്ലല്ലോയെന്ന് പറഞ്ഞ് രമണിക്കുഞ്ഞമ്മ അവരോട് ഒന്നു ഇരുത്തി മൂളുക മാത്രം ചെയ്തു. ഒടുക്കം കീഴൂർ കുടുംബത്തിന്റെ പുരയിടങ്ങളിലും റബ്ബർ തൈകൾ നട്ടു. മനുഷ്യരോളം പഴക്കമുള്ള കുരുമുളക് വള്ളികൾ നിഷ്കരുണം കൊലചെയ്യപ്പെട്ടു. എങ്കിലും ചീനിയും കാച്ചിലും മാങ്ങയും ഒക്കെ കഴിക്കാനായി കുറച്ചു പുരയിടം മാറ്റിയിടുകയും ചെയ്തു. പേടിച്ചരണ്ട ചില കുരുമുളക് ചെടികളവിടെ ഒളിച്ചു പാർത്തുവന്നു. നാട്ടുകാരും നാടും മാറുകയാണ്. കീഴൂർ കുടുംബത്തിന്റെ പ്രതാപം സ്കൂളിലും കരിമാങ്കാവിലെ ഉത്സവത്തിലുമായി കുറഞ്ഞു. പുത്തൻപണക്കാർ ഉയർന്നുവന്നു. സിലോണിലും സിംഗപ്പൂരിലും നായന്മാർ ജോലിക്കുപോയി കാശുണ്ടാക്കി. ചിലർ ബർമ്മയിൽ പോയി. ക്രിസ്ത്യാനികൾ യൂറോപ്പിലേക്കും നഗരങ്ങളിലും ജോലിതേടിപ്പോയി. മുസ്ലീങ്ങൾ വ്യാപാരം ശക്തിപ്പെടുത്തി. ചിലർ നാടുവിട്ട് വ്യാപാരം മെച്ചപ്പെടുത്തി. ഗൾഫ് രാജ്യങ്ങളിൽ അവസരം വന്നതോടെ മുസ്ലീങ്ങൾ അവിടേക്ക് പോയിതുടങ്ങി.

രമണിക്കുഞ്ഞമ്മയ്ക്ക് പന്തളത്ത് നിന്ന് ഗോപാലകൃഷ്ണവല്യത്താന്റെ ആലോചന വന്നു. രമണിക്കുഞ്ഞമ്മയുടെ കല്യാണം ഇനി വച്ചുതാമസിപ്പിക്കുന്നത് ശരിയല്ല. കഴിഞ്ഞ മകരത്തിൽ വയസ്സ് ഇരുപത്തിയഞ്ച് തികഞ്ഞു. കീഴൂർ കുടുംബത്തിലെ ഒരു പെൺകുട്ടിയും ഇത്രയും പ്രായംവരെ വിവാഹം കഴിക്കാതിരുന്നിട്ടില്ല. പതിനേഴ് വയസ്സിനപ്പുറം ഒരു പെണ്ണും നിന്നിട്ടില്ല. എന്നാൽ കാലം മാറിയതോടെ ആചാരങ്ങളും വിശ്വാസങ്ങളും മാറിമറിയുകയാണ്. ഗോപാലകൃഷ്ണവല്യത്താന്റെ അച്ഛന്റെ കുടുംബം മാവേലിക്കരയിലാണ്. കൊട്ടാരവുമായി രക്തബന്ധമുള്ളവരാണ്. അമ്മ ചങ്ങനാശ്ശേരിയിലെ പഴയൊരു നായർ കുടുംബത്തിലുള്ളതാണ്. തറവാടികളാണവർ. ഗോപാലകൃഷ്ണവല്യത്താൻ വിദ്യാഭ്യാസമുള്ള ചെറുപ്പക്കാരനും. പിന്നീട് കൂടുതലൊന്നും ആലോചിച്ചില്ല.

കല്യാണം ഉറപ്പിച്ചു. കീഴൂർ കുടുംബക്കാർ ഒരു നിബന്ധനയെ മുന്നോട്ടുവച്ചുള്ളൂ. പുതിയ നാട്ടുനടപ്പ് അനുസരിച്ച് നായന്മാർ അച്ചിവീട്ടിൽ പൊറുക്കാൻ വരുന്നത് കുറച്ചിലായാണ് കാണുന്നത്. അത് അംഗീകരിക്കാനാവില്ല. ഗോപാലകൃഷ്ണ വല്യത്താൻ കീഴൂർ കുടുംബത്തിൽതന്നെ കഴിയണം. കുടുംബവക സ്കൂളിൽ ജോലി നൽകും. സ്കൂളിന്റെ കാര്യം നോക്കിനടത്തണം. രമണിക്കുഞ്ഞമ്മയുടെ പേരിൽ സ്കൂൾ എഴുതി നൽകുകയും ചെയ്യും. ഗോപാലകൃഷ്ണവല്യത്താന്റെ വീട്ടിൽ ആറു

മക്കളാണ്. നാലുപെണ്ണും രണ്ടാണും. ഇളയവന് കുടുംബം നൽകാവുന്നതുകൊണ്ട് കീഴൂർ കുടുംബത്തിന്റെ നിബന്ധന അവർ അംഗീകരിച്ചു.

ഗോപാലകൃഷ്ണവല്യത്താൻ സ്കൂളിന്റെ നടത്തിപ്പ് ഏറ്റെടുത്തതോടെ അതിന്റെ നില കൂടുതൽ മെച്ചപ്പെട്ടു. ആ പ്രദേശത്തെ ഏറ്റവും നല്ല സ്കൂൾ എന്ന അംഗീകാരം നേടിയെടുക്കുകയും ചെയ്തു. രമണിക്കുഞ്ഞമ്മയുമായുള്ള ദാമ്പത്യത്തിൽ അവർക്കൊരു പെൺകുഞ്ഞു പിറന്നു. രേവതിനക്ഷത്രത്തിൽ പിറന്ന കുഞ്ഞിന് രേവതിയെന്നുതന്നെ പേരിട്ടു. കീഴൂർ കുടുംബത്തിന്റെ രാജപാരമ്പര്യം കൂട്ടിച്ചേർത്ത് രേവതി തമ്പുരാട്ടി. രാജ്യത്ത് പരിഷ്കരണങ്ങൾ വന്നതോടെ ഇപ്പോൾ ജാതിപ്പേരൊന്നും കുട്ടികൾക്കിടുന്നത് വലിയ കാര്യമായി കണക്കാക്കാറുള്ളതല്ല. മുത്തച്ഛൻ ഉണ്ണിവർമ്മയാണ് തമ്പുരാട്ടിയെന്നുകൂടി ചേർക്കാൻ നിർദ്ദേശിച്ചത്. വാലുമുറിയുന്നത് ഇന്നൊരു ഫാഷനാണ്. പക്ഷേ വാല് മുറിഞ്ഞുപോകുമ്പോൾ വലിയൊരു തുടർച്ച കൂടിയാണ് നഷ്ടമാകുന്നതെന്ന് ഉണ്ണിവർമ്മ എല്ലാവരും കേൾക്കാനായി ഉറച്ചു പറയുകയും ചെയ്തു.

ഗോപാലകൃഷ്ണവല്യത്താന് ഇത്തരം കാര്യങ്ങളിലൊന്നും വലിയ നിഷ്കർഷയൊന്നുമില്ല. മനുഷ്യരെല്ലാവരും ഒരുപോലെയാണന്ന വിശ്വാസക്കാരനാണയാൾ. കീഴൂർ കുടുംബംവക സ്കൂളിലെ പ്രധാന അധ്യാപകന്റെ മുറിയിൽ എഴുതിവച്ചിരിക്കുന്ന രണ്ടുവചനങ്ങളിൽ ഒന്ന് ശ്രീനാരായണഗുരുവിന്റേതാണ്. 'ജാതി ഏതായാലും മനുഷ്യൻ നന്നായാൽ മതി.' മറ്റൊന്ന് 'സത്യമേവ ജയതേ'യെന്നും. മനുഷ്യർ ജാതിയും മതവുമായി ഭിന്നിച്ചുനിന്നതു കൊണ്ടാണ് ഇന്ത്യയിലേക്ക് വിദേശികൾക്ക് കടന്നുകയറാൻ അവസരം ലഭിച്ചുവെന്ന് കരുതുന്നയാളാണ് ഗോപാലകൃഷ്ണവല്യത്താൻ. വല്യത്താന്റെ അടുത്ത സുഹൃത്തുക്കളൊക്കെ മുസ്ലീങ്ങളും ക്രിസ്ത്യാനികളുമാണ്.

ചങ്ങനാശ്ശേരിയിലെ ജലാലുദീന്റെ വീട്ടിൽ ഗോപാലകൃഷ്ണ വല്യത്താൻ മാസങ്ങളോളം താമസിച്ചു പഠിച്ചിട്ടുണ്ട്. നായന്മാരായ ബന്ധുക്കൾ അവിടെയുണ്ടായിട്ടും ജലാലുദീന്റെ വീട്ടിലാണ് ഗോപാലകൃഷ്ണ വല്യത്താൻ താമസിച്ചത്. അധ്യാപക ട്രെയ്നിംഗിനുള്ള മൂന്നുമാസക്കാലവും അവിടെതന്നെയായിരുന്നു താമസം. രേവതിക്ക് മൂന്നുവയസ്സുള്ളപ്പോൾ രണ്ടാമത്തെ കുഞ്ഞു പിറന്നു. ആൺകുഞ്ഞ്. അവന് അരവിന്ദ് എന്ന് പേരിട്ടത് ഗോപാലകൃഷ്ണ വല്യത്താനാണ്. അരവിന്ദ്ഘോഷിന്റെ ഗ്രന്ഥങ്ങൾ വായിച്ചു ഗോപാലകൃഷ്ണ വല്യത്താന് അദ്ദേഹത്തോട് വലിയ ആദരവ് തോന്നിയിരുന്നു. സ്നേഹം കൊണ്ടാണ് അരവിന്ദ് എന്ന് പേരിട്ടത്. വീട്ടിലുള്ള എല്ലാവർക്കും ആ പേര് ബോധിക്കുകയും ചെയ്തു. പുതുമയുള്ള പേരാണതെന്ന് രമണിക്കുഞ്ഞമ്മയും അഭിപ്രായപ്പെട്ടു. കുട്ടികൾ വളരുന്നതിനുസരിച്ച് നാടും വളരുകയായിരുന്നു. പള്ളിക്കൽ ഗ്രാമത്തിൽ പുതുതായി ക്രിസ്ത്യൻ സഭവക ചില ഇംഗ്ലീഷ് മീഡിയം

സ്കൂളുകൾ തുറന്നു. നാട്ടിൽ നിന്ന് സർവ ജാതിയിലും മതത്തിലും പെട്ടവർ ഗൾഫ് രാജ്യങ്ങളിലേക്ക് ജോലിതേടി പോയിത്തുടങ്ങി. ഗൾഫ് പണത്തിന്റെ ഒഴുക്ക് ഗ്രാമത്തെ കൂടുതൽ സമ്പൽസമൃദ്ധമാക്കി. പള്ളിക്കൽ പഞ്ചായത്ത് രൂപീകരിക്കപ്പെട്ടു. കവലയിൽ പുതിയ വില്ലേജ് ഓഫീസ് കെട്ടിടം വന്നു. പഴയമട്ടിൽ ഓടും തടിയും ഒക്കെ ഉപയോഗിച്ച് നിർമിച്ച കീഴൂർ കുടുംബവീടിനെ അപ്രസക്തമാക്കികൊണ്ട് നാടിന്റെ പല കോണുകളിലും കോൺക്രീറ്റ് സൗധങ്ങൾ ഉയർന്നുവന്നു. പുതുപണക്കാർ മുന്തിയ കാറുകളിൽ പള്ളിക്കൽ ഗ്രാമത്തിലൂടെ പട്ടണത്തിലേക്ക് പോയിക്കൊണ്ടിരുന്നു.

വലിയ കോൺക്രീറ്റ് കെട്ടിടങ്ങൾ പള്ളിക്കൽ ഗ്രാമത്തിൽ ഉയർന്നുവന്നെങ്കിലും കീഴൂർ കുടുംബവീടിനോളം പഴമയും സൗന്ദര്യവും അവയ്ക്കൊന്നും ഉണ്ടായിരുന്നില്ല. അറയും നിറയുമുള്ള പുരാതന തറവാടെന്ന ബഹുമതി കീഴൂർ കുടുംബത്തിന് തന്നെ അവകാശപ്പെട്ടതായിരുന്നു. ഒരുകാലത്ത് പതിനാറ് കെട്ടായിരുന്ന തറവാട്. ശത്രുക്കളുടെ ആക്രമണത്തോടെ എട്ടുകെട്ടായി ചുരുങ്ങി. പിന്നെ നാലുകെട്ടും പത്തായപ്പുരയുമായി. ചരിത്രത്തിന്റെ ഏതോ ഇടവഴിയിലാണ് ഇന്നുകാണുന്ന തരത്തിൽ കീഴൂർ കുടുംബം മാറിയത്. കാവും കുളവും ഇന്നും അതുപോലെ സംരക്ഷിച്ചുനിർത്തിയിട്ടുണ്ട്.

കുടുംബക്കാവിന്റെ വിസ്തൃതി കുറഞ്ഞുവെന്നുമാത്രം. എങ്കിലും കാവിലെ വിളക്കുവയ്പിനു മുടക്കം വന്നിട്ടില്ല. രേവതി തിരുവനന്തപുരത്ത് പോയി പഠിച്ച് എംകോം പാസായി ബാങ്കിൽ ജോലിക്ക് പ്രവേശിച്ചു. അരവിന്ദന് ചരിത്രത്തോടായിരുന്നു കമ്പം. അവനിപ്പോൾ ഡൽഹിയിൽ പഠിക്കുകയാണ്. വീടിനോടും നാടിനോടുമുള്ള ഗൃഹാതുരത്വം കൊണ്ടു കൂടിയാവാം സ്റ്റഡി ലീവ് എന്നൊക്കെ പറഞ്ഞ് അവർ കൂടെ കൂടെ നാട്ടിൽ വന്നുനിൽക്കും. ഡൽഹിയിലെ കടുത്ത ചൂടും തണുപ്പുമൊന്നും അരവിന്ദന് ഇനിയും വഴങ്ങാത്തതാവാം കാരണം. ധനുമാസത്തിലാണ് കരിമാങ്കാവിലെ ഉത്സവം. ലോകത്തിന്റെ ഏതു കോണിൽ കഴിയുന്ന പള്ളിക്കൽക്കാരും ഉത്സവത്തിന് നാട്ടിലെത്തും. പത്തുനാൾ നീണ്ടുനിൽക്കുന്ന കരിമാങ്കാവിലെ ഉത്സവം കേരളത്തിലെ പ്രധാന കാവ് ഉത്സവങ്ങളിലൊന്നാണ്. കരിമാങ്കാവിലെ ഉത്സവം ഇപ്പോൾ യുനസ്കോയുടെ ലോക പൈതൃകപട്ടികയിൽ ഇടംനേടുകയും ചെയ്തിട്ടുണ്ട്. ഉത്സവത്തിനെന്നും പറഞ്ഞ് അരവിന്ദ് ഇത്തവണ നേരത്തെ വീട്ടിലെത്തിയിട്ടുണ്ട്. ഉത്സവത്തിൽ പങ്കുചേരാൻ ഡൽഹിയിലെ കൂട്ടുകാരെയും ക്ഷണിച്ചിട്ടുണ്ട്. കൂട്ടുകാരെ വരവേൽക്കാനുള്ള തയ്യാറെടുപ്പിലാണ് അരവിന്ദ്.

മൂന്ന്

ധനുമാസം പിറന്നു. ഭൂമിയിൽ കുളിരും നിലാവും പരന്നു. പാതിരാപ്പൂ ചൂടിയ കന്യകയെപ്പോലെ കരിമാങ്കാവ് നാണത്തോടെ കണ്ണുമിഴിച്ചു. ദശപുഷ്പസുഗന്ധം നാട്ടിൽ പരന്നു. മാവുകൾ പൂത്തു. രാക്കുയിലിന്റെ പാട്ട് കരിമാങ്കാവിന്റെ ഗാഢമായ പച്ചപ്പിനും പുറത്തേക്ക് തുളുമ്പിവന്നു. കിഴക്കൻ ആകാശത്ത് മാനത്തുകണ്ണികളെപോലെ ധ്രുവനക്ഷത്രങ്ങൾ ഭൂമിയെ തുറിച്ചുനോക്കി. പരൽമീൻവെട്ടം.

കാവിനോട് ചേർന്ന പുരാതനമായ ക്ഷേത്രമുറ്റത്ത് ആളനക്കം കേൾക്കാം. പലപലകൂടുകളിൽ മാറിമാറി അന്തിയുറങ്ങുന്ന മലയണ്ണാനുകളിലൊന്ന് കണ്ണുചിമ്മി. മൃദുലമായ കൂടിന്റെ സുഖനിർവൃതിയിൽ ലയിച്ച് അത് വെറുതെ ക്ഷേത്രമുറ്റത്തേക്ക് നോക്കി. ഉഷഃപൂജക്കിനിയും സമയം ബാക്കികിടക്കുന്നു. ചുവന്ന പട്ടുടുത്ത ദൈവക്കുറന്മാർ ഉറഞ്ഞുതുള്ളാനുള്ള പുറപ്പാടിലാണ്. ക്ഷേത്രമുറ്റത്തെ കൽവിളക്കുകളിൽ ദീപം തെളിഞ്ഞു. ചെണ്ടക്കാരുണർന്ന് അമ്പലക്കുളത്തിനരുകിലേക്ക് പോയി. കാവിനുള്ളിലെ താമരക്കുളത്തിൽ താമരക്കോഴികൾ അടയിരുന്നു. നീലക്കോഴികൾ തങ്ങളുടെ ചുവന്ന പൂക്കൾ പുൽക്കൂനയിലേക്ക് തിരുകി മടിപിടിച്ചുകിടന്നു.

ചീവിടുകളുടെ ശബ്ദം കാവുകൾക്കും മുകളിലേക്ക് ഉയർന്നു പിന്നെ താണുമുറുകി. ക്ഷേത്രമുറ്റത്ത് തീവെട്ടികളുടെ പന്തവെളിച്ചം പരന്നു. തുകൽചെണ്ടകൾ മുരളാൻ തുടങ്ങി. ഉടുക്ക്കൊട്ടി പാട്ടുമുഴങ്ങി. മലയണ്ണാൻ കൂട്ടിൽ നിന്ന് പുറത്തേക്കിറങ്ങി മരച്ചില്ലയിൽ കുറുകെ ഇരുന്നു ക്ഷേത്രമുറ്റത്തേക്ക് ആർത്തിയോടെ നോക്കി. അഗ്നിവെളിച്ചത്തിൽ ക്ഷേത്രം സൂര്യഗോളംപോലെ തിളങ്ങുന്നു. വാലുകുലുക്കി ഉറഞ്ഞുതുള്ളുന്ന കുറവന്മാർ. ഉടുക്കിന്റെ വെടിമുഴക്കംകേട്ട് കാവിൽ ചേക്കയിരിക്കുന്ന കരിയിലക്കിളികൾ ഉണർന്ന് ബഹളംവച്ചു. പുറ്റിലെ പാമ്പ് ഉള്ളിലേക്ക് തലവലിച്ചു. കുളക്കോഴികൾ കൊക്കരിച്ചു. കാവ് ഒന്നാകെ ഉണർന്ന് കരഞ്ഞു. ക്ഷേത്രത്തിൽ നിന്ന് ചെണ്ടമേളം ഉയരാൻ തുടങ്ങി. കീരികൾ കാവിൽ അങ്ങോട്ടും ഇങ്ങോട്ടും വെറളിപിടിച്ചു നടന്നു. തുരപ്പനെലികൾ ഭൂമിക്കടിയിലൂടെ കൂടുതൽ അകലങ്ങളിലേക്ക് പാഞ്ഞു.

ക്ഷേത്രത്തിലേത് സാധാരണ കാഴ്ചയല്ലെന്ന് മലയണ്ണാന് മനസ്സിലായി. ക്ഷേത്രത്തിൽ ഉത്സവത്തിന്റെ തുടക്കമാവും. കുറവന്മാരുടെ വരവ്

അപ്പോഴാണുണ്ടാവുക. അവരിറങ്ങി ശുദ്ധിവരുത്തിയശേഷമേ കാവിലേക്ക് പൂണൂൽധാരികളായ നമ്പൂതിരിമാരുടെ വരവ് തുടങ്ങൂ. അതോടെ മാനത്ത് സൂര്യന്റെ മുഖം തെളിയും. നക്ഷത്രങ്ങൾ കണ്ണുചിമ്മി ഉറക്കറ പൂകും. ഇനിയുള്ള പത്തുനാളുകൾ രാത്രിയെന്നോ പകലെന്നോ വ്യത്യാസമില്ലാതെ കാവും പരിസരവും പ്രഭാപൂരമാകും. കെട്ടുത്സവത്തോടെ മാത്രമേ കാവ് വീണ്ടും സാധാരണ നിലയിലേക്ക് മടങ്ങൂ. കാവിൽക്കഴിയുന്ന എണ്ണിയാലൊടുങ്ങാത്ത ജീവികൾക്കിനിയുള്ള രാവുകൾ ഉറക്കമില്ലാത്തതാണ്. പള്ളിക്കൽ ഗ്രാമത്തിലെ ഏറ്റവും പുരാതനമായ കാവാണിത്. ക്ഷേത്രത്തെ ചുറ്റി ഒരുകോട്ടപോലെ കാവ് തലപൊക്കിനിൽക്കുന്നു. കൂറ്റൻമരങ്ങളും വള്ളിപടർപ്പുകളും കുറ്റിക്കാടും നിറഞ്ഞ കാവിൽ പകൽ സൂര്യപ്രകാശം അരിച്ചുകേറാൻ വിമ്മിട്ടപെടും.

വെയിൽവീഴാപൂഞ്ചിറ കാവിന്റെ ഒത്ത നടുക്കാണ്. അവിടെ തകർന്നടിഞ്ഞ യക്ഷിയമ്പലവും ബലിക്കല്ലുകളും കിടപ്പുണ്ട്. വെയിൽ മൂക്കുമ്പോൾ കാട്ടിൽനിന്ന് കാവിന്റെ കുളിരുതേടി രാജവെമ്പാലകൾ വെയിൽവീഴാപൂഞ്ചിറയിലേക്ക് ഇഴഞ്ഞുവരും. ഒരാൾപൊക്കത്തിൽ പത്തിവിടർത്തിയവ കാവിനു കാവൽനിൽക്കും. കാവിന്റെ ഉള്ളറകളിലേക്ക് ആരുമങ്ങനെ കടക്കാറില്ല. ചൂരൽവള്ളികളും മുൾപടർപ്പുകളും കൈതക്കാടും അവിടേക്കുള്ള യാത്രകൾക്ക് തടസ്സമായി നിൽക്കുന്നു. ഭൂതങ്ങൾ അധിവസിക്കുന്ന യക്ഷിയമ്പലത്തിനരുകിൽ മനുഷ്യർക്ക് പോകാൻ ഭയമാണ്.

ആയിരക്കണക്കിന് വർഷം പഴക്കമുള്ളതാണ് ക്ഷേത്രം. കാവിന് ലക്ഷക്കണക്കിന് വർഷങ്ങളുടെ തുടർച്ചയും. കരിമാങ്കാവിനെക്കുറിച്ചു പഠിക്കാൻ ചരിത്രഗവേഷകരും പ്രകൃതിശാസ്ത്രജ്ഞരും ഇപ്പോൾ എത്താറുണ്ട്. ഇവിടെ നടക്കുന്ന ഉത്സവങ്ങൾക്ക് ആയിരത്തിലേറെ വർഷങ്ങളുടെ പാരമ്പര്യമുണ്ടെന്ന് ചരിത്രഗവേഷകർ കണ്ടെത്തിയതോടെ കരിമാങ്കാവ് യുനസ്കോയുടെ ലോകപൈതൃകപട്ടികയിൽ ഉൾപ്പെട്ടു. ഇപ്പോൾ വിദേശത്തുനിന്നും ഗവേഷകർ പള്ളിക്കൽ ഗ്രാമത്തിലെത്തുന്നു. പ്രകൃതിശാസ്ത്രജ്ഞർ കാവിലെ സസ്യജന്തുജാലങ്ങളെക്കുറിച്ചു പഠിക്കുന്നു ചരിത്രഗവേഷകർ കാവിന്റെ ശിരോരേഖകൾ ശ്രദ്ധാപൂർവം പരിശോധിക്കുന്നു.

ഫ്രഞ്ച് ചരിത്രഗവേഷകയായ സാറയുടെ നേതൃത്വത്തിൽ ഇവിടെ നടത്തിയ പര്യവേക്ഷണങ്ങളിൽ ബുദ്ധന്റെ നിരവധി പ്രതിമകൾ യക്ഷിയമ്പലത്തിനു സമീപത്ത് നിന്ന് കണ്ടെത്തിയിരുന്നു. ചിലത് ഉടഞ്ഞുപോയിരുന്നു. ഈ പ്രതിമകൾ രണ്ടായിരത്തിലധികം വർഷത്തെ പഴക്കം ഉണ്ടായിരുന്നുവെന്നാണ് കണ്ടെത്തിയിരിക്കുന്നത്. പള്ളിക്കൽ പുത്രനെന്ന് പറഞ്ഞ് നാട്ടുകാർ ഒരുകാലത്ത് ആരാധിച്ചിരുന്ന പ്രതിമകളാണവ. പുരാതനകാലത്ത് പള്ളിക്കൽ പ്രദേശത്ത് ബുദ്ധമതമായിരുന്നു നിലനിന്നിരുന്നതെന്ന് തെളിയിക്കുന്നതാണ് ഈ കണ്ടെത്തൽ. വെയിൽവീഴാപൂഞ്ചിറയിൽ കൂടുതൽ പര്യവേക്ഷണങ്ങൾ നടത്തിയാൽ പുരാതന

കേരളത്തിലേക്ക് വെളിച്ചം വീശുന്ന കൂടുതൽ തെളിവുകൾ ലഭിക്കുമെന്ന് ഗവേഷകർ അഭിപ്രായപ്പെടുന്നു. എന്നാൽ യക്ഷിയമ്പലവും പരിസര പ്രദേശങ്ങളും വിദേശികൾക്കും നാട്ടുകാരായ ചരിത്രഗവേഷകർക്കും മുമ്പിൽ തുറന്നിടുന്നത് ദൈവനിഷേധമാണെന്ന നിലപാടുമായി നാട്ടിൽ ചിലർ മുന്നോട്ടുവന്നത് ഗവേഷണ പുരോഗതിയെ തടസ്സപ്പെടുത്തിയിട്ടുണ്ട്. ലോക പൈതൃകപട്ടികയിൽ ഉൾപ്പെടുത്തി സംരക്ഷിക്കുന്ന കരിമാങ്കാവിലെ ഉത്സവം നേരിട്ടുകണ്ട് ബോധ്യപ്പെടുന്നതിനായി യുനസ്കോയുടെ പ്രതിനിധികൾ കരിമാങ്കാവിലെത്തുന്നുവെന്നത് ഇപ്രാവശ്യത്തെ ഉത്സവത്തിന്റെ പ്രചാരണത്തിന് മാറ്റ് കൂട്ടുന്നു. ആയ് വംശങ്ങളുടെയും പാണ്ഡ്യന്മാരുടെയും തുലുക്കരുടെയും നായ്ക്കന്മാരുടെയും വേണാടിന്റെയും ഒക്കെ അധീനതയിലായിരുന്ന കരിമാങ്കാവിപ്പോൾ പതിനെട്ട് കരക്കാരുടെ നിയന്ത്രണത്തിലാണ്. ഉത്സവനടത്തിപ്പും ക്ഷേത്രഭരണവും പതിനെട്ടുകരക്കാരും ചേർന്ന് തെരഞ്ഞെടുക്കുന്നവർ നടത്തിപ്പോരുന്നു. എങ്കിലും കീഴൂർകുടുംബത്തിന് കരിമാങ്കാവിന്മേൽ പ്രത്യേക അധികാരങ്ങൾ കരക്കാർ അംഗീകരിച്ചു നൽകിയിട്ടുണ്ട്. ഉത്സവത്തിനുള്ള അധികാരച്ചീട്ട് കീഴൂർകുടുംബക്കാരാണ് നൽകേണ്ടത്. ഉത്സവത്തിന് ചാർത്തുന്ന തിരുവാഭരണങ്ങളും കീഴൂർ കുടുംബത്തിൽ നിന്നാണ് കൊണ്ടുവരുക. പള്ളിക്കൽ ഗ്രാമത്തിലെ പുരാതന തറവാടാണിത്. നാട്ടുടയോരുടെ കുടുംബം.

കാലം മാറിയതോടെ പഴയ പ്രതാപമൊന്നുമില്ലെങ്കിലും ഉത്സവചടങ്ങുകളിൽ ആ കുടുംബത്തിനുള്ള നേതൃത്വപരമായ അധികാരം സർവ്വരാലും അംഗീകരിക്കപ്പെടുന്നു. കരിമാങ്കാവിലെ ഉത്സവംകാണാൻ നാനാദിക്കിൽ നിന്നും ആളുകളെത്തും. ആണും പെണ്ണും പിള്ളേരും അടങ്ങുന്ന സംഘം കൊടിയേറ്റ് മുതൽ കരിമാങ്കാവിനെ ചുറ്റിപറ്റിയുണ്ടാകും. പണ്ടുകാലത്ത് കൊടിയേറ്റിനുവരുന്നവർ ആറാട്ടും കണ്ടേ മടങ്ങാറുള്ളൂ. അതായിരുന്നു അന്നത്തെ ആചാരം. കുത്തിയോട്ടവും വേലകളിയും കഥകളിയും കൂത്തുമൊക്കെ ഉത്സവത്തിന്റെ ഭാഗമായുണ്ടാകും.

നാടാകെ ഉത്സവലഹരിയിലാവും. വഴിയോരങ്ങളിലെല്ലാം കച്ചവട കേന്ദ്രങ്ങൾ തുറക്കും. കുതിരകെട്ടും തടങ്ങളിൽ രാവെളുക്കുവോളം കരക്കാരുണ്ടാകും. പണിക്കാരുണ്ടാകും. തേരും കുതിരയും മാനംമുട്ടെ ഒരുക്കിയെടുക്കാനുള്ള പണി കൊടിയേറ്റിന് മുമ്പേ ആരംഭിക്കും. കെട്ടുമൂട്ടിൽ കഞ്ഞിയും പുഴുക്കും ദിവസവും ഉണ്ടാകും. ആയിരങ്ങൾ കെട്ടിമൂട്ടിൽ വന്ന് നിരനിരയായിരിക്കും. മണ്ണിൽകുഴികുത്തി അതിൽ വാഴയിലവച്ച് അതിലേക്ക് ചൂടുകഞ്ഞിയൊഴിക്കും. മുതിരപ്പുഴുക്കും ചമ്മന്തിയും ഉപ്പിലിട്ടതും വിളമ്പും. പ്ലാവില കുത്തി മതിയാവോളം കഞ്ഞി കുടിച്ച് കരക്കാരെല്ലാം ഉത്സവം കണ്ടുനടക്കും. ഇങ്ങനെ പതിനെട്ട് കുതിര കെട്ടും തടങ്ങളിലും കഞ്ഞിവീഴ്ത്തുനടക്കും. ഗ്രാമങ്ങളായ ഗ്രാമങ്ങളെല്ലാം കരിമാങ്കാവിൽ ലയിക്കും. മതവും ജാതിയും വ്യത്യാസമില്ലാതെ കരിമാങ്കാവ് കരക്കാരുടെ ഒന്നാകെയുള്ള ഉത്സവകേന്ദ്രമായി മാറും.

കാവിലെ ഉത്സവത്തിന് എണ്ണകൊടുക്കുന്നത് ക്രിസ്ത്യാനികളാണ്. തേരും കുതിരയും പിടിക്കാൻ മുസ്ലീങ്ങളുവേണം. നൂറ്റാണ്ടുകളായി തുടരുന്ന ആചാരമാണിത്. മതത്തിന്റെയും ജാതിയുടെയും പേരിൽ ഗ്രാമ വാസികൾ ഭിന്നിക്കാതിരിക്കാനാണിതൊക്കെ. നാട്ടിൽ ചക്കാട്ടുതുടങ്ങി യത് ക്രിസ്ത്യാനികളാണ്. തോമായുടെ കുടുംബക്കാർക്കായിരുന്നു അതിന്റെ കുത്തക. ഇന്നും അവരുടെ കുടുംബത്തിൽ പഴയ കൽചക്ക് കിടപ്പുണ്ട്. പിന്നീട് കറണ്ടിൽ പ്രവർത്തിപ്പിക്കുന്ന എണ്ണയാട്ട് മില്ല് വന്നു. ഇന്നും കാവിലേക്ക് തോമായുടെ കുടുംബക്കാരാണ് ഉത്സവത്തിന് ആവശ്യമായ എണ്ണ നൽകുന്നത്. അതിന് ഒരു കിഴിപ്പണം കാവിൽ നിന്ന് നൽകും. തോമായുടെ കുടുംബക്കാർ ആട്ട് മില്ല് നിർത്തിയിട്ട് കൊല്ല ങ്ങളേറെയായി. എങ്കിലും ഉത്സവത്തിന് ആവശ്യമായ ശുദ്ധമായ വെളി ച്ചെണ്ണ മറ്റു മില്ലുകാരിൽ നിന്ന് വാങ്ങിയവർ കരിമാങ്കാവിലെത്തിക്കും. കാവിലേക്ക് എണ്ണ നൽകാനുള്ള അവകാശം അവർ ആർക്കും വിട്ടു നൽകാൻ തയ്യാറല്ല.

പുതിയ തലമുറയിലെ ഫിലിപ്പ് തോമസും കുടുംബവും ഇപ്പോൾ ബാംഗ്ലൂരിലാണ്. മക്കൾക്കവിടെ ഉയർന്ന ഉദ്യോഗമുണ്ട്. ഒരുത്തൻ അമേരിക്കയിലുമുണ്ട്. നാട്ടിൽ കുടുംബവീട് അടച്ചിട്ടിരിക്കുകയാണ്. എങ്കിലും കരിമാങ്കാവിൽ ഉത്സവം തുടങ്ങുമ്പോൾ അവർ നാട്ടിലെത്തും. ഉത്സവം കഴിഞ്ഞേ മടങ്ങൂ. കാവിൽ എണ്ണ നൽകാനുള്ള അവകാശം സുറിയാനിക്രിസ്ത്യാനികൾക്ക് പുരാതനകാലത്തേ വകവച്ചുതന്നതാ ണെന്നതിൽ തിരുസഭയും അഭിമാനിക്കുന്നു. പത്രോസ് പുണ്യാളൻ പേർഷ്യയിലും റോമിലും സഭ സ്ഥാപിച്ചു. റോം സഭയുടെ ഉദ്ദേശ്യ ലക്ഷ്യങ്ങളിൽ നിന്നകന്ന് രാജഭരണത്തിലേക്ക് പോയി.

പേർഷ്യൻസഭ അതുപോലെ തന്നെ ഇന്നും തുടരുന്നുവെന്ന് സുറിയാനികൾ അഭിമാനിക്കുന്നു. അന്ത്യോഖ്യയിലെ ബാവയ്ക്കാണ് സുറിയാനികളുടെ ആത്മീയ നേതൃത്വം. റോമിൽ നിന്നും പോർട്ടുഗീസു കാരിൽ നിന്നും ബ്രിട്ടീഷുകാരിൽ നിന്നും പലവിധ പ്രീണനവും ഭീഷ ണിയും ഉണ്ടായിട്ടും ഡമാസ്കസുമായുള്ള ബന്ധം ഒരുവിഭാഗം അവസാ നിപ്പിച്ചില്ല. വിദേശികളുടെ പ്രലോഭനങ്ങളെ അതിജീവിച്ച് കർത്താവിന്റെ നേരവകാശികളായി സുറിയാനികൾ ഇന്നാട്ടിൽ കഴിയുന്നുവെന്നാണ് തിരു സഭയുടെയും കുഞ്ഞാടുകളുടെയും വിശ്വാസം. പുത്തൻവിശ്വാസികൾ പിന്നീട് എത്ര വന്നു. ഇപ്പോൾ കൈകൊട്ടി പാടുന്ന പെന്തക്കോസ്തുകാർ വരെയുണ്ട്. എങ്കിലും പഴമക്കാർ സുറിയാനികൾ തന്നെയെന്നതിന്റെ തെളിവാണ് പുരാതനമായ കരിമാങ്കാവിൽ എണ്ണ നൽകാനുള്ള അവ കാശം തങ്ങൾക്ക് ലഭിച്ചതെന്ന് നസ്രാണികൾ അഭിമാനിക്കുന്നു.

ചെവിയിൽ വലിയ വാളികളിട്ട് മുണ്ട് ഞൊറിഞ്ഞുടുത്ത് ചട്ടയിട്ട് നസ്രാണിപെമ്പിളമാർ കാവിലെ ഉത്സവത്തിനുവരും. തലയിൽ നേര്യത് പുതച്ച് മൂക്കുവാളി ധരിച്ച് ചട്ടയും കസവുമുണ്ടുമുടുത്ത് മുസ്ലീം

സ്ത്രീകൾ ഉത്സവം കാണാൻ വരും. മൈലാഞ്ചിയിട്ട കൈകളിൽ നിറയെ വളകളുമിട്ട് വരുന്ന അവർക്ക് കാവിന്റെ ഒരുകോണിൽ ഇരിക്കാൻ ഇട മനുവദിച്ചിട്ടുണ്ട്. നായർസ്ത്രീകൾ സെറ്റുടുത്തുവരും. ഈഴവ സ്ത്രീകൾ വരും. ആശാരി, മൂശാരി, കൊല്ലപണിക്കത്തി എല്ലാവരും വരും. ഇതൊക്കെ കരിമാങ്കാവിനെ എല്ലാവരുടെതുമാക്കി മാറ്റുന്നു. ജാതി കൊടുമ്പിരി കൊണ്ടിരുന്ന കാലത്തും ഇതൊക്കെ തുടർന്നുപോന്നിരുന്നു. വേഷ ത്തിലും ആചാരങ്ങളിലും വ്യത്യാസമുണ്ടായിരുന്നുവെന്നുമാത്രം. നൂറ്റാണ്ടുകൾക്ക് മുമ്പ് സിറിയയിൽ നിന്ന് വ്യാപാരത്തിനായി കൊല്ലത്തു വന്നവരാണ് ഇവിടുത്തെ ക്രിസ്ത്യാനികൾ. വേണാട്ടുടയവൻ അയ്യനടികൾ തിരുവടികൾ നസ്രാണികൾക്ക് കൊല്ലത്ത് കഴിയാൻ സ്ഥലം അനുവദിച്ചു. നസ്രാണികളവിടെ സ്വതന്ത്രമായി ജീവിച്ചു. പള്ളി പണിതു. പോർട്ടുഗീസുകാരുടെ വരവോടെ കൊല്ലത്തുനിന്നവർ ആട്ടി യോടിക്കപ്പെട്ടു. പോർട്ടുഗീസുകാരുടെ ക്രൂരമർദ്ദനങ്ങൾ ഭയന്ന് നസ്രാ ണികൾ കൂട്ടത്തോടെ പള്ളിക്കൽ ഗ്രാമത്തിലേക്ക് കുടിയേറി. കീഴൂർ കുടുംബം അവർക്ക് തുണയേകി. മധുരയിലെ തുലുക്കഭരണം അവസാ നിച്ചതോടെ കിഴക്കൻചുരം കടന്നുവന്നവരാണ് പള്ളിക്കലെ മുസ്ലീങ്ങൾ. പാണ്ഡ്യപാരമ്പര്യത്തിന്റെ തുടർച്ചക്കാർ. പാണ്ഡ്യകുടുംബങ്ങൾക്കൊപ്പം പന്തളത്തും പൂഞ്ഞാറിലും എത്തിയവർ. കുതിരപ്പടയാളികൾ.

രാജഭരണം അവസാനിച്ചതോടെ അവരിൽ വലിയൊരു വിഭാഗം മലഞ്ചരക്ക് വ്യാപാരത്തിലേക്കും കൃഷിയിലേക്കും തിരിഞ്ഞു. പള്ളിക്കൽ ഗ്രാമം അവർക്കും അഭയം നൽകി. സാമ്രാജ്യങ്ങൾ ഉയരുന്നതും തകരു ന്നതും കണ്ട് ബുദ്ധധ്യാനത്തോടെ കരിമാങ്കാവ് ഇന്നും പോറലേൽ ക്കാതെ തല ഉയർത്തി നിൽക്കുന്നു. ക്രിസ്ത്യാനികളുടെ പഴയകാല ചരിത്രമൊക്കെ പള്ളിയിൽ എഴുതിസൂക്ഷിച്ചിട്ടുണ്ട്. ഒക്കെ സുറിയാനി ഭാഷയിലാണെന്ന് മാത്രം. അതു വായിച്ചെടുക്കാനറിയുന്നവർ ഇടവക യിൽ വിരളമാണ്. പള്ളിയിലെ ആരാധനക്രമങ്ങളിൽ നല്ലൊരുപങ്കും ഇപ്പോൾ മലയാളത്തിലേക്ക് മാറിക്കഴിഞ്ഞു. മലയാളം ഉരുത്തിരിഞ്ഞു വരുന്നതിനും മുമ്പായിരുന്നുവല്ലോ സുറിയാനി മാതൃഭാഷയായിരുന്നത്.

ഭാഷയെന്നത് ദേശവുമായി ബന്ധപ്പെട്ടതാണ്. ദേശത്തിൽ ലയിച്ചു ചേർത്തതുപോലെ ഭാഷയിലും സുറിയാനികൾ ലയിച്ചു ചേർന്നു കഴിഞ്ഞു. കീഴൂർ തറവാടിന്റെ മുകളിലെത്തെ നിലയിൽ അരവിന്ദ് ആകാംക്ഷയോടെ പുറത്തേക്ക് നോക്കിനിന്നു. കീഴൂർ കുടുംബത്തിന്റെ ഏക ആൺതരിയാണ് അരവിന്ദ്. ദൃഢഗാത്രനും സുമുഖനുമാണ്. ഇരു പത് വയസ്സിന്റെ രാജപ്രസരിപ്പ് മുഖത്ത് വ്യക്തമാണ്. ചുവപ്പ് കലർന്ന് വെളുപ്പുനിറം. നീണ്ടമൂക്കും അല്പം തടിച്ച ചുണ്ടും. സാമാന്യത്തിലും വലുപ്പമുള്ള ചെവി. തിളക്കമുള്ള കണ്ണുകൾ. മുറിയിൽ മൊബൈൽ ശബ്ദിച്ചു. അരവിന്ദ് വേഗം മൊബൈൽ കൈയിലെടുത്തു ഓണാക്കി ചെവിയോട് ചേർത്തുകൊണ്ട് യാതൊന്നും കേൾക്കാൻ നിൽക്കാതെ ചോദിച്ചു.

“നിങ്ങൾക്ക് വഴിതെറ്റിയോ?”

“വില്ലേജ് ഓഫീസിന്റെ കിഴക്കുവശത്തൂടെയുള്ള വഴിയിലൂടെ തന്നെയല്ലേ വരുന്നത്?”

“അതെ” മറുതലയ്ക്കലിൽ നിന്ന് മറുപടിവന്നു.

“ഇപ്പോ ഇളംപള്ളിക്കൽ ക്ഷീരോത്പാദക സഹകരണസംഘത്തിന്റെ മുമ്പിലെത്തി”

“ങാ. ശരി” അവിടെ നിന്ന് ഇടത്തോട്ട് കാണുന്നവഴിയിലൂടെ നേരെ മുന്നോട്ട് പോരെ, ടാറിടാത്ത വഴി.”

“ഓ. ശരി. ശരി. ഇതൊരു പട്ടിക്കാടാണല്ലോടെ.” മറുതലയ്ക്കൽ നിന്ന് ഒരു പരിഹാസച്ചിരിയോടെയുള്ള മറുപടി കേട്ടു. റബർ മരങ്ങൾക്കിടയിലൂടെ ചോക്ലേറ്റ് നിറമുള്ള വിദേശ നിർമിത ആഡംബരകാറിന്റെ തിളക്കം. റബർ മരങ്ങൾക്കിടയിലൂടെ സൂര്യവെട്ടം കാറിൽവീണ് ഇടയ്ക്കിടെ മിന്നുന്നു. വിനോദിന്റെ കാറാണ്. വിനോദിന്റെ അച്ഛൻ ഉദയഭാനു സമ്പന്നനാണ്. ഹോട്ടലുകളും ബാറുകളുമായി മൂന്നെണ്ണമുണ്ട്. ദുബായിൽ എന്തോ ബിസിനസ്സ് ഉണ്ട്. പഴയൊരു ഈഴവതറവാട്ടിലെ അംഗമാണ്. രാജഭരണകാലത്ത് തന്നെ പണിക്കർസ്ഥാനമുള്ള കുടുംബം. നായന്മാരെപോലെ മരുമക്കത്തായം പിന്തുടരുന്ന അപൂർവം ഈഴവ കുടുംബങ്ങളിലൊന്നാണിത്. പാതിനായരെന്ന് വിനോദിന്റെ കുടുംബക്കാരെ നാട്ടുകാർ കളിയാക്കി വിളിക്കുമായിരുന്നു. വിനോദിന്റെ അപ്പൂപ്പന്റെ അച്ഛൻ ഗോവിന്ദൻ ഷാപ്പുകളുടെ കുത്തകക്കാരനായിരുന്നു. അങ്ങനെയാണ് അവർ ഭൂസ്വത്തിന് ഉടമകളായത്.

നാട്ടിൽ ആദ്യമായി കാറു വാങ്ങിയത് അവരാണ്. അക്കാലത്ത് കീഴൂർകുടുംബത്തിൽപോലും കാറുണ്ടായിരുന്നില്ല. ഇംഗ്ലണ്ടിൽ നിന്നാണ് കാറു വരുത്തിയത്. അതിനുമുമ്പ് അവർക്കൊരു കുതിരയുണ്ടായിരുന്നു. കുതിരസവാരി പഠിപ്പിക്കാൻ ചേക്കുറാവുത്തരുണ്ടായിരുന്നു. കുതിരയുള്ള വീടെന്ന് ഖ്യാതിയുണ്ടായിരുന്നു. ജില്ലാ ജഡ്ജിയായിരുന്ന മില്ലാസ് സായിപ്പുമായി ഗോവിന്ദന് അടുപ്പമുണ്ടായിരുന്നു. അയാൾ ഇടയ്ക്കിടെ ഗോവിന്ദന്റെ നാലുകെട്ടിൽ അന്തിയുറങ്ങാനെത്തുമായിരുന്നു. മദ്യവും പെണ്ണും ഇഷ്ടംപോലെയൊഴുക്കി ഗോവിന്ദൻ സായിപ്പിന്റെ മേൽ അധികാരം ഉറപ്പിച്ചു. അതുകൊണ്ട് നാട്ടുചട്ടമ്പികൾക്കും പൊലീസുകാർക്കും പേഷ്കാർ നാരായണപിള്ളയ്ക്കും ഗോവിന്ദനെ തൊടാനായില്ല. ജാതിക്കുശുമ്പ് മൂത്ത് അവർ അയാളെ ആക്ഷേപിച്ചുകൊണ്ടിരുന്നുവെന്ന് മാത്രം.

ഗോവിന്ദൻ പുതുതായി പണികഴിപ്പിച്ച വീടിന് ചാരുംമൂട്ടിൽ എന്നാണ് പേരിട്ടത്. വീടിന്റെ തെക്കുകിഴക്കേ മൂലയിൽ ഒരു ചാര് മരം നിന്നിരുന്നു. ചൊറിയൻ മരമാണിത്. ആരതിന്റെ അടുത്തുപോയാലും ദേഹം ചൊറിഞ്ഞുതടിക്കും. ഗോവിന്ദൻ മനപ്പൂർവമാണ് ചാരുംമൂട്ടിൽ എന്ന് കുടുംബപേരിട്ടത്. തന്നോട് കളിച്ചാൽ ചാരിന്റെ മൂട്ടിൽ ചെല്ലുമ്പോലെ

ചൊറിയുമെന്ന മുന്നറിയിപ്പ് ആ പേരിൽ ഒളിഞ്ഞു കിടന്നിരുന്നു. താലൂക്കിന്റെ കള്ളിന്റെ കുത്തകയുണ്ടായിരുന്ന ചാരുംമൂട്ടുകാർക്ക് തല്ലാനും കൊല്ലാനുമുള്ള ആൾക്കാരുമുണ്ടായിരുന്നു. എങ്കിലും നാട്ടാചാരം കഴിവതും മാനിച്ചാണ് ഗോവിന്ദൻ കഴിഞ്ഞിരുന്നത്. ചേക്കുരാവുത്തർ ഗോവിന്ദനെ കുതിര സവാരി പഠിപ്പിച്ചെങ്കിലും നാലാൾ കാൺകെ പൊതുവഴിയിലൂടെ തന്റെ കുതിരയെ കൊണ്ടുനടക്കാൻ നായന്മാരും പിള്ളമാരും അയാളെ അനുവദിച്ചില്ല. പൊതുവഴി ഈഴവന് നിഷിദ്ധമാണ്. അത് കുതിരപ്പുറത്തായാലും നടന്നായാലും. ഉയർന്ന ജാതിക്കാർ വന്നാൽ അയാളും കുതിരയും വഴിമാറണം. നമ്പൂതിരിയും നായരും വന്നാൽ തീണ്ടാപ്പാടകലെ നിൽക്കണം. നമ്പൂതിരിയിൽതൊട്ട് പറയനിൽവരെയുള്ള അമ്പത്താറുജാതികളും തീണ്ടലും തൊടീലും മുറപോലെ പാലിക്കണം. ജാതി ദൈവനിശ്ചയമാണ്. തങ്ങളെക്കാൾ താഴ്ന്ന ജാതിക്കാരെ തൊട്ടാൽ അശുദ്ധമായെന്ന് കേരളത്തിലെ എല്ലാ ജാതിക്കാരും കരുതിവന്നിരുന്നു.

തിയ്യനും ഈഴവനും നായരിൽ നിന്നും നമ്പൂതിരിയിൽ നിന്നും തിയ്യപ്പാടുദൂരം മാറിനിൽക്കണം. പുലയനും പറയനും ചെറുമപ്പാടുദൂരവും. കമ്മാളർക്ക് 7.32 മീറ്ററും നായാടിക്ക് 12.56 മീറ്ററുമായിരുന്നു തീണ്ടൽ കൂടാതെ നിൽക്കാവുന്ന ദൂരം. ഗോവിന്ദൻ നാണുവൈദ്യന്റെ മകൾ ഭാരതിയെയാണ് വിവാഹം കഴിച്ചത്. അക്ഷരാഭ്യാസമുള്ളവരായിരുന്നു ഭാരതി. അതിന്റെ ഗുണം ആ കുടുംബത്തിനു ലഭിച്ചു. സമ്പന്നനും കുതിരയുടെ ഉടമയുമായിരുന്നെങ്കിലും ജാതിമൂലം നിരവധി ദുരിതങ്ങൾ ഗോവിന്ദന് അനുഭവിക്കേണ്ടിവന്നു. 'ചാരുംമൂട്ടിക്കാരുടെ കുതിരപോലെ'ന്നൊരു ചൊല്ല് തന്നെ നാട്ടിൽ പ്രചരിച്ചു. "എന്തുണ്ടായിട്ടെന്താ കുതിരയ്ക്കു പോലും വഴി നടക്കാനാവില്ലല്ലോ?" ഇതൊരു പരിഹാസമായാണ് നാട്ടിൽ പ്രചരിച്ചിരുന്നത്.

സായിപ്പന്മാരോട് വലിയ കൂറായിരുന്നു ഗോവിന്ദന്. നാടുവാഴിയെക്കാളും നാട്ടുകാരെക്കാളും അവരാണ് തന്നോട് നീതി കാണിക്കുന്നതെന്ന് അയാൾ ഉറച്ചുവിശ്വസിച്ചു. അതുകൊണ്ട് സായിപ്പിനുവേണ്ടി എന്തും ചെയ്യാൻ ഗോവിന്ദന് ഒരു മടിയുമില്ലായിരുന്നു. സായിപ്പുമായുള്ള ബന്ധം കാട്ടി ഉദ്യോഗസ്ഥരെ നിലയ്ക്ക് നിർത്താനും അയാൾക്കായി. ഗോവിന്ദന്റെ കാലത്താണ് ചാരുംമൂട്ടുകാർക്ക് പണിക്കർസ്ഥാനം കിട്ടിയത്. എന്നാൽ ഗോവിന്ദനത് കാര്യമായി ഉപയോഗിച്ചില്ല. മക്കളായ സുകുമാരപണിക്കരും കുട്ടപ്പപ്പണിക്കാരും പണിക്കർ സ്ഥാനംവച്ചാണ് നടന്നിരുന്നത്. സുകുമാരപ്പണിക്കരാണ് നാട്ടിൽ ആദ്യമായി കാറു വാങ്ങിയ ആൾ. ഒരിക്കൽ തലപ്പാവുവച്ച് സായിപ്പിനെപ്പോലെ കോട്ടുധരിച്ച് സുകുമാരപ്പണിക്കർ തന്റെ കാറിൽ കയറി തിരുവനന്തപുരത്തേക്ക് യാത്രതിരിച്ചു. ബോംബെയിൽ നിന്ന് ഡ്രൈവറെ വരുത്തികൊടുത്തത് ആലപ്പുഴയിലെ വലിയ വ്യവസായിയായിരുന്ന ഇബ്രാഹിംസേട്ടായിരുന്നു. ഡ്രൈവർക്ക് ഹിന്ദി മാത്രമേ അറിയാമായിരുന്നുള്ളൂ. കുറെ മുറി ഇംഗ്ലീഷും. അയാൾ ജൈന

മതക്കാരനായിരുന്നു. പൂർണ സസ്യാഹാരി. കരിമാങ്കാവിന് സമീപംവച്ച് നായന്മാർ കാറു തടഞ്ഞു. കാറുകാണാൻ നൂറുകണക്കിനാളുകൾ പാതയോരത്തും കാവിനു മുമ്പിലും തടിച്ചുകൂടി നിന്നിരുന്നു. വിവിധജാതിക്കാരായ പെണ്ണുങ്ങളും പിള്ളേരുമുണ്ടായിരുന്നു. കേട്ടുകേൾവി മാത്രമുണ്ടായിരുന്ന കാറ് അവർ ആദ്യമായി കാണുകയാണ്. കരിമാങ്കാവിന് മുമ്പിലൂടെ അയിത്ത ജാതിക്കാരന് വഴിനടക്കാൻ പാടുള്ളതല്ല. അത് അണുകിടെ തെറ്റാത്ത നാട്ടാചാരമാണ്. കാവിലെ കൊടിയേറ്റത്തിന് നേരം വെട്ടംവീഴുന്നതിന് മുമ്പ് അയിത്തക്കാർക്ക് കാവിലെത്തി ഉറഞ്ഞുതുള്ളാമെന്ന് മാത്രം. അതിനുശേഷം ക്ഷേത്രവും പരിസരവും ശുദ്ധിവരുത്തിയാണ് നമ്പൂതിരിമാർ അവിടേക്ക് പ്രവേശിക്കുക. വഴിനടക്കുകയെന്നതിൽ കുതിര സവാരിയായാലും ഇനിയിപ്പോ കാറു സവാരിയായാലും ഉൾപ്പെടുമെന്ന് ചെമ്പകശ്ശേരിയിലെ മഹാദേവൻ തമ്പി വ്യക്തമാക്കുകയും ചെയ്തിട്ടുള്ളതാണ്. അതുകൊണ്ട് ഒരു കാരണവശാലും കരിമാങ്കാവിന്റെ മുമ്പിലൂടെ സുകുമാരപ്പണിക്കരെ കാറിൽ പോകാൻ അനുവദിക്കില്ലെന്ന് പിള്ളമാരും നായന്മാരും നിലപാടെടുത്തു. കീഴൂർ കുടുംബക്കാരും അത് ശരിവച്ചു. രാജനീതിയതാണ്. അത് തെറ്റിക്കാൻ എത്ര സമ്പന്നനായാലും കീഴ്ജാതിക്കാരന് അനുവദനീയമില്ല. ജാതിയെന്നത് മാറുന്നതല്ല. ജന്മംകൊണ്ട് ലഭിക്കുന്നതാണ്.

സുകുമാരപ്പണിക്കരെ കരിമാങ്കാവിന് മുമ്പിൽ നായന്മാർ വാളുമായി തടഞ്ഞുവെന്ന വാർത്ത പരന്നതോടെ ഈഴവരും സംഘടിച്ചവിടെയെത്തി. കീഴ്ജാതിക്കാർക്ക് വഴി നടക്കാനുള്ള അവകശം വേണമെന്ന ആവശ്യം പൂച്ചം പൂച്ചം ഉയർന്നുവന്നുകൊണ്ടിരിക്കുന്നതിനിടയിലായിരുന്നു ഈ സംഭവം. അഭിമാനികളായ ഈഴവർ സുകുമാരപ്പണിക്കർക്കൊപ്പം നിന്നു. ഈഴവരിൽ ചിലർ സുകുമാരപ്പണിക്കർ നാട്ടുനടപ്പ് ലംഘിക്കുന്നത് ശരിയല്ലെന്ന പറഞ്ഞ് അയാളെ ഒറ്റപ്പെടുത്തി. നാട്ടിൽ സംഘർഷം ഉണ്ടാകുമെന്ന് കണ്ട് മാവേലിക്കരയിൽ നിന്ന് പൊലീസെത്തി. പണിക്കരുടെ ഉപ്പും ചോറും കഴിക്കുന്ന ചെത്തുകാർ ആവേശത്തിലായിരുന്നു. അവർ തേറെടുത്തു എന്തിനും തയ്യാറായി നിന്നു. എന്നാൽ ഒരു സംഘർഷം ഉണ്ടാക്കാൻ സുകുമാരപ്പണിക്കർ ആഗ്രഹിച്ചില്ല. തന്റെ കാർ പുറകോട്ടെടുത്ത് സുകുമാരപ്പണിക്കർ തിരികെപ്പോയി. ഒരു വിഭാഗം നാട്ടുകാർ അയാളെ കൂവിവിളിച്ചു. മറ്റൊരുവിഭാഗം വേദനിച്ചു. സുകുമാരപ്പണിക്കർക്ക് കാറു പുറത്തെടുക്കാനാവാത്ത സ്ഥിതിയായി. അയാൾ കലക്ടറായിരുന്ന വർഗീസിനെ കണ്ടു പരാതിപറഞ്ഞു. എന്നാൽ സുകുമാരപ്പണിക്കരോട് അനുകമ്പയുണ്ടെങ്കിലും ഇന്നത്തെ സ്ഥിതിയിൽ നാട്ടാചാരങ്ങളിൽ കമ്പനി ഇടപെടേണ്ടന്നാണ് പൊതുവായ തീരുമാനമെന്ന് തോമസ് പറഞ്ഞു. നാട്ടുകാരിൽ കമ്പനിയോടുള്ള എതിർപ്പ് വർധിച്ചുവരുകയാണെന്ന് അയാൾ പറഞ്ഞു. മലഞ്ചരക്ക് വ്യാപാര രംഗത്ത് കുത്തകയുണ്ടായിരുന്ന വാവാ സാഹിബിനെ സുകുമാരപ്പണിക്കർ ചെന്നുകണ്ട് ഇതിനൊരു പരിഹാരം ഉണ്ടാക്കിതരണമെന്നാവശ്യപ്പെട്ടു.

മുസ്ലീങ്ങൾക്ക് വലിയ സഹായികളായിരുന്നു ചാരുംമൂട്ടുകാർ. അതുകൊണ്ടുതന്നെ ഇത്തരത്തിൽ ഒരുപ്രതിസന്ധി ഘട്ടത്തിൽ അയാളെ സഹായിക്കാൻ വാവാ സാഹിബ് മുന്നോട്ടുവന്നു. കീഴൂർകുടുംബക്കാരുടെ കുരുമുളകും ഇഞ്ചിയും മൊത്തമായി വാങ്ങുന്നത് വാവാസാഹിബാണ്. അങ്ങോട്ടും ഇങ്ങോട്ടും പണമിടപാടുമുണ്ട്. ആ ഒരു സ്വാതന്ത്ര്യം ഉപയോഗിച്ച് കീഴൂർകുടുംബക്കാരെ പ്രശ്നത്തിൽ ഇടപെടിച്ചു. കരിമാങ്കാവിന് മുന്നിലൂടെ അയിത്ത ജാതിക്കാരൻ കാറിൽ പോകുന്നത് ഒരു തരത്തിലും അനുവദനീയമല്ലെന്ന് കീഴൂർ മാടമ്പി ഉറപ്പിച്ചുപറഞ്ഞു. എന്നാൽ ക്ഷേത്രത്തിൽ നിന്ന് ഒരു നിശ്ചിതദൂരം തള്ളി പുതുതായി ഒരു വഴിവെട്ടി കാറോടിക്കുന്നതിൽ പരാതിയില്ലെന്നും എല്ലാവരും ബഹുമാനിക്കുന്ന കീഴൂർ കാരണവർ നിർദ്ദേശിച്ചു.

കാവിന് ചുറ്റുമുള്ള കണ്ണെത്താദൂരത്തെ വസ്തുവകകളെല്ലാം കീഴൂർകുടുംബം വകയാണ്. അതിലൂടെ ഒരു റോഡ് വെട്ടിചുമടുതാങ്ങിമുക്കിലെത്തിച്ചാൽ പ്രശ്നം പരിഹരിക്കാവുന്നതേയുള്ളൂവെന്ന് വ്യാപാരിയായ വാവാസാഹിബിന് ബോധ്യപ്പെട്ടു. റോഡിനുള്ള വസ്തു കീഴൂർകുടുംബം ചാരുമൂട്ടുകാർക്ക് വിലയ്ക്ക് നൽകാമെന്നും ധാരണയായി. അങ്ങനെ കീഴ്ജാതിക്കാർക്ക് സ്വന്തമായി പള്ളിക്കൽ ഗ്രാമത്തിൽ ഒരു പാത ഒരുങ്ങി. ഈഴവരും മറ്റു കീഴ്ജാതിക്കാരും ആവേശത്തോടെ ആ റോഡിലൂടെ തലങ്ങും വിലങ്ങും ഓടിക്കളിച്ചു. ഈഴവ റോഡിലൂടെ ചാരുംമൂട്ടുകാരുടെ കാർ തിരുവനന്തപുരത്തേക്ക് ഓടുന്നത് കാണാൻ നാടിന്റെ നാനാദിക്കിൽ നിന്നും ആളുകളെത്തി. രാജകീയ വരവേൽപ്പോടെ ഈഴവ റോഡിലൂടെ കാറ് ഉരുണ്ട് തിരുവനന്തപുരത്തേക്ക് നീങ്ങി. ഉയർന്ന ജാതിക്കാർക്ക് ലഭിക്കാത്ത ഒരു ഭാഗ്യം ഈഴവർക്ക് ലഭിച്ചു. ചാരുംമൂട്ടിൽ സുകുമാരപ്പണിക്കരുടെ കാറിൽ അവർക്ക് ഒന്നു തൊട്ടുനോക്കാനായി.

ഉയർന്ന ജാതിക്കാരിൽ പലർക്കും കാറിൽ ഒന്നു തൊടാൻ മോഹമുണ്ടായിരുന്നുവെങ്കിലും അഭിമാനം അവരെ അതിനനുവദിച്ചില്ല. കാറിനുള്ളിൽ ഒരു കുതിരയുണ്ടെന്നും അതാണ് കാറു വലിച്ചുകൊണ്ടുപോകുന്നതെന്നും നാട്ടുകാരിൽ പലരും വിശ്വസിച്ചു. കാറിനെയും ബ്രിട്ടീഷുകാരെപ്പോലെ ഈ നാട്ടിൽ നിന്ന് തുരത്തേണ്ടതാണെന്ന് മോഹഭംഗം വന്ന പല നായന്മാരും പറഞ്ഞുനടന്നു. വഴിതർക്കം രമ്യമായി പരിഹരിച്ചതോടെ നാട്ടിൽ ഉരുണ്ടു കൂടുമായിരുന്ന ജാതിസംഘർഷം ഇല്ലാതായി. ഈഴവറോഡ് ഇപ്പോഴും നാട്ടിൽ ഒരു കുറുക്കുവഴിയായി എല്ലാവിഭാഗം ജനങ്ങളും ഉപയോഗിക്കുന്നു. നാട്ടിൽ ആദ്യമായി കാറു വാങ്ങിയ സുകുമാരപ്പണിക്കരുടെ മകൻ ഉദയഭാനുവിന്റെ മകനാണ് വിനോദ് പണിക്കർ. അപ്പൂപ്പനെപ്പോലെ കാറിൽ കമ്പക്കാരനാണ്. അച്ഛന്റെ കച്ചവടത്തിലൊന്നും വിനോദിന് താത്പര്യമില്ല. വിനോദിന്റെ അമ്മ സുശീല പണിക്കർ എസ്.എൻ കോളജിൽ പ്രൊഫസറാണ്. അമ്മയുടെ വഴിയെ സഞ്ചരിക്കാനാണ് വിനോദിനു മോഹം. സ്കൂൾകാലത്ത് തന്നെ വിനോദ് പഠിക്കാൻ മിടുക്കനായിരുന്നു. സാധാരണ കുട്ടികളെപ്പോലെ

എഞ്ചിനീയർ, ഡോക്ടർ തുടങ്ങിയ മേഖലകളൊന്നും വിനോദിനെ ആകർഷിച്ചില്ല. ഐ.ടി മേഖലയിലേക്ക് തിരിയാൻ ബന്ധുക്കളുടെ ചില സമ്മർദ്ദങ്ങൾ ഉണ്ടായിരുന്നു. ഐ.ടി മേഖലയിൽ വൻതുക ശമ്പളം ലഭിക്കുമെന്നായിരുന്നു അവരുടെ പ്രലോഭനം. എന്നാൽ ചരിത്രത്തോടായിരുന്നു വിനോദിന് കമ്പം. എം.എ ഹിസ്റ്ററി ഒന്നാംക്ലാസോടെ പാസ്സായപ്പോൾതന്നെ എം.എഫിൽ ഉറപ്പിച്ചു. മികച്ച വിജയത്തോടെ എം.ഫിൽ എടുത്തു. ഡൽഹിയിൽ ജെ.എൻ.യുവിൽ ഗവേഷണത്തിന് ചേരുകയും ചെയ്തു. രണ്ടാം ചേരസാമ്രാജ്യത്തിന്റെ ഉയർച്ചയും തകർച്ചയുമാണ് ഗവേഷണ വിഷയം. ഇതിനായി തമിഴ്നാട്ടിലും കേരളത്തിലും വ്യാപകമായി സഞ്ചരിച്ചു പഠിക്കുന്നു. പുസ്തകങ്ങൾക്കപ്പുറത്തുള്ള അന്വേഷണങ്ങളാണ് വിനോദിനെ നല്ലൊരു ഗവേഷകനാക്കുന്നത്. വിനോദ് കേരള ഉത്പത്തിയെക്കുറിച്ച് അവതരിപ്പിച്ച സെമിനാർ പേപ്പർ ഏറെ ചർച്ച ചെയ്യപ്പെടുകയുണ്ടായി.

പരശുരാമൻ മഴുവെറിഞ്ഞാണ് കേരളം സൃഷ്ടിച്ചതെന്ന ഐതിഹ്യത്തിന്റെ പൊരുൾ കണ്ടെത്താനായിരുന്നു വിനോദിന്റെ അന്വേഷണം. ക്ഷത്രിയരെ നിഗ്രഹിച്ച് പരശുരാമൻ മഴു എറിഞ്ഞ് കടൽനീക്കി കേരളം സൃഷ്ടിച്ച് ബ്രാഹ്മണർക്ക് നൽകിയെന്നതാണല്ലോ വിശ്വാസം. രണ്ടാം ചേരസാമ്രാജ്യത്തിന്റെ ഉയർച്ചയും ഈ വിശ്വാസവും തമ്മിൽ ബന്ധമുണ്ടന്ന് വിനോദ് സമർത്ഥിക്കുന്നു. ഭൂമിശാസ്ത്രമായ തെളിവും വിനോദ് മുന്നോട്ടുവച്ചു. തിരുവനന്തപുരത്ത് നിന്ന് കൊല്ലംവരെ കടൽതീരത്ത് ഉയർന്ന കുന്നുകൾ കാണാം. കൊല്ലം മുതൽ വടക്കോട്ട് തിക്കൊടിവരെയുള്ള ഭൂപ്രദേശത്ത് കടൽക്കര സമതലമാണ്. പിന്നെ കുന്നുകളാണ്. ഈ വിടവിലൂടെ കടൽ ഒരുകാലത്ത് ഉള്ളിലേക്ക് കയറിക്കിടക്കുകയായിരുന്നു. സഹ്യന്റെ കാൽപാടുകൾവരെ.

സമുദ്രത്തിന്റെ അതിർത്തി ഇന്നത്തെ ചെങ്ങന്നൂർ, ചങ്ങനാശ്ശേരി, കോട്ടയം, കടുത്തുരുത്തി, തൃപ്പൂണിത്തുറ തുടങ്ങിയ ഭാഗങ്ങൾ വരെയുണ്ടായിരുന്നു. അതിന് വടക്കോട്ടും തെക്കോട്ടും കൊല്ലംവരെയും കടലേറ്റമുണ്ടായിരുന്നു. ഇടയ്ക്കിടെ ചെറു തുരുത്തുകളും ചതുപ്പുകളും കണ്ടലും. അവിടൊക്കെ ജൈനന്മാരും ബുദ്ധമതക്കാരും പ്രകൃതി ആരാധകരുമായ ജനത അധിവസിച്ചിരുന്നു. കിഴക്കൻമലയിൽ നിന്ന് മണ്ണിടിഞ്ഞ് വന്ന് ക്രമേണ തുരുത്തുകളുടെ വ്യാപ്തി വർധിച്ചു. ആഴം കുറഞ്ഞ കടൽ പിൻവാങ്ങി. ഇവിടങ്ങളിൽ കഴിഞ്ഞു വന്നിരുന്ന ഇടയന്മാരായ യാദവരെയും ബുദ്ധ-ജൈനമതക്കാരുമായ ആദിവാസികളെയും മർദ്ദിച്ചൊതുക്കി ഭൂമി കൈയടക്കി ബ്രാഹ്മണർ. ഈ യാദവരാണ് ഇന്നത്തെ നായന്മാർ. ബ്രാഹ്മണന്റെയും പശുവിന്റെയും സംരക്ഷണം യാദവരുടെ കൂട്ടത്തിൽ മിടുക്കരായ നായന്മാരുടെ ചുമതലയാക്കി. പയ്യന്നൂർ മുതൽ ചെങ്ങന്നൂർ വരെ 32 ഊരുകളുണ്ടാക്കി ബ്രാഹ്മണൻ അതിന്റെ അധികാരികളായി. നായന്മാർ ഭാവിയിൽ തങ്ങൾക്ക് ഭീഷണിയാകാതിരിക്കാൻ മക്കത്തായത്തിന് പകരം മരുമക്കത്തായം നടപ്പാക്കി.

നായന്മാരെ ഭൂ ഉടമകളും പോരാളികളും കൃഷിക്കാരുമാക്കി മാറ്റി ബ്രാഹ്മണർ കൂടെ നിർത്തി. ബ്രാഹ്മണൻ മക്കത്തായക്കാരായി നിൽക്കുകയും ചെയ്തു. ക്ഷത്രിയരെ നിഗ്രഹിച്ചാണ് പരശുരാമൻ കേരളം വീണ്ടെടുത്തതെന്നാണല്ലോ ഐതിഹ്യം. ബുദ്ധമതവും ജൈനമതവും ക്ഷത്രിയമതങ്ങളായിരുന്നുവല്ലോ?

പരശുരാമന് മുമ്പേയുള്ള അവതാരമാണ് വാമനന്റേത്. വാമനൻ പാതാളത്തിലേക്ക് ചവുട്ടിതാഴ്ത്തിയത് ജാതിരഹിതമായ സമത്വസുന്ദരമായ ഒരു സാമ്രാജ്യത്തിന്റെ അധിപനായിരുന്ന മഹാബലിയെയായിരുന്നു. പരശുരാമന് മുമ്പ് ഇവിടെ സമത്വസുന്ദരമായിരുന്നുവെന്ന് ഈ ഐതിഹ്യത്തിലൂടെ ഊഹിച്ചെടുക്കാം. നാടോടിയായ വാമനനാണ് മഹാബലിയെ വകവരുത്തിയത്. ബ്രാഹ്മണർക്കും നായന്മാർക്കും മുമ്പിൽ കീഴടങ്ങിയ തദ്ദേശവാസികൾ ജാതി ഇല്ലാത്ത തീണ്ടൽ ജാതിക്കാരുമായി മാറി. അടിമകളും. വിനോദിന്റെ കേരളത്തെക്കുറിച്ചുള്ള ഐതിഹ്യത്തിന്റെ പിന്നിലെ ചരിത്രാന്വേഷണം ക്ലാസിൽ ഏറെ വാദപ്രതിവാദങ്ങൾക്കിടയാക്കി. മഹാബലിയെക്കുറിച്ച് അരവിന്ദന് മറ്റൊന്നാണ് പറയാനുണ്ടായിരുന്നത്.

നാടുവാണിരുന്ന സത്യാന്വേഷിയായ ചേരമാൻ പെരുമാൾ അറേബ്യയിലേക്ക് പോകാൻ തീരുമാനിച്ചു. തന്റെ സാമ്രാജ്യം മക്കൾക്കും മരുമക്കൾക്കുമായി പകുത്തു നൽകി ചേരമാൻപെരുമാൾ മക്കയിലേക്ക് കപ്പൽകയറി. അറേബ്യയിൽവച്ച് അദ്ദേഹം ഇസ്‌ലാംമതം സ്വീകരിക്കുകയും താജുദീൻ എന്ന് പേരുമാറുകയും ചെയ്തു. മടങ്ങുംവഴി മസ്കറ്റിലെ സലാലയിൽവച്ച് അന്തരിച്ചു. ഇന്നും സലാലയിൽ ചേരമാൻ പെരുമാളിന്റെ കബറിടമുണ്ട്. ഇസ്ലാംമത പ്രചാരണത്തിന് ആവശ്യമായ സഹായം ചെയ്യണമെന്ന കത്ത് അടയാളസഹിതം അദ്ദേഹം കൂടെയുണ്ടായിരുന്നവർക്ക് നൽകിയിരുന്നു. ഇവിടെ ഇസ്ലാംമതം പ്രചരിക്കുന്നതിന് ഇതാണ് സഹായകരമായത്.

അമ്മാവൻ മടങ്ങിവരുംവരെ രാജ്യഭാരം ഏൽക്കുന്നുവെന്ന് ഓരോ സാമൂതിരിയും കിരീടാവസരത്തിൽ സത്യം ചെയ്യുന്നതും മുസ്ലീം സ്ത്രീയിൽ നിന്ന് പാൻഡുവാരി വാങ്ങൽ എന്ന കർമ്മം ആചരിക്കുന്നതും ഇതിന്റെ തെളിവാണ്. മക്കയ്ക്കുപോയ അമ്മാവനാണ് മഹാബലിയെന്ന് കരുതുന്നതെന്ന കൂടുതൽ യുക്തിഭദ്രമെന്നവാദമാണ് അരവിന്ദ് മുന്നോട്ടുവച്ചത്. എന്നാൽ മിത്തുകളെയും ഐതിഹ്യങ്ങളെയും ചരിത്രവുമായി കൂട്ടിക്കുഴയ്ക്കുന്നത് സൂക്ഷിച്ചുവേണമെന്ന നിർദ്ദേശമാണ് അവരുടെ പ്രൊഫ.ഥാപ്പർ സ്വീകരിച്ചത്. ചരിത്രത്തെ നിഷ്പക്ഷതയോടെ വേണം വിലയിരുത്താൻ. എന്തായാലും ചരിത്രപഠനം പുരോഗമിക്കുന്നതിനനുസരിച്ച് ഇക്കാര്യങ്ങളിലെല്ലാം കൂടുതൽ വ്യക്തത കൈവരും. ചരിത്രപഠനം പുരോഗമിക്കുന്നതിനിടയിലാണ് കരിമാങ്കാവിലെ കെട്ടുത്സവം യുനസ്കോയുടെ പൈതൃകപ്പട്ടികയിൽ ഇടംനേടുന്നത്.

യുനസ്കോയുടെ പ്രതിനിധികൾ ഇക്കൊല്ലത്തെ ഉത്സവത്തിന് അമേരിക്കയിൽനിന്നും എത്തുന്നു. മലയാളത്തോളം പഴക്കമുള്ള ആഘോഷമാണിത്. ബുദ്ധസംസ്കൃതിയിലൂടെ തിടംവച്ച കെട്ടുത്സവം. ബ്രാഹ്മണരുടെ വരവോടെ ബുദ്ധമതം ക്ഷയിക്കാൻ തുടങ്ങി. ബുദ്ധമതക്കാർക്കെതിരെ ശൈവർ നടത്തിയ അതിക്രമങ്ങളെക്കാൾ ഭീകരമായിരുന്നു ബുദ്ധനെ തന്നെ പതിനൊന്നാമത്തെ അവതാരമായി കണ്ട് ബുദ്ധവിഹാരങ്ങൾ വൈഷ്ണവർ പിടിച്ചെടുത്തത്. സംസ്കൃതചിത്തരും അഹിംസാവാദികളുമായ ബുദ്ധഭിക്ഷുക്കൾക്കെതിരെയും ജൈനർക്കെതിരെയും ഹിംസയും കാടത്തവും ഇളക്കിവിട്ട് അവരെ നശിപ്പിച്ചു. തെറിപ്പാട്ടും രക്തം ചിന്തുന്ന കുരുതിയും ബുദ്ധഭിക്ഷുക്കളെ കാവിൽനിന്നോടിച്ചു. കരിമാങ്കാവിലെ ആചാരങ്ങൾ മാറിമറിഞ്ഞു. എന്നിട്ടും കെട്ടുകാഴ്ച മുറപോലെ നടന്നുവന്നു. അങ്ങനെ ആയിരക്കണക്കിന് വർഷങ്ങളുടെ പൈതൃകവും പേറി കരിമാങ്കാവിലെ കെട്ടുത്സവം ലോകസംസ്കൃതിയുടെ തിരുശേഷിപ്പുകളിലൊന്നായി അംഗീകരിക്കപ്പെട്ടു. യുനസ്കോയുടെ ഉദ്യോഗസ്ഥരുടെ വരവോടെ ദേശീയതലത്തിൽ തന്നെ കരിമാങ്കാവിലെ കെട്ടുത്സവം ശ്രദ്ധാകേന്ദ്രമാവുകയാണ്. ദേശീയ ചാനലുകൾ ഉത്സവം റിപ്പോർട്ട് ചെയ്യാനെത്തുന്നുണ്ട്.

സ്വന്തം ഗ്രാമത്തിലെ കെട്ടുത്സവം ലോകം കൊണ്ടാടുമ്പോൾ അത് തന്റെ സഹപാഠികൾക്കുകൂടി കാട്ടികൊടുക്കാനാണ് അരവിന്ദ് അവരെ വീട്ടിലേക്ക് ക്ഷണിച്ചത്. മധുര സ്വദേശിനി റസിയ നാച്ചിയാർ, ഡൽഹിക്കാരൻ സന്തോഷ് റാവത്ത്, തിരുവല്ലക്കാരൻ ജയിംസ് മാത്യു എന്നിവരാണ് വിനോദ് പണിക്കർക്കൊപ്പമുള്ളത്. പത്തുദിവസം അവർ കീഴൂർവീട്ടിലുണ്ടാകും. ജന്മികുടുംബമായിരുന്ന കീഴൂർവീട്ടിൽ ഇവർക്കൊക്കെ താമസിക്കാനുള്ള ഇടമുണ്ട്. ഒരുകാലത്ത് പത്തിരുപത്തിയഞ്ചാളുകൾ ജീവിച്ചിരുന്ന വീടാണ്. കാലത്തിന്റെ കുത്തൊഴുക്കിൽ കൂട്ടുകുടുംബം അണുകുടുംബമായി മാറി. പലരും ഓഹരിവാങ്ങി പിരിഞ്ഞു. ഭൂപരിഷ്കരണ നിയമം വന്നതോടെ കുറെ കുടിയാന്മാർക്കും അടിയാന്മാർക്കും നൽകി. ബാക്കി ഭൂസ്വത്തൊക്കെ സർക്കാരെടുത്തു. കീഴൂർകുടുംബവീട്ടിൽ കാരണവരായി അരവിന്ദിന്റെ അപ്പൂപ്പൻ ഉണ്ണിവർമ്മയുണ്ട്. അച്ഛൻ ഗോപാലകൃഷ്ണവല്യത്താൻ. അമ്മ രമണിക്കുഞ്ഞമ്മ. സഹോദരി രേവതി തമ്പുരാട്ടി. കീഴൂർ കുടുംബവകയായി പള്ളിക്കൽ ഗ്രാമത്തിൽ ഒരു ഹൈസ്കൂൾ പ്രവർത്തിക്കുന്നുണ്ട്. അവിടുത്തെ പ്രധാന അധ്യാപകനായി അടുത്തൂൺപറ്റിയാളാണ് ഗോപാലകൃഷ്ണവല്യത്താൻ. രമണിക്കുഞ്ഞമ്മയാണ് സ്കൂൾ മാനേജർ. രേവതി തമ്പുരാട്ടിക്ക് ബാങ്കിൽ ജോലിയുണ്ട്. പൂഞ്ഞാറിൽ നിന്ന് ഒരു കല്യാണാലോചന രേവതിക്ക് മുറുകിവരുന്നുണ്ട്. ഉണ്ണിവർമ്മ വാർദ്ധക്യസഹജമായ അസുഖങ്ങൾമൂലം വിശ്രമത്തിലാണ്. ഭാര്യ പാർവതി തമ്പുരാട്ടി മൂന്ന് കൊല്ലംമുമ്പ് മരിച്ചു.

അരവിന്ദ് പഴയ മട്ടിലുള്ള തടികോവണിയിലൂടെ നടുത്തളത്തിലേക്കിറങ്ങിക്കൊണ്ട് വിളിച്ചു. "അമ്മേ". രമണിക്കുഞ്ഞമ്മ എന്തോയെന്ന് വിളികേട്ടുകൊണ്ട് അടുക്കളയിൽ നിന്ന് നടുത്തളത്തിലേക്ക് വന്ന് തലകുലുക്കികൊണ്ട് ചോദ്യരൂപേണ മൂളി. "അവരങ്ങിത്താറായി" അരവിന്ദ് പറഞ്ഞു. രമണിക്കുഞ്ഞമ്മ ടെലഫോൺസ്റ്റാഡിൽ വച്ചിരുന്ന കണ്ണടയെടുത്തു. സാരിതലപ്പുകൊണ്ട് തുടച്ച് കണ്ണിൽവച്ചു. എന്നിട്ട് പൂമുഖത്തുവന്ന് കസേരയിലെ വിരിപ്പ് ശരിയാക്കിയിട്ടു. പത്രം ടീപ്പോയിൽ വൃത്തിയാക്കി വച്ചുകൊണ്ട് ഇടവഴിയിലേക്ക് നോക്കി. കാഞ്ഞിരവും മുളയും നിൽക്കുന്ന വീട്ടുവക കാവിനരുകിലൂടെ വലിയ കാർ ഒഴുകിവരുന്നത് അവർ നോക്കി നിന്നു. കീഴൂർവീടിന്റെ വിശാലമായ മുറ്റത്ത് പഴയ കാർഷെഡിൽ ഒരു പഴയ ഫിയറ്റ് കാർ കിടപ്പുണ്ട്. ഓടുന്ന കണ്ടീഷനിൽ അത് സൂക്ഷിച്ചിരിക്കുകയാണ്. ഉണ്ണിവർമ്മ ഉപയോഗിച്ചിരുന്ന കാറാണിത്. ആ കാറുമായി ഒരു വൈകാരികബന്ധം ഉണ്ണിവർമ്മയ്ക്കുള്ളതുകൊണ്ടത് വിൽക്കാതെ നന്നാക്കി ഇട്ടിരിക്കുകയാണ്. അപൂർവമായി മാത്രമേ അതു പുറത്തെടുക്കാറുള്ളൂ. വീട്ടാവശ്യത്തിന് മുന്തിയ തരം മറ്റൊരുകാറുണ്ട്.

രേവതിയും അച്ഛൻ വല്യത്താനും കാറോടിക്കും. മുമ്പ് വീട്ടിൽ ഒരു സ്ഥിരം ഡ്രൈവറുണ്ടായിരുന്നു. മണിയൻനായർ. അയാളുടെ മരണത്തോടെ കാർ സ്വന്തമായി ഓടിക്കാൻ വല്യത്താൻ തീരുമാനിക്കുകയായിരുന്നു. പഴയകാലത്ത് കീഴൂർകുടുംബക്കാർ ഉപയോഗിച്ചിരുന്ന ഒരു കുതിരവണ്ടി പോളിഷ് ചെയ്ത് ഒരു ഷെഡിൽ സൂക്ഷിച്ചുവച്ചിട്ടുണ്ട്. ഗോപാലകൃഷ്ണ വല്യത്താന് പുരാവസ്തുക്കളോട് ഒരു പ്രത്യേക മമതയുണ്ട്. അതുകൊണ്ടാണ് കുതിരവണ്ടി വൃത്തിയാക്കി സംരക്ഷിരിക്കുന്നത്. കീഴൂർ വീട്ടിലെ പഴയകാലത്തെ ഓട്ടുപാത്രങ്ങളും ഫർണിച്ചറുകളും എല്ലാം ഒന്നുരണ്ട് മുറികളിലായി പ്രദർശിപ്പിച്ചിട്ടുണ്ട്. പഴയനാണയങ്ങളുടെ ശേഖരവും കൂട്ടത്തിലുണ്ട്. കാലാകാലം വീട് പെയിന്റ് ചെയ്ത് അതിന്റെ ഗതകാല പ്രൗഢിയോടെ സംരക്ഷിക്കാൻ വല്യത്താൻ ശ്രദ്ധിക്കുന്നു. അതുകൊണ്ടുതന്നെ ഒരു ആധുനിക മുഖച്ഛായ കീഴൂർ കുടുംബവീടിന് ലഭിക്കുന്നു. പൂമുഖത്ത് പഴയ കാരണവന്മാരുടെ ചിത്രങ്ങൾ വരച്ച് ചില്ലിട്ടുവച്ചിട്ടുണ്ട്.

പതിനഞ്ചോളം പശുക്കൾക്കും മൂരികൾക്കും കഴിയാനുള്ള ഇടമുള്ള വലിയൊരു എരുത്തിൽ അതിന്റെ ഭംഗിയോടെ കീഴൂർ കുടുംബത്തിൽ സംരക്ഷിച്ചിരിക്കുന്നു. എരുത്തിലിൽ ഇപ്പോൾ ഒരു പശുവും കിടാവും മാത്രമേയുള്ളൂവെന്ന് മാത്രം. പതിനഞ്ചോളം വീട്ടുവേലക്കാരുണ്ടായിരുന്ന കുടുംബത്തിലിപ്പോൾ ഒരു അടിച്ചുതളിക്കാരിയും അടുക്കളക്കാരിയും പുറംപണിക്ക് ഒരാളുമേയുള്ളൂ. ജന്മിത്തം അവസാനിച്ചതിന്റെ ഞെരുക്കം കീഴൂർകുടുംബത്തിൽ നല്ലതുപോലെ അനുഭവപ്പെടുന്നുണ്ട്. ഒരുകാലത്ത് കുടിയാന്മാരും അടിയാന്മാരുമായി നൂറോളം കുടുംബങ്ങൾ ഈ കുടുംബത്തെ ചുറ്റിപറ്റി കഴിഞ്ഞിരുന്നതാണ്. പണ്ട് അമ്പതോ അറുപതോ ജോടി കാളകളും അടിയാന്മാരും ചതുപ്പുതെളിച്ച് പൂട്ടാനിറങ്ങിയപ്പോൾ

നാലഞ്ചുജോടി കാളയും ആളും ചേറിൽ പൂണ്ടുപോയി. എത്ര ജോടി കയറി, എത്ര പോയി എന്നേ കാരണവർ ചോദിക്കൂ. അങ്ങനെ കാള യേയും ആളിനെയും കുരുതി കൊടുത്താണ് ആയിരപ്പറക്കണ്ടത്തിൽ കൃഷിയിറക്കിയിരുന്നത്. ഭൂപരിഷ്കരണം വന്നതോടെ നെൽകൃഷിയും ഇല്ലാതായി. വിശാലമായ പറമ്പിന്റെ വലിയൊരു ഭാഗവും റബ്ബർമരങ്ങൾ വച്ചുപിടിപ്പിച്ചു. ഇപ്പോൾ റബ്ബറിനു വിലയിടിഞ്ഞതുമൂലം ഇക്കൊല്ലം ഒരു മരംപോലും വെട്ടിയതുമില്ല. കിഴക്കേപറമ്പിൽ കുറച്ചു തെങ്ങുള്ളതു കൊണ്ട് നാളികേരളത്തിനു മുട്ടില്ല. എന്നാൽ തേങ്ങയിടാൻ ആളെ കിട്ടാത്ത സ്ഥിതിയാണ്. തെങ്ങുകേറാൻ ഏതോ സൂത്രം കൃഷിവകുപ്പു കാർ കണ്ടുപിടിച്ചെങ്കിലും അതിവിടെയെത്തിയിട്ടില്ല. ചീനിയും ചേമ്പും ഇഞ്ചിയും കുറെനട്ടിട്ടുണ്ട്. വീട്ടാവശ്യത്തിനുമാത്രം. പണ്ട് കുരുമുളക് തന്നെ പത്ത് കാളവണ്ടിനിറയെ വിൽക്കാനുണ്ടാകുമായിരുന്നു. ഇഞ്ചി കൃഷിയും നെൽകൃഷിയും വൻതോതിലായിരുന്നു. ആയിരംപറക്കണ്ടം കൂടാതെ പുഞ്ചകൃഷിയുണ്ടായിരുന്നു. അതൊക്കെ ഇന്ന് ഒരോർമ്മമാത്രം. ഒരു കോടിയോളം രൂപ വിലവരുന്ന വിദേശനിർമിതമായ കാർ കീഴൂർ കുടുംബത്തിന്റെ മുറ്റത്തേക്ക് വന്നുനിന്നു. ഒരു പൊട്ടിച്ചിരിയോടെ എല്ലാവരും പുറത്തേക്കിറങ്ങി. അരവിന്ദ് അവരുടെ അരികിലേക്ക് ചെന്ന പ്പോൾ വിനോദ് അരവിന്ദന്റെ തോളിൽതട്ടികൊണ്ട് പറഞ്ഞു

"റസിയായ്ക്ക് നിന്റെ നാട് നന്നായി ഇഷ്ടപ്പെട്ടു."

"ഇപ്പോവരെ വായിൽനാക്കിടാതെ നാടിന്റെ ഭംഗിയെക്കുറിച്ച് ചെന്തമിഴിൽ ചിലച്ചുകൊണ്ടിരിക്കുകയായിരുന്നു" വീണ്ടും വിനോദ് പറഞ്ഞു.

"ഉം" ഒരുചിരിയോടെ അരവിന്ദ് മൂളി.

മധുരയിൽ വരണ്ട കാറ്റും കരിമ്പനകളുമല്ലേയുള്ളൂ. പച്ചപ്പുനിറഞ്ഞ നമ്മുടെ നാടുകാണുമ്പോൾ റസിയയ്ക്ക് ഇഷ്ടപ്പെടുക സ്വാഭാവികം.

"ഓ പിന്നെ, അത്രയ്ക്കൊന്നും പറയാനില്ല. മധുര മനോഹരമായ നഗരമാണ്. പൗരാണികതയും സംസ്കാരവുമുള്ള നാട്. നിങ്ങൾ കൊണ്ടാടുന്ന കർണ്ണാട്ടിക് സംഗീതം ഞങ്ങളുടെ തഞ്ചാവൂരിൽ നിന്ന് വന്നതാണ്. ത്രിമൂർത്തികളായ ത്യാഗരാജസ്വാമികൾ, മുത്തുസ്വാമി ദീക്ഷിതരും ശ്യാമശാസ്ത്രികളും തഞ്ചാവൂരുകാരാണ്." റസിയ നാച്ചി യാർ മധുരയെക്കുറിച്ച് വാചാലയായപ്പോൾ ജയിംസ് ഇടപെട്ടു. "റസിയ ഇതൊക്കെ കേട്ട് കേട്ട് ഞങ്ങളുടെ ചെവി തഴമ്പിച്ചിരിക്കുകയാണ്." വിനോദ് അരവിന്ദന്റെ ചെവിയിൽ എന്തോ കുശുകുശുത്തു. "ഞാൻ ചെങ്കോട്ടയിൽ കന്യാസ്ത്രീകൾ നടത്തുന്ന സ്കൂളിൽ പഠിച്ചയാളാണ്. അതുകൊണ്ട് കുശുകുശുക്കുന്നതു കൊള്ളാം. മലയാളം എനിക്ക് നന്നാ യറിയാമെന്ന കാര്യം മറക്കല്ലേ." റസിയ ഒരു പുഞ്ചിരിയോടെ പറഞ്ഞു.

വീട്ടുമുറ്റത്തുവന്നു പരസ്പരം വഴക്കടിക്കുന്ന മകന്റെ കൂട്ടുകാരെ രമണിക്കുഞ്ഞമ്മ ഒരു പുഞ്ചിരിയോടെ ഹൃദ്യമായി സ്വീകരിച്ചു.

“കേറിവാ” അവർ വിളിച്ചു.

“ഇതെന്റെ അമ്മ” രമണിക്കുഞ്ഞമ്മയെ ചൂണ്ടി അരവിന്ദ് പറഞ്ഞു. അച്ഛൻ ഗോപാലകൃഷ്ണവല്യത്താൻ വീടിന്റെ പൂമുഖത്ത് നിന്ന് ചോദിച്ചു “യാത്ര സുഖമായിരുന്നോ” .

“ങാ” വിനോദ് മൂളി.

“അതെന്റെ അച്ഛൻ” അരവിന്ദ് പരിയപ്പെടുത്തി. അപ്പൂപ്പൻ അകത്തുണ്ട്. രേവതിചേച്ചി പുറത്തേക്ക് പോയിരിക്കുകയാണ്.

“ങ്ും” വിനയത്തോടെ എല്ലാവരും പരസ്പരം പരിചയപ്പെട്ടു.

കാറിൽ നിന്ന് ബാഗുകൾ എടുക്കാൻ പണിക്കാരൻ വേലായുധൻ സഹായിച്ചു. അപരിചിതമായ ഒരു വീട്ടിലേക്ക് വന്നുകയറുന്ന ഭാവമായിരുന്നില്ല അരവിന്ദന്റെ കൂട്ടുകാർക്ക്. കൂടണയുന്ന പക്ഷിയെപ്പോലെ സർവ്വസ്വാതന്ത്ര്യത്തോടെയാണവർ പെരുമാറിയത്.

ജയിംസ്മാത്യു അരവിന്ദനെ ചൂണ്ടി അമ്മ രമണിക്കുഞ്ഞമ്മയോട് പറഞ്ഞു

“ഇവനെപ്പോഴും അമ്മയുടെ കറികളെക്കുറിച്ച് വാചാലനാവാറുണ്ട്.”

“അമ്മേ സൂക്ഷിക്കണേ. ഇവൻ അമ്മയെ സോപ്പിടാനുള്ള പരിപാടിയാ.” അരവിന്ദ് കളിയാക്കി പറഞ്ഞു.

“ഡൽഹിയിലെ ഉണക്ക റൊട്ടിയും ദാലും കഴിക്കുമ്പോൾ നാട്ടിലെ ചോറും കറികളോടും രുചിതോന്നുക സ്വാഭാവികമാണ്” രമണികുഞ്ഞമ്മ പറഞ്ഞു.

“നിങ്ങൾക്ക് ഇഷ്ടപ്പെട്ട കറിയേതെന്ന് പറഞ്ഞാൽ മതി, അതൊക്കെ ഒരുക്കിതരാം.” അവർ എല്ലാവരോടുമായി വീണ്ടും പറഞ്ഞു.

“അമ്മേ, ഇവിടെ സാധാരണ ഉണ്ടാക്കുന്ന കറി മതി.”

“ജയിംസ് ഇങ്ങനെ ഓരോന്നുപറഞ്ഞുകൊണ്ടിരിക്കും. അതവന്റെ ഒരു പതിവാ.” റസിയ ഒരു ചെറുചിരിയോട് ജയിംസിനെ ഒളികണ്ണിട്ടു നോക്കി പറഞ്ഞു. എന്നാൽ അത് കാര്യമാക്കാതെ രമണിക്കുഞ്ഞമ്മ പറഞ്ഞു.

“മത്സ്യവും മാംസവും ഒന്നും ഞാൻ കഴിക്കില്ലെന്നേയുള്ളൂ. ഭാരതി അതൊക്കെ നന്നായി വച്ചുതരും. അരവിന്ദനും അതൊക്കെ ഇഷ്ടമാ.” അവർ പറഞ്ഞു. ഗോപാലകൃഷ്ണനുണ്ണിത്താനും അത് ശരിവച്ചു.

“യാത്ര സുഖമായിരുന്നോ.” ഗോപാലകൃഷ്ണ വല്യത്താൻ ഒരു കുശലം ചോദിച്ചു.

വിനോദാണ് അതിനുമറുപടി പറഞ്ഞത്.

“ഉം. തുറയിലെ വീട്ടിൽ തങ്ങി. ഇന്നിവിടെ കൊടിയേറ്റാന്ന് അറിഞ്ഞപ്പോൾ നേരെ ഇങ്ങോട്ടുപോന്നു. തേക്കടിയിലും കോവളത്തുമൊക്കെ

പോകാൻ ഇവർക്ക് പരിപാടിയുണ്ട്. വിനോദിന്റെ വീട്ടിൽ നിന്ന് വളരെ വ്യത്യസ്തമാണല്ലോ അരവിന്ദന്റെ വീട്. അത് മുഴുക്കെ തടിയായിരുന്നു. ഇത് കൂടുതലും കൽകെട്ടാണല്ലോ?" വീടുകളുടെ വാസ്തുശില്പ ശൈലിയിലെ വ്യത്യാസം ചൂണ്ടിക്കാട്ടി സന്തോഷ് റാവത്ത് പറഞ്ഞു. വിനോദിന്റെ വീട് കേരളീയശില്പശൈലിയിലുള്ള നാലുകെട്ടാണ്. "മുഴുക്കെ തടിതന്നെ. വടക്കിനിയിൽ കുറച്ചുകല്ലുകാണും അല്ലേ." അരവിന്ദ് ചോദിച്ചു.

"ഉം. തെക്കിനിയും പടിഞ്ഞാറ്റിനിയും മുഴുവൻ തടിയാണ്."

"കിഴക്കിനിയിലും കുറച്ചു കൽക്കെട്ടുണ്ട്."

വിനോദ് പറഞ്ഞു. "ഇത് മറ്റൊരു ശൈലിയാണ്. വടക്കു നിന്ന് ഒരു ആഢ്യൻ നമ്പൂതിരി പഴയകാലത്ത് ഇവിടെ സംബന്ധമുണ്ടായിരുന്നു. വേളിയല്ലെന്നേയുള്ളൂ. അദ്ദേഹം ഇവിടെ തന്നെയാണ് ജീവിച്ചത്. മുതുമുത്തച്ഛന്റെ കാലത്തുണ്ടാക്കിയ വീടാണിത്. വടക്കൻശൈലിയിലെ ഇല്ലത്തിന്റെ മാതൃകയാണിതിന്. മുന്നൂറുവർഷമെങ്കിലും പഴക്കം ഉണ്ടാകും. അപ്പൂപ്പൻ കുറച്ചു മാറ്റങ്ങൾ വീട്ടിൽ വരുത്തിയിട്ടുണ്ട്. മക്കത്തായവും മരുമക്കത്തായവും മാറി മാറി പരീക്ഷിച്ചിട്ടുണ്ട്. നമ്പൂതിരിയും വർമ്മയും നായരുമൊക്കെ കൂടികലർന്ന വീടാണിത്. കുറെക്കാലമായി മക്കത്തായത്തിൽ ഉറച്ചുനിൽക്കുന്നു. മുകളിലത്തെ നിലയിൽ കൂടുതലായി തടി ഉപയോഗിച്ചിട്ടുണ്ട്. വാ മുകളിലേക്ക് കയറാം." അരവിന്ദ് ക്ഷണിച്ചു.

"ഇവർക്ക് കുടിക്കാനെന്തെങ്കിലും കൊടുക്ക്." ഗോപാലകൃഷ്ണ വല്യത്താൻ പറഞ്ഞു.

"ഓ. അതുഞാനങ്ങ് മറന്നു, ഭാരതീ" രമണിക്കുഞ്ഞമ്മ വിളിച്ചു.

ഒരു ട്രേയിൽ ചായയുമായി ഭാരതി പൂമുഖത്തേക്ക് വന്നു. നാടൻ കേക്കും ഉണ്ണിയപ്പവും മറ്റൊരു പാത്രത്തിൽ എടുത്ത് ടീപ്പോയിൽവച്ചു. ഉണ്ണിയപ്പവും കേക്കും മാറി മാറി എടുത്ത് എല്ലാവരും രുചിച്ചു ചായ കുടിച്ചു.

"അപ്പൂപ്പനെവിടെ" വിനോദ് ചോദിച്ചു.

"മുറിയിലാണ്" അരവിന്ദ് പറഞ്ഞു. "ഞാൻ മുമ്പൊരിക്കൽ ഇവിടെ വന്നിട്ടുണ്ട്. അമ്മ ഓർക്കുന്നുണ്ടോ?" വിനോദ് ചോദിച്ചു. "ഉം" അറിയാം. രമണിക്കുഞ്ഞമ്മ തലകുലുക്കികൊണ്ടു പറഞ്ഞു.

"അപ്പൂപ്പൻ കൂടുതൽ സമയവും ഇപ്പോ മുറിയിൽതന്നെയാ."

"ആയിരം പൂർണചന്ദ്രന്മാരെ കണ്ടതിന്റെ ആഘോഷം കഴിഞ്ഞ ജൂണിലായിരുന്നു. അന്നിവിടെ കഥകളിയുണ്ടായിരുന്നു. അച്ഛന്റെ അനുജൻ വാസുദേവ വല്യത്താനായിരുന്നു നളന്റെ വേഷം കെട്ടിയാടിയത്. കൊച്ചച്ചന് കളിഭ്രാന്താണ്." അരവിന്ദ് പറഞ്ഞു.

"കാവിൽ കഥകളിയുണ്ടല്ലോ?"

"ഉം. ഏഴാം ഉത്സവത്തിനാണന്നാ തോന്നുന്നത്. നോട്ടീസ് ഒന്നൂടെ നോക്കണം."

"നമുക്ക് അപ്പൂപ്പനെ ഒന്നു കണ്ടുവരാം." റസിയ പറഞ്ഞു.

എല്ലാവരും അപ്പൂപ്പൻ ഉണ്ണിവർമ്മയുടെ മുറിയിലേക്ക് നടന്നു. പിത്തളയും ചെമ്പും മുകുളങ്ങൾ പിടിപ്പിച്ച നല്ല കനമുള്ള വാതിലിന്റെ മുമ്പിൽ അവർ ചെന്നുനിന്നു. കട്ടളയ്ക്ക് ഒരു ഭിത്തിവണ്ണമുണ്ട്. കതക് ഞരക്കത്തോടെ തുറന്ന് അരവിന്ദ് അകത്തേക്ക് കയറി. പൗരാണികതയോടെ സംരക്ഷിച്ചിരിക്കുന്ന മുറിയാണതെന്ന് ഒറ്റനോട്ടത്തിൽ തന്നെയറിയാം. മുറിയുടെ മൂലയിൽ രണ്ട് മൂന്ന് ഉപ്പുമാങ്ങാ ഭരണികൾ അലങ്കാരത്തോടെ വച്ചിട്ടുണ്ട്. പുരാതനകാലത്തെ ചീനബന്ധത്തിന്റെ തിരുശേഷിപ്പാണിത്. പലവലിപ്പത്തിലുള്ള ചീനഭരണികളാണിവ.

അഴിയിട്ട കൊത്തുപണി ചെയ്ത ഒരു കട്ടിലിലാണ് ഉണ്ണിവർമ്മ കിടക്കുന്നത്. മറ്റൊരു കയറ്റുകട്ടിൽ അടുത്തായി കിടപ്പുണ്ട്. അതും വളരെ ഭംഗിയുള്ളതാണ്. കട്ടിലിന്റെ കാലുകൾ കടഞ്ഞെടുത്തതാണ്. തലകിടക്കയുടെ ഭാഗം ഒരു പ്രത്യേക രീതിയിൽ കൊത്തുപണി ചെയ്ത് ഉയർത്തിയിട്ടുണ്ട്. ഏതോ രാജകീയ കിടക്കയുടെ സൗന്ദര്യം അവയ്ക്കുണ്ട്. കാൽപെട്ടിയും അരപ്പെട്ടിയും മണിപ്പൂട്ടുള്ള പണപ്പെട്ടിയും വിശാലമായ മുറിയുടെ ഒരുഭാഗത്ത് നന്നായി പോളിഷ് ചെയ്തു സൂക്ഷിച്ചിരിക്കുന്നു. ഭിത്തിയിൽ മാൻകൊമ്പും വാളും പരിചയും ആറന്മുള കണ്ണാടിയും സ്ഥാപിച്ചുവച്ചിട്ടുണ്ട്. വലിയൊരു ക്ലോക്ക് പെട്ടിയുണ്ട്. കട്ടിലിനോട് ചേർന്ന ജനൽപാളിയിൽ നിന്ന് പ്രകാശം മുറിയിലേക്ക് വീണു കിടക്കുന്നു. കുറച്ചകലെയായി ഒരു ടിവി വച്ചിട്ടുണ്ട്. ഒരു പഴയ പങ്കയും അവിടെയുണ്ട്. പങ്കയുടെ കറക്കത്തിന് ഒരു മൂളലുണ്ട്. വണ്ടിന്റെ മുരുളൽ പോലെയത് കർണപുടങ്ങളെ കുത്തിനോവിക്കുന്നു. റസിയ ഫാനിലേക്ക് ശ്രദ്ധിക്കുന്നത് കണ്ടിട്ടാവണം അരവിന്ദ് പറഞ്ഞു. "അപ്പൂനതൊന്നും തൊടാൻ സമ്മതിക്കില്ല. പുതിയൊരു ഫാൻ വാങ്ങാമെന്നു പറഞ്ഞതാണ്. അപ്പൂപ്പൻ സമ്മതിക്കില്ല."

"ഹെയ്, ഞാനതിന്റെ ഭംഗി ആസ്വദിക്കുകയായിരുന്നു."

"ഇന്നത്തെ ഫാനിന് ഈ ഭംഗിയുണ്ടാവില്ല. ഈ മുറിക്ക് ചേർന്നതും ഈ ഫാൻ തന്നെ" റസിയ പറഞ്ഞു.

അവരുടെ വർത്താനം ശ്രദ്ധിച്ചുകൊണ്ട് ജയിംസ് പറഞ്ഞു.

"ചരിത്രവിദ്യാർത്ഥികൾ പഴയ സാധനങ്ങൾ വലിച്ചെറിയുന്നത് ശരിയാണോ."

"ഉം ഉം, ആയിക്കോട്ടെ" ജയിംസിന്റെ മനസ്സിലിരിപ്പ് മനസ്സിലായെന്ന ഭാവത്തിൽ അരവിന്ദ് പറഞ്ഞു. ആളുകളുടെ വർത്തമാനവും കാൽപെരുമാറ്റവും ശ്രദ്ധിച്ചുകൊണ്ട് ഉണ്ണിവർമ്മ ചോദിച്ചു

"ആരാ"

അരവിന്ദാണതിന് മറുപടി പറഞ്ഞത്.

"അപ്പൂപ്പാ, ഇവരൊക്കെ എന്റെ കൂട്ടുകാരാ. കാവിലെ ഉത്സവം കാണാൻ ഡൽഹിയിൽ നിന്നുവന്നതാ."

തല കുലുക്കികൊണ്ട് ഉണ്ണിവർമ്മ കട്ടിലിൽ നിന്ന് എണീറ്റ് പടിയിലേക്ക് ചാരിയിരുന്നു. വലിയ ഉയരമില്ലാത്തയാളാണ് ഉണ്ണിവർമ്മ. നല്ല വെളുപ്പുനിറം. ചുണ്ടുകൾക്ക് ഒരു പ്രത്യേക ചുകപ്പുണ്ട്. വെറ്റില മുറുക്കിയുണ്ടായ ചുവപ്പല്ലിത്. ചുണ്ടിന്റെ സ്വാഭാവികമായ നിറംതന്നെ. ഷേവ് ചെയ്ത മുഖം. നരച്ച പൊടിമീശ. മുടി അല്പം കൂടുതൽ വളർത്തിനിർത്തിയിട്ടുണ്ട്. കഴുത്തിൽ സ്വർണം കെട്ടിയ രുദ്രാക്ഷമാല. കണ്ണുകൾക്ക് നല്ല തിളക്കമുണ്ട്. പരന്ന ചെവിയും ഉരുണ്ട മൂക്കും. വാർദ്ധക്യത്തിലും പ്രസന്നമാണ് ആ മുഖം. ചിരിക്ക് ഒരു പ്രത്യേക സൗന്ദര്യമുണ്ട്. "ആരാന്നാ പറഞ്ഞേ" ഉണ്ണിവർമ്മ വീണ്ടും ചോദിച്ചു.

അരവിന്ദ് ഉച്ചത്തിൽ പറഞ്ഞു

"ഡൽഹിയിൽ നിന്ന് വന്ന കൂട്ടുകാരാ അപ്പൂപ്പാ."

റസിയാ ഫാനിലേക്ക് നോക്കി ചിന്തിച്ചു. ഈ ഫാനിന്റെ മുരൾച്ചയൊന്നും പാവം അറിയുന്നുണ്ടാവില്ല.

"ഇവരൊക്കെ എപ്പോ വന്നൂ?"

"ദേ ഇപ്പോ വന്നുകയറിയതേയുള്ളൂ" അരവിന്ദ് പറഞ്ഞു.

"കുടിക്കാൻ വല്ലതും കൊടുത്തോ?"

"ഞങ്ങൾ ചായ കഴിച്ചു." വിനോദ് ഭവ്യതയോടെ പറഞ്ഞു.

"ഇവർ കുറച്ചുദിവസം ഇവിടെയുണ്ടാകും" അരവിന്ദ് ഓർമ്മിപ്പിച്ചു.

"ഞങ്ങൾ കാവിലെ ഉത്സവം കാണാനായി വന്നതാ." റസിയ പറഞ്ഞു.

"എന്താ കുട്ടിയുടെ പേര്"

"റസിയ"

"എവിടെയാ സ്ഥലം?"

"മധുര."

"മധുരയിൽ തന്നെയാ." "ങ്ങാ. അതിനടുത്ത് മനാമധുര." ഉണ്ണിവർമ്മ എന്തോ ചിന്തയിലാണ്ടുകൊണ്ട് റസിയയെ സൂക്ഷിച്ചുനോക്കി. ഉണ്ണിവർമ്മയുടെ കണ്ണുകൾ തിളങ്ങി.

രമണിക്കുഞ്ഞമ്മ മുറിയിലേക്ക് കയറി അരവിന്ദനോടായി പറഞ്ഞു. "കാവിൽ നിന്ന് വിഷ്ണുനാരായണൻ വിളിച്ചിരുന്നു. പറക്കാർ ഉച്ചയ്ക്ക് മുമ്പെത്തും. ഉച്ചകഴിഞ്ഞ് മൂന്നിനാണ് കൊടിയേറ്റ്."

"മുറ്റമൊക്കെ ഒരുക്കിയിട്ടിരിക്കുകയല്ലേ?"

ഉണ്ണിവർമ്മ ചോദിച്ചു.

“ങ്ങും. ചാണകം മെഴുകിയിട്ടിരിക്കയാണച്ഛാ.” അവർ പറഞ്ഞു.

“ചേച്ചിയോട് തിരുവാഭരണം ലോക്കറിൽ നിന്ന് എടുത്തുകൊണ്ടു വേഗം വരാൻ അമ്മ പറഞ്ഞേരെ?” അരവിന്ദ് പറഞ്ഞു.

“ഉം” അതച്ഛൻ പറഞ്ഞിട്ടുണ്ട്. “അവളുടനെ ഇങ്ങെത്തും. ബാങ്കീന്ന് ഗോപാലനെയും കൂട്ടിവരാൻ പറഞ്ഞു.”

അമ്മ പറഞ്ഞു.

നിലവിളക്ക് തുടച്ച് ഭാരതി പൂമുഖത്തേക്ക് പോയി. ആരൊക്കെയോ വീട്ടിലേക്ക് വന്നിട്ടുണ്ട്. പഴക്കുലയും നെല്ലും പറയും തെങ്ങിൻകുലയും എടുത്ത് ആരൊക്കെയോ മുറ്റം ഒരുക്കുന്നു.

“എന്താണീ പറ” സന്തോഷ് റാവത്ത് വിനോദിനോടായി ചോദിച്ചു. റസിയായും എന്താണതെന്നറിയാനുള്ള ഭാവത്തോടെ വിനോദിനെ നോക്കി.

“അമ്പലത്തിൽ നിന്ന് നെല്ലും പണവും സ്വീകരിക്കുന്ന ചടങ്ങാ.” വിനോദ് പറഞ്ഞു. അരവിന്ദ് അതിനിടയിൽ ഇടപെട്ടുകൊണ്ടു പറഞ്ഞു.

“കരിമാങ്കാവിലെ കൊടിയേറ്റിന് ഈ തറവാട്ടിൽ നിന്ന് അനുമതി വാങ്ങണമെന്നൊരു ചടങ്ങുണ്ട്. അഞ്ഞൂറുവർഷമായി തുടരുന്ന ചടങ്ങാണിത്. പൂർവികരിൽ കേരളവർമ്മയെന്നൊരാൾ ഉണ്ടായിരുന്നു. വടക്കു നിന്നുവന്ന രാജാവായിരുന്നു. വേണാട് രാജകുടുംബം അദ്ദേഹത്തെ ദത്തെടുത്തതായാണ് പറയപ്പെടുന്നത്. തിരുവാഭരണം കാവിലേക്ക് സമർപ്പിച്ചത് അദ്ദേഹത്തിന്റെ കാലത്താണ്. ഉത്സവ കൊടിയേറ്റിന്റന്ന് തിരുവാഭരണം സ്വീകരിക്കാനായി അമ്പലഭാരവാഹികൾ ആഘോഷ പൂർവം എത്തുന്ന ചടങ്ങാണ് പറ. ഒരുകിഴിപ്പണവും ഒരുപറനെല്ലും നൽകി സ്വീകരിക്കും.”

“തിരുവാഭരണം സ്വർണ്ണമാണോ?” ജയിംസ് ചോദിച്ചു.

“തനി തങ്കമാണ്. പണ്ട് ആഭരണപ്പെട്ടി അറയിലാണ് സൂക്ഷിച്ചിരുന്നത്. ഇപ്പോ ബാങ്ക് ലോക്കറിൽ വച്ചിരിക്കുകയാണ്.”

കേരളവർമ്മ രാജാവ് കൊല്ലപ്പെടുകയോ മറ്റോ ആയിരുന്നു.

“കൊട്ടാരക്കരയ്ക്ക് അടുത്തായിരുന്നു അന്ന് കുടുംബം. അദ്ദേഹത്തിന്റെ മരണത്തോടെ ഒരു ഭാഗക്കാർ കൊല്ലത്തേക്ക് മാറി. മുത്തച്ഛന്റെ അച്ഛന്റെ കാലത്താണ് ഇവിടെ പുതിയ വീട് വച്ചത്. കഥയൊക്കെ അപ്പൂപ്പന് അറിയാം.” അരവിന്ദ് പറഞ്ഞു.

“നിന്റെ കുടുംബചരിത്രം തന്നെ ഒരു ഗവേഷണത്തിനുപറ്റിയ വിഷയമാണല്ലോ?”

ജയിംസ് പാതിതമാശയായി പറഞ്ഞു.

“കളിയാക്കണ്ട മുറ്റത്തെ മുല്ലയ്ക്ക് മണമില്ലെന്നാണല്ലോ പറയുന്നത്.”

“നമ്മുടെ പ്രാദേശിക ചരിത്രങ്ങളൊന്നും ആരും രേഖപ്പെടുത്തിയിട്ടില്ല. എല്ലാവർക്കും വലിയ സാമ്രാജ്യങ്ങളുടെ ചരിത്രത്തിലാണ് താത്പര്യം. കരിമാങ്കാവിനുള്ളിൽ ബുദ്ധപ്രതിമകൾ ആരും നോക്കാതെ നൂറ്റാണ്ടുകളായി കിടക്കുന്നത് കണ്ടെത്താൻ ഒരു ഫ്രഞ്ച് വനിത വേണ്ടി വന്നില്ലേ. ഏതോ ചരിത്രകാരൻ എഴുതിയ ഒരു ഗ്രന്ഥത്തിൽ കരിമാങ്കാവിനെക്കുറിച്ച് പരാമർശമുണ്ടായിരുന്നു. ഒരുകാലത്ത് ബുദ്ധമതത്തിന്റെ പ്രധാന കേന്ദ്രങ്ങളിലൊന്നായിരുന്നു കരിമാങ്കാവെന്നും പ്രധാന ബുദ്ധമത കേന്ദ്രമായ ശ്രീമൂലവാസം കരിമാങ്കാവിൽ നിന്ന് ദൂരത്തല്ലെന്നുമായിരുന്നു നിഗമനം. കരിമാങ്കാവ് അതിന്റെ ശേഷിപ്പാണന്ന് തെളിവുകൾ സഹിതം സമർത്ഥിച്ചിരുന്നു. ഇതാണ് ആ ഫ്രഞ്ച് വനിതയെ കരിമാങ്കാവിനെകുറിച്ച് കൂടുതൽ പഠിക്കാൻ പ്രേരിപ്പിച്ചത്. അവർ ഈ കാവിനെക്കുറിച്ച് ഒരു പുസ്തകരചനയിലാണെന്ന് പത്രത്തിൽ റിപ്പോർട്ടുണ്ടായിരുന്നു. അവരും ഒരുപക്ഷേ ഉത്സവത്തിനെത്തിയേക്കാം” വിനോദ് പറഞ്ഞു.

ജയിംസും അത് തലകുലുക്കി സമ്മതിച്ചു. “പൊതുവെ ഇന്ത്യക്കാർക്ക് ചരിത്രത്തിൽ താത്പര്യമില്ല. ഐതിഹ്യങ്ങളിലും മിത്തുകളിലുമാണ് താത്പര്യം. ഇന്ത്യയെക്കുറിച്ചും കേരളത്തെക്കുറിച്ചും നമ്മൾ അറിയുന്നതുതന്നെ അറബി സഞ്ചാരികളുടെയും ചൈനീസ് സഞ്ചാരികളുടെയും യൂറോപ്യരുടെ കുറിപ്പുകളിൽ നിന്നുമൊക്കെയാണല്ലോ. മുഗളന്മാർ മാത്രമാണന്ന് തോന്നുന്നു ചരിത്രരചനയിൽ താൽപര്യം പ്രകടിപ്പിച്ചിരുന്ന രാജവംശം. അവർ എല്ലാം രേഖപ്പെടുത്തുന്ന ശീലക്കാരായിരുന്നു. മുഗൾ രാജകുമാരിമാർ പോലും ആത്മകഥകൾ രചിക്കുമായിരുന്നുവല്ലോ?” റസിയ പറഞ്ഞു.

“അത് ശരിയാണ്” അരവിന്ദും സമ്മതിച്ചു. അരവിന്ദന്റെ മൊബൈൽ ശബ്ദിച്ചു. അയാൾ മൊബൈൽ ചെവിയോട് ചേർത്ത് പറഞ്ഞു.

“ചേച്ചി. പറ ഉടനെയെത്തും. ഞാനങ്ങോട്ടുവരണോ?”

“വേണ്ട. ബാങ്കിൽ നിന്ന് രണ്ടുപേർ കൂടി എന്നോടൊപ്പം വരുന്നുണ്ട്.”

“ശരി ശരി.”

“നിന്റെ കൂട്ടുകാരൊക്കെയെത്തിയോ?”

“അവർ വന്നിട്ട് ഒരുമണിക്കൂറാകുന്നു.”

“ഞാനിപ്പം അവിടെയെത്താം.” രേവതി തമ്പുരാട്ടി പറഞ്ഞുനിർത്തി.

“അമ്മേ ചേച്ചി ഉടനെയെത്തും!” അരവിന്ദ് രമണിക്കുഞ്ഞമ്മയോടായി പറഞ്ഞു.

“ങ്ഉം, ബാങ്കിൽ ഇന്നാരുടെയോ ഒരു പാർട്ടിയുണ്ടായിരുന്നു. അതിൽ പങ്കെടുക്കേണ്ടതുകൊണ്ടാ അവൾ രാവിലെ ഇറങ്ങിയത്.” രമണിക്കുഞ്ഞമ്മ പറഞ്ഞു.

പറയെക്കുറിച്ച് എന്തോ സന്തോഷ് റാവത്ത് വീണ്ടും ചോദിച്ചപ്പോൾ വിനോദ് വീണ്ടും പറഞ്ഞു.

“സാധാരണ മകരക്കൊയ്ത്ത് കഴിഞ്ഞ് അതിന്റെയൊര് വിഹിതം സ്വീകരിക്കാനായി ഒട്ടുമിക്ക ക്ഷേത്രങ്ങളിൽ നിന്നും ‘പറ’ ഇറങ്ങാറുണ്ട്. ഓണാട്ടുകരയിൽ പറ സാധാരണമാണ്.”

“ഞങ്ങളുടെ പള്ളികളിലും ഇതിനോട് സാമ്യമുള്ള ഒരു ചടങ്ങുണ്ട്. ആദ്യബലിപ്പെരുനാൾ. ഇടവകയിലെ അംഗങ്ങളുടെയെല്ലാം വീടുകളിൽ വിളയുന്ന കായ്കനികളും ഫലങ്ങളും പള്ളിയിൽ നേർച്ചയായി സമർപ്പിക്കും. ഈ കാർഷിക വിളകൾ ലേലംചെയ്തുകിട്ടുന്ന പണം പള്ളിക്കുള്ളതാണ്” ജയിംസ് പറയ്ക്ക് ഒരു വിശദീകരണം പോലെ പറഞ്ഞു.

“കാര്യങ്ങളെല്ലാം ഒന്നുതന്നെ. പലപേരുകളിൽ അറിയപ്പെടുന്നുവെന്നെയുള്ളൂ.” ഇവരുടെ സംസാരം ശ്രദ്ധിച്ചുനിന്ന വല്ല്യത്താൻ പറഞ്ഞു.

“എന്താ പറയുന്നേ” ഉണ്ണിവർമ്മ ചോദിച്ചു

“പറയെക്കുറിച്ച് ചോദിച്ചതാ.” അരവിന്ദ് പറഞ്ഞു.

“ഉം” ഉണ്ണിവർമ്മ ചരിത്രത്തിന്റെ ഏതോ ഇടവഴിയിലേക്ക് നോക്കി മൂളി.

“എന്നാൽ മുറിയിലേക്ക് പോകാം.” അരവിന്ദ് എല്ലാവരെയും ക്ഷണിച്ചു.

എല്ലാവരും കോവണിപ്പടികൾ വഴി മുകളിലത്തെ നിലയിലേക്ക് കയറാൻ തുടങ്ങി. റസിയ ബാഗ് തൂക്കി മുന്നോട്ടാഞ്ഞപ്പോൾ രമണിക്കുഞ്ഞമ്മ വിളിച്ചു.

“മോൾക്ക് താഴെമുറി ഒരുക്കിയിട്ടുണ്ട്. രേവതിയോട് മിണ്ടിയും പറഞ്ഞും ഇരിക്കാമല്ലോ?”

ഒരു ചെറുചിരിയോടെ റസിയ അവർക്ക് പിന്നാലെ ബാഗും തൂക്കി നടന്നു. നീണ്ട ഇടനാഴി കടന്ന് ഒരു ചെറുതളത്തിലെത്തി. അവിടെ മുകളിലെ ആകാശം കാണുംവിധം തുറന്ന ഒരു മേലാപ്പുണ്ട്. മഴക്കാലത്ത് ചരിഞ്ഞ മേൽക്കൂരയിലൂടെ വെള്ളം കുത്തിയൊലിച്ച് തറനിരപ്പിൽ നിന്ന് രണ്ടടിതാഴ്ചയുള്ള തളത്തിലാണ് വീഴുക. അവിടെ നിന്ന് വെള്ളം പുറത്തേക്ക് ഒഴുക്കാൻ ഓവുചാലുണ്ട്. കാറ്റും വെളിച്ചവും യഥേഷ്ടം കയറിഇറങ്ങാൻ വേണ്ടിയാണിത്തരത്തിൽ ഒരു തളം ഉണ്ടാക്കിയിരിക്കുന്നത്. നാലുകെട്ടുകളിലെ നടുമുറ്റം പോലെതന്നെ. എന്നാൽ കീഴൂർവീട്ടിൽ ഇത്തരത്തിൽ രണ്ടുമൂന്നു തളങ്ങൾ കാണാം. തളത്തിനോട് ചേർന്ന് അടുത്തടുത്തായി രണ്ടു മുറികളുണ്ട്. അതിലൊന്നിലേക്ക് രമണിക്കുഞ്ഞമ്മ കയറി. തന്റെ മുറി ഇതാണെന്ന് റസിയയ്ക്ക് മനസ്സിലായി. അടുത്ത മുറി ചൂണ്ടിക്കാട്ടി അവർ പറഞ്ഞു. “അവിടെയാണ് രേവതി കിടക്കുന്നത്.”

റസിയ മുറിയിലൂടെ ഒന്ന് കണ്ണോടിച്ചു. നല്ല വൃത്തിയും വെടിപ്പുമുള്ള മുറി. പഴയകാലത്തെ രാജകീയ പ്രൗഢിയുള്ള ഒരു മേശയും കസേരയും പ്രത്യേകം സജ്ജീകരിച്ചിട്ടുണ്ട്. വലിയൊരു കട്ടിൽ. രണ്ടോ, മൂന്നോ ആളിന് സുഖമായി ഉറങ്ങാം. ഭിത്തിയിൽ ഒരു ഇംഗ്ലീഷ് വനിതയുടെ ചിത്രം

തൂക്കിയിരിക്കുന്നു. ചിത്രത്തിൽ കൗതുകപൂർവം ശ്രദ്ധിച്ചുകൊണ്ട് റസിയ ചോദിച്ചു.

"ഇത് ആനിബസന്റിന്റെ ചിത്രമല്ലേ?"

"ഇത് കുഞ്ഞമ്മാവന്റെ വെള്ളക്കാരിയായ ഭാര്യ മേരി മറിയത്തിന്റെ ചിത്രമാണ്. ആനിബസന്റിനെപ്പോലെ അവരും ഐറിഷ് വനിതയായിരുന്നു. അതാണ് സാമ്യം തോന്നുന്നത്."

"ഹോ." അദ്ഭുതത്തോടെ റസിയ ഒരു ശബ്ദം പുറപ്പെടുവിച്ചു.

"ഇത് ആനിബസന്റ് അല്ലെന്ന് ആരും പറയില്ല. അത്രയ്ക്കുണ്ട് സാമ്യം."

"കുഞ്ഞമ്മാവൻ ബ്രിഗേഡിയറായിരുന്നു. ലാഹോറിൽ ജോലിചെയ്യുമ്പോൾ കണ്ടിഷ്ടപ്പെട്ട് കൂട്ടികൊണ്ടുവന്നതാ. അവരുടെ മുറിയായിരുന്നു ഇത്. കുട്ടികളില്ലായിരുന്നു. കുറേക്കാലം ഇവിടെ കഴിഞ്ഞു. പിന്നെയവർ ഒന്നിച്ച് ഇംഗ്ലണ്ടിലേക്ക് പോയി. കുഞ്ഞമ്മാവൻ കുറച്ചുകാലം കത്തയയ്ക്കുകയും മറ്റും ചെയ്യുമായിരുന്നു. ഇപ്പോ ജീവിച്ചിരിപ്പുണ്ടോ ഇല്ലയോയെന്ന് ഒരു വിവരവുമില്ല. ജീവിച്ചിരിപ്പുണ്ടങ്കിൽ ഒരു തൊണ്ണൂറ്റഞ്ച് വയസ്സെങ്കിലും ഉണ്ടാകും. അച്ഛനെക്കാൾ അഞ്ചുവയസ് മൂപ്പുണ്ടായിരുന്നു." അവർ വികാരവായ്പോടെ പറഞ്ഞു.

"മോളു വിശ്രമിക്ക്. അടുക്കളയിൽ ചില്ലറ പണിയുണ്ട്."

"ഞാനും സഹായിക്കാം അമ്മേ" റസിയ പറഞ്ഞു.

"ഉം. അടുക്കളപണിക്ക് ആളുണ്ട്. ഒന്നു നോക്കിനടത്തിയാൽ മതി. എന്താവശ്യമുണ്ടെങ്കിലും പറയണം." അവർ സ്നേഹത്തോടെ റസിയായുടെ കൈയ്യിൽ പിടിച്ചുകൊണ്ട് പറഞ്ഞു.

റസിയ അവരുടെ സ്നേഹത്തിന് മുമ്പിൽ ഒരുനിമിഷം വികാരാധീനയായിപ്പോയി. എത്ര നല്ല മനുഷ്യർ! റസിയ ആലോചിച്ചു.

തളത്തിന് എതിർവശത്തായാണ് കുളിമുറിയും മറ്റും സജ്ജീകരിച്ചിരിക്കുന്നത്. മുറിയോട് ചേർന്നുള്ള ബാത്ത് റൂമുകൾ അടുത്തകാലത്താണല്ലോ നാട്ടിൽ പ്രചാരത്തിലായത്. ഒരർത്ഥത്തിൽ ബാത്റൂമുകൾ കുറച്ചകലെ തന്നെയെന്ന പഴയമട്ടാണ് നല്ലത്. ശുചിത്വത്തിന് അതാണ് ഗുണകരമെന്ന് റസിയ വെറുതെ ഓർത്തു. മുറിയുടെ ഒരു മൂലയിൽ ഒരു വാഷ്ബേസിനും ഒരു വലിയ കണ്ണാടിയും സ്ഥാപിച്ചിട്ടുണ്ട്. റസിയ പൈപ്പ് തുറന്ന് വെള്ളമെടുത്ത് മുഖത്തേക്ക് ഒഴിച്ചു. നല്ല പളുങ്കുപോലത്തെ കുളിർമയുള്ള വെള്ളം. റസിയയ്ക്ക് മുഖത്തേക്ക് വെള്ളമൊഴിച്ചപ്പോൾ ഒരാശ്വാസം തോന്നി. ക്ഷീണമൊക്കെ പെട്ടെന്ന് മാറിയതുപോലെ. ബാഗ് തുറന്ന് ബാത്ത് ടവ്വലും സോപ്പുമെടുത്ത് അവർ ബാത്തുറൂമിലേക്ക് നടന്നു.

മുകളിലത്തെ മുറിയിൽ നാലു കിടക്കമുറികളാണുള്ളത്. ഓരോരുത്തർക്കും ഓരോ മുറി അരവിന്ദ് കാണിച്ചുകൊടുത്തു. "ഹെയ്, ഇത്ര

വലിയ ആഡംബരമൊന്നുംവേണ്ട. ഞങ്ങൾ ഒരുമുറിയിൽ കൂടിക്കൊള്ളാം" – ജയിംസ് പറഞ്ഞു.

"അവന്റെ മുറിയിൽ എന്നെ കിടത്തല്ലേ. അവന്റെ വാചകമടി എങ്ങനെയും സഹിക്കാം. ആ കൂർക്കം വലിയുണ്ടല്ലോ, പെറ്റമ്മ പോലും സഹിക്കില്ല." വിനോദ് തമാശരൂപേണ പറഞ്ഞു.

"നിനക്ക് ഞാൻ വച്ചിട്ടുണ്ട്." ചമ്മലുമാറ്റാനായി ജയിംസ് തിരിച്ചടിച്ചു.

"വിനോദ് ആ മുറിയിൽ കിടന്നോ?" ഒരു മുറി ചൂണ്ടി അരവിന്ദ് പറഞ്ഞു. "ഞാൻ നിന്റെ കൂടെ കൂടിക്കോളാം."

"എന്നാ ശരി" അരവിന്ദ് പറഞ്ഞു.

വിനോദ് ബാഗ് എടുത്ത് അരവിന്ദിന്റെ മുറിയിലേക്ക് നടന്നു.

ജയിംസും സന്തോഷും ഒരു മുറിയിൽ കയറി. വലിയ ജനാലുകൾ തുറന്നപ്പോൾ ഹരിതാഭമായ പുറംകാഴ്ച. ദൂരെ വിശാലമായ പാടംവരെ ജനൽവഴി കാണാം. ദൂരെ ഒരു അരുവി ഒഴുകുന്നുണ്ട്.

"റസിയ പറഞ്ഞത് എത്ര ശരിയാ. നിങ്ങളുടെ നാട് വളരെ ഭംഗിയുള്ളതുതന്നെ." സന്തോഷ് റാവത്ത് പുറത്തേക്ക് നോക്കികൊണ്ട് ഇംഗ്ലീഷിൽ പറഞ്ഞു.

കിഴക്കേ മുറ്റത്ത് രണ്ട് കമ്പിളിനാരകം പടർന്ന് പന്തലിച്ചുനിൽപ്പുണ്ട്. അതില് വലിയ നാരങ്ങകൾ പഴുത്തുനിറഞ്ഞുനിൽക്കുന്നു. ഓരോന്നിനും ഒരു തേങ്ങയോളം വലിപ്പമുണ്ട്. സന്തോഷ് റാവത്ത് കൗതുകപൂർവം കമ്പിളിനാരങ്ങനോക്കി നിന്നപ്പോൾ ജയിംസ് ചോദിച്ചു.

"കമ്പിളിനാരകം ഡൽഹിയിൽ ഉണ്ടോ?"

"അറിയില്ല. ഞാനിത് ആദ്യമായി കാണുകയാണ്. മധുരനാരങ്ങ പോലെ രുചിയുള്ളതാണോ?" അയാൾ ചോദിച്ചു.

"പിന്നെ, ഓറഞ്ചും തോറ്റുപോകും. ഗുണത്തിലും ഓറഞ്ചിനെക്കാൾ മികച്ചതാണ്. ഇത് കാട്ടുജാതിയാണ്. കമ്പിളിനാരകം സാധാരണ രണ്ട് ജാതിയുണ്ട്. വെളുപ്പും ചുകപ്പും. ഇത് ഏതാണന്ന് അറിയില്ല. അരവിന്ദനോട് ചോദിക്കാം. പുറത്തിറങ്ങുമ്പോൾ ഒന്ന് രണ്ട് പറിക്കുകയും ആവാം."

ജയിംസ് കമ്പിളിനാരകത്തിലേക്ക് നോക്കിനിന്നു ആലോചിച്ചുകൊണ്ടുപറഞ്ഞു. "കുട്ടിക്കാലത്ത് തുമ്പമണ്ണിൽ അമ്മച്ചിയുടെ വീട്ടിൽ പോകുമ്പോൾ അവിടെ കമ്പിളിനാരകം ഉണ്ടായിരുന്നു. വെളുത്ത കമ്പിളിനാരകം. അമ്മച്ചി കൊണ്ടുനട്ട നാരകമാണെന്ന് പറഞ്ഞ് അഭിമാനിക്കാറുണ്ടായിരുന്നു. അമ്മച്ചി പഠിച്ച സ്കൂളിൽ ചുവന്നതും വെളുത്തതുമായ കമ്പിളിനാരങ്ങയുടെ പൊളിച്ച അല്ലികൾ വിൽക്കാൻ കൊണ്ടുവരുമായിരുന്നുവത്രെ. ചാമ്പക്ക, നെല്ലിക്ക, പെട്ടി ഐസ് എന്നിവയും കുട്ടികൾക്ക്

വിൽക്കാനായി സുലൈമാനെന്നൊരാളാണ് കൊണ്ടുവന്നിരുന്നത്. അന്ന് പത്തുപൈസയോ മറ്റോ ആണ് ഒരു കമ്പളിനാരങ്ങ അല്ലിക്ക് വില. മിക്ക കുട്ടികളുടെ കൈയിലും പത്തുപൈസ എടുക്കാനുണ്ടാകില്ല. മിക്ക വീടുകളിലും ദാരിദ്ര്യമായിരിക്കും.

പറമ്പിലെ പറങ്കിയണ്ടി അഞ്ചെണ്ണം കൊണ്ടുകൊടുത്താൽ ഒരല്ലി കമ്പിളിനാരങ്ങ കൊടുക്കും. കുട്ടികൾ പൈസയ്ക്ക് പകരം പറങ്കിയണ്ടി കൊടുത്താണ് നെല്ലിക്കയും ഐസും മറ്റും വാങ്ങിയിരുന്നത്. പറങ്കിയണ്ടി പറിക്കാനായി സ്കൂൾ കുട്ടികൾ അയൽവീടുകളിൽ പറങ്കിമാവിന്റെ ചുവട്ടിൽ പോകും. വീട്ടുകാർ അവരെ വഴക്കു പറയും. എന്നാലും എങ്ങനെയെങ്കിലും നാലഞ്ചെണ്ണം സംഘടിപ്പിച്ച് കൊണ്ടുവന്ന് നെല്ലിക്കയോ, കമ്പിളിനാരങ്ങയോ എന്തെങ്കിലുമൊക്കെ വാങ്ങി പങ്കിട്ടു കഴിക്കും. അങ്ങനെ തിന്ന ഒരു കമ്പിളിനാരകത്തിന്റെ കുരുവിട്ട് കിളിപ്പിച്ചതായിരുന്നു അമ്മച്ചി വീട്ടിലെ കമ്പിളിനാരകം. തോമസ് അങ്കിളിന് വീടുവയ്ക്കാൻനേരം അതുമുറിച്ചുമാറ്റി. അതിന് ഒരുതൈപോലും ഉണ്ടായതുമില്ല. അമ്മച്ചിക്കതിൽ വലിയ വിഷമമുണ്ടായിരുന്നു." ജയിംസ് പറഞ്ഞു.

"ഇവിടുന്ന് ഒരു കായകൊണ്ടുപോയി വീട്ടിൽ നടണം. അമ്മച്ചിയുടെ ഓർമ്മയ്ക്ക്."

"നിന്റെ അമ്മച്ചി?" ആകാംക്ഷയോടെ സന്തോഷ് റാവത്ത് ചോദിച്ചു.

ജയിംസിന്റെ കണ്ണുനിറഞ്ഞു. അവൻ കണ്ണ് ഇറുക്കിയടച്ചപ്പോൾ ഒരു തുള്ളികണ്ണീർ നിലത്തുവീണ് ചിതറി. സന്തോഷ് റാവത്ത് ജയിംസിനെ നോക്കി നിശ്ശബ്ദനായി.

ഇംഗ്ലീഷിലും മലയാളത്തിലും ഹിന്ദിയിലുമൊക്കെയായാണ് ജയിംസ് സന്തോഷ് റാവത്തിനോട് കാര്യങ്ങൾ പറയുക. മലയാളികളായ കൂട്ടുകാരോടൊപ്പം ചേർത്ത് സന്തോഷ് റാവത്തിനും മലയാളം കുറേശെ മനസ്സിലായി തുടങ്ങിയിട്ടുണ്ട്. മലയാളം കടുകട്ടി ഭാഷയാണെന്നാണ് സന്തോഷിന്റെ അഭിപ്രായം.

വിനോദ് അരവിന്ദിന്റെ മുറിയിൽ കയറി ബാഗ് ഒരു മൂലയിൽവച്ചു. "ഒന്നുരണ്ടു ദിവസം ഞാനിവിടെ തങ്ങിയിട്ട് ഞാനൊന്ന് വീട്ടിൽ പോയി വരുമേ?" വിനോദ് ഒരു മുൻകൂർ ജാമ്യംപോലെ പറഞ്ഞു.

"അതൊക്കില്ല" അരവിന്ദ് തടഞ്ഞു. "ഇവരെയൊക്കെ മേച്ചുകൊണ്ടു നടക്കണമെങ്കിൽ നീയുണ്ടെങ്കിലേ പറ്റൂ."

"ഉം. അതല്ലന്നേ. വീട്ടിൽ നിന്ന് എല്ലാവരുമായി കോട്ടയം വരെയൊന്ന് പോകേണ്ട ആവശ്യമുണ്ട്."

"ഉം, അതൊക്കെ പിന്നെ ആലോചിക്കാം. നീ ഡ്രസ് മാറുന്നെങ്കിൽ മാറ്."

"അതിന്റെ ആവശ്യമുണ്ടോ?"

“നമുക്ക് ഉടനെ പുറത്തേക്ക് ഇറങ്ങാമല്ലോ?”

“പറ വന്നിട്ടല്ലേ പുറത്തേക്കിറങ്ങാൻ പറ്റൂ.”

മുറ്റത്ത് കാറുവന്നുനിൽക്കുന്ന ശബ്ദംകേട്ടുകൊണ്ട് അരവിന്ദ് പറഞ്ഞു “ചേച്ചി വന്നതാകും.”

“നിനക്ക് എന്തെങ്കിലും ആവശ്യമുണ്ടോ?” അരവിന്ദ് ചോദിച്ചു.

“ഇല്ല.”

“എന്നാ ഞാനിപ്പം വരാം. താഴെപ്പോയി പറക്കുള്ള ഒരുക്കളൊക്കെ ആയോന്ന് നോക്കട്ടെ.” അരവിന്ദ് താഴെക്കിറങ്ങിപ്പോയി.

രേവതി ആഭരണപ്പെട്ടിയുമായി വീട്ടിനുള്ളിലേക്ക് കയറികൊണ്ട് അമ്മയോട് ചോദിച്ചു “അവരൊക്കെ എവിടെ“.

“മുകളിലുണ്ട്” അവർ പറഞ്ഞു.

അപ്പോഴാണ് അരവിന്ദ് താഴേക്കിറങ്ങി ചെന്നത്. രേവതി ചോദിച്ചു “അവർക്ക് വല്ലതും കൊടുത്തോ?”

“ചായ കൊടുത്തു.” അരവിന്ദ് പറഞ്ഞു.

മുറ്റത്ത് ആളുകൾ പറയ്ക്കുള്ള ഒരുക്കങ്ങൾ വേഗത്തിൽ നടത്തുകയും പറയും നെല്ലും എടുത്തുവച്ചു. നിലവിളക്ക് ഒരുക്കിവച്ചു. മലരും അവലും പഴവും എടുത്തു വച്ചു. ‘തിരുവാഭരണപ്പെട്ടി’ തുറന്ന് രേവതി അരവിന്ദിനെയും അച്ഛനെയും അമ്മയേയും കാണിച്ചു. അവർ ആഭരണങ്ങളെല്ലാം ഉണ്ടോന്ന് നോക്കി ഉറപ്പാക്കി. മാലയും വലിയ വളകളുമാണ് അധികവും. ഒക്കെകൂടി ഒരു ഇരുന്നൂറു പവൻ കാണും. നിലവിളക്കിൽ എണ്ണ പകർന്നപ്പോൾ അവിടെയാകെ അതിന്റെ മണം പരന്നു.

“ഇവന്റെ കൂട്ടുകാരി റസിയ നിന്റെ അടുത്ത മുറിയിലുണ്ട്” രമണിക്കുഞ്ഞമ്മ പറഞ്ഞു.

“ങാ. ആ മധുരക്കാരിയോ? അരവിന്ദ് അവളെക്കുറിച്ചൊരിക്കൽ പറഞ്ഞിരുന്നല്ലോ? ഇവർക്ക് ചായ കൊടുക്ക്.” കൂടെ വന്നവരെ ചൂണ്ടി രേവതി പറഞ്ഞു. ഭാരതി ചായയ്ക്കായി അടുക്കളയിലേക്ക് പോയി.

“ഞാനിപ്പം വരാം” രേവതി റസിയായെ തേടി തിരുവാഭരണപ്പെട്ടിയുമായി അവിടേക്ക് നടന്നു.

“മുത്തച്ഛാ പുതിയ മുണ്ടുടുക്ക്. അവരുടനെയെത്തും” അരവിന്ദ് വിളിച്ചുപറഞ്ഞുകൊണ്ട് മുത്തച്ഛന്റെ മുറിയിലേക്ക് പോയി. എല്ലാവരും ക്ഷേത്രത്തിൽ നിന്നുകൊണ്ടുവന്ന ചന്ദനം തൊട്ടു.

ആരൊക്കെയോ കീഴൂർവീട്ടിലേക്ക് വരുന്നുണ്ട്. തിരുവാഭരണ കൈമാറ്റചടങ്ങ് കാണുന്നതിന് അയൽക്കാരുടെ വരവാണ്. ദൂരെ നിന്ന് കൊട്ട് കേൾക്കാം. പഴക്കുലകളുമായി ചിലർ വീട്ടിനുള്ളിൽ നിന്ന് മുറ്റത്തേക്കിറങ്ങുന്നു. തെങ്ങിൻ പൂക്കുലയും അടയ്ക്കാമരത്തിന്റെ പൂക്കുലയും പ്രത്യേകം അലങ്കാരമായി മുറ്റത്ത് വിതാനിച്ചിട്ടുണ്ട്. ഏഴു

തിരിയിട്ട ഒരു വലിയ വിളക്ക് കൂടി മുറ്റത്തേക്ക് എടുത്തു. ആട്ടവിളക്ക് ആരോ തുടച്ചുവയ്ക്കുന്നു. രേവതി നേരെ റസിയായുടെ മുറിയിലേക്ക് കയറിചെന്നു. റസിയ അപ്പോൾ കണ്ണാടിക്ക് മുമ്പിൽ നിന്ന് തലമുടി ഒതുക്കുകയായിരുന്നു. രേവതിയോളം വെളുപ്പില്ലെങ്കിലും നല്ല മുഖശ്രീ യുള്ളവളാണ് റസിയ. നിറഞ്ഞ തലമുടിയും ആരുടെയും ഉള്ളിലേക്കിറ ങ്ങുന്ന കണ്ണുകളും റസിയായ്ക്ക് ഒരു പ്രത്യേക അഴക് നൽകുന്നുണ്ട്. രേവതിയെ കണ്ടപ്പോൾ തന്നെ റസിയ ചിരിച്ചുകൊണ്ട് അരികിലേക്ക് ചെന്നു "രേവതി അക്കയല്ലേ" റസിയ ചോദിച്ചു.

"ങ്ഹാ. എങ്ങനെ മനസ്സിലായി? അല്ലാതാരും ഇത്ര സ്വാതന്ത്ര്യ ത്തോട് മുറിയിലേക്ക് വരില്ലല്ലോ?"

റസിയയുടെ ബുദ്ധിയിൽ മതിപ്പ് പ്രകടിപ്പിച്ചുകൊണ്ട് രേവതിയൊന്ന് ചിരിച്ചു. രേവതിയുടെ കണ്ണുകൾ റസിയായുടെ മാലയിലുടക്കി. വളയി ലുടക്കി.

"ഈ മാല" രേവതി ചോദിച്ചു.

"അച്ചുവിരുവലി. പഴയ ഫാഷനാണ്"

രണ്ടു കൈകളിലായി മൂന്നാലു സ്വർണവളകളുമുണ്ട്.

"റസിയ ചരിത്രകാരിയായതുകൊണ്ടാണോ പഴയ ആഭരണത്തോട് പ്രിയം." രേവതി ചോദിച്ചു.

"സാധാരണ കോളജ് പിള്ളേരൊന്നും ഇപ്പോ സ്വർണമാലകളൊന്നും ധരിച്ചുകാണാറില്ലല്ലോ?" അവർ വീണ്ടും പറഞ്ഞു.

"ഇത് കുടുംബത്തിലെ ഒരാചാരംപോലെയാണ്. പുറത്തുപോകു മ്പോൾ ഇത്രയും ആഭരണം ധരിക്കണം. പഴയ മാമൂലാണ്."

"ഓ, അതല്ല. ഞാനാലോചിച്ചത് റസിയയുടേതുപോലെയുള്ള ആഭരണങ്ങളാണ് ഈ പെട്ടിക്കുള്ളിലുള്ളതും." രേവതി ആഭരണപ്പെട്ടി തുറന്നുകാട്ടികൊണ്ട് പറഞ്ഞു. റസിയയ്ക്കും ആഭരണം കണ്ട് അദ്ഭുതം തോന്നി.

"ദേ അച്ചുവിരുവലി" റസിയ തന്റെ കഴുത്തിലേപ്പോലെയുള്ള മാല ആഭരണപ്പെട്ടിയിൽ നിന്നെടുത്തുയർത്തി. ഇത് അയ്ക്കല്ല് മാലയാണ്. കാപ്പ്, ഞെളി, തോവള, മൂക്കുവാളി, മൂക്കുത്തി, ഇത് അരപ്പട്ടയാണ്. തോപ്പും - തൊങ്കലും കാതുവാളി, ഒന്നപ്പ്, പീടി, മൊരിശ്, കാലിലെ കൊലുസ്, പീലി, മിഞ്ചി അദ്ഭുതത്തോടെ ആഭരണപ്പെട്ടിയിൽ നിന്ന് പല്ലു കുത്തിയും ചെവിത്തോണ്ടിയും തൊടലും കൈയിലെടുത്തുകൊണ്ട് റസിയ പറഞ്ഞു. "ഇതൊക്കെ ഞങ്ങളുടെ ഇടയിൽ പ്രചാരത്തിലിരുന്ന ആഭരണങ്ങളാണല്ലോ?" റസിയ ആഹ്ലാദത്തോടെ അദ്ഭുതത്തോടെയും തിരുവാഭരണത്തിൽ ചികഞ്ഞുനോക്കികൊണ്ടുപറഞ്ഞു. "ഇതിൽ കെട്ടു താലി കാണാനില്ല. കരിശമണിയും - പൂശാന്ത്രവും - പൊൻമണിയുമാ യിരുന്നു അക്കാലത്ത് കെട്ടുതാലിയായി ഉപയോഗിച്ചിരുന്നത്. എന്റെ

അമ്മൂമ്മയുടെ കഴുത്തിലത് ഇപ്പോഴുമുണ്ട്. ഇതൊക്കെ ഇവിടെങ്ങനെ വന്നു." റസിയ അതിശയത്തോടെ ചോദിച്ചു.

രേവതി ഏതോ ആലോചനയിലാണ്ടുകൊണ്ട് പറഞ്ഞു "ഈ ആഭരണമെല്ലാം ഏതോ ഒരു തുലുക്കസ്ത്രീയുടേതാണെന്ന് മുത്തശ്ശി പറഞ്ഞു കേട്ടിട്ടുണ്ട്. നൂറ്റാണ്ടുകൾക്ക് മുമ്പ് കുടുംബത്തിലെ ഏതോ ഒരു കാരണവർ മധുരയിൽപോയി ഒരു തുലുക്കത്തിയെ വിവാഹം ചെയ്തിരുന്നു. കാരണവർ മധുരയിൽനിന്ന് കൊണ്ടുവന്നതാണ് ഈ ആഭരണങ്ങളൊക്കെ. വേണാട്ടിലെ പിള്ളമാരുടെ ചതിയിൽ അദ്ദേഹം കൊല്ലപ്പെട്ടുവെന്നും മധുരയിൽ നിന്ന് കൊണ്ടുവന്ന ആഭരണം കരിമാങ്കാവിലേക്ക് അന്നത്തെ കുടുംബക്കാർ കാഴ്ചവച്ചുവെന്നുമാണ് പറഞ്ഞ് കേൾക്കുന്നത്. മുത്തശ്ശിക്ക് ആ കഥയൊക്കെ അറിയാമായിരുന്നു. പാണന്മാർ ആക്കഥ പാടിനടന്നിട്ടുണ്ടത്രെ. അതിന്റെ പഴമ്പാട്ടും ഉണ്ടെന്നു കേൾക്കുന്നു. മുത്തച്ഛനോട് ചോദിച്ചാൽ കൂടുതൽ വിവരങ്ങൾ അറിയാം. രേവതി തമ്പുരാട്ടി പറഞ്ഞു."

"അദ്ഭുതം തന്നെ" റസിയ പറഞ്ഞു.

ചെണ്ടകൊട്ട് അടുത്തടുത്ത് വരാൻ തുടങ്ങി. അതിനനുസരിച്ച് കീഴൂർവീട്ടിലെ തിരക്കും വർധിച്ചു. അപ്പൂപ്പനെ കൊണ്ടുവരട്ടെയെന്ന് പറഞ്ഞ് രേവതി വരാന്തയിലൂടെ അകത്തേക്ക് പോയി. മുറ്റത്ത് നിലവിളക്ക് തെളിഞ്ഞു. ചടങ്ങിനെല്ലാം ഒരുക്കിക്കഴിഞ്ഞു. ഉണ്ണിവർമ്മ പുത്തനുടുത്ത് പൂമുഖത്തിരിപ്പുറപ്പിച്ചു. രാജവാഴ്ചയെ ഓർമ്മിപ്പിക്കുന്ന വാളെടുത്ത് അരികിൽവച്ചു. രേവതി തിരുവാഭരണം അദ്ദേഹത്തിന്റെ മുമ്പിലെ ടീപ്പോയിൽ ആദരപൂർവം വച്ചു. തലയിൽ ചുവന്ന തുണികൊണ്ട് തലപ്പാവ് കെട്ടി. അരയിൽ കസവ് പട്ടചുറ്റി. മേനിയിൽ ചന്ദനം പൂശി. ഉണ്ണിവർമ്മയെ കണ്ടാൽ ഭൂതകാലത്തിലെ ഒരു നാടുവാഴിയാണെന്നേ തോന്നൂ. ഏഴുതിരിയിട്ട നിലവിളക്കിന്റെ വെളിച്ചത്തിൽ ഉണ്ണിവർമ്മ കൂടുതൽ ചുവന്നു തുടുത്തു. വെടിക്കാരൻ മുമ്പെവന്ന് വെടിവച്ചുതുടങ്ങി. കൊട്ടും മേളവും ആരവും വീട്ടുമുറ്റത്ത് ലയിച്ചു. ജീവതയും തോളിലേറ്റി നമ്പൂതിരിമാർ നിന്ന് തുള്ളി. അരവിന്ദ് ഉടുപ്പൂരിമാറ്റി. ഗോപാലകൃഷ്ണനുണ്ണിത്താനും ഉടുപ്പിട്ടിട്ടില്ല. ഉണ്ണിവർമ്മയും അരയ്ക്കുമുകളിൽ നഗ്നനാണ്. ജീവതയുമായി വന്നവരെല്ലാം അരയ്ക്കുമുകളിൽ വസ്ത്രം ധരിച്ചിട്ടില്ല.

"എന്താണ് എല്ലാവരും ഉടുപ്പൂരിയത്?" സന്തോഷ് റാവത്ത് വിനോദിനോടായി ചോദിച്ചു.

"ദേവിക്കു മുമ്പിൽ ആരും മാറ് മറയ്ക്കില്ല. പുരാതനമായ ആചാരമാണ്. കീഴ്ജാതിക്കാർ മേൽജാതിക്കാർക്ക് മുമ്പിലും മേൽജാതിക്കാർ ദേവിക്കുമുമ്പിലും മാറ് മറയ്ക്കില്ല. പഴയകാലത്ത് സ്ത്രീകളും മാറ് മറച്ചിരുന്നില്ല. കീഴ്ജാതിയാണെങ്കിലും മേൽജാതിയാണെങ്കിലും ഇപ്പോ സ്ത്രീകളുടെ കാര്യത്തിൽ ആചാരങ്ങളിൽ മാറ്റം വന്നിട്ടുണ്ട്." വിനോദ് ഒരു വിശദീകരണംപോലെ പറഞ്ഞു.

സന്തോഷ് റാവത്ത് കൗതുകപൂർവം അത് ശ്രദ്ധിക്കുന്നത് നോക്കി വിനോദ് പറഞ്ഞു.

"ഇങ്ങനെ ആണും പെണ്ണും ഇവിടെ മാറ് മറയ്ക്കാതെ നടക്കുന്നതിൽ ആദ്യം നാണം തോന്നിയത് അറബികൾക്കാണ്. അവിടെ തീ വെയിലാണ്. അവർ ശരീരം മുഴുവൻ മറച്ചുനടന്നു. ഇവിടെ അവരത് തുടർന്നു. മുസ്‌ലിം ഭരണാധികാരികളാണ് പെണ്ണുങ്ങൾ മാറുമറയ്ക്കുന്നത് നിർബന്ധമാക്കിയത്. അതവരുടെ മതനിയമമാണ്. ഇവിടെയാർക്കും മാറു മറയ്ക്കാതെ നടക്കുന്നതിൽ ഒരു നാണവും മുമ്പ് തോന്നിയില്ല. പുറത്തു നിന്നുവന്ന അറബികളുടെ കണ്ണിലാണ് ഇതൊക്കെ അശ്ലീലമെന്നു തോന്നിയത്."

"ഉം" സന്തോഷ് റാവത്ത് മൂളികൊണ്ട് പറഞ്ഞു. "ഇപ്പോൾ പ്രചാരത്തിലിരിക്കുന്ന സാൽവാറും കമ്മീസും റാണി നൂർജഹാനാണ് ഉത്തരേന്ത്യൻ സ്ത്രീകൾക്ക് നിർബന്ധമാക്കിയതെന്ന് വായിച്ചിട്ടുണ്ട്."

"മുഗൾ സംസ്കാരത്തിന്റെ ഒരു സ്വാധീനം ഉത്തരേന്ത്യയിൽ എല്ലാ സമുദായങ്ങളിലുമുണ്ട്. പർദ രജപുത്രരുടെ ഇടയിൽ നിലനിൽക്കുന്നുണ്ടല്ലോ? എന്നാൽ അതിൽനിന്നെല്ലാം വ്യത്യസ്തമായ സംസ്കാരമാണ് കേരളത്തിൽ. ഇവിടെ എല്ലാവരും ഒരേ ഭാഷ സംസാരിക്കുന്നു. സംസ്കാരത്തിലും എല്ലാവർക്കും കേരളത്തനിമയുണ്ട്." വിനോദ് വീണ്ടും പറഞ്ഞു.

തുണികൊണ്ട് ഒരുക്കിയെടുത്ത അലങ്കാരക്കുട നിവർന്നു. ഉണ്ണിവർമ്മയുടെ കൈയിലേക്ക് വല്യത്താൻ വാളെടുത്തു കൊടുത്തു. ഒരു കിഴി നിറയെ നാണയത്തുട്ടുകൾ കൊടുത്തു. ക്ഷേത്രഭാരവാഹിയായ സോമശേഖരക്കുറുപ്പ് ഭവ്യതയോടെ ഉണ്ണിരാജയുടെ കാൽതൊട്ട് വന്ദിച്ച് ഒരടുക്ക് വെറ്റില അദ്ദേഹത്തിന് നൽകി. കിഴിപ്പണം വാങ്ങി. അരവിന്ദ് ആഭരണപ്പെട്ടിയെടുത്ത് ഉണ്ണിവർമ്മയുടെ കൈയിൽ കൊടുത്തു. അദ്ദേഹമത് ക്ഷേത്രഭാരവാഹികൾക്ക് നൽകി. വെടിമുഴങ്ങി. കുരവ ഉയർന്നു. പറപൊലിച്ചു. അൻമ്പൊലി. ചുറ്റും കൂടിനിന്നവർക്ക് അവൽപ്രസാദവും പഴവും വിതരണം ചെയ്തു. കുടിക്കാൻ നാരങ്ങാവെള്ളം നൽകി. പത്തുപതിനഞ്ചുമിനിറ്റുകൊണ്ട് ചടങ്ങുകൾ അവസാനിച്ചു. ജീവിത തുള്ളി പടി കടന്നു. സ്ത്രീകൾ അപ്പോഴും കൈകൂപ്പിനിന്നു. ദേവി വീട്ടിലേക്ക് വന്നതിന്റെ നിർവൃതിയിലായിരുന്നു അവർ. നാടുവാഴിത്തത്തിന്റെ തിരുശേഷിപ്പായി ഇതുമാത്രമേ അവശേഷിച്ചിട്ടുള്ളൂ. ബാക്കിയൊക്കെ കാലത്തിന്റെ യവനികയിൽ മറഞ്ഞു. ജനാധിപത്യത്തിന്റെ പുത്തൻവെളിച്ചത്തിൽ എല്ലാവരും സമന്മാരായി. തൊട്ടുകൂടായ്മപോയി. സമത്വം വന്നു. എങ്കിലും അല്ലറ ചില്ലറ വ്യത്യാസങ്ങളൊക്കെ അവശേഷിച്ചിട്ടുണ്ടെന്ന് മാത്രം. അതും കാലക്രമത്തിൽ മാറിയേക്കാം. സന്തോഷ് റാവത്തിന് ഇവിടുത്തെ ആചാരങ്ങളെക്കുറിച്ചൊക്കെ കൂടുതൽ അറിയാൻ താത്പര്യമുണ്ടായിരുന്നു. സന്തോഷ് റാവത്ത് വിനോദിനോട് ചോദിച്ചു.

“ഇവിടുത്തെ സ്ത്രീകൾ മാറ് മറച്ചുതുടങ്ങിയിട്ട് എത്ര കാലമായിട്ടുണ്ടാകും?”

“ഉം. ഉം.” വിനോദ് മൂളികൊണ്ട് പറഞ്ഞു. “അതു വേണ്ട.”

“ഞങ്ങളുടെ പെണ്ണുങ്ങൾ ഇപ്പോഴും മാറുമറയ്ക്കാതെ നടന്നിരുന്നെങ്കിൽ നിനക്കു കണ്ടു രസിക്കാമായിരുന്നു. അല്ലേടാ കരിങ്കണ്ണാ.”

“ഉളം, ഹ് ഹ്.” സന്തോഷ് കുലുങ്ങി കുലുങ്ങി ചിരിച്ചുകൊണ്ടു പറഞ്ഞു. “അതല്ലന്നേ. വിവേകാനന്ദസ്വാമി കേരളം ഒരു ഭ്രാന്താലയമാണെന്ന് വിശേഷിപ്പിച്ചതായി കേട്ടിട്ടുണ്ട്.”

“അതു നീ പറഞ്ഞത് ശരിയാ.”

“കേരളീയരുടെ ചില സ്വഭാവമൊക്കെ കാണുമ്പോൾ എനിക്കത് ഇപ്പോഴും ശരിയാണെന്ന് തോന്നാറുണ്ട്. കിറുക്കന്മാരാ”

“നീ കളി കള” സന്തോഷ് റാവത്ത് ഗൗരവത്തോടെ പറഞ്ഞു.

പെണ്ണുങ്ങളിവിടെ മാറ് മറയ്ക്കാൻ തുടങ്ങിയിട്ട് അധികകാലമൊന്നുമായിട്ടില്ല. വലിയ സമരങ്ങളും വെടിവയ്പ്പുമൊക്കെ ഇതിന്റെ പേരിൽ നടന്നിട്ടുണ്ട്.

പണ്ട് മാറ് മറയ്ക്കണമെങ്കിൽ നാടുവാഴികൾക്ക് സ്ത്രീകൾ മുലക്കരം കൊടുക്കണമായിരുന്നു. മുല നികുതി. അങ്ങനെ മുലനികുതി കൊടുക്കാതിരുന്ന സ്ത്രീകളെ രാജകിങ്കരന്മാർ ചെന്ന് മർദ്ദിച്ചിരുന്നു. ചെണ്ട കൊട്ടി അവരുടെ വസ്തുവകകൾ പിടിച്ചെടുത്തിരുന്നു. ആറ്റിങ്ങൽ ഉമയമ്മറാണിയുടെ കാലത്ത് ചേർത്തലയിൽ അഭിമാനിയായ ഒരു സ്ത്രീ മുലക്കരം തേടിച്ചെന്ന ഉദ്യോഗസ്ഥർക്ക് നികുതി നൽകാൻ കാശില്ലാതെ തന്റെ മുലയരിഞ്ഞവരുടെ മുമ്പിലേക്ക് ഇട്ടുകൊടുക്കുകവരെ ചെയ്തിട്ടുണ്ട്. ഇതൊക്കെ നടന്നിട്ട് അധിക കാലമൊന്നുമായില്ല. പക്ഷേ ഇന്നത്തെ തലമുറയ്ക്ക് ഇതൊന്നുമറിയില്ല. ഇവിടെയാരും ചരിത്രം പഠിക്കുന്നില്ല. എല്ലാവരും ടെക്നോക്രാറ്റുകളാണ്. നമ്മൾ ചരിത്രം പഠിക്കുന്നതു കൊണ്ടിതൊക്കെ മനസ്സിലാക്കിവയ്ക്കുന്നുവെന്ന് മാത്രം.

തെക്കൻ തിരുവിതാംകൂറിൽ മാറ് മറയ്ക്കാൻവേണ്ടിയുള്ള സമരത്തിന്റെ പേരിൽ ലഹള നടന്നു. നാടാർ വിഭാഗക്കാരായ സ്ത്രീകൾക്ക് മാറ് മറയ്ക്കാനുള്ള അവകാശത്തിനുവേണ്ടി നടന്ന സമരത്തിനു നേരെ മേൽജാതിക്കാർ ആക്രമണം അഴിച്ചുവിട്ടു. സ്ത്രീകളെ ബലാൽക്കാരം ചെയ്തു. അടിയും ഇടിയും കൊലപാതകവും നടന്നു. പൊലീസ് സമരക്കാരെ നിഷ്കരുണം വെടിവച്ചു കൊന്നു. മാറ് മറയ്ക്കൽ സമരത്തിനു പിന്നിൽ ക്രിസ്ത്യൻ മിഷനറിമാരായിരുന്നുവെന്നാരോപിച്ചായിരുന്നു മേൽജാതിക്കാരുടെ ആക്രമണം. നാടാർ വിഭാഗക്കാരിൽ നല്ലൊരു വിഭാഗം ക്രിസ്തുമതത്തിൽ ചേർന്നു. മാറ് മറയ്ക്കാനും വഴി നടക്കാനുമുള്ള അവകാശം നിഷേധിച്ചതിനെ തുടർന്ന് ഈഴവരും പിന്നോക്കക്കാരും ക്രിസ്തുമതത്തിൽ ചേർന്നിട്ടുണ്ട്. ചിലർ മുസ്ലീമുമായി. അയിത്ത

ജാതിക്കാർക്ക് ക്ഷേത്രപ്രവേശനം പോലും അനുവദിച്ചിരുന്നില്ല. 1936 ൽ ശ്രീചിത്തിരതിരുനാൾ മഹാരാജാവാണ് ക്ഷേത്രം കീഴ്ജാതിക്കാർക്ക് തുറന്നു കൊടുത്തത്. ഇതിന്റെ പേരിൽ മലബാറിലെ നമ്പൂതിരിമാർ തിരുവിതാംകൂറിലെ നമ്പൂതിരിമാരെപ്പോലും രണ്ടാംതരക്കാരായി കണ്ടു. അവരുമായി വിവാഹബന്ധത്തിനുപോലും മലബാറുകാർ മടിച്ചു. ക്ഷേത്ര പ്രവേശന വിളംബരത്തിന്റെ പ്രത്യാഘാതം നമ്പൂതിരിമാരെപ്പോലും ബാധിച്ചുവെന്നോർക്കണം. ആർക്കോട്ടു നവാബുമാരുടെ കുടുംബത്തിലെ ഹബീബുള്ളയെന്നൊരാളായിരുന്നു അക്കാലത്ത് ഇവിടെ ദിവാനായുണ്ടാ യിരുന്നത്. രണ്ടുവർഷക്കാലം ദിവാനായിരുന്നു. ഉദ്യോഗത്തിന് അഖി ലേന്ത്യാ സർവീസ് മാതൃകയിൽ തിരുവിതാംകൂർ സർവീസ് ആരംഭി ച്ചത് അദ്ദേഹമാണ്. ദിവാന് അയിത്തക്കാരുടെ ആവശ്യം ന്യായമെന്ന് തോന്നിയിരുന്നു. അതുകൊണ്ടുതന്നെ അയാളെ അധികകാലം ദിവാനായി തുടരാൻ മേൽജാതിക്കാർ അനുവദിച്ചില്ല. പിന്നീട് വന്ന സി.പി രാമസ്വാമി അയ്യരുടെ കാലത്താണ് സാമൂഹികസമ്മർദ്ദത്തെ തുടർന്ന് ക്ഷേത്രം എല്ലാവർക്കുമായി തുറന്നു കൊടുത്തത്. അങ്ങനെ സംഭവിച്ചില്ലായിരുന്നു വെങ്കിൽ എസ്.എൻ.ഡി.പിയുടെ നേതൃത്വത്തിൽ ഈഴവർ ഒന്നടങ്കം ക്രിസ്തുമതത്തിൽ ചേരുമായിരുന്നു.

നാരായണഗുരുവിന്റെ ചിന്തകൾക്ക് നാട്ടിൽ പ്രചാരം വർധിച്ചു. ക്ഷേത്രപ്രവേശന വിളംബരത്തിന് ഇതൊരു വലിയ പശ്ചാത്തലമാണ്. അരുവിപ്പുറത്ത് ഈഴവശിവനെ പ്രതിഷ്ഠിച്ച് നാരായണസ്വാമികൾ സാമ്പ്ര ദായിക ആചാരങ്ങളെ കീഴ്മേൽ മറിച്ചിരുന്നു. അടിമകൾക്ക് സ്വാതന്ത്ര്യം അനുവദിച്ചതുപോലെയായിരുന്നു എല്ലാവർക്കുമായി ക്ഷേത്രം തുറന്നു കൊടുക്കാൻ തീരുമാനിച്ചതും. സ്വാതന്ത്ര്യസമരഭടന്മാരാണ് ക്ഷേത്ര ത്തിലേക്ക് കടക്കാൻ അറച്ചു നിന്ന അയിത്തക്കാരെ ധൈര്യപൂർവം ക്ഷേത്രങ്ങളുടെ അകത്തേക്ക് നയിച്ചത്. വൈക്കം സത്യാഗ്രഹമൊക്കെ ദേശീയതലത്തിൽ ശ്രദ്ധിക്കപ്പെട്ടിരുന്നു. ഗാന്ധിജിയായിരുന്നു സമര നായകൻ. അക്കാലത്താണ് അകാലികൾ കേരളത്തിൽ ആദ്യമായി ചപ്പാത്തി കൊണ്ടുവന്നത്. മലയാളികൾ ചപ്പാത്തിയുടെ രുചിയറിഞ്ഞത് വൈക്കം സത്യാഗ്രഹത്തിന്റെ ഫലമാണെന്ന് പറയാം." വിനോദ് പറഞ്ഞു കൊണ്ടിരുന്നു. സന്തോഷ് റാവത്തും വിനോദും ഗൗരവമായി എന്തോ സംസാരിക്കുന്നത് ശ്രദ്ധിച്ചുകൊണ്ട് ഉടുപ്പെടുത്തിട്ട് അരവിന്ദ് അവരുടെ അരികിലേക്ക് വന്നുചോദിച്ചു.

"എന്താണ് രണ്ടാളുംകൂടി ഗൗരവമായ് ചർച്ച?"

"മാറ് മറയ്ക്കൽ സമരം, ക്ഷേത്രപ്രവേശന വിളംബരം."

"ഇപ്പോൾ സംസാരിക്കാൻ പറ്റിയ വിഷയം." ഒരു ചെറുചിരിയോടെ അരവിന്ദ് പറഞ്ഞു.

"മാറ് മറയ്ക്കാതെ നടക്കുന്നത് പാശ്ചാത്യരുടെ കണ്ണിലാണ് അപരിഷ്കൃതം. ഇവിടുത്തെ കാലാവസ്ഥയ്ക്ക് അതായിരുന്നു നല്ലത്.

ആവികൂടിയ കാലാവസ്ഥയാണ്. മീനം, മേടം മാസങ്ങളിൽ മനുഷ്യർ വെന്തു നീറും. പാളവിശറി കൂടാതെ അക്കാലത്ത് ആരെയും കാണാമായിരുന്നില്ല. അത്രകണ്ട് ഉഷ്ണമായിരുന്നു. മലയാളികളെന്താ മുണ്ടു കുത്തിമടക്കുന്നത്. ആവികൊണ്ടുതന്നെ. സായിപ്പിന്റെ നാട്ടിൽ കൊടും മഞ്ഞാണ്. അതുകൊണ്ട് ഷൂവും കോട്ടും ടൈയുമൊക്കെ കെട്ടിനടക്കുന്നു. വസ്ത്രധാരണമൊക്കെ കാലാവസ്ഥയുമായി ബന്ധപ്പെട്ടതാ. മുസ്‌ലീം സ്ത്രീകൾക്കിടയിൽ ഇപ്പോൾ പർദ്ദ ഫാഷനായിവരുകയാണ്. അത് അറബികൾക്ക് വേണമെങ്കിൽ പറ്റും. ഇവിടെയത് ചേരില്ല. ഇട്ടവർ തന്നെ വൈകാതെ ഊരിക്കൊള്ളും." അരവിന്ദ് പറഞ്ഞു.

"നമ്പൂരി സ്ത്രീകൾ മറക്കുടകൊണ്ട് ദേഹം മറച്ചിരുന്നു." വിനോദ് പറഞ്ഞു.

"അതവർ പുറത്തിറങ്ങുമ്പോഴേയുള്ളൂ. അന്യപുരുഷന്മാരുടെ മുമ്പിൽ ശരീരം മറച്ചു പിടിച്ചിരുന്നുവെന്നത് നേരാണ്. എന്നാൽ നമ്പൂതിരി സ്ത്രീകൾ അവരുടെ വീടുകളിൽ മാറ് മറച്ചിരുന്നില്ലെന്ന് ഓർക്കണം. അയിത്ത ജാതിക്കാർ മാത്രമല്ല ആരും മാറ് മറച്ചിരുന്നില്ലെന്നതാണ് നേര്. ഒരുപക്ഷേ അക്കാലത്തെ മുസ്‌ലീംസ്ത്രീകൾ കുപ്പായമിട്ടിരിക്കാം." അരവിന്ദ് പറഞ്ഞു.

"അതിപ്പം ഒരു വിഭാഗം മാത്രമാണ് മാറുമറയ്ക്കാതെ നടന്നുവെന്ന് സ്ഥാപിക്കാൻ ശ്രമങ്ങൾ നടക്കുന്നുണ്ട്. ചരിത്രത്തെ വളച്ചൊടിക്കുകയാണത്." അരവിന്ദ് ആവേശത്തോടെ പറഞ്ഞു. "അക്കാലത്ത് സമൂഹം ഇതിനെയൊക്കെ എങ്ങനെയാണ് നോക്കികണ്ടിരുന്നുവെന്നതിനെപ്പറ്റി ഞാനൊരു സംഭവം പറയാം."

"സ്വാതന്ത്ര്യഭടന്മാരുടെയും സാമൂഹിക പരിഷ്കർത്താക്കളുടെയും നേതൃത്വത്തിൽ മാറ് മറയ്ക്കൽ സമരങ്ങൾ നടക്കുന്ന കാലം. സ്ത്രീകൾക്ക് ജമ്പറു തയ്പ്പിച്ചുകൊടുത്ത് അതിടാൻ പരിശീലിപ്പിച്ച് സമരക്കാർ പൊതുനിരത്തിലൂടെ ഒരു ജാഥ നടത്തി. നൂറുകണക്കിന് മാറുമറച്ച പെണ്ണുങ്ങളുടെ ജാഥ ചങ്ങനാശ്ശേരിയിലൂടെ പോകുന്നുവെന്നറിഞ്ഞ് നാനാ ജാതിയിൽപെട്ട ആയിരക്കണക്കിനാളുകൾ അതു കാണാൻ പാതയോരത്ത് തടിച്ചുകൂടിയിരുന്നു. ജമ്പറിട്ട പെണ്ണുങ്ങളിൽ പലരും ആൾക്കൂട്ടത്തെ കണ്ടപ്പോൾ നാണംകൊണ്ട് ജമ്പറൂരി തോളത്തിട്ടു. നാണത്തെക്കുറിച്ചുള്ള സങ്കല്പം എത്ര വ്യത്യസ്തമായിരുന്നു അന്നെന്ന് ഓർക്കുക. മുല കാണിച്ചു നടക്കുന്നത് ഒരഭിമാനമായാണ് പെണ്ണുങ്ങൾ കണ്ടിരുന്നത്. മുല എല്ലാവരിൽ നിന്ന് മറച്ചുവയ്ക്കേണ്ട ഒരവയവമാണെന്ന് അക്കാലത്ത് ഒരു പെണ്ണും വിചാരിച്ചിരുന്നില്ല." അരവിന്ദ് പറഞ്ഞു.

സന്തോഷ് റാവത്ത് ഇതൊക്കെ കേട്ടപ്പോൾ ചിരിച്ചു.

"ഞങ്ങൾ ഉത്തരേന്ത്യക്കാരിൽ നിന്ന് നിങ്ങൾ തീർത്തും വ്യത്യസ്തരാണ്." സന്തോഷ് റാവത്ത് പറഞ്ഞു.

"അതുപിന്നെ ഞങ്ങൾക്ക് ദ്രാവിഡ പാരമ്പര്യമല്ലേയുള്ളത്. നിങ്ങൾക്ക് ആര്യന്മാരുടെ വേരുകൾ അങ്ങ് മദ്ധ്യേഷ്യയിലല്ലേ?" വിനോദ് പറഞ്ഞു.

"മതി മതി" അരവിന്ദ് ഇടപെട്ടു.

"സംസ്കാരങ്ങളിലും ജനിതക വ്യത്യാസങ്ങളിലുമുള്ള ഈ വൈവിധ്യം തന്നെയാണ് ഭാരതത്തിന്റെ കരുത്ത്." അരവിന്ദ് ആരോടെ ന്നില്ലാതെ പറഞ്ഞുനിർത്തി.

സാമൂഹികമാറ്റങ്ങളൊക്കെ സ്വാഭാവികമായി ഉണ്ടാകേണ്ടതാണ്. അടിച്ചേൽപ്പിച്ചാലത് നിലനിൽക്കില്ല. റഷ്യൻ വിപ്ലവത്തിന്റെ പരിണിത ഫലം കണ്ടില്ലേ? ജനങ്ങൾ ജനങ്ങളുടെ വഴിക്കും ഭരണകൂടം ഭരണകൂട ത്തിന്റെ വഴിക്കുംപോയി. ഒടുക്കം സോവിയറ്റ് യൂണിയൻ തന്നെ നാമാവ ശേഷമായി. വിനോദ് പറഞ്ഞു.

"ശരിയാണ്." അരവിന്ദ് തലകുലുക്കി.

"പണ്ട് മുകുലനെന്നൊരു മുഗൾ സർദാർ തിരുവിതാംകൂറിൽ തന്നിഷ്ടപ്രകാരം ഭരണം നടത്തിയിരുന്നു. അയാൾ എല്ലാ സ്ത്രീകളും കുപ്പായമിടണമെന്നൊരു ഉത്തരവ് പുറപ്പെടുവിച്ചു. ജനങ്ങൾ കുറേ യൊക്കെ അതനുസരിച്ചു. എന്നാൽ തിരുവിതാംകൂർ സൈന്യം അയാളെ വധിച്ചതോടെ പെണ്ണുങ്ങളെല്ലാം ആരുംപറയാതെ തന്നെ കുപ്പായമൂരി ആശ്വാസം കൊണ്ടു. സാമൂഹിക പരിഷ്കാരങ്ങൾ സർക്കാർ ഉത്തരവു കൾ കൊണ്ടുമാത്രം നടപ്പിലാക്കാനാവില്ല. ജനങ്ങളുടെ ബോധ്യത്തോടെ വേണം അതൊക്കെ സംഭവിക്കാൻ." അരവിന്ദ് പറഞ്ഞു.

വീട്ടുമുറ്റത്ത് കൂടിനിന്നവർ പല വഴിക്ക് പിരിഞ്ഞു. അരവിന്ദും സന്തോഷും വിനോദും കൂടിനിന്ന് സംസാരിക്കുന്നത് ശ്രദ്ധിച്ചുകൊണ്ട് റസിയ അവരുടെ അരികിലേക്ക് വന്നു ചോദിച്ചു.

"എപ്പോഴാണ് നമ്മൾ കാവിലേക്ക് പോവുക?"

"ഇനിയിപ്പോൾ ഭക്ഷണം കഴിച്ചിട്ടുപോകാം. അതല്ലേ നല്ലത്?" അരവിന്ദ് അവരുടെ അഭിപ്രായം തേടി.

"ഉം" വിനോദ് മൂളി.

"കരിമാങ്കാവിനെക്കുറിച്ച് എന്താണ് ഐതിഹ്യമുള്ളത്. ഏതെങ്കിലും ദേവന്മാരുമായോ ദേവിമാരുമായോ ബന്ധപ്പെടുത്തി ഒരു കഥയുണ്ടാ വണമല്ലോ."

"ചരിത്രം വേറെ ഐതിഹ്യം വേറെ." വിനോദ് ഇടപെട്ടുകൊണ്ട് പറഞ്ഞു.

അതുകേട്ട് അരവിന്ദ് ചിരിച്ചു. "ഇവിടെ ചരിത്രവും ഐതിഹ്യങ്ങളും ഇഴപിരിക്കാൻ വലിയ പ്രയാസമാണ്."

"ങും. അരവിന്ദ് പറ" റസിയ ധൃതിപ്പെട്ടു.

"ശിവപാർവതിമാർ കാട്ടാളവേഷം മാറി നടന്ന കാലത്ത് കരിമാങ്കാവി ലാണവർ അന്തിയുറങ്ങിയിരുന്നത്. അവർ ദേഹത്ത് കരിതേച്ച് വേട്ടയാടി

ജീവിച്ച കാട് എന്ന അർത്ഥത്തിലാണ് കരിമാങ്കാവ് എന്ന പേരുവീണ തെന്നാണ് ഐതിഹ്യം. കുറവനും കുറത്തിയും. ശിവനും പാർവതിയും വേഷം മാറി പ്രണയിച്ച കാലത്തിന്റെ ഓർമ്മയാണ് ഉത്സവകാലം. ധനു മാസ തിരുവാതിരയ്ക്ക് പ്രത്യേക പൂജകളുണ്ട്. തൃക്കണ്ണാൽ ഭസ്മമാക്ക പ്പെട്ട കാമദേവന് രതിദേവിയുടെ പതിഭക്തിയാൽ പരമശിവൻ പുനർജന്മം നൽകിയ ദിനമാണല്ലോ തിരുവാതിര." അരവിന്ദ് പറഞ്ഞു.

"ഇതൊക്കെ വളരെ സുന്ദര സങ്കല്പങ്ങളാണ്. കുളിരും സുഗന്ധവും ചൂടിനിൽക്കുന്ന ധനുമാസ പ്രകൃതി ആരെയും പ്രണയലോലരാക്കുന്ന കാലമാണ്. ഓട്ടുകിണ്ണത്തിൽ അരച്ചുവച്ച കസ്തൂരിമഞ്ഞൾ മുഖത്തും ദേഹത്തും പുരട്ടി തലയിൽ താളി തേച്ച് ഏഴരവെളുപ്പിന് പുഴയിലേക്ക് പാട്ടുംപാടി കുളിക്കാൻപോകുന്ന സൗന്ദര്യവതികളായ കന്യകമാരെ ഒന്നോർത്തുനോക്കുക. ഒരുകാലത്തെ ഇവിടുത്തെ ജീവിതം കാവ്യാ ത്മകമായിരുന്നില്ലേ? കൈവിരലുകളിൽ മൈലാഞ്ചിയിട്ട് തലയിൽ ദശ പുഷ്പം ചൂടി തരുണീമണികൾ നിലാവിൽ ഊഞ്ഞാലാടുന്ന ധനുമാസ രാത്രികൾ എങ്ങനെ മനസ്സിൽ നിന്ന് മായും? തിരുവാതിര പാട്ടിന്റെ ഈണം കാറ്റ് മൂളിനടക്കും. എട്ടങ്ങാടി നൈവേദ്യം, തിരുവാതിര പ്പുഴുക്ക്. അങ്ങനെയെന്തെല്ലാം. നമ്മുടെ സംസ്കാരത്തിൽ ഇങ്ങനെ ധാരാളം നല്ലവശങ്ങൾ കൂടിയുണ്ടായിരുന്നു. അത് കാണാതിരുന്നുകൂടാ."

ആർദ്രചിത്തനായി അരവിന്ദ് പറഞ്ഞു.

"ഉം... ഉം, അരവിന്ദിന് മനസ്സിൽ പ്രണയമുണ്ട്. വല്ല സുന്ദരിമാരു മുണ്ടോ മനസ്സിൽ." പാട്ടുംപാടി റസിയ ചോദിച്ചു. "ഒരമ്മാവന്റെ മകളെ ക്കുറിച്ച് ഒരിക്കൽ പറഞ്ഞിരുന്നല്ലോ. ഉം പാർവതി." "ആളെന്തിയേ." റസിയ ചോദിച്ചു.

"അവൾ പൂനയിൽ എം.ബി.ബി.എസിന് പഠിക്കുകയാണ്." അരവിന്ദ് പറഞ്ഞു.

"ഓ. വൈദ്യശാസ്ത്രവും പ്രണയവും തമ്മിൽ ചേരില്ല."

"അവളോട് വല്ല സാഹിത്യമോ, സംഗീതമോ പഠിക്കാൻ പറയാമാ യിരുന്നില്ലേ?" റസിയ ചോദിച്ചു. "അതവൾക്കുകൂടി തോന്നണ്ടേ?" അരവിന്ദ് ചോദിച്ചു.

അരവിന്ദിന്റെ നിരാശയോടുള്ള മറുപടി കേട്ട് എല്ലാവരും പൊട്ടി ച്ചിരിച്ചു.

നാല്

കീഴൂർ കുടുംബത്തിന്റെ കിഴക്കുവടക്കേ മൂലയിൽ കൽപ്പടവുകളും മേൽമറ കെട്ടിയ കുളിക്കടവുമുള്ളൊരു വലിയൊരു കുളമുണ്ട്. വടക്ക് കിഴക്കോട്ട് ചരിഞ്ഞ ഭൂമിയാണത്. അതുകൊണ്ടുതന്നെ മീനത്തിലും കുളം നിറഞ്ഞ് കിടക്കും. കുടുംബവക കാവ് അതിനരുകിലാണ്. പഴക്കം ചെന്ന ഞാവൽ മരങ്ങൾ കാവിലുണ്ട്. ലക്ഷണം തികഞ്ഞ ഈ കുളം ആരെയും ആകർഷിക്കും. റസിയ നാച്ചിയാരാണ് ആദ്യം ഇത് ശ്രദ്ധിച്ചത്. കുളത്തിനടുത്തേക്ക് റസിയ നടന്നു. മറ്റുള്ളവരും റസിയയ്ക്ക് പിന്നാലെ പോയി. വിശാലമായ കുളത്തിന്റെ ഒരു ഭാഗം പായൽ മൂടി കിടക്കുകയാണ്. അതുകൊണ്ടാവാം വെള്ളത്തിന് സൂര്യവെട്ടത്തിൽ പച്ചപ്പ് അല്പം കൂടുതലായി തോന്നുന്നത്.

സൂര്യരശ്മികൾ കുളത്തിൽ വീണ് മരതകകല്ലുപോലെ തിളങ്ങുന്നു. ഒരായിരം സൂര്യകുഞ്ഞുങ്ങൾ. കുളിക്കടവിന് രണ്ട് വാതിലുണ്ട്. ഒന്ന് സ്ത്രീകൾക്കും. മറ്റൊന്ന് പുരുഷന്മാർക്കും. ഇരുകടവുകളും തമ്മിൽ മതിൽകെട്ടി വേർതിരിച്ചിരിക്കുന്നു. അപ്പുറവും ഇപ്പുറവും കാണാനാവില്ല. കുളത്തിലേക്ക് വലിയ തടിത്തൂണുകൾ ഇറക്കിയിരിക്കുന്നു. മേൽപ്പുര ചാഞ്ഞ് വെള്ളത്തിൽ തൊട്ടു തൊട്ടില്ലന്ന മട്ടിൽ കിടക്കുകയാണ്. പായലുകൾക്കിടയിൽ രണ്ട് മൂന്ന് ആമ്പലുകൾ മൊട്ടിട്ടു നിൽപ്പുണ്ട്. വെള്ളയും ചുവപ്പും നീലയും. കൽക്കെട്ടുള്ള ഈ കുളത്തിൽ നിന്ന് കുറച്ചകലെയായി മറ്റൊരു ചെറിയ കുളവും കാണാം. അത് പൊതുകുളമാണ്. വേലക്കാർക്കും നാട്ടുകാർക്കും കുളിക്കാനുള്ളത്. ഇവിടെ കുടുംബാംഗങ്ങൾ മാത്രമേ കുളിക്കാറുള്ളൂ. കുളത്തിന്റെ പഴക്കം തിട്ടപ്പെടുത്താനാവില്ല. വെട്ടുകല്ലുകൾ പാകിയ കുളത്തിൽ പലനിരപ്പുള്ള വെള്ളമാണുള്ളത്. ആഴം കുറഞ്ഞ ഭാഗങ്ങളും ആഴം കൂടിയ ഭാഗങ്ങളുമുണ്ട്. ആവശ്യാനുസരണം ഉപയോഗിക്കാം.

“ബാത്തുറൂമുകൾ വീട്ടിനുള്ളിലായതോടെയാ കുളങ്ങൾ ആരും ഉപയോഗിക്കാതെയായത്.” ജയിംസ് പറഞ്ഞു. “ഒരുകാലത്ത് ഉച്ച ഊണുകഴിഞ്ഞ് പെണ്ണുങ്ങൾ സൊറ പറഞ്ഞുകൊണ്ട് കൂട്ടംകൂട്ടമായി ആറ്റിലേക്കും കുളങ്ങളിലേക്കും നനയ്ക്കാനും കുളിക്കാനും പോകുന്നത് സാധാരണമായിരുന്നു. കുട്ടികളും അവർക്കൊപ്പമുണ്ടാകും. നാട്ടുവിശേഷങ്ങളൊക്കെ പെണ്ണുങ്ങൾ പരസ്പരം കൈമാറിയിരുന്നത്

കുളിക്കടവുകളിൽ വച്ചായിരുന്നു. അങ്ങനെ നോക്കുമ്പോൾ നമ്മുടെ ആദ്യകാല വാർത്താ ഏജൻസികൾ ഈ കുളിക്കടവാണെന്ന് പറയാം" വിനോദ് പുതുതായി ഒരു സത്യം കണ്ടെത്തിയതുപോലെ ഗൗരവത്തോടെ പറഞ്ഞു.

അതുകേട്ട് പൊട്ടിച്ചിരിച്ചുകൊണ്ട് അരവിന്ദ് പറഞ്ഞു "വല്ല മഞ്ഞപ്പത്ര ഏജൻസിയായിരിക്കും"

"എന്തായാലും ഞാനിവിടെ ഉള്ളപ്പോൾ ഈ കുളത്തിലാണ് കുളിക്കുക. രാവിലെയോ വൈകുന്നേരമോ ഏതെങ്കിലും ഒരു നേരത്തെ കുളി ഈ കുളത്തിൽ. അപ്പൂപ്പനും അത് നിർബന്ധമാണ്"

"ഹോ. കൊതിയാവുന്നു" റസിയ പറഞ്ഞു.

"എനിക്കൊന്നിറങ്ങി കുളിക്കാൻ തോന്നുന്നു. കുളിമുറിയിൽ കുളിച്ചു കുളിച്ചു മടുത്തു. കാറ്റും വെളിച്ചവും കൊണ്ട് മാനത്തുനോക്കി കിളിപ്പാട്ട് കേട്ട് നീന്തിക്കുളിക്കാമല്ലോ? നിറഞ്ഞ പ്രകൃതിയാണ് നിങ്ങളുടേത്. സുന്ദരം, സുരഭിലം." റസിയ പറഞ്ഞു.

"റസിയ പറഞ്ഞതിലും കാര്യമുണ്ട്. നമ്മുടെ ഇന്നത്തെ കുളി ഈ കുളത്തിലാക്കാം" ജയിംസ് പറഞ്ഞു. അതുകേട്ട് സന്തോഷ് റാവത്ത് പറഞ്ഞു "എനിക്ക് നീന്താനറിയില്ല."

"അതിപ്പം നിനക്ക് മാത്രമല്ല അരവിന്ദന് ഒഴിച്ച് മറ്റാർക്കും നീന്താനറിയുമെന്ന് തോന്നുന്നില്ല." എല്ലാവരും അതംഗീകരിച്ചു.

"ഞങ്ങളുടെ കൂടെ ഇറങ്ങി കുളിച്ച് പേരുദോഷം ഉണ്ടാക്കല്ലേ റസിയ" ജയിംസ് മാത്യു കളിയാക്കുന്നമട്ടിൽ പറഞ്ഞു.

"നീ പോടാ മരക്കോന്താ. ഒരു സദാചാരപ്പൊലീസ് വന്നിരിക്കുന്നു." റസിയ ശുണ്ഠിയോടെ തിരിച്ചടിച്ചു. അതുകേട്ട് എല്ലാവരും ചിരിച്ചു. കുളിക്കടവിൽ എല്ലാവരും ഒത്തുകൂടിയത് ശ്രദ്ധിച്ചുകൊണ്ട് രേവതി അവിടേക്ക് വന്നു. "എന്താ എല്ലാവരും കൂടിയൊരു ഗൂഢാലോചന?" അവർ ചോദിച്ചു.

"കുളത്തിലിറങ്ങിയൊന്ന് കുളിച്ചാലോന്നാ?" റസിയയാണതിന് മറുപടി പറഞ്ഞത്.

"നല്ല തീരുമാനം"

"ചേച്ചി കൂടി എന്നോടൊപ്പം വരുമോ? ഒറ്റയ്ക്കിറങ്ങാനൊരു പേടി."
"അതിനെന്താ. കുറച്ചുദിവസം റസിയ ഇവിടെയുണ്ടല്ലോ. പറഞ്ഞാൽ മതി." രേവതി പറഞ്ഞു.

"ഊണ് എടുത്തുവയ്ക്കുന്നു. എല്ലാവരും വാ" രേവതി വിളിച്ചുകൊണ്ട് മുന്നോട്ടുനടന്നു. റസിയയും മറ്റുള്ളവരും അവർക്ക് പിന്നാലെ നടന്നു.

സന്തോഷ് റാവത്ത് കുളത്തിലേക്ക് ഒന്നു തിരിഞ്ഞുനോക്കി. കാവിലെ ചതുപ്പിൽ പായലുകൾക്കിടയിൽ ഒരു വെള്ളാമ്പൽ വിരിഞ്ഞുനിൽക്കുന്നു.

അതിൽ ചുവന്നു തുടുത്ത വാലുള്ള തുമ്പികൾ വട്ടമിട്ടു പറക്കുന്നു. തുമ്പിയുടെ ചിറകുകൾക്ക് നിറം മങ്ങിയ വെളുപ്പാണ്. അത് നേർത്തതും സുതാര്യവുമാണ്. ഒരു പൊടിപൊന്മാൻ കൽകെട്ടിൽ തക്കംപാർത്തിരിക്കുന്നു. നൂലൻപക്കിയും തല ഉരുണ്ട വലിയ പക്കിയും പിന്നെ പേരറിയാത്ത പക്കികളും കാവിലെ കുളത്തിനു മീതെ പാറിപ്പറക്കുന്നു. മാവിന്റെ ചുവട്ടിൽനിന്ന് മണ്ണാത്തിപ്പുള്ളിന്റെ പാട്ട് കേൾക്കാം. മാമ്പൂവിനിടയിൽ കുയിലനക്കം. പുള്ളിക്കുയിലും കാക്കകുയിലും. അരവിന്ദന്റെ വീടും പറമ്പും നാടും മനോഹരമാണ്. ഉത്തരേന്ത്യയിൽ മാവുകൾ പൂക്കാൻ ഇനിയും സമയമെടുക്കും. വിനോദ് തിരിഞ്ഞു പുറകോട്ടുനോക്കികൊണ്ട് പറഞ്ഞു.

"സന്തോഷിന് ഊണ് കുളിക്കടവിൽ തരാം"

അതുകേട്ട് ഓർമ്മകളിൽ നിന്നുണർന്ന് സന്തോഷ് അവരോടൊപ്പമെത്താൻ വേഗത്തിൽ നടന്നു. ധനുമാസത്തിന്റെ സാന്നിധ്യമറിയിച്ച് പറമ്പിന്റെ വേലിക്കൽ നിന്നിരുന്ന ചീമകൊന്നകൾ നിറയെ പൂത്തു നിൽക്കുന്നു. ഇളം റോസ് നിറത്തിലുള്ള പൂക്കുലകൾക്ക് ചുറ്റും തേനീച്ചകൾ പാറിപറന്നു. അരളി പൂത്തു. മഞ്ഞപട്ടുപോലെ മൃദുലമായ പൂക്കുലകൾ.

പഴയകാല വാസ്തുശില്പശൈലിയുടെ മനോഹാരിത മുഴുവൻ ഉൾക്കൊള്ളുന്നതാണ് അരവിന്ദന്റെ വീട്. ഏതു ഭാഗത്തുനിന്ന് നോക്കിയാലും അതിന്റെ ഗരിമയ്ക്ക് ഒരു കുറവുമില്ല. അങ്ങനെയാണത് ഡിസൈൻ ചെയ്തിരിക്കുന്നത്. വീടിന്റെ സൗന്ദര്യം ആസ്വദിച്ചുകൊണ്ട് ജയിംസ് പറഞ്ഞു

"അരവിന്ദ് ഭാഗ്യവാനാണ്. അവന് കീഴൂർ തറവാട്ടിൽ വന്ന് ജനിക്കാൻ പറ്റിയല്ലോ?" വിനോദ് പറഞ്ഞു.

"അത് പണ്ട് ഉണ്ണികേരളവർമ്മ പോർട്ടുഗീസുകാരോട് പറഞ്ഞുപോലെയാണല്ലോ?" ജയിംസ് പറഞ്ഞു.

"അതെന്താ" ആകാംക്ഷയോടെ വിനോദ് ചോദിച്ചു.

"1599 ലെ ഉദംയപേരൂർ സുനഹദോസ് ഇവിടുത്തെ ക്രിസ്ത്യാനികളുടെ ആചാരങ്ങളൊന്നും ശരിയല്ലെന്നും എല്ലാവരും റോമിന്റെ മേധാവിത്വം അംഗീകരിക്കണമെന്നും പ്രഖ്യാപിച്ചു. പോർട്ടുഗീസുകാരായിരുന്നു ഇതിന്റെ പിന്നിൽ. സിറിയൻ ഭാഷയിൽ ആരാധനാക്രമങ്ങൾ നടത്തിയിരുന്നവർ ലാറ്റിൻ ഭാഷയിലേക്ക് മാറണമെന്ന സ്ഥിതി വന്നു. തദ്ദേശീയരായ ഒരു വിഭാഗം ക്രിസ്ത്യാനികൾ തങ്ങളുടെ ആചാരം വിട്ട് റോമിന് കീഴടങ്ങാനും പോർട്ടുഗീസുകാരുടെ പിണിയാളുകളാകാനും തയ്യാറല്ലായിരുന്നു. നാട്ടിൽ മതസംഘർഷം ഉടലെടുത്തു. പേർഷ്യയിൽ നിന്ന് വന്ന സുറിയാനി മെത്രാൻ അഹത്തുള്ളയെ പോർട്ടുഗീസുകാർ ഉൾക്കടലിൽവച്ച് കൊന്നു കടലിൽ താഴ്ത്തിയെന്ന വാർത്ത കൂടി വന്നതോടെ അക്ഷരാർത്ഥത്തിൽ പോർട്ടുഗീസുകാർക്കെതിരെ മലബാറിലെ

മുസ്ലീംങ്ങളെയും നായന്മാരെയും പോലെ സുറിയാനി ക്രിസ്ത്യാനികളും യുദ്ധംപ്രഖ്യാപിച്ചു. കൂനൻകുരിശു സത്യമൊക്കെ അങ്ങനെയുണ്ടായ താണ്. മട്ടാഞ്ചേരിയിൽ ഇപ്പോഴും ആ കൂനൻകുരിശുണ്ട്. ആ ചരിത്ര മൊക്കെ മായ്ച്ച് കളഞ്ഞ് ഇപ്പോൾ ഭ്രാന്തൻ കുര്യച്ചനായി. കൂനൻ കുരിശ് വേഷപ്രച്ഛന്നനായെന്ന് മാത്രം."

"ജയിംസേ, നീ ഇങ്ങനെ വളവളാന്ന് പറയാതെ. ഉണ്ണികേരളവർമ്മ യെന്താ പറഞ്ഞതെന്ന് പറ" വിനോദ് ശബ്ദം കനപ്പിച്ചു പറഞ്ഞു. "പോർട്ടുഗീസുകാരെ ഭയന്ന് കൊച്ചി രാജാവ് സ്വന്തം ദേശത്തെ മലങ്കര ക്രിസ്ത്യാനികളെ മുഴുവൻ റോമിന്റെ വരുതിയിലാക്കി. എന്നാൽ പിന്നെ രാജാവിനെക്കൂടി ക്രിസ്ത്യാനിയാക്കികളയാമെന്ന് പോർട്ടുഗീസുകാർക്ക് തോന്നി. അതിനായി അലക്സിസ് ഡി മെനഡിസ്റ്റ് എന്നൊരു ബിഷപ്പിനെ രാജാവിന്റെ അടുക്കലേക്ക് ഗോവയിൽ നിന്നവർ പറഞ്ഞുവിട്ടു. അപ്പോൾ ദേശിംഗനാട് രാജാവായ ഉണ്ണികേരളവർമ്മ പറഞ്ഞു

"ഞാൻ ക്രിസ്ത്യാനിയായിരിക്കണമെന്ന് കർത്താവ് വിചാരിച്ചിരു ന്നെങ്കിൽ ക്രിസ്ത്യാനിയായി തന്നെ ജനിക്കുമായിരുന്നല്ലോ? അതു കൊണ്ട് ദൈവനിശ്ചയംപോലെ ഞാനിങ്ങനെതന്നെയങ്ങ് തുടർന്നോളാം" ബിഷപ്പിന് അതിന് മറുപടിയുണ്ടായില്ല.

"അതുകൊള്ളാം" വിനോദ് ഒരു ചിരിയോടെ പറഞ്ഞു "മതപരി വർത്തനത്തെക്കുറിച്ച് ഗാന്ധിജി പറഞ്ഞതും ഇതുതന്നെ. ഒരു ഹിന്ദു നല്ല ഹിന്ദുവാകുക. മുസ്ലീം നല്ല മുസ്ലീം ആകുക. ക്രിസ്ത്യാനി നല്ല ക്രിസ്ത്യാനിയാകുക. അതിനപ്പുറത്ത് ഇതേക്കുറിച്ച് എന്താ പറയാനാ വുക" വിനോദ് വീണ്ടും പറഞ്ഞു നിർത്തി. എല്ലാവരും വീട്ടിനുള്ളിലേക്ക് കയറി. കീഴൂർ വീട്ടിൽ അവർക്ക് വിഭവസമൃദ്ധമായ ഊണ് ഒരുക്കിയി രുന്നു. പരിപ്പും പപ്പടവും വരാൽ മീൻകറിയും ഉപ്പിലിട്ടതും പച്ചമോരും അവിയലും തീയലും. മലയാളിയുടെ നാടൻകറിയുടെ രുചിക്കൂട്ട് റസിയ ആസ്വദിച്ചുകഴിച്ചു. സന്തോഷ് റാവത്തിന് ചപ്പാത്തിയും പരിപ്പുമൊക്കെ യാണ് ശീലം. എങ്കിലും ചേരയെ തിന്നുന്ന നാട്ടിൽ ചെന്നാൽ നടു തുണ്ടം തന്നെ തിന്നണമെന്ന പഴമൊഴിപോലെ സന്തോഷ് ഉച്ചഭക്ഷണം തൃപ്തി വരുവോളം കഴിച്ചു. വരാൽ മീൻകറി റസിയ വീണ്ടും വീണ്ടും കഴിക്കു ന്നത് ശ്രദ്ധിച്ചുകൊണ്ട് രേവതി പറഞ്ഞു "വരാൽ മീൻകറി ഔഷധ ഗുണമുള്ളതാണ്. ഒരിക്കൽ എനിക്ക് ചെവിക്ക് വേദന വന്നപ്പോൾ ഡോക്ടർ വരാൽ മീൻകറി കഴിക്കാനാണ് പറഞ്ഞത്. രണ്ടു മൂന്നുതവണ കഴിച്ചപ്പോൾ തന്നെ ചെവിയുടെ വേദന മാറി." "അയിലയിലും മത്തി യിലും ചീത്ത കൊളസ്ട്രോൾ അലിയിക്കുന്ന നെയ്യുണ്ട്. ഹൃദയശസ്ത്ര ക്രിയ കഴിയുന്നവരോട് അയിലയും മത്തിയും കഴിക്കുന്നത് നല്ലതാ ണെന്ന് ഡോക്ടർമാർ പറയാറുണ്ട്" വിനോദ് പറഞ്ഞു.

കുറച്ചുനേരത്തെ വിശ്രമത്തിനുശേഷം എല്ലാവരും കരിമാങ്കാവിലേക്ക് പോകാൻ തയ്യാറായി. കരിമാങ്കാവിലേക്ക് കീഴൂർവീട്ടിൽ നിന്ന് അധിക

ദൂരമൊന്നുമില്ല. കഷ്ടിച്ച് ഒരു ഫർലോംഗ്. അവിടേക്ക് നടന്നുപോകാമെന്ന് റസിയ ഒരു നിർദ്ദേശം വച്ചെങ്കിലും കാറിൽ തന്നെ പോകാമെന്ന് ഒടുക്കം തീരുമാനിച്ചു. അരവിന്ദ് കാറെടുക്കാൻ ഭാവിച്ചപ്പോൾ വിനോദ് തടഞ്ഞു. "അതിന്റാവശ്യമില്ല. സഹകരിച്ചാൽ ഇതിൽ തന്നെ എല്ലാവർക്കും പോകാമെന്നേയുള്ളൂ. അതാണൊരു രസവും." അരവിന്ദും കൂടി വിനോദിന്റെ ആഡംബരകാറിൽ കയറി. വിനോദിനൊപ്പം അരവിന്ദ് മുൻസീറ്റിലിരുന്നു. ബാക്കി മൂന്നുപേർ പുറകിലും. റസിയ രേവതിയെ കൂടി ക്ഷണിച്ചെങ്കിലും സൗകര്യംപോലെ കാവിലെത്തിക്കോളാമെന്ന് അവർ മറുപടി പറഞ്ഞു. കാർ ചെമ്മൺപാതയിലൂടെ ഉരുണ്ടുനീങ്ങി.

ഇപ്പോൾ ചെണ്ടമേളം കേൾക്കുന്നുണ്ട്. കാവിനോട് അടുത്തപ്പോൾ ചെണ്ടയും ആരവവും ഉച്ചത്തിൽ കേൾക്കാമെന്നായി. വഴിയരികിൽ ഒരു കൂറ്റൻ കുതിരയുടെ പണി ഉയരുന്നുണ്ട്. വളരെ ഉയരത്തിൽ സ്ഥാപിച്ചിരിക്കുന്ന ഇരുമ്പ് ഗോവണിയും മറ്റും ഉപയോഗിച്ചാണ് ഇത്ര ഉയരത്തിൽ കുതിരയെ വിതാനിച്ച് ഒരുക്കുന്നത്. നാലും അഞ്ചും തട്ടുള്ള കുതിരകളാണ്. വിനോദ് കാർ അവിടെയൊന്ന് സാവധാനത്തിലാക്കിയപ്പോൾ അരവിന്ദ് പറഞ്ഞു "വിട്ടോ. കാവിലേക്ക് പോകാം. ഇവിടെ പിന്നെ വരാം." വിനോദ് കാറിന്റെ വേഗത കൂട്ടി. കരിമാങ്കാവിന്റെ വിശാലമായ മുറ്റത്ത് ആളുകൾ കൂടിനിൽക്കുന്നു. ക്ഷേത്രമുറ്റത്തെ സ്വർണക്കൊടിമരത്തിൽ പല നിറങ്ങളിലുള്ള തുണികൾ ഏതാണ്ട് കൈയും കാലുമുള്ള കൊടി താഴ്ത്തി കെട്ടിയിരിക്കുന്നു. മേൽശാന്തി വിഷ്ണു നമ്പൂതിരി അത് ഉയർത്തുന്നതാണ് കൊടിയേറ്റ് ചടങ്ങ്. അമ്പലഭാരവാഹികളും കരപ്രമാണിമാരും നാട്ടുകാരും അവിടെ ഒത്തുകൂടിയിട്ടുണ്ട്. രണ്ട് സെറ്റ് ചെണ്ട അടിച്ചു തിമിർക്കുകയാണ്. കൊടികൂറ തയ്ക്കുന്നത് പാണന്മാരാണ്. ഇതിന് അവകാശമുള്ളൊരു കുടുംബം പള്ളിക്കൽ ഗ്രാമത്തിലുണ്ട്. പാണന്മാർക്കും ക്ഷേത്രത്തിൽ ഒരവകാശം വകവച്ചുനൽകിയിരിക്കുന്നു. അവരാണ് ഒരുകാലത്ത് പോരാളികളുടെ വീരകഥകൾ പാടിനടന്നിരുന്നത്. ആദ്യകാല കവികളാണവർ.

കല്ലും തടിയും കൊണ്ടാണ് മനോഹരവും പുരാതനവുമായ ക്ഷേത്രം നിർമിച്ചിരിക്കുന്നത്. അത് ശ്രദ്ധിച്ചുകൊണ്ട് റസിയ പറഞ്ഞു "തമിഴ്നാട്ടിൽ ക്ഷേത്രങ്ങൾ പൂർണമായും കല്ലുകൊണ്ടാണ് നിർമിച്ചിരിക്കുന്നത്. അദ്ഭുതകരമായ പണിത്തരങ്ങളാണ്. ഒരുപക്ഷേ ഇന്ന് അങ്ങനെയുള്ള ക്ഷേത്രങ്ങൾ നമുക്ക് ഉണ്ടാക്കാൻ കഴിയുമോയെന്ന് സംശയമാണ്. ക്ഷേത്രഗോപുരം നിർമ്മാണം തന്നെ എന്തൊരദ്ഭുതമാണ്."

അതുകേട്ടുകൊണ്ട് അരവിന്ദ് പറഞ്ഞു. "ശരിയാണ്. തമിഴ്നാട്ടിലും ആന്ധ്രയിലും മറ്റും കാണുന്നതുപോലെയുള്ള ക്ഷേത്രങ്ങളുടെ മഹാനിർമ്മിതി കേരളത്തിൽ ഉണ്ടായിട്ടില്ല. എന്തിന്, വലിയ കൊട്ടാരങ്ങൾ പോലും ഇവിടെ എടുത്തു കാണിക്കാനില്ല. കേരളത്തിന് വലിയ സാമ്രാജ്യങ്ങളോ ഡൽഹിയിലും മറ്റും കാണുമ്പോലെയുള്ള വലിയ കോട്ടകളോ ഇല്ല. കേരളത്തിന്റെ ഭൂമിശാസ്ത്രംതന്നെ അതിനൊന്നും

സമ്മതിച്ചിരുന്നില്ലെന്ന് വേണം കരുതാൻ. കേരളം മുഴുവൻ കുന്നും കുഴിയും തടവുമായിട്ടുള്ളതായിരുന്നല്ലോ. പ്രകൃത്യാതന്നെ ഒരു സമത്വം പാലിക്കാൻ മലയാളികൾ നിർബന്ധിതരായിരുന്നു. ഒരുപക്ഷേ പാലക്കാട് മാത്രമാണ് ഭൂപ്രകൃതിയിൽ വേറിട്ടുനിൽക്കുന്നത്.

“മധുരയിൽ പോയിട്ടുണ്ടോ? മീനാക്ഷികോവിൽ കരിങ്കല്ലിൽ തീർത്ത അദ്ഭുതമല്ലേ?” റസിയ സംസാരിച്ചുതുടങ്ങിയപ്പോൾ ഇടയ്ക്ക് കയറി വിനോദ് പറഞ്ഞു. “കേരളത്തിൽ ധാരാളം തടിയുള്ളതുകൊണ്ടാണ് ഇവിടുത്തെ നിർമ്മിതികളിൽ തടി ധാരാളം ഉണ്ടായത്. തമിഴ്നാട്ടിൽ പാറയാണധികവും. അവരത് പ്രയോജനപ്പെടുത്തി. പ്രാദേശികമായി ലഭിക്കുന്ന വിഭവങ്ങളുപയോഗിച്ചാണ് ഈ മഹാനിർമ്മിതികളൊക്കെ സൃഷ്ടിച്ചെടുത്തത്.”

“ഉം. അതു ശരിയാണ്.” റസിയ സമ്മതിച്ചു. “ഒരുപക്ഷേ പാറയിൽ നിർമിച്ചതുകൊണ്ടാവാം ആയിരക്കണക്കിന് വർഷങ്ങൾ താണ്ടാൻ മീനാക്ഷി കോവിലിനും മറ്റും കഴിഞ്ഞത്. തടിയായിരുന്നങ്കിലത് നശിച്ചു പോകുമായിരുന്നല്ലോ.” അതുകേട്ട് അരവിന്ദ് പറഞ്ഞു. “പഴയകാല വീടുകളൊക്കെ മണ്ണും തടിയും കൊണ്ടായിരുന്നു. അതാണ് പരി സ്ഥിതിക്കിണങ്ങുന്നത്. പാറ പൊട്ടിച്ചാൽ പിന്നെ അത് പുനർനിർമിക്കുക അസാധ്യമാണ്. തടി വെട്ടിയാൽ പുതിയത് വച്ചുപിടിപ്പിച്ചാൽ മതി. യഥാർത്ഥത്തിൽ പരിസ്ഥിതിവാദികൾ പിന്തുണയ്ക്കേണ്ടത് മരനിർമിതി കളെയാണ്.”

“ങാ, റസിയ മീനാക്ഷികോവിലെക്കുറിച്ച് പറ. അരവിന്ദന് ഈ അടുത്ത കാലത്തായി പരിസ്ഥിതി തലയ്ക്കുപിടിച്ചിരിക്കുകയാ.” വിനോദ് പറഞ്ഞു.

“ഞാൻ പറഞ്ഞത്, മധുര മീനാക്ഷി കോവിലൊക്കെ പാണ്ഡ്യ ശൈലിയുടെ ജീവിക്കുന്ന സ്മാരകമാണെന്നാണ്. ക്ഷേത്രത്തിനുചുറ്റും ഉയരമുള്ള ഗോപുരനിർമ്മിതി പാണ്ഡ്യന്മാരാണ് കൊണ്ടുവന്നത്. വല്ലവ ശൈലിയിലുള്ള നിർമിതികളിൽ അത് കാണാനാവില്ല.” റസിയ പറഞ്ഞു.

“അത് ശരിയാണ്” അരവിന്ദ് ഇടപെട്ടുകൊണ്ടു പറഞ്ഞു.

“മഹാബലിപുരത്ത് മധുരയിലെപ്പോലെ വലിയ ഗോപുരങ്ങൾ കാണാനാവില്ലല്ലോ? തഞ്ചാവൂരിലെ ബൃഹദേശ്വര ക്ഷേത്രത്തിൽ ഞാനൊരിക്കൽ പോയി. അതൊരു വിസ്മയം തന്നെയാണ്. ചോളന്മാ രാണത് പണികഴിപ്പിച്ചത്. ജെ.സി.ബിയും ക്രെയിനുമൊന്നുമില്ലാതിരുന്ന കാലത്ത് ആ ക്ഷേത്രത്തിന് മുകളിൽ എങ്ങനെയാ വലിയ കല്ലെടുത്ത് വച്ചത്. അതൊരു അദ്ഭുതം തന്നെയല്ലേ? രാജരാജചോളനാണത് പണി കഴിപ്പിച്ചത്.” അരവിന്ദ് പറഞ്ഞു.

“രാജരാജചോളന്റെ സഹോദരി കുന്തവൈനാച്ചിയാരുടെ ഒരു കബറിടം തഞ്ചാവൂരിനടുത്ത് ഒരു ദർഗയിൽ ഞാൻ കണ്ടു. അവർ ഇസ്ലാംമതം സ്വീകരിച്ചിരുന്നുവെന്നാണറിഞ്ഞത്. എന്നാൽ അതേ

ക്കുറിച്ചൊന്നും ചരിത്രകാരന്മാർ രേഖപ്പെടുത്തികാണുന്നില്ല. ഞാനതെക്കുറിച്ച് കൂടുതൽ അന്വേഷിക്കാൻ തീരുമാനിച്ചിരിക്കുകയാണ്" റസിയ പറഞ്ഞു.

"ഞാൻ പറഞ്ഞില്ലല്ലോ." അരവിന്ദ് ഇടപെട്ടുകൊണ്ട് പറഞ്ഞു. "ഏതാണ്ട് പത്തറുപതു മീറ്ററോളം പൊക്കമുള്ള ക്ഷേത്രത്തിന്റെ ഗോപുരത്തിന്റെ മുകളിൽ ഒറ്റകല്ലിൽ നിർമിച്ച സ്തൂപം എങ്ങനെ സ്ഥാപിച്ചു." എന്നിട്ട് ഒരു ചോദ്യരൂപേണ ജയിംസിനെ നോക്കി.

"എത്ര ഭാരം കാണും." ജയിംസ് ചോദിച്ചു.

"ഏതാണ്ട് ഇരുപത് ടണ്ണോളം ഭാരമുണ്ട്."

"ഇരുപത് ടണ്ണോ?" അദ്ഭുതത്തോടെ ജയിംസ് ചോദിച്ചു. "നിങ്ങളവിടെ പോയിട്ടില്ലേ?" അരവിന്ദ് ചോദിച്ചു.

"ഇല്ല." ജയിംസ് പതുക്കെ പറഞ്ഞു. "അതൊരു നഷ്ടം തന്നെ."

"എങ്ങനെയാ സ്തൂപം ക്ഷേത്രഗോപുരത്തിന് മുകളിൽ കയറ്റിയത് അതുപറ"

"ആർക്കും പറയാം. വെയ്‌രാജാ വെയ്. ഓ തെറ്റിപ്പോയി. പറ രാജാ പറ." അരവിന്ദ് ഒരു പ്രത്യേക താളത്തിൽ പറഞ്ഞു.

"ങാ. സുല്ലിട്ടു." റസിയ പറഞ്ഞു.

"ക്ഷേത്രഗോപുരത്തിന് മുകളിൽ നിന്ന് കിലോമീറ്ററോളം ദൂരത്തിൽ മൺകോട്ട നിർമ്മിച്ച് അതിലൂടെ ആനയും കുതിരയും ഒക്കെ കൂടി ശിലാസ്തൂപം വലിച്ച് ക്ഷേത്രഗോപുരത്തിന് മുകളിൽ സ്ഥാപിച്ചു. നിങ്ങളൊന്നാലോചിച്ചു നോക്കുക. എത്രമാത്രം ത്യാഗനിർഭരമായിരുന്നു അതിന്റെ നിർമ്മിതിയെന്ന്. കണക്കോ. കിറുകൃത്യം. ഇത്രവലിയ സ്തൂപം ചുമന്ന് നിൽക്കുന്ന ക്ഷേത്രത്തിന് ഒരു പോറൽപോലും ഉണ്ടായിട്ടില്ലെന്ന് ഓർക്കണം. പുരാതനകാലത്ത് വാസ്തു നിർമ്മിതിയിലും കണക്കിലും ജ്യോതിഷത്തിലുമൊക്കെ ഭാരതീയർക്ക് എത്ര വലിയ ജ്ഞാനമാണ് ഉണ്ടായിരുന്നതെന്നതിന് ഇതൊക്കെതന്നെയാണ് തെളിവ്. എല്ലാം വിദേശത്തുനിന്നാണ് ഭാരതത്തിൽ എത്തിയതെന്ന് സ്ഥാപിക്കാനാണ് ചില ചരിത്രകാരന്മാരുടെ ശ്രമം. അതു ശരിയല്ല. ഭാരതം ധാരാളം വിജ്ഞാനം ലോകത്തിന് സംഭാവന ചെയ്തിട്ടുണ്ട്. ഇവിടന്ന് പുരാതനഗ്രന്ഥങ്ങൾ പേർഷ്യയിലേക്കും അതുവഴി യൂറോപ്പിലും എത്തിയിട്ടുണ്ട്. ബുദ്ധ സംസ്കൃതി ഭാരതത്തിന്റെ സംഭാവനയല്ലേ?

കുത്തബ് മിനാറിന്റെ മുന്നിൽ സ്ഥാപിച്ചിരിക്കുന്ന തുരുമ്പെടുക്കാത്ത സ്തൂപം. ആയിരക്കണക്കിന് വർഷം പഴക്കമുള്ളതാണ്. ഏതോ മഹാ ക്ഷേത്രത്തിന്റെ മുമ്പിൽ സ്ഥാപിച്ചിരുന്ന സ്തൂപം കുത്തബ്ദീൻ ഐബെക്കാവണം കുത്തബ് മീനാറിന്റെ മുന്നിൽ സ്ഥാപിച്ചത്. ശാസ്ത്രം ഏറെ വളർന്ന ഇക്കാലത്തുപോലും അതുപോലൊരു തുരുമ്പെടുക്കാത്ത ഇരുമ്പ് നമുക്ക് സൃഷ്ടിക്കാനായിട്ടില്ലെന്ന് കൂടി ഓർക്കണം." അരവിന്ദ് പറഞ്ഞു.

"ശരിയാണ്" എല്ലാവരും അതുസമ്മതിച്ചു.

"യൂറോപ്പും അറേബ്യയും മറ്റും ഇരുട്ടറകളിൽ കിടക്കുമ്പോഴും ഭാരതം വളരെ ഉയർന്ന സാംസ്കാരിക നിലയിലായിരുന്നു. നളന്ദ, തക്ഷ ശില പോലെയുള്ള സർവകലാശാലകൾ ഇവിടെ പ്രവർത്തിച്ചിരുന്നു. പേർഷ്യയും ചൈനയും റോമുമൊക്കെ പുരാതന നാഗരികതകൾ തന്നെ." അരവിന്ദ് പറഞ്ഞു.

കൊടിമരച്ചുവട്ടിലേക്ക് പ്രധാന പൂജാരിയെത്തിയതോടെ എല്ലാവരും ഫോട്ടോക്ക് പോസ് ചെയ്തുകൊണ്ട് ഉത്സവകൊടിയേറ്റ് നടത്തി. സ്വർണക്കൊടിമരത്തിന്റെ മുകളിൽ ചുകപ്പും പച്ചയും മഞ്ഞയും നീലയും വെള്ളയും നിറങ്ങൾ തുന്നിയ കൊടി കാറ്റിൽ പാറിക്കളിച്ചു. കൈയും കാലും വീശി കൊടി ആഹ്ലാദനൃത്തം ചവിട്ടുംപോലെയുണ്ട്. എല്ലാവരും ആ അദ്ഭുതകാഴ്ച നോക്കിനിന്നു. "ഇത് മനുഷ്യൻ തൂങ്ങിനിൽക്കുന്നതു പോലുണ്ടല്ലോ?" പരിഹാസ ചുവയോടെ ജയിംസ് പറഞ്ഞു. "നീ പോടാ. നിങ്ങളുടെ പള്ളിയിലും ഇതേ കൊടിതന്നെയാ." അരവിന്ദ് പറഞ്ഞു. "ഉം ഉം ഉവ്വാ." ജയിംസ് ഒരു ശബ്ദം പുറപ്പെടുവിച്ചു.

പെട്ടന്ന് ആളുകളെല്ലാം ആകാശത്തേക്ക് നോട്ടമെറിഞ്ഞ് നിൽപ്പായി. ജനം ഭക്തിനിർവൃതിയോടെ വൈഷ്ണവ സ്തുതി ഉരുവിട്ടു. പെണ്ണുങ്ങൾ കണ്ണടച്ച് നാമജപം തുടങ്ങി. അദ്ഭുതം. ആകാശത്ത് ഒരു കൃഷ്ണപ്പരുന്ത് വട്ടമിട്ടുപറക്കാൻ തുടങ്ങി. ജനത്തിന്റെ ആരവവും ഉച്ചത്തിലായി.

"എന്താണത്" റസിയ ചോദിച്ചു.

"ഇവിടെ കൊടിയേറ്റ് കഴിയുമ്പോൾ ഒരു കൃഷ്ണപ്പരുന്ത് ആകാശത്ത് വട്ടമിട്ടുപറക്കുക സാധാരണമാണ്. പുരാതന വൈഷ്ണക്ഷേത്രമാണിത്. വിഷ്ണുവിന്റെ വാഹനമാണല്ലോ ഗരുഡൻ. ഉത്സവം വീക്ഷിക്കാനായി വിഷ്ണുഭഗവാൻ ഗരുഡന്റെ പുറത്തേറി ക്ഷേത്രസന്നിധിയിലേക്ക് എത്തുന്നുവെന്നാണ് വിശ്വാസം. എന്തായാലും എല്ലാ കൊല്ലവും കൊടിയേറ്റ് സമയത്ത് ആകാശത്ത് ഒരു കൃഷ്ണപരുന്തിനെ കാണുന്നത് സത്യമാണ്" അരവിന്ദ് പറഞ്ഞു.

വിനോദ് അതുകേട്ട് കുറച്ചുനേരം നിശ്ശബ്ദനായിട്ടു പറഞ്ഞു. "വിഷ്ണുവിന്റെ പതിനൊന്നാമത്തെ അവതാരമായിരുന്നു ഇവിടുത്തെ പ്രതിഷ്ഠ. അതായത് സാക്ഷാൽ ശ്രീബുദ്ധൻ."

"ഞാനിപ്പോ ഒരു തർക്കത്തിനില്ല" അരവിന്ദ് ഒഴിഞ്ഞുമാറി.

"ബുദ്ധമതത്തിന് സ്വാധീനമുള്ള പ്രദേശമായിരുന്നു ഇവിടമെന്ന് വ്യക്തമാണല്ലോ. പള്ളിക്കൽ, ഇളംപള്ളിക്കൽ തുടങ്ങിയ പേര് തന്നെ അങ്ങനെയാവാം ഉണ്ടായത്." അരവിന്ദ് വിനോദിന്റെ വാദം അംഗീകരിച്ചു കൊണ്ട് പറഞ്ഞു.

"ഗവേഷണങ്ങൾ നടക്കുകയല്ലേ? കൂടുതൽ വിവരങ്ങൾ പുറത്തു വരട്ടെ." അരവിന്ദ് ആരോടെന്നില്ലാതെ പറഞ്ഞു. "എനിക്ക് തോന്നുന്നത്

ബുദ്ധമതവും സംസ്കൃതഭാഷപോലെയാണന്നാ. സംസ്കൃതം ഭാരതത്തിൽ ആരും സംസാരിക്കാറില്ലെങ്കിലും അതിന്റെ സ്വാധീനം ഇവിടുത്തെ എല്ലാ ഭാഷകളിലുമുണ്ട്. ബുദ്ധമതവും അതുപോലെ തന്നെ. ഇവിടെ ബുദ്ധമതമില്ലെങ്കിലും അതിന്റെ സ്വാധീനത്തിൽ നിന്ന് മറ്റൊരു മതത്തിനും ഒഴിഞ്ഞുമാറാനാവില്ല. ഇസ്ലാമതമായാലും ക്രിസ്തുമതമായാലും. ആയുർവേദവും ചരകനും ശുശ്രുതനുമൊക്കെ ബുദ്ധ സംസ്കാരത്തിന്റെ ഭാഗമായിരുന്നല്ലോ. നമ്പൂതിരിമാർ ഇവിടെ സസ്യഭുക്കുകളായതും ബുദ്ധസ്വാധീനത്തിലാവും." അരവിന്ദ് പറഞ്ഞു.

"നമ്പൂതിരോയെന്നാണ് ബുദ്ധഭിക്ഷുക്കളെ വിളിച്ചിരുന്നത്. അവരെ പിന്നീട് നമ്പൂതിരിമാരാക്കിയതാവാം." വിനോദ് അരവിന്ദനോട് യോജിച്ചുകൊണ്ട് പറഞ്ഞു. "കരിമാങ്കാവിലെ ബുദ്ധമത സ്വാധീനത്തെക്കുറിച്ചു പഠിക്കുന്ന ആ ഫ്രഞ്ചുകാരി ഇവിടെ വരുകയാണെങ്കിൽ അവരെ കണ്ട് നമുക്ക് സംസാരിക്കണം." വിനോദ് പറഞ്ഞു. സന്തോഷ് റാവത്തും അതു ശരിവച്ചു. "കടൽ കടന്ന് അവരിവിടെ വന്നു ഗവേഷണം നടത്തുന്നുവെന്നത് തന്നെ അവരുടെ വിജ്ഞാനതൃഷ്ണ എത്ര വലുതാണെന്നതിന്റെ തെളിവാണ്. യൂറോപ്പ്, അമേരിക്കയുമൊക്കെ ഉയർന്നുവന്നത് ത്യാഗനിർഭരമായ കഷ്ടപ്പാടുകളിലൂടെയാണ്. ആ ജനത ഉണ്ടു ഏമ്പക്കവുംവിട്ട് കാലുംനീട്ടി ഇരുന്നതുകൊണ്ടല്ല, ദാരിദ്ര്യമാണവരെ ലോകം വെട്ടിപിടിക്കാൻ പ്രേരിപ്പിച്ചത്. പാശ്ചാത്യരുടെ ഊർജ്ജസ്വലത നമ്മൾ ആർജ്ജിക്കുന്ന കാലത്തേ ഭാരതം രക്ഷപ്പെടുകയുള്ളൂ. വൈക്കം മുഹമ്മദ് ബഷീറിന്റെ കഥപോലെ 'എന്റുപ്പാപ്പയ്ക്ക് ഒരാനയുണ്ടാർന്നു'വെന്ന് പറഞ്ഞു നടന്നാൽ ആരും എവിടെയും എത്തില്ല. ഭൂതകാലത്തേക്ക് കുഴിച്ചു കുഴിച്ചു പോകുന്നതോടൊപ്പം വർത്തമാനവും ഭാവിയും സൂക്ഷ്മതയോടെ കരുപ്പിടിപ്പിക്കുന്നവർക്കേ ഒന്നാംനിരയിൽ എത്താനാവൂ. ഭൂതമില്ലാതെ വർത്തമാനമില്ല. വർത്തമാനില്ലാതെ ഭാവിയും." ഒരു തത്ത്വജ്ഞാനിയെപ്പോലെ സന്തോഷ് റാവത്ത് പറഞ്ഞു.

"ങ്ഹാ" ആളു കൊള്ളാമല്ലോ. ഇത്രയൊക്കെ അഗ്നി സന്തോഷിന്റെ ഉള്ളിലുണ്ടായിരുന്നോ? ഇടയ്ക്കിടെ വാ തുറന്നാലല്ലേ ഇതൊക്കെ ഞങ്ങൾ അറിയൂ" റസിയ ഒരു തമാശ പൊട്ടിക്കുംപോലെ പറഞ്ഞു. എല്ലാവരും ക്ഷേത്രമുറ്റത്തേക്ക് നടന്നു. "ഇവിടെ അഹിന്ദുക്കൾക്ക് കയറുന്നതിന് തടസ്സമൊന്നുമില്ലല്ലോ?" ജയിംസ് സങ്കോചത്തോടെ ചോദിച്ചു. "എന്തോന്ന് അഹിന്ദു, ഹിന്ദുവെന്ന പദം തന്നെ അറബികൾ നമുക്ക് സമ്മാനിച്ചതല്ലേ? ഗൾഫിൽ പോകുന്ന മുസ്ലീങ്ങളെയും നായരെയും ഈഴവനെയും ക്രിസ്ത്യാനികളെയും അറബികൾ ഇപ്പോഴും ഹിന്ദുക്കളെന്നല്ലേ വിളിക്കുന്നത്? ഹിന്ദുവെന്നത് നമ്മുടെ ദേശത്തെ കുറിക്കുന്ന ശബ്ദമാണ്. ബ്രിട്ടീഷുകാർ, പാകിസ്ഥാനി, ചൈനക്കാർ, അറബികൾ, പേർഷ്യക്കാർ, റഷ്യക്കാർ എന്നതുപോലെ. പിന്നെ അതൊക്കെ തലതിരിച്ച് ഒരു മതമാക്കി വർഗീയത വളർത്തി അധികാരത്തിലെത്താൻ ചിലർ ശ്രമിക്കുന്നു. ചിലപ്പോൾ അവർ വിജയിക്കുന്നു. എന്നാൽ ഭാരതത്തിൽ

അധികകാലമൊന്നും അത് ചിലവാകില്ലന്നേ" വിനോദ് പറഞ്ഞു. "ഒരു മതേതര മനസ്സാണ് ഭാരതത്തിനുള്ളത്." ജയിംസ് അത് ശരിവച്ചു.

"ഇവിടെ ഇസ്ലാംമതത്തിനും ക്രിസ്തുമതത്തിനും ഇടം നൽകിയതും വളർത്തിയെടുത്തതും ഹിന്ദുരാജാക്കന്മാരാണല്ലോ? ആ മനസ്സ് ഇന്നും ഭാരതത്തിനുണ്ട്. മറ്റൊരു രാജ്യത്തിനും അതവകാശപ്പെടാമെന്ന് തോന്നുന്നില്ല." അരവിന്ദ് പറഞ്ഞു. പുരാതനമായ കൽവിളക്കുകൾക്കരുകിലൂടെ കല്ലുപാകിയ ചുറ്റമ്പലത്തിനടുത്തേക്ക് അവർ നടന്നു. മണൽവിരിച്ച വിശാലമായ നടുമുറ്റമാണ്. ഇവിടെയാണ് ഭക്തർ പ്രദക്ഷിണം വയ്ക്കുന്നത്. ചന്ദനം തൊട്ട സ്ത്രീകളും അർധനഗ്നരായ പുരുഷന്മാരും അമ്പലത്തിന് ചുറ്റും പ്രദക്ഷിണം വയ്ക്കുന്നുണ്ട്.

ക്ഷേത്രാചാരങ്ങൾക്ക് വളരെ ഗുണങ്ങളൊക്കെയുണ്ട്. അരവിന്ദ് പറഞ്ഞു. "അമ്പലക്കുളത്തിൽ മുങ്ങിക്കുളിച്ച് അമ്പലത്തിനുചുറ്റും മണലിലും കല്ലിലും നഗ്നപാദരായി പ്രദക്ഷിണം വച്ച് നെറ്റിയിൽ സുഗന്ധവും കുളിർമയും പകരുന്ന ചന്ദനംപൂശി ആൽത്തറയിൽ കുറച്ചു നേരമിരുന്ന് ശുദ്ധവായു ശ്വസിച്ച് പോകുന്ന ഭക്തന് ഒരുണർവുണ്ടാകുമെന്നതിൽ സംശയമില്ല".

"ഉം, ചന്ദനം തൊടുന്നത് തിരുനെറ്റിയിലാണ്. അവിടം നമ്മുടെ മൂന്നാം കണ്ണെന്നാണ് പറയുന്നത്. അകക്കണ്ണാണത്. പരമശിവന്റെ തൃക്കണ്ണിലെ ആ സ്ഥാനം തന്നെ". അരവിന്ദ് വീണ്ടും പറഞ്ഞു. റസിയ ക്ഷേത്രത്തിന്റെ കൊത്തുപണികളും അതിന്റെ വാസ്തുശില്പങ്ങളിലും ശ്രദ്ധിക്കുകയായിരുന്നു. ആയിരം വിളക്കുകൾ തെളിക്കാൻ പാകത്തിൽ ക്ഷേത്രത്തിൽ ചുറ്റുവിളക്ക് സ്ഥാപിച്ചിട്ടുണ്ട്. സന്ധ്യനേരത്ത് ഈ വിളക്കുകൾ എല്ലാം തെളിയുമ്പോൾ ക്ഷേത്രം ഒരു പ്രകാശ ഗോപുരം പോലെ തോന്നിക്കും. നയനമനോഹരക്കാഴ്ചയാണത്. പഴമക്കാർ സൗന്ദര്യാധിഷ്ഠിതമായാണ് എല്ലാം ഒരുക്കിയിരുന്നത്. റസിയ ചിന്തിച്ചു.

"വാസ്തുവൊക്കെ നോക്കിയാവും പഴയകാലത്ത് ഈ ക്ഷേത്രം നിർമിച്ചിരിക്കുന്നത്. അതുകൊണ്ടാവാം ഇത്രയും കാലമായിട്ടും അതിന് ഒരു പോറൽപോലും ഏൽക്കാതിരിക്കുന്നത്" റസിയ ആരോടെന്നില്ലാതെ പറഞ്ഞു.

"വാസ്തു ഇപ്പോഴൊരു ഫാഷനല്ലേ. മുറിവൈദ്യൻ ആളെ കൊല്ലുമെന്നുപറയുമ്പോലെ. ഇവിടെ എല്ലാവരും വാസ്തുജ്യോതിഷികളാണ്. പണക്കാരൊക്കെ അവർക്ക് പിന്നാലെയാണ്." തെല്ലു രോക്ഷത്തോടെ വിനോദ് പറഞ്ഞു.

"വാസ്തുവിന് ചില ശാസ്ത്രീയ അടിത്തറയൊക്കെയുണ്ട്. വായുവും വെളിച്ചവും ആവശ്യത്തിന് വീട്ടിൽ കടക്കേണ്ടതുണ്ട്. ജീവജാലങ്ങളെപ്പോലെ പഞ്ചഭൂത നിർമ്മിതിയിലാണ് ഒരു വീടും സ്ഥിതിചെയ്യുന്നത്. കന്നിമൂലയിൽ കക്കൂസ് പാടില്ലെന്ന് പറയുന്നത്. അതുവഴിക്കാണ് കാറ്റിന്റെ വരവ്. ദുഷിച്ച വായു വീട്ടിനുള്ളിൽ അടിച്ചുകയറാം. സൂര്യന്റെ

ഉത്തരായനവും ദക്ഷിണായനവും ഒക്കെ നോക്കിയാണ് ജനലിന്റെയും വാതിലിന്റെയുംമൊക്കെ സ്ഥാനം നിർണയിക്കുന്നത്. ഇതിലൊക്കെ കുറച്ചുകാര്യങ്ങളുണ്ട്." അരവിന്ദ് പറഞ്ഞു.

"കൂടുതലും അന്ധവിശ്വാസമാണന്നേ. പട്ടണത്തിൽ ഒന്നും രണ്ടും സെന്റിൽ കഴിയുന്നവർക്ക് എന്തു വാസ്തു?" വിനോദ് പറഞ്ഞു. "അങ്ങനെ പറഞ്ഞാൽ ശരിയാകില്ല. സുസ്ഥിരവും ബൃഹത്തായതുമായ നിർമിതികളിലാണ് വാസ്തു പൂർണതോതിൽ പ്രയോജനപ്പെടുത്തുന്നത്." വിടാൻ ഭാവമില്ലാത്ത മട്ടിൽ അരവിന്ദ് പറഞ്ഞു.

"എനിക്ക് ഈ വാസ്തുക്കാർ പറയുന്ന വാസ്തുപുരുഷനെ മറ്റൊരു തരത്തിൽ നോക്കികാണാനാണ് തോന്നുന്നത്." വിനോദ് പറഞ്ഞു.

"അതെന്താണ്?" റസിയ ചോദിച്ചു.

ആര്യന്മാരുടെ ഇന്ത്യയിലേക്ക് വരവിനു മുമ്പ് ഇവിടെ ഒരു ജനത ജീവിച്ചിരുന്നു. അവരെയാണ് പുരാണങ്ങളിൽ അസുരന്മാരെന്നും ഭൂതങ്ങളെന്നുമൊക്കെ വിളിക്കുന്നത്. പ്രകൃതി ആരാധകരായ കറുത്ത വർഗക്കാരാണവർ. അവരുമായി ആര്യന്മാർക്ക് ഏറ്റുമുട്ടേണ്ടിവന്നു. എണ്ണത്തിൽ കൂടുതലായിരുന്ന കറുത്ത വർഗക്കാരായ നാട്ടുകാരെ ഒന്നടങ്കം ഇല്ലായ്മ ചെയ്യുക ആര്യന്മാർക്ക് അത്ര എളുപ്പമായിരുന്നില്ല. വെള്ളക്കാരും കൊളംബസും അമേരിക്കയിലെ റെഡ് ഇന്ത്യക്കാരെ കൊന്നൊടുക്കിയതുപോലെ ആര്യന്മാർ ഇവിടെ ചെയ്തില്ല. ബുദ്ധിമാന്മാരായ ആര്യന്മാർ അവരെ സൂത്രത്തിൽ കീഴ്പ്പെടുത്തി ഉപയോഗിച്ചു. അവരുടെ വിശ്വാസങ്ങൾ തകർത്തു. മാനസികമായും ശാരീരികമായും അവരെ തങ്ങളുടെ അടിമകളാക്കി മാറ്റി. അതിനായി നിരവധി അന്ധവിശ്വാസങ്ങൾ അവരിൽ അടിച്ചേൽപ്പിച്ചു. കറുപ്പ് മോശമാണന്നും വെളുപ്പാണ് നല്ലതെന്നും അവരെക്കൊണ്ടുതന്നെ സമ്മതിപ്പിച്ചു. ജാതീയത അവരെകൊണ്ട് അംഗീകരിപ്പിച്ചു. ഇതംഗീകരിക്കാത്തവരെ ആര്യന്മാർ കൊന്നു. ചുരുക്കത്തിൽ ഈ മഹാരാജ്യത്തിന്റെ ഉടമകളായിരുന്ന കറുത്തവർഗക്കാർക്ക് സ്വന്തമായി ഭൂമിയില്ലാതായി. അവർ എല്ലാ അർത്ഥത്തിലും ചവിട്ടിമെതിക്കപ്പെട്ടു. അവരുടെ കുരുതിക്കളങ്ങൾക്ക് മുകളിലാണ് ആര്യന്മാർ സാമ്രാജ്യങ്ങൾ കെട്ടിപ്പെടുത്തത്, തങ്ങളുടെ വിശ്വാസങ്ങളുടെ അടിത്തറ പാകിയത്. കറുത്തവരോട് കാണിച്ച കൊടുംപാതകങ്ങൾ അവരുടെ മനസ്സിനെ വേട്ടയാടിതുടങ്ങിയപ്പോഴാണ് വാസ്തു പുരുഷനെന്ന സങ്കല്പം ഉയർന്നുവന്നത്. തങ്ങളുടെ സാമ്രാജ്യങ്ങളുടെ അസ്ഥിവാരം ഉറപ്പിക്കുന്നതിന് മുമ്പ് ഭൂമിയുടെ യഥാർത്ഥ അവകാശികളായിരുന്നവരുടെ ആത്മാക്കളെ പൂജിച്ച് സ്വന്തം ആത്മാവിന് സമാധാനമുണ്ടാക്കുന്നതാണ് ഈ വാസ്തുപൂജ. അല്ലാതെ മറ്റൊന്നുമല്ല" വിനോദ് ആവേശത്തോടെ പറഞ്ഞുനിർത്തി.

"അസുര ചക്രവർത്തിയായിരുന്ന മഹാബലിയെ വാമനൻ പാതാളത്തിലേക്ക് ചവുട്ടി താഴ്ത്തുകയായിരുന്നല്ലോ. ഇതും ഇതിനോട് ചേർത്ത് വായിക്കണം. മഹാബലി സ്വന്തം നാട്ടിലേക്ക് വർഷത്തിലൊരിക്കൽ

മടങ്ങിവരുന്നുവെന്ന സങ്കല്പമാണല്ലോ ഓണത്തിന്റെ മിത്ത്." ജയിംസ് അരവിന്ദന് പിന്തുണ പ്രഖ്യാപിക്കുമ്പോലെ പറഞ്ഞു.

"ഉം..." അരവിന്ദ് മൂളികൊണ്ട് തുടർന്നു.

"അസുരന്മാരെ ആര്യന്മാർ എല്ലാ അർത്ഥത്തിലും പാതാളത്തിലേക്ക് ചവിട്ടി താഴ്ത്തുകയായിരുന്നു. അമിത മർദ്ദനവും പീഡനങ്ങളും മൂലം ഇടയ്ക്കിടെ അവർ പൊട്ടിത്തെറിക്കാൻ ഇടയുണ്ട്. അതു മനസ്സിലാക്കി ചില സേഫ്റ്റി വാൽവുകൾ സംസ്കാരങ്ങളിലും വിശ്വാസങ്ങളിലും ആര്യന്മാർ തന്നെ ഉണ്ടാക്കിവച്ചു. അതിലൊരു സേഫ്റ്റി വാൽവാണ് മഹാബലി ചക്രവർത്തിയുടെ കഥ. മണ്ണാപ്പേടിയും പുലപ്പേടിയും അതിന്റെ ഭാഗമാണ്. ഈ കരിമാങ്കാവിൽ കുറവന്മാർക്ക് ഉറഞ്ഞു തുള്ളാൻ അവസരം നൽകുന്നത് അതിന്റെ ഭാഗമാണ്."

"സംസ്കാരത്തെ ഒരു ദളിത് പക്ഷത്തുനിന്ന് വ്യാഖ്യാനിക്കാനാണ് വിനോദ് ശ്രമിക്കുന്നതെന്ന് തോന്നുന്നു" സന്തോഷ് റാവത്ത് പറഞ്ഞു. "ഇതിൽ ദളിത് പക്ഷമോ, അവർണ പക്ഷമോയൊന്നുമില്ല. ഇതാണ് ശരിയായ പക്ഷമെന്നാണ് എന്റെ വിശ്വാസം" വിനോദ് അത് സ്ഥിരീകരിച്ചു കൊണ്ട് പറഞ്ഞു. അതുകേട്ട് എല്ലാവരും നിശ്ശബ്ദരായി.

ക്ഷേത്രം ഉത്സവത്തിന്റെ ആരവങ്ങളിലേക്ക് ഉണർന്നുകഴിഞ്ഞു. കൊടിയേറ്റ് കൂടി കഴിഞ്ഞതോടെ നാട്ടുകാർ ഉത്സവലഹരിയിലായി. നൂറു കണക്കിനാളുകളാണ് ക്ഷേത്രദർശനത്തിനായി വന്നുകൊണ്ടിരിക്കുന്നത്. വിശാലമായ അമ്പലപ്പറമ്പിനു ചുറ്റും വച്ചുവാണിഭക്കാരും ബലൂൺ കച്ചവടക്കാരും തങ്ങളുടെ ഇടങ്ങൾ ഉറപ്പിക്കുന്ന തിരക്കിലാണ്. ക്ഷേത്രത്തിന്റെ വടക്കേ പറമ്പിൽ സർക്കസ്സുകാരും കുട്ടികൾക്ക് വിനോദങ്ങളിൽ ഏർപ്പെടാനുള്ള വിവിധ കളിയന്ത്രങ്ങളും വാഹനങ്ങളും സ്ഥാപിച്ചിരിക്കുന്നു. ജയന്റ് വീൽ കരിമാങ്കാവിനും മുകളിൽ ഉയർന്നുകഴിഞ്ഞു.

കുതിച്ചുപായുന്ന ട്രെയിൻ, ആരെയും കുലുക്കിതെറിപ്പിക്കുന്ന കാള, കുട്ടികൾക്ക് ഇഷ്ടംപോലെ കുത്തിമറിഞ്ഞു കളിക്കാൻ പാകത്തിൽ വായു നിറച്ച ബലൂൺ കുന്ന്, മോട്ടോർ സൈക്കിളും കാറും ചീറിപ്പായുന്ന മരണക്കിണർ, മാജിക്ക് കാർ, മുച്ചീട്ടുകളിക്കാർ, കറക്ക് കമ്പനിക്കാർ, ഭിക്ഷക്കാർ, വിവിധ തരത്തിലുള്ള പ്രദർശന ശാലകൾ ഇതൊക്കെ കരിമാങ്കാവിനെ ചുറ്റിപ്പറ്റി ഉയർന്നുകഴിഞ്ഞു. ഇതൊക്കെ ശ്രദ്ധിച്ചുകൊണ്ട് റസിയ പറഞ്ഞു "ഉത്സവം എത്രയെത്രപേർക്കാണ് തൊഴിൽ നൽകുന്നത്"

"അതുശരിയാ." അരവിന്ദ് ഇടപെട്ടുകൊണ്ട് പറഞ്ഞു. "ഞാനാവശം ചിന്തിച്ചിരുന്നില്ല. ഇന്ത്യയിലെ ഏറ്റവും വലിയ തൊഴിൽദായകർ ഉത്സവങ്ങളായിരിക്കും. എത്രയെത്ര കലാകാരന്മാരാണ് ഉത്സവങ്ങൾ കൊണ്ട് നിലനിന്നുപോകുന്നത്. അതേക്കുറിച്ചാരും കാര്യമായി പഠിച്ചിട്ടുള്ളതായി കേട്ടിട്ടില്ല. വൃശ്ചികം മുതൽ ആറേഴ് മാസക്കാലം ഉത്സവങ്ങളുടെ കാലമാണ്. ഇക്കാലത്ത് ലഭിക്കുന്ന കാശു കൊണ്ടുവേണം കലാകാരന്മാർക്ക്

ഒരുവർഷം ജീവിക്കാൻ". അരവിന്ദ് പറഞ്ഞു. റസിയയും അതു തല കുലുക്കി സമ്മതിച്ചു. "മുസ്ലീങ്ങളുടെയിടയിൽ ഇത്തരത്തിലുള്ള ഉത്സവങ്ങളൊക്കെ ഇല്ലാതായി വരുകയാണ്. പുത്തൻ അറേബ്യൻവൽക്കരണമാണതിന് കാരണമെന്ന് തോന്നുന്നു. ജോലിതേടി അറേബ്യയിൽ പോകുന്നവർ അതാണ് ശരിയായ മതമെന്ന് ധരിക്കുകയാണ്. അവിടെ വഹാബിസമാണ് നടപ്പിലായിരിക്കുന്നത്. പ്രവാചകന്റെ കാലത്ത് തന്നെ ഇസ്ലാം ദക്ഷിണേന്ത്യയിൽ എത്തിയിരുന്നല്ലോ. അവർ നടപ്പാക്കാത്ത പർദ്ദയാണിപ്പോൾ മുസ്ലീങ്ങളുടെയിടയിൽ ഫാഷനാകുന്നത്. ഒരുതരം ഒളിച്ചോട്ടമാണ്. തിരിച്ചുപോക്കാണ്. വൈവിധ്യമാർന്ന സംസ്കാരങ്ങൾ ഇല്ലാതാവുകയാണ്." റസിയ പറഞ്ഞു.

"പണ്ട് റോമിന് കീഴടങ്ങണമെന്ന് പോർട്ടുഗീസുകാർ ക്രിസ്ത്യാനികളോട് പറഞ്ഞതുപോലെയാണിതും" ജയിംസ് ഇടപെട്ടുകൊണ്ട് പറഞ്ഞു. "ജൈവവൈവിധ്യം പോലെ സംസ്കാരങ്ങളുടെ വൈവിധ്യം സംരക്ഷിക്കപ്പെടണം. ഇന്ത്യോനേഷ്യയും മലേഷ്യയും ഭാരത സംസ്കാരവും എത്ര രഞ്ജിപ്പോടെയാണ് പോകുന്നത്. മഹാഭാരതവും രാമായണവും അവരും ആത്മാവിൽ ഉൾക്കൊണ്ടിരിക്കുന്നു. അവരൊക്കെ മുസ്ലിങ്ങളാണെന്ന് കൂടി ഓർക്കണം." റസിയ പറഞ്ഞു. "ശരിയാണ്" അരവിന്ദ് പറഞ്ഞു.

"നൈനാർ പള്ളിയിൽ ചന്ദനക്കുടം ഉണ്ടായിരുന്നു. കൊടിയേറ്റിനുള്ള അടയ്ക്കാമരം ഞങ്ങളുടെ തറവാട്ടിൽ നിന്നാണ് എല്ലാ കൊല്ലവും കൊടുത്തിരുന്നത്. എല്ലാ മതക്കാരും ചന്ദനക്കുടത്തിന് ഒത്തുകൂടും. കരിമാങ്കാവിലെ ഉത്സവം കഴിഞ്ഞാൽ നാട്ടിലെ ഏറ്റവും വലിയ ഉത്സവമായിരുന്നു. ആനകളുടെ എഴുന്നള്ളത്തും ചെണ്ടയും. രാത്രി ഗാനമേളയും. എന്തു നല്ല രസമായിരുന്നു. ഇപ്പോ അതൊക്കെ നിർത്തി."

"പട്ടാമ്പി നേർച്ചയും ചങ്ങനാശ്ശേരി ചന്ദനക്കുടവും എരുമേലി വാവരു പള്ളിയിലെ ചന്ദനക്കുടവും അങ്ങനെ അപൂർവമായി ചിലതിപ്പോഴും അവശേഷിച്ചിട്ടുണ്ട്" വിനോദ് പറഞ്ഞു. "ഉത്സവങ്ങളൊക്കെ ഇല്ലെങ്കിൽ ജനജീവിതം എത്ര മുഷിപ്പനാണ്. ഉത്സവങ്ങൾ സംസ്കാരങ്ങളുടെയും ജീവിതത്തിന്റെയുമൊക്കെ ഒരു തുടർച്ചയാണ്. അതു നിലനിൽക്കണം." അരവിന്ദ് വീണ്ടും പറഞ്ഞു.

നമുക്ക് വെയിൽവീഴാപൂഞ്ചിറയിലേക്ക് പോയാലോ?" ജയിംസ് ചോദിച്ചു. "യക്ഷിയമ്പലത്തിലേക്ക് കാവിനുള്ളിലൂടെ ഒരു നടവഴിയുണ്ട്. വർഷത്തിലൊരിക്കൽ ഇപ്പോഴും അവിടെ ഒരു പൂജ നടത്താറുണ്ട്. ബുദ്ധപൗർണമി ദിനത്തിലാണത് നടത്തുന്നത്." അരവിന്ദ് പറഞ്ഞു.

"ങാ, അതുതന്നെ കരിമാങ്കാവ് ബുദ്ധമത ക്ഷേത്രമായിരുന്നുവെന്നതിന്റെ വലിയൊരു തെളിവാണല്ലോ?" വിനോദ് ഇടപെട്ടുകൊണ്ട് പറഞ്ഞു. "രണ്ടാം ചേരസാമ്രാജ്യം ശക്തിപ്പെട്ടതോടെ ഇവിടെയുണ്ടായിരുന്ന ബുദ്ധമതവും ജൈനമതവുമെല്ലാം തൂത്തെറിഞ്ഞതാണെന്നാണ്

എന്റെ വിചാരം. ഇക്കാലത്താണ് വേണാട്ടിലും വൈഷ്ണമതം പിടി മുറുക്കിയത്. കുഴിത്തുറയ്ക്ക് സമീപമുള്ള ചിതറാൽ, തിരുച്ചാണത്ത് ഭഗവതീക്ഷേത്രം പതിന്നാലാം നൂറ്റാണ്ടുവരെ ജൈനക്ഷേത്രമായിരുന്നു. നാഗർകോവിലെ നാഗരാജക്ഷേത്രങ്ങൾ ജൈനക്ഷേത്രമായിരുന്നു. ബുദ്ധമത പാഠശാലകൾ നാട്ടിൽ ധാരാളമുണ്ടായിരുന്നു. ബുദ്ധമത വിദ്യാ പീഠങ്ങൾ വൈഷ്ണവർ ഏറ്റെടുത്തതോടെ ബുദ്ധമതസന്ന്യാസിനിമാരെ ദേവദാസികളാക്കി മറ്റി. അടിമകളാക്കിയെന്നു വേണമെങ്കിൽ പറയാം. ശൈവക്ഷേത്രങ്ങളിലും വൈഷ്ണവ ക്ഷേത്രങ്ങളിലും ബുദ്ധസന്ന്യാസി നികളെ വേശ്യകളാക്കിവച്ചു. ചരിത്രരേഖകളുടെ പിൻബലം ഇതിനുണ്ട്." വിനോദ് പറഞ്ഞു.

"ദേവദാസികൾക്ക് സമൂഹത്തിൽ നല്ല സ്വാധീനമുണ്ടായിരുന്നു വെന്ന് മറക്കരുത്. ശൈവന്മാരെപ്പോലെ വൈഷ്ണവർ മതവെറിയന്മാരാ യിരുന്നില്ല. ബുദ്ധമതത്തേയും ജൈനമതത്തേയും അവർ സ്വാംശീക രിച്ചുവെന്നത് ശരിയാണ്. ഏഴാം നൂറ്റാണ്ടിൽ ചീർ നെടുമാരൻ എന്ന പാണ്ഡ്യരാജാവ് സംബന്ധകർത്താ നയനാരുടെ പ്രേരണമൂലം ശൈവ മതാനുയായി ആയി. അതോടെയാണ് പാണ്ടിനാട്ടിൽ ബുദ്ധമതവേട്ട ആരം ഭിച്ചത്. അതിന്റെ സ്വാധീനത്തിൽ നാഞ്ചിനാട്ടിലും കുരുനാട്ടിലും നില നിന്നിരുന്ന ബുദ്ധ, ജൈന മതങ്ങളെയും ശൈവമതം തകർത്തിരിക്കാം." അരവിന്ദ് വിനോദിനോട് യോജിച്ചുകൊണ്ട് പറഞ്ഞു.

"എന്തായാലും ബ്രാഹ്മണമതം വേണാട്ടിലേക്ക് വന്നത് ഏതാണ്ട് എട്ടാം നൂറ്റാണ്ടോടെ മാത്രമാണെന്ന കാര്യം വ്യക്തമാണ് ശൈവമതമാ യാലും വൈഷ്ണവമതമായാലും. ജൈനമതത്തേയും ബുദ്ധമതത്തേയും സ്വാംശീകരിച്ചു ഹിന്ദുമതമായി ബ്രാഹ്മണമതം മാറിയിട്ട് അധികകാല മൊന്നുമായിട്ടില്ല. ഒരുപക്ഷേ പതിനഞ്ചാം നൂറ്റാണ്ടിനുശേഷമാവാം. പതി നഞ്ചാം നൂറ്റാണ്ടിൽവന്ന പോർട്ടുഗീസുകാർ ഇവിടെയുള്ളത് ബ്രാഹ്മണ മതമെന്നാണ് രേഖപ്പെടുത്തിയിരിക്കുന്നത്. ഹിന്ദുമതമെന്നല്ല. അത് ശ്രദ്ധേ യമായ തെളിവാണ്." വിനോദ് തന്റെ വാദം ഉറപ്പിക്കാനായി പറഞ്ഞു.

"എന്തായാലും ബുദ്ധമതവും ജൈനമതവും നമ്മുടെ നാട്ടിൽ നിന്നില്ലാ തായത് വലിയൊരു നഷ്ടംതന്നെയാണ്. മറ്റു രാജ്യങ്ങൾ ബുദ്ധമതത്തെ ഉൾക്കൊണ്ടപ്പോൾ നമ്മളത് തിരസ്കരിച്ചുകളഞ്ഞല്ലോ." റസിയയും പറഞ്ഞു.

"ഒന്ന് ചീഞ്ഞ് മറ്റൊന്നിന് വളമാകുന്നുവെന്ന് പറയുമ്പോലെ ബുദ്ധ മതവും ജൈനമതവുമൊക്കെ ഇവിടെയുള്ള എല്ലാ മനുഷ്യരുടെയും ജീവിതത്തിലും സംസ്കാരത്തിലും ഒരു ചെറിയ അളവെങ്കിലും സ്വാധീനം ഇന്നും ചെലുത്തുന്നുണ്ടെന്നാണ് എന്റെ വിശ്വാസം." ജയിംസ് ചർച്ചയിൽ ഇടപെട്ടുകൊണ്ട് പറഞ്ഞു.

"ചരിത്രത്തെ വിലയിരുത്തുമ്പോൾ ഒരൊഴുക്കൻമട്ടിൽ കാര്യങ്ങൾ പറഞ്ഞുപോകുന്നതല്ല നല്ലത്. എന്താണ് നടന്നതെന്ന് വ്യക്തതയോടെയും

സത്യസന്ധതയോടെയും വ്യക്തമാക്കണം. അതിന്റെ തെളിവുകൾ നിരത്തണം. അല്ലെങ്കിൽ വലിയ ആശയക്കുഴപ്പമാവും പിന്നീടുണ്ടാവുക. ചരിത്രം ഐതിഹ്യമായി മാറിപ്പോവും" വിനോദ് പറഞ്ഞു.

"നമുക്ക് യക്ഷിയമ്പലത്തിനടുത്തേക്ക് പോയാലോ?" ജയിംസ് ധൃതിപ്പെട്ടു. "രാജവെമ്പാലയുമൊക്കെയുള്ള കാടാണത്." അരവിന്ദ് ജയിംസിനെ ഒന്നു പേടിപ്പിക്കാനെന്നവണ്ണം പറഞ്ഞു. "രാജവെമ്പാല ആരെയെങ്കിലും ഉപദ്രവിച്ചിട്ടുണ്ടോ?" റസിയാണത് ചോദിച്ചത്.

"അത് ഉഗ്രവിഷമുള്ളതാണെങ്കിലും ശാന്തശീലനാണ്. കിഴക്കൻകാട്ടിൽ നിന്ന് പുഴ നീന്തികടന്ന് ചിലപ്പോൾ കാവിൽ വരും. മിക്കവാറും തകർന്നടിഞ്ഞ യക്ഷിയമ്പലത്തിലെ കൽകെട്ടുകളിലാണവന്റെ വാസം. അവിടെ എപ്പോഴും ഈർപ്പമുണ്ട്. ചെറിയൊരു നീരുറവയുമുണ്ട്. ആളെകണ്ടാൽ ചിലപ്പോൾ തല ഉയർത്തിനോക്കും. വലിയപത്തിയുള്ള രാജവെമ്പാലയ്ക്ക് ഒരെട്ടടിയെങ്കിലും ഉയരത്തിൽ തല പൊക്കാനാവും. അതുകണ്ടാൽ എത്ര ധീരനും ഒന്നു ഭയക്കും. ശല്യം ചെയ്യാതിരുന്നാൽ അത് തനിയെ തലതാഴ്ത്തി ഇഴഞ്ഞുപൊയ്ക്കോളും." "രാജവെമ്പാല ആരെയും കടിച്ചിട്ടില്ലേ?" വിനോദ് ചോദിച്ചു.

"ഉം, അതിന്റെ കടിയേറ്റാൽ ആനയായാലും നിമിഷങ്ങൾക്കുള്ളിൽ മരിക്കും. ഒരിക്കൽ ഒരു സ്ത്രീ കാട്ടിൽ വിറകു ശേഖരിച്ച് കീറി അടുക്കുകയായിരുന്നു. അവർ കമ്പ് കീറിയും മുറിച്ചും ഒരു ഭാഗത്തേക്ക് ഇട്ടുകൊണ്ടിരുന്നു. അതിനടുത്തായി ഒരു രാജവെമ്പാല കൂടൊരുക്കിയിരുന്നു. നിലത്ത് ചപ്പും ചവറുമൊക്കെ വകഞ്ഞ് കൂട്ടിയതിലാണ് രാജവെമ്പാല മുട്ടയിടുന്നത്. ആ സ്ത്രീ വിറകിട്ടുകൊണ്ടിരുന്നത് ആ കൂട്ടിലായിരുന്നു. പാമ്പ് ഒന്നു രണ്ടുപ്രാവശ്യം ചീറ്റിയെങ്കിലും അതവർ ശ്രദ്ധിച്ചില്ല. പാമ്പ് ഇഴഞ്ഞു വന്നവരെ കടിച്ചു. നിമിഷങ്ങളെ എടുത്തുള്ളൂ പാവം. അവരറിയാതെയാണ് പാമ്പിന്റെ കൂട്ടിലേക്ക് കമ്പെറിഞ്ഞത്." അരവിന്ദ് പറഞ്ഞു. രാജവെമ്പാലയെക്കുറിച്ച് കേട്ടപ്പോൾ ജയിംസിന്റെ ആവേശം തണുത്തു. "ഇനിയിപ്പം രാജവെമ്പാലയോ മറ്റോ അവിടെയുണ്ടാകുമോ?" കുഴഞ്ഞ മട്ടിൽ ജയിംസ് ചോദിച്ചു.

"ഹേയ്, ഈ ബഹളം ഇവിടെ നടക്കുമ്പോൾ ഒരു പുളവൻപോലും ഈ കാവിനുള്ളിൽ കാണില്ല. എല്ലാം കാട്ടിലേക്ക് പോയിട്ടുണ്ടാവും. ഉത്സവം കഴിഞ്ഞേ അവയൊക്കെ മടങ്ങിവരുകയുള്ളൂ. അതുകൊണ്ട് ധൈര്യമായി കാട്ടിനുള്ളിലേക്ക് കയറാം."

"ഹോ. ആ ഫ്രഞ്ചുകാരി മദാമ്മയുടെ ധൈര്യം സമ്മതിക്കണം" ജയിംസ് പറഞ്ഞു. കടൽ കടക്കുന്നത് പാപമാണെന്നതുകൊണ്ടല്ലേ ഭാരതീയർക്ക് ലോകം വെട്ടിപ്പിടിക്കാൻ കഴിയാതെ പോയത്. ഇതായിപ്പോ നീ രാജവെമ്പാലയെപേടിച്ച് ഗവേഷണം വേണ്ടന്നുവയ്ക്കുമോന്നാ എന്റെ പേടി." കളിയാക്കുന്ന മട്ടിൽ അരവിന്ദ് പറഞ്ഞു.

"ഭാരതീയർക്ക് പൊതുവെ ചരിത്രരചനയിൽ താത്പര്യമുള്ളവരല്ല. അതുകൊണ്ടാണ് നമുക്ക് പുരാണങ്ങളെയും ഐതിഹ്യങ്ങളെയും

കൂട്ടുപിടിക്കേണ്ടിവരുന്നത്. എനിക്കു തോന്നുന്നത് കേരളത്തെ സംബന്ധിച്ച ആദ്യത്തെ വിശ്വസനീയമായ ചരിത്രഗ്രന്ഥം ശൈഖ് സൈനുദീന്റെ തുഹ്ഫത്തുൽ മുജാഹിദീൻ ആണെന്നാണ്. 1498 മുതൽ 1583 വരെ പോർട്ടുഗീസുകാർ കേരളത്തിൽ നടത്തിയ ക്രൂര പ്രവൃത്തികളുടെ വിവരണമാണത്. അതു നിങ്ങൾ വായിച്ചിട്ടുണ്ടോ?" അരവിന്ദ് ചോദിച്ചു.

"സൈനുദീൻ അറബിയിലാണല്ലോ എഴുതിയത്." വിനോദ് തിരിച്ചു ചോദിച്ചു. "അതല്ല അതിന്റെ മലയാള വിവർത്തനം ഇപ്പോ ലഭ്യമാണ്. കേരളം പതിന്നാലും പതിനഞ്ചും നൂറ്റാണ്ടുകളിൽ എന്ന പേരിൽ കുറച്ചു ഭാഗം ചെയ്തിട്ടുണ്ട്." അരവിന്ദ് പറഞ്ഞു. "അത് ഞാനും വായിച്ചിട്ടുണ്ട്" വിനോദ് പറഞ്ഞു.

"അക്കാലത്തെ കേരളത്തിന്റെ സാമൂഹിക സ്ഥിതി മനസ്സിലാക്കാൻ തീർച്ചയായും ഈ ഗ്രന്ഥം ഒരളവുവരെ സഹായം ചെയ്യുന്നുവെന്നത് നേരാണ്." അരവിന്ദ് പറഞ്ഞുകൊണ്ട് ആലോചനയിലാണ്ടു. ഒരു നിശ്ശബ്ദതയ്ക്കുശേഷം വീണ്ടും പറഞ്ഞു.

"എങ്കിലും കേരള ചരിത്രം ശാസ്ത്രീയമായി ആരംഭിച്ചത് ലോഗന്റെ കാലത്താണെന്നാണ് എന്റെ വിചാരം. 1887 ലാണ് ലോഗൻ മലബാർ മാന്വൽ പ്രസിദ്ധീകരിച്ചത്. അക്കാലത്ത് ലഭ്യമായ രേഖകളുടെ അടിസ്ഥാനത്തിൽ ഒരു ബ്രിട്ടീഷുകാരൻ അത് തുടങ്ങിവച്ചു. ധാരാളം പരിമിതികൾ അയാൾക്കുണ്ടായിരുന്നു. അയാളൊരു വിദേശിയാണെന്നുള്ളത് തന്നെയായിരുന്നു അതിൽ പ്രധാനം. ലോഗൻ തന്നെ ഇക്കാര്യം മറ്റൊരു തരത്തിൽ തുറന്നു സമ്മതിക്കുന്നുമുണ്ട്." "എങ്ങനെ" വിനോദ് ചോദിച്ചു.

"ഈ നാട്ടുകാരിലൊരാൾ ചരിത്രപ്രാധാന്യമുള്ള വസ്തുതകളുടെ ഒരു ശേഖരം കണ്ടെത്തുകയും വിള കൊയ്യുകയും സംഭരിക്കേണ്ടതുമുണ്ടെന്ന് അദ്ദേഹം എഴുതി. കേരളത്തിൽ നിന്ന് നല്ല ചരിത്രകാരന്മാരുണ്ടാകണമെന്ന്. അത് തീർച്ചയായും സംഭവിക്കേണ്ട ഒരു കാര്യമാണ്. നമ്മളിൽ നിന്ന് നല്ല ഡോക്ടർമാരും എഞ്ചിനീയർമാരും ശാസ്ത്രജ്ഞരും രാഷ്ട്രീയ നേതാക്കളും ഉണ്ടാകുന്നതുപോലെ ചരിത്രകാരന്മാരും ഉണ്ടാകണം" അരവിന്ദന്റെ വാക്കുകൾ എല്ലാവരിലും ആവേശം ഉണ്ടാക്കി.

"ശരിയാണ്. ഒരു തരത്തിലുമുള്ള വിഭാഗീയതയ്ക്കും അടിമപ്പെടാതെയുള്ള സത്യസന്ധമായ ചരിത്രരചന സാധ്യമാകണം. റസിയയാണത് പറഞ്ഞത്." ഇപ്പോ രാഷ്ട്രീയവും സാമുദായികവുമായ താത്പര്യങ്ങളാണ് പല ചരിത്രകാരന്മാരിലും മുന്നിട്ടു നിൽക്കുന്നത്. ഇത് ഒരിടത്തും നമ്മെ കൊണ്ടെത്തിക്കില്ല. പഴയ കാലത്ത് പല തരത്തിലുള്ള അധിനിവേശങ്ങളും അക്രമങ്ങളും കീഴടക്കലും നീതിനിഷേധവും നടന്നിട്ടുണ്ടാകാം. അതിനെയൊക്കെ നമ്മുടെ ഇംഗിതത്തിനനുസരിച്ച് വളച്ചൊടിക്കരുത്. ഭൂതകാലത്തിൽ നിന്ന് പാഠം പഠിക്കാനാണ് ചരിത്രം സഹായകരമാക്കേണ്ടത്. അതിന്റെ പേരിൽ തമ്മിൽ തല്ലാനോ, പകരം വീട്ടാനോ

അല്ല. പോയകാലം പോയി. അതിൽ ഇനി വെള്ളം ചേർക്കേണ്ടതില്ല. അതിൽനിന്ന് പുതിയൊരു സമൂഹമായി നമുക്ക് ഉയർത്തെഴുന്നേൽക്കാനാകണം. അതിനുവേണ്ടിയുള്ളതാകണം ചരിത്രപഠനമെന്നാണ് എന്റെ കാഴ്ചപ്പാട്." ജയിംസും റസിയയുടെ വാക്കുകളെ പിന്താങ്ങുന്നതുപോലെ പറഞ്ഞു.

"മുഹമ്മദ് ഗോറിയും മുഹമ്മദ് ഗസ്നിയും ധാരാളം ക്ഷേത്രങ്ങൾ കൊള്ളചെയ്തിട്ടുണ്ട്. അവരുടെ സൈന്യത്തിൽ ഹിന്ദുക്കളും ഉണ്ടായിരുന്നു. നമ്മുടെ രാജ്യത്തെ അവർ ആക്രമിച്ചിട്ടുണ്ട്. ജനങ്ങളെ കൊന്നിട്ടുണ്ട്. ക്ഷേത്രം തകർത്തിട്ടുണ്ട്. അതൊന്നും ആർക്കെങ്കിലും ന്യായീകരിക്കാനാകുമെന്ന് തോന്നുന്നില്ല. ഇവിടെ ഹിന്ദുരാജാക്കന്മാർ പരസ്പരം കൊള്ളയും കൊലയും നടത്തിയിട്ടുണ്ട്. ശൈവ, വൈഷ്ണവ പോരു തന്നെ ഉദാഹരണം. വിദേശീയരുടെ ആക്രമണവും അടിമത്തവും നമുക്ക് അനുഭവിക്കേണ്ടി വന്നിട്ടുണ്ട്. അതൊക്കെ സത്യസന്ധമായി വിലയിരുത്തുകയാണ് വേണ്ടത്." വിനോദ് പറഞ്ഞു.

കാവിന്റെ ഇരുണ്ട പച്ചപ്പിനുള്ളിലൂടെ അവർ ഉള്ളിലേക്ക് കടന്നു. വള്ളിപടർപ്പുകൾ വകഞ്ഞ് മാറ്റി അരവിന്ദ് തന്നെയാണ് മുന്നിൽ നടന്നത്. പേരറിയുന്നതും അറിയാത്തതുമായ ധാരാളം മരങ്ങൾ കാവിൽ നിറഞ്ഞുനില്പുണ്ട്. കരിയിലകൾക്കിടയിലൂടെ എന്തോ അനങ്ങുന്ന ശബ്ദംകേട്ട് ജയിംസ് ചോദിച്ചു "രാജവെമ്പാലയോ മറ്റോ ആണോ?"

"ചുമ്മാ പേടിപ്പിക്കാതെ. അതൊരു കീരിയും കുഞ്ഞുമാണ്." റസിയ പറഞ്ഞു. "കീരിയുണ്ടെങ്കിൽ പിന്നെ പാമ്പിനെ പേടിക്കണ്ട. അതവയെ കൈകാര്യം ചെയ്തോളും." വിനോദ് എല്ലാവർക്കും ഒരു ധൈര്യം നൽകുംപോലെ പറഞ്ഞു.

"നാഗന്മാർ തന്നെയാണോ ഇവിടുത്തെ നായന്മാർ?" സന്തോഷ് റാവത്ത് ചോദിച്ചു. "നായന്മാർ നാഗാരാധകർകൂടിയാണെന്നത് ശരിയാണ്. നാഗന്മാരാണെന്ന് പറയാൻ ഒരു ഉറപ്പില്ല. പഴയ നായർ തറവാടുകളിൽ തെക്ക് പടിഞ്ഞാറെ മൂലയിലോ, തെക്ക് കിഴക്ക് ഭാഗത്തോ കാവുകൾ സംരക്ഷിച്ചിരുന്നല്ലോ? കൈയിൽ വാളുമായി നടക്കുന്ന നാഗന്മാർ കേരളത്തിലുള്ളതായി പുരാതന കൃതികളിലും വിവരിക്കുന്നുണ്ട്. നായന്മാർ യോദ്ധാക്കളാണല്ലോ?

എന്തായാലും ബ്രാഹ്മണർക്ക് മുമ്പേ ഈ നാടിന്റെ ഉടയോന്മാർ നായന്മാർ കൂടിയായിരുന്നുവെന്നതിൽ ആർക്കും തർക്കമുണ്ടെന്ന് തോന്നുന്നില്ല. ബുദ്ധമതവും ജൈനമതവും കേരളത്തിൽ ശക്തമായി സ്വാധീനം ചെലുത്തിയ ഒരു കാലമുണ്ടായിരുന്നു. നാകത്തൻമാർ എന്നൊരു വിഭാഗം ഇവിടെയുണ്ടായിരുന്നുവെന്ന് പറയപ്പെടുന്നു. അവരിൽ നിന്നാകാം നായന്മാരുമൊക്കെയുണ്ടായത്. ബ്രാഹ്മണരാണവരെ നായന്മാരാക്കി അവരുടെ ജാതിശ്രേണിയിലെ ശൂദ്രരാക്കി മാറ്റിയതെന്ന് അനുമാനിക്കാം.

യഥാർത്ഥത്തിൽ നാകത്താന്മാർ കീഴാളജനതയായിരുന്നില്ല. സ്വതന്ത്ര ഭൂഉടമകളായിരുന്നു. അവർ കീഴടക്കപ്പെടുകയായിരുന്നു.

നാകത്താന്മാരുടെ ഒരു പാട്ടിൽ പറയുന്നത് ഇങ്ങനെയാണ്.

ഞങ്ങളുടെ സംഘം നല്ല ധർമനിഷ്ഠയുള്ളവരുടെ സംഘമാണേ

സത്യമേ ഞങ്ങൾ പറയാറുള്ളൂ. മദ്യം ഞങ്ങൾ കുടിക്കില്ല.

മത്സ്യമൊന്നും കഴിക്കില്ല. മാംസവകയും കഴിക്കില്ല.

പരസ്ത്രീകളെ ശരിയല്ലാതെ നോക്കില്ല.

ഇങ്ങനെയൊക്കെയുള്ള ഒരു ധർമ്മ സമൂഹത്തെയാണ് ബ്രാഹ്മണർ വന്ന് നാനാവിധമാക്കിയത്." വിനോദ് പറഞ്ഞു.

"ഇതൊക്കെ വിനോദിന്റെ അഭിപ്രായമാണ്. വ്യക്തമായ തെളിവുകൾ ഈ നിഗമനങ്ങൾക്കുണ്ടെന്ന് പറയാനാവില്ല. പത്താം നൂറ്റാണ്ടിന് മുമ്പുള്ള കേരള ചരിത്രം ഊഹിച്ചെടുക്കാനേ നിവൃത്തിയുള്ളൂ. ചില ക്ഷേത്ര രേഖകളും മറ്റും വച്ചുള്ള നിഗമനങ്ങളാണ്. ചിലത് ശരിയായി വരുമെന്ന് മാത്രം. എന്തായാലും നായന്മാർ കേരളത്തിലെ ആദിമസമൂഹത്തിൽ പെട്ടവർ തന്നെ. അവരിൽ ഭൂഉടമകളും നാടുവാഴികളും ഉണ്ടായിരുന്നു. ബ്രാഹ്മണരുടെ വരവോടെ അതുവരെയുണ്ടായിരുന്ന സാമൂഹിക വ്യവസ്ഥിതി അപ്പാടെ തകിടം മറിയുകയായിരുന്നുവെന്ന് കരുതാം. നമ്മളുടെ ചരിത്ര പഠനങ്ങളുടെ പരിമിതി." അരവിന്ദ് ഒരു പൊതുതത്ത്വം പോലെ പറഞ്ഞു.

"ഒരുകാര്യത്തിൽ എല്ലാവർക്കും ഏകാഭിപ്രായമുണ്ട്. ബുദ്ധ, ജൈന മതങ്ങൾക്ക് കേരളത്തിൽ സ്വാധീനം ഉണ്ടായിരുന്നു. ഇക്കൂട്ടർ പിന്നീട് ഇസ്ലാമിലേക്കോ ക്രിസ്തുമതത്തിലേക്കോ ചേർന്നിരിക്കാം. ഒരു വിഭാഗം ജാതി ഭ്രഷ്ടരായി ഇപ്പോഴും ഇവിടെ നിലനിൽപ്പുണ്ടാകാം. ഈഴവരിലും തിയ്യരിലും ആദിവാസികളിലുമൊക്കെ ബുദ്ധ, ജൈനമതങ്ങളുടെ ശക്തമായ സ്വാധീനം കാണാനാവും. ഈഴവരിൽ ധാരാളം വൈദ്യകുടുംബങ്ങൾ ഉണ്ടല്ലോ. അതൊക്കെ ബുദ്ധമതത്തിൽ നിന്ന് പകർന്ന് കിട്ടിയതാവണം" ജയിംസ് പറഞ്ഞു.

അവർ നടന്ന് വെയിൽവീഴാപൂഞ്ചിറയ്ക്കരുകിലെത്തി. വിസ്തൃതമായൊരു കുളം ഇപ്പോഴും ഇവിടെയുണ്ട്. തകർന്നടിഞ്ഞ ഏതോ ക്ഷേത്ര അവശിഷ്ടങ്ങൾ അവിടെ കിടക്കുന്നു. കരിങ്കൽപ്പാറക്കെട്ടുകൾ തകർന്ന നിലയിലാണ്. തകർന്ന പുരാതന ക്ഷേത്ര അവശിഷ്ടങ്ങൾ സൂക്ഷ്മതയോടെ ശ്രദ്ധിച്ചുകൊണ്ട് റസിയ പറഞ്ഞു "ആയിരത്തിലധികം വർഷത്തെ ചരിത്രം കാണുമല്ലോ ഈ ക്ഷേത്രത്തിന്".

"ആയിരമൊന്നുമല്ല. പുതിയ ക്ഷേത്രത്തിനു തന്നെയുണ്ട് ആയിരത്തിലധികം വർഷത്തെ ചരിത്രം. എനിക്കു തോന്നുന്നത് രണ്ടായിരം വർഷത്തിലധികമെങ്കിലും പഴക്കമുണ്ടെന്നാ. കലിവർഷകണക്കുകളാണ്

ഈ ക്ഷേത്രത്തിന് ചേരുക. ശാസ്ത്രീയമായി കാലപ്പഴക്കം തെളിയിക്കാനുള്ള സംവിധാനമൊക്കെ ഇപ്പോഴുണ്ടല്ലോ? പക്ഷേ ആ വഴികളിലൂടെ ആരും ശ്രമം നടത്തികാണുന്നില്ല." വിനോദ് കൽകെട്ടുകൾ പരിശോധിക്കുന്നത് കണ്ട് അരവിന്ദ് പാതി കളിയായി പറഞ്ഞു.

"ബുദ്ധനെ തിരയുകയാവും"

"ങ്ും, ലോഗൻ പറഞ്ഞതുപോലെ നാട്ടുകാർക്കും ബുദ്ധനെയൊക്കെ കിട്ടുന്ന ഒരുകാലം വരും. കളിയാക്കണ്ട." വിനോദ് തിരിച്ചടിച്ചു. അതു കേട്ട് എല്ലാവരും ചിരിച്ചു. "കണ്ടെത്തലുകൾ പലതും യാദൃച്ഛികമായി സംഭവിക്കുന്നതാണ്. ന്യൂട്ടന്റെ തലയിൽ വീണ ആപ്പിളിന്റെ കഥ കേട്ടില്ലേ. അല്ലെങ്കിൽ ജയിംസ്‌വാട്ട് അടുപ്പിലിരുന്ന് തിളച്ച പാത്രത്തിന്റെ ശബ്ദം കേട്ടതുപോലെ. തലവിധിയുള്ളവർ അതൊക്കെ കണ്ടുപിടിച്ചോളും" ജയിസ് പറഞ്ഞു.

അതു ശരിയാണ്. ജോൺ സ്മിത്ത് അജന്താ ഗുഹകൾ കണ്ടെത്തിയത് വളരെ യാദൃച്ഛികമായിരുന്നല്ലോ? അയാൾ കാട്ടിൽ മൃഗങ്ങളെ വേട്ടയാടാൻ വന്നതാണ്. ഏതോ മൃഗത്തിനു നേരെ വെടിയുതിർത്തപ്പോൾ മാറ്റൊലി ശബ്ദം കേട്ടു. അവിടെയേതോ പഴയ നിർമിതികൾ ഉണ്ടെന്ന് അയാൾക്ക് മനസ്സിലായി. അവിടെ വിശദമായി പരിശോധിച്ചപ്പോഴല്ലേ അർദ്ധചന്ദ്രാകൃതിയിലുള്ള ഗുഹകളും പടവുകളുമൊക്കെ നിറഞ്ഞ ഒരു പുരാതന നിർമ്മിതികളുടെ കേന്ദ്രമാണവിടമെന്ന് അറിയുന്നത്. ഇതിനൊക്കെ ഒരു ഭാഗ്യം കൂടിവേണം. ഗാന്ധാരിദേവി പറയുന്നപോലെ വീരന്മാരും ശൂരന്മാരുമായ മക്കളെ പ്രസവിച്ചിട്ടു മാത്രം കാര്യമില്ല. അവർ ഭാഗ്യവാന്മാർ കൂടി ആയിരിക്കണം" റസിയ പറഞ്ഞു.

"കാവിനുള്ളിൽ കൽപ്പടവുകളും തറകളും കൽത്തൂണുകളുമൊക്കെയായി നിർമിച്ചിരുന്ന പുരാതന ക്ഷേത്രമാണിത്. ഒരുപക്ഷേ കാവിൽ ഉത്ഖനനം നടത്തിയാൽ ക്ഷേത്രത്തിന്റെ ഭാഗങ്ങൾ പലതും കണ്ടെത്താനായേക്കും" അരവിന്ദ് പറഞ്ഞു.

പുരാതനക്ഷേത്രത്തിന്റെ അവശിഷ്ടങ്ങളോട് ചേർന്ന് കിടക്കുന്ന ചിറയിലേക്ക് നോക്കി റസിയ പറഞ്ഞു. "ഈ ചിറ നിരവധി രഹസ്യങ്ങൾ ഉള്ളിലൊളിപ്പിച്ചാണ് കിടക്കുന്നതെന്ന് എന്റെ മനസ്സ് പറയുന്നു. ചിറയിൽ കാര്യമായി ഒന്നു മുങ്ങിതപ്പിയാൽ പുരാതന കേരള ചരിത്രത്തിലേക്ക് വിരൽ ചൂണ്ടുന്ന പലതെളിവുകളും ലഭിക്കും. ആർക്കിയോളജിക്കാരു കൂടി നമ്മളോടൊപ്പം വേണമെന്ന് മാത്രം. അവർക്കാണ് ഇക്കാര്യങ്ങളിലൊക്കെ വിവരമുള്ളത്."

"ഉം, ശരിയാണ്. ഈ ചിറ എപ്പോഴെങ്കിലും വറ്റികണ്ടിട്ടുണ്ടോ?" വിനോദ് ചോദിച്ചു.

"എന്റെ ഓർമ്മയിലില്ല. ഇവിടെ ചൂണ്ടയിടാൻപോലും ആർക്കും അനുവാദമില്ലല്ലോ. കാട്ടുകുളമായി കിടക്കുകയല്ലേ. നാട്ടിൽ വലിയൊരു വരൾച്ച

വന്നപ്പോഴും ഇലവീഴാപൂഞ്ചിറ വറ്റിയിരുന്നില്ല. അന്ന് നാട്ടുകാർ ഇവിടുന്ന് വെള്ളമെടുത്തിരുന്നുവെന്ന് പറഞ്ഞു കേട്ടിട്ടുണ്ട്." അരവിന്ദ് പറഞ്ഞു.

കാവിനുള്ളിൽ മനുഷ്യരുടെ അടക്കിപിടിച്ച സംസാരങ്ങൾ കേൾക്കുന്നുണ്ട്. സാധാരണ ഇവിടെ ആരും തങ്ങാറുള്ളതല്ലല്ലോയെന്ന് അരവിന്ദ് ഓർത്തു. അരവിന്ദ് ശ്രദ്ധയോടെ പൊളിഞ്ഞ കല്ലുകൾക്കിടയിലൂടെ നടന്നുചെന്ന് നോക്കുമ്പോൾ ഒരു നായാടി സംഘമാണെന്ന് കണ്ടു. അച്ഛനും അമ്മയും കുഞ്ഞുങ്ങളുമൊക്കെയുള്ള സംഘം. അവർ ചിറയിൽ നിന്ന് വെള്ളമെടുത്ത് കുളിക്കുകയും കഴുകുകയുമൊക്കെ ചെയ്യുന്നു. മരത്തിൽ തൂക്കിയിട്ട തൊട്ടിലിൽ ഒരു കുഞ്ഞു കിടപ്പുണ്ട്. മൂന്നാലു കുട്ടികൾ കുറ്റിക്കാട്ടിൽ കിടന്ന് ഉരുണ്ടു കളിക്കുന്നു. അരവിന്ദ് കൂടെയുള്ളവരെ പതുക്കെ കൈകാട്ടിവിളിച്ചു. അവരും അരവിന്ദിന്റെ അരുകിലേക്ക് ചെന്നു.

"ദേ കണ്ടില്ലേ, രാജവെമ്പാലകൾ കൂടൊരുക്കുന്ന കാവിൽ നായാടി സംഘം കിടന്നു തിമിർക്കുന്നത്. അവർക്ക് ഒന്നിനേയും പേടിയില്ല. ഭൂതങ്ങളേയും പാമ്പുകളേയും." എല്ലാവരും കൗതുകപൂർവം അവരെ കുറച്ചു നേരം നോക്കിനിന്നു. മരകൊമ്പിൽ ഒന്നു രണ്ടു കരിങ്കുരങ്ങന്മാർ അവരെ സൂക്ഷിച്ചു നോക്കുന്നുണ്ടായിരുന്നു. അതു ശ്രദ്ധിച്ചുകൊണ്ട് റസിയ ചോദിച്ചു. "സിംഹവാലൻ കുരങ്ങുകളാണോ?"

"അല്ല. ഇത് കരിങ്കുരങ്ങുകളാ." വിനോദാണതിന് മറുപടി പറഞ്ഞത്.

"എവിടുന്നോ കരിമാങ്കാവിൽ വന്നുപെട്ടവരാ."

"കാവിനുള്ളിലായതുകൊണ്ട് നാട്ടുകാർ അവയെ പിടികൂടി രസായനം വയ്ക്കുന്നില്ലെന്ന് മാത്രം." അരവിന്ദ് ഒരു വിശദീകരണം പോലെ പറഞ്ഞു.

"വിശ്വാസംകൊണ്ട് ഇങ്ങനെ ചില ഗുണങ്ങളുമുണ്ട്" ജയിംസ് അതു കേട്ട് പറഞ്ഞു.

നായാടിക്കൂട്ടത്തിൽ നിന്ന് കണ്ണുപറിച്ച് അവർ പുരാതന ക്ഷേത്ര അവശിഷ്ടങ്ങളിലൂടെ നടന്നു. വിനോദ് പറഞ്ഞു.

"ഇവിടം ഒരു പാഠശാലകൂടിയായിരുന്നിരിക്കണം."

"അതെന്താ?"

"ക്ഷേത്ര നിർമിതിയുടെ രീതിയിലല്ലല്ലോ കൽത്തറകൾ കിടക്കുന്നത്. കണ്ടില്ലേ? ഒരു വിശാലമായ ഹാളായിരിക്കണം ഇതെന്നാണ് എനിക്ക് തോന്നുന്നത്. കൽത്തൂണുകളൊക്കെയുള്ള ഒരു പുരാതന ബുദ്ധപാഠശാല. ഒരുപക്ഷേ അതിനോട് ചേർന്ന് സന്ന്യാസിമഠങ്ങളും ക്ഷേത്രങ്ങളും ഉണ്ടായിരുന്നിരിക്കാം. കൽക്കെട്ടുകൾ വിശദമായി പരിശോധിച്ചാൽ

തന്നെ പുരാതനനിർമിതിയുടെ രൂപം കണ്ടെത്താവുന്നതേയുള്ളൂ." വിനോദ് പറഞ്ഞു.

അതു ശരിവയ്ക്കുംപോലെ ജയിംസ് തലകുലുക്കി പറഞ്ഞു.

"നീയൊരു ജോൺമാർഷലാവാൻ പോകുകയാണന്ന് തോന്നുന്നല്ലോ?"

"ജോൺ മാർഷൽ?" സന്തോഷ് റാവത്ത് ചോദ്യരൂപേണ ചോദിച്ചു. സിന്ധുനദി തടങ്ങളിലെ പുരാതന സംസ്കൃതി കണ്ടെത്തിയ ആൾ തന്നെ. മോഹൻജദാരോ ഹാരപ്പൻ സംസ്കാരങ്ങളില്ലേ അതിനെകുറിച്ചൊക്കെ ലോകത്തിന് വെളിച്ചം പകർന്നയാൾ. ഈ പുരാണ മണ്ണിൽ ഇങ്ങനെയെത്രയെത്ര ഫോസിലാക്കപ്പെട്ട സംസ്കാരങ്ങളുടെ തിരുശേഷിപ്പുകൾ കിടപ്പുണ്ടെന്നോ? പക്ഷേ അതൊക്കെ പുരാതന മനുഷ്യരുടെ ജീവിതരേഖകളാണെന്ന് തിരിച്ചറിയണമെങ്കിൽ തലയിൽ കുറച്ച് ചരിത്രം കൂടിവേണമെന്ന് മാത്രം. അല്ലെങ്കിൽ അതൊക്കെ വെറും ഇഷ്ടികകട്ടകളോ പാറകളോ ആണന്നേ തോന്നൂ" ജയിംസ് പറഞ്ഞു.

"ഉം... സിന്ധുനദിതട സംസ്കാരത്തിന്റെ തിരുശേഷിപ്പുകളൊക്കെ ഇപ്പോ പാകിസ്ഥാനിലാണല്ലോ." റാവത്ത് ഒരു ദീർഘനിശ്വാസത്തോടെ പറഞ്ഞു.

"ഉം...' അവരത് സംരക്ഷിക്കുന്നുണ്ടെന്നാണ് പ്രൊഫ. പണിക്കർ അവിടം സന്ദർശിച്ചശേഷം ഒരിക്കൽ ക്ലാസിൽ പറഞ്ഞത്." വിനോദ് പറഞ്ഞു.

"ബ്രിട്ടീഷ് ഭരണകാലത്ത് ലാഹോറിൽ നിന്ന് കറാച്ചിയിലേക്ക് പുതിയ റെയിൽപ്പാതയുണ്ടാക്കിയപ്പോൾ ഹാരപ്പൻ ഗ്രാമത്തിൽനിന്നുള്ള പുരാതന ഇഷ്ടികകൾ ഉപയോഗിച്ചിരുന്നതായി ഞാനെവിടെയോ വായിച്ചിട്ടുണ്ട്" റസിയ പറഞ്ഞു.

"ശരിയായിരിക്കും. ആ ഇഷ്ടികകളുടെ പുരാവസ്തുപ്രാധാന്യം ഇവിടാർക്കും മനസ്സിലായിട്ടുണ്ടാവില്ല. പുരാവസ്തു ഗവേഷണരംഗം ഇന്നും ഭാരതത്തിൽ വേണ്ടവിധം വളർന്നിട്ടില്ല. ഇവിടെ ആ രംഗത്ത് പ്രതിഭാശാലികൾ ഉയർന്നുവരുന്നില്ല. അങ്ങനെ ആരെങ്കിലുമൊക്കെ വന്നാലേ സ്വന്തം കാൽചുവട്ടിലെ മണ്ണിന്റെ കഥകൾ നമുക്ക് മനസ്സിലാക്കിയെടുക്കാനാവൂ." വിനോദ് വികാരവായ്പോടെ പറഞ്ഞുകൊണ്ട് തറയിൽനിന്ന് ചില കല്ലുകൾ എടുത്ത് പരിശോധിച്ചു. അവിടെ തറയിൽ ഇട്ടിരുന്ന ചവിട്ടുകല്ലിൽ എന്തോ പ്രാചീന ലിപികളുടെ രൂപത്തിൽ ചില അടയാളങ്ങൾ കണ്ടു.

"ദേ ഇതു ശ്രദ്ധിച്ചോ" വിനോദ് എല്ലാവരുടെയും ശ്രദ്ധയാകർഷിക്കാനായി വിളിച്ചു. "ഉം എന്താ" അരവിന്ദ് ചോദിച്ചു.

"ഇത് പ്രാചീനകാലത്തെ ഏതോ ലിപിയാൽ എഴുതപ്പെട്ടതാണെന്നാ തോന്നുന്നേ" വിനോദ് കല്ല് ചുരണ്ടികൊണ്ട് പറഞ്ഞു.

"ഒരുപക്ഷേ അതു ശരിയാവാം. പാലി ഭാഷയോ മറ്റോ ആണോന്ന് പരിശോധിക്കാവുന്നതാണ്. അല്ലെങ്കിൽ കാലപ്പഴക്കം കൊണ്ട് വന്നുപെട്ട പാടുകളുമാവാം" അരവിന്ദ് പറഞ്ഞു.

"എന്തായാലും കുറച്ചുദിവസം ഇതിനുള്ളിൽ കയറി പരിശോധനകൾ നടത്തുന്നത് വ്യഥാവിലാവില്ലന്നാണ് എനിക്കു തോന്നുന്നത്. ആ ഫ്രഞ്ചുകാരിക്ക് ഇവിടെ നിന്നുതന്നെയല്ലേ ബുദ്ധപ്രതിമകൾ കിട്ടിയത്?" വിനോദ് ചോദിച്ചു.

"അതെ" അരവിന്ദ് പറഞ്ഞു. "എങ്കിൽ തീർച്ചയായും തെളിച്ചെടുത്താൽ കൂടുതൽ തെളിവുകൾ ഉറപ്പായും ഇവിടുന്നു കിട്ടും." വിനോദ് ആവേശത്തോടെ പറഞ്ഞു.

കരിമാങ്കാവിനുള്ളിൽ നേരിയ ഇരുട്ടു വീണ് തുടങ്ങിയിട്ടുണ്ട്. പുറത്തെ ബഹളങ്ങളിൽ നിന്നൊക്കെ ഇവിടെ സുരക്ഷിതമാണന്ന് വിനോദിന് തോന്നി. എത്രയെത്ര തലമുറകളുടെ പാദസ്പർശം ഏറ്റ മണ്ണായിരിക്കും ഇതെന്ന് വിനോദ് വെറുതെ ആലോചിച്ചു. എന്തെല്ലാംതരം വിശ്വാസങ്ങൾ ഈ മണ്ണിൽ ഏറ്റുമുട്ടിയിട്ടുണ്ടാകുമെന്ന് ഒരു രൂപവുമില്ല. എത്രയോ പേരുടെ രക്തം വീണിരിക്കാം. അധികാരഗർവുള്ള രാജാക്കന്മാരും സേനാനായകരും ഇവിടെയെത്തിയിരിക്കാം. നിർമിതികൾ തച്ചുതകർക്കുകയും മനുഷ്യരെ കൊന്നൊടുക്കുകയും ചെയ്തിരിക്കാം. ഈ പുരാതന ശിലകൾക്ക് ഒരു ഇതിഹാസ കഥ പറയാനുണ്ടാകുമെന്ന് തീർച്ചയാണ്. എത്രയെത്ര സുന്ദരന്മാരുടെയും സുന്ദരികളുടെയും പാദസ്പർശങ്ങൾ ഏറ്റ മണ്ണാണത്. പ്രണയവും യുദ്ധവും സംഗീതവും വിജ്ഞാനവുമെല്ലാം ഇവിടെ നാമ്പിട്ട് വളർന്നിരിക്കണം. ഭാവനാസമ്പന്നനായ ഒരെഴുത്തുകാരന് കരിമാങ്കാവിൽ കുറച്ചുസമയം ചിലവഴിച്ചാൽതന്നെ കഥയും കഥാപാത്രങ്ങളും അയാളുടെ പേനത്തുമ്പിൽനിന്ന് വാർന്ന് വീണുകൊണ്ടിരിക്കും. വിനോദ് വെറുതെ ആലോചിച്ചുകൊണ്ട് കൽകെട്ടുകൾക്കിടയിലൂടെ നടന്നു.

"കല്ലിനിടയിലൂടൊക്കെ നടക്കുന്നത് സൂക്ഷിക്കണേ." അരവിന്ദ് പറഞ്ഞു. "സന്ധ്യ മയങ്ങി വരുകയാണ്. നമുക്ക് തിരിച്ചുനടക്കാം." ജയിംസ് അത് അംഗീകരിച്ചുകൊണ്ട് പറഞ്ഞു. റസിയ കൽക്കെട്ടിൽ നിന്നിറങ്ങി പോക്കുവെയിൽ പൊട്ടുകൾ വീണു കിടക്കുന്ന നടവഴിയിലൂടെ മുന്നോട്ടുനടന്നു. മറ്റുള്ളവരും അവർക്ക് പിന്നാലെ നടന്നു. വിനോദ് പറഞ്ഞു.

"പകൽ കുറച്ചുസമയം നമുക്കിവിടെ ചിലവഴിക്കണം." "ഉം അതാവാം" അരവിന്ദ് അത് ശരിവയ്ക്കുംപോലെ പറഞ്ഞു. "കെട്ടുത്സവം എട്ടാം ഉത്സവത്തിനല്ലേ" റസിയ ചോദിച്ചു. "ഉം" അതേയുള്ളൂ. വേണമെങ്കിൽ നമുക്ക് കെട്ടുമുട്ടിൽ ഒന്നുപോകാം. കുതിരക്കെട്ടും തേർകെട്ടും കണ്ട് മനസ്സിലാക്കാമല്ലോ. അതുകൊള്ളാം." സന്തോഷ് റാവത്ത് പറഞ്ഞു. കരിമാങ്കാവും പരിസരപ്രദേശങ്ങളും ഒരുത്സവത്തിന്റെ

ആഘോഷത്തിമർപ്പിലേക്ക് വീണുകഴിഞ്ഞു. ആളുകൾ കൂട്ടം കൂട്ടമായി ക്ഷേത്രമുറ്റത്തും ഉത്സവപറമ്പിലും എത്തികൊണ്ടിരുന്നു. വച്ചുവാണിഭക്കാരും ബലൂൺ കച്ചവടക്കാരും ഭക്ഷണ സാധനങ്ങൾ പഴവർഗങ്ങളും വിൽക്കുന്ന കടകളും സജീവമാണ്. ഹൽവയും ഈന്തപ്പഴവും പാൽപ്പായസും തുടങ്ങി ഉത്സവപറമ്പിൽ ലഭിക്കാത്തതായി യാതൊന്നുമില്ല. കുട്ടികളുടെ സംഘങ്ങൾ ഉത്സവകാഴ്ചകൾകണ്ട് നടക്കുന്നു.

"കുറച്ചുസമയം കൂടി ഇവിടെ നിന്നാൽ ചുറ്റുവിളക്ക് കണ്ടിട്ടു പോകാം." അരവിന്ദ് പറഞ്ഞു. ആരും അതിന് മറുപടി പറഞ്ഞില്ല. ആയിരം വിളക്കുകൾ തെളിഞ്ഞുനിൽക്കുന്ന ക്ഷേത്രം മനോഹരമായൊരു കാഴ്ചയാണ്. ഉത്സവപറമ്പിൽ കിഴക്കുവശത്തുകൂടി ഉള്ളിലേക്ക് ചെന്നാൽ ചുറ്റുവിളക്ക് ചിറയിൽ തെളിഞ്ഞു കാണാം. അതിമനോഹരമായൊരു ദൃശ്യവിരുന്നാണത്. പുരാതനമായ അരയാൽ മരത്തെ പട്ടുടുപ്പിച്ചിട്ടുണ്ട്. അതു റസിയ ശ്രദ്ധിക്കുന്നതു കണ്ട് അരവിന്ദ് പറഞ്ഞു. "ഉത്സവത്തിന്റെ ഭാഗമായാണ് ഈ പട്ടുടുപ്പിക്കൽ. ക്ഷേത്രത്തിൽ നിന്നുള്ള ജീവിതഎഴുന്നള്ളത്ത് ഈ അരയാൽ ചുവട്ടിൽവരെ എത്താറുണ്ട്. ഇവിടെയുള്ള കൽത്തറയിൽ ജീവിതവച്ച് എന്ന ഒരു പൂജയുണ്ട്. കൽവിളക്കുകൾ തെളിക്കുകയും ചെയ്യും."

"ഉം ദക്ഷിണേന്ത്യയിലേക്ക് ആൽമരം കൊണ്ടുവന്നത് ബുദ്ധന്മാരായിരിക്കണം." എന്നിട്ട് ഒരു നിമിഷത്തെ മൗനത്തിനുശേഷം പറഞ്ഞു. നമുക്ക് ചുറ്റുവിളക്ക് കൂടി കണ്ടുമടങ്ങാം"

എല്ലാവരും അത് ശരിവച്ചു. ക്ഷേത്രപറമ്പിൽ നിന്ന് ചായയും ഉണ്ണിയപ്പവും വാങ്ങി കഴിച്ചു. "എത്രയെത്ര കച്ചവടക്കാരാണ് ക്ഷേത്രപരിസരത്ത് തയ്യാറായി നിൽക്കുന്നത്" - ജയിംസ് പറഞ്ഞു.

"ഇവരിൽ നല്ലൊരുഭാഗവും ഉത്സവകച്ചവടക്കാരാണ്. നാട്ടുകാർ താൽക്കാലികമായി ഓരോന്നു ചെയ്യുന്നുവെന്നേയുള്ളൂ. ഉത്സവം കഴിയുമ്പോഴും കുറച്ചു പൈസ മീതെയുണ്ടാവും. അതുകൊണ്ടുവേണം മക്കൾക്ക് ഉടുപ്പുവാങ്ങാൻ. അല്ലെങ്കിൽ പശുവിനെ വാങ്ങിയ വകയിലുള്ള കടം വീട്ടാൻ. അടുക്കള തേയ്ക്കാൻ. അങ്ങനെയെന്തെങ്കിലുമൊക്കെ. കണ്ടില്ലേ? അച്ഛനും അമ്മയും കുട്ടികളുമൊക്കെ കൂടി ചായക്കട നടത്തുന്നത്." വിനോദ് പറഞ്ഞു.

അതുതന്നെയാണ് വിശ്വസിക്കാൻ കൊള്ളാവുന്ന കട. അവരും അവിടെനിന്നുതന്നെയാവുമല്ലോ ഭക്ഷണം കഴിക്കുക. ഇപ്പോൾ ആളുകൾ കൃഷി ചെയ്യുന്നത് രണ്ടുരീതിയിലാണ്. ഒന്ന് മാരക കീടനാശിനിയടിക്കാതെ അവർക്കുവേണ്ടി. രണ്ട് കൊടും വിഷമടിച്ച് നാട്ടുകാർക്ക്. ഹോട്ടൽ നടത്തിപ്പുകാരും അതുപോലെ തന്നെ. ജയിംസ് പറഞ്ഞു.

"മനുഷ്യർ പുരോഗമിക്കുന്തോറും മനുഷ്യത്വമില്ലാത്തവരും സത്യസന്ധതയില്ലാത്തവരും ക്രൂരരുമായികൊണ്ടിരിക്കുകയാണ്. എനിക്ക് തോന്നുന്നത് പരിണാമത്തിന്റെ ഒരു മടങ്ങിപ്പോക്കിലാണ് മനുഷ്യ

സമൂഹമെന്നാണ്" വിനോദിന്റെ വാക്കുകൾ എല്ലാവരും ആസ്വദിച്ചു ചിരിച്ചു.

പുരാതന മുസരിസ് തുറമുഖത്തെക്കുറിച്ചുള്ള ഉത്ഘനനം കൊടുങ്ങല്ലൂരിൽ നടക്കുന്നുവെന്നാണ് കേട്ടത്. അവിടെയൊന്നു പോകാൻ പറ്റിയാൽ കൊള്ളാമായിരുന്നു." ജയിംസ് പറഞ്ഞു.

"കെ.സി.എച്ച്.ആറിന്റെ നേതൃത്വത്തിൽ നടക്കുന്ന ഉത്ഖനനങ്ങളാണോ?" അരവിന്ദ് ചോദിച്ചു.

"ഉം" ജയിംസ് മൂളി.

"അത് പട്ടണപ്രദേശത്താണ്. അവിടെ ഒരു പായ്ക്കപ്പലിന്റെ അവശിഷ്ടവുമൊക്കെ കണ്ടെത്തിയിരുന്നല്ലോ. സ്പൈസസ് റൂട്ട് സംബന്ധിച്ച് കൂടുതൽ വിവരങ്ങൾ ഈ ഉത്ഖനനത്തിലൂടെ ലഭ്യമാകുമെന്നാണ് കെ.സി.എച്ച്.ആറുകാർ പറയുന്നത്. പുരാതന റോമുമായി മുസിരിസിന് ബന്ധമുണ്ടായിരുന്നുവത്രെ." അതുകേട്ടുകൊണ്ട് വിനോദ് പറഞ്ഞു.

"അതേക്കുറിച്ചൊക്കെ തർക്കങ്ങൾ നടക്കുകയാണ്. ഓരോരുത്തരും അവരവരുടെ താത്പര്യങ്ങൾ സ്ഥാപിച്ചെടുക്കാനുള്ള അവസരമായാണ് ഇവിടെ ഇത്തരം ഉത്ഖനനങ്ങളെയൊക്കെ ഉപയോഗിക്കുന്നത്. സത്യം കണ്ടെത്തുകയല്ല" അരവിന്ദ് പറഞ്ഞു.

"മുൻധാരണയോടെയാണ് കാര്യങ്ങളെ സമീപിക്കുന്നത്. ഇതാണ് ഞാൻ മുമ്പ് പറഞ്ഞത്. നമ്മളിനിയും ഇക്കാര്യങ്ങളിലൊക്കെ കൂടുതൽ മുന്നേറാനുണ്ട്. ഐതിഹ്യങ്ങളിൽ നിന്നും പുരാണങ്ങളിൽ നിന്നും ചരിത്രത്തെ വേർതിരിച്ചെടുക്കുക ഭാരതത്തിൽ വലിയൊരു പ്രയത്നമാണ്. ജനങ്ങൾക്ക് ഇപ്പോഴും ഇവ തമ്മിലുള്ള വ്യത്യാസം പറഞ്ഞാൽ മനസ്സിലാവുകയുമില്ല" വിനോദ് പറഞ്ഞു.

"വിനോദ് പറഞ്ഞതിലും കുറച്ചൊക്കെ കാര്യങ്ങളുണ്ട്. ഇപ്പോഴും പുരാണ കഥാപാത്രങ്ങളുടെ കാൽപ്പാടുകൾ പാറപ്പുറത്തും മലമുകളിലും തിരയുന്നവരാണല്ലോ ഇവിടുത്തെ ചരിത്രകാരന്മാർ." റസിയ കളിയാക്കുന്ന മട്ടിൽ പറഞ്ഞു. "അല്ല. പട്ടണപ്രദേശത്ത് നടക്കുന്ന പര്യവേക്ഷണങ്ങളല്ലാതെ കൊടുങ്ങല്ലൂരിലും ഇപ്പോ അന്വേഷണങ്ങളുമൊക്കെ നടക്കുന്നുണ്ട്. ആർക്കിയോളജി വകുപ്പുകാരാണതിന്റെ പിന്നിൽ. പട്ടണപ്രദേശമാണോ കൊടുങ്ങല്ലൂരാണോ മുസിരിസെന്ന തർക്കം തന്നെ ഇതുവരെ തീർന്നിട്ടില്ല."

"അവരവിടെ കിടന്ന് അടിക്കട്ടെ. നമുക്കീ കരിമാങ്കാവിനെചുറ്റിപറ്റി ചില അന്വേഷണങ്ങളൊക്കെ നടത്താം. ഒരുപക്ഷേ കൊട്ടും മേളവുമായി അവർ നടത്തുന്ന ഗവേഷണങ്ങളെക്കാൾ ചിലപ്പോ ഇത് പ്രയോജനം ചെയ്തേക്കും. ആ ഫ്രഞ്ചുകാരിയെ കണ്ടില്ലേ. അവരിവിടെ വന്ന് ചെയ്യുന്ന സേവനത്തിന്റെ ഒരംശം നമ്മുടെ ചരിത്രകാരന്മാർക്കോ ആർക്കിയോളജി

വകുപ്പുകാർക്കോ ചെയ്യാൻ കഴിഞ്ഞിട്ടുണ്ടോ?" വിനോദ് വീണ്ടും പറഞ്ഞു.

"മലയാളത്തിന് ഒരു ഡിഷ്ണറി ഉണ്ടാക്കാൻ ഗുണ്ടർട്ട് സായിപ്പ് ജർമ്മനിയിൽ നിന്ന് വരേണ്ടിവന്നില്ലേ" അതുകേട്ട് ജയിംസ് പറഞ്ഞു.

സന്ധ്യവിളക്കിനുള്ള ഒരുക്കങ്ങൾ നടക്കുന്നു. പെൺകുട്ടികൾ ഉൾപ്പെടെയുള്ളവർ ക്ഷേത്രചുറ്റുവിളക്കുകളിൽ നെയ് പകരുകയാണ്. നെയ്ഗന്ധം ചുറ്റും പരന്നു. അത് മണത്തുകൊണ്ട് റസിയ ചോദിച്ചു. "ഇവിടെ ദിവസവും നെയ്കൊണ്ടാണോ വിളക്ക് തെളിയിക്കുന്നത്?"

"അല്ല. ഇത് ഉത്സവ വിളക്കിനു മാത്രമേയുള്ളൂ."

"ആഴ്ചയിൽ രണ്ടുദിവസം ആയിരം വിളക്കുകളും തെളിയിക്കാറുണ്ട്. ചൊവ്വയും വെള്ളിയുമാണ്. വെളിച്ചെണ്ണയാണ് ഉപയോഗിക്കുക." അരവിന്ദ് പറഞ്ഞു.

"വൃശ്ചികകാലത്ത് ചിലപ്പോ ചുറ്റുവിളക്ക് നേർച്ചകൾ നെയ്യിൽ കത്തിക്കുന്നുണ്ടാകാം." എന്തോ ഓർത്തെടുത്തപോലെ അരവിന്ദ് പറഞ്ഞു. ക്ഷേത്രത്തിനു ചുറ്റും കൽവിളക്കുകൾ സ്ഥിരമായി സ്ഥാപിച്ചിരിക്കുകയാണ്. പുരാതന കൽവിളക്കുകളാണിത്. നൂറ്റാണ്ടുകൾക്ക് മുമ്പ് ഏതോ രാജാവിന്റെ യുദ്ധവിജയസ്മാരകമായി പണിയിച്ചുനൽകിയതാണെന്ന് ക്ഷേത്രരേഖകളിലുണ്ട്. ഞങ്ങളുടെ കുടുംബവുമായി ബന്ധപ്പെട്ടവരാരോ ആണ്." അരവിന്ദ് പറഞ്ഞു.

"അരവിന്ദ് മുമ്പ് പറഞ്ഞില്ലേ. ഇലവീഴാപൂഞ്ചിറയുടെ സമീപത്ത് നിന്നാല് ഈ ചുറ്റുവിളക്കിന്റെ ഭംഗി പൂർണതോതിൽ ആസ്വദിക്കാമെന്ന്. നമുക്കവിടേക്ക് നടന്നാലോ." റസിയ ചോദിച്ചു.

"ഉം... എങ്കിൽ കുറച്ചുവേഗത്തിൽ നടക്കണം."

എല്ലാവരും അരവിന്ദന്റെ പിന്നാലെ ആൽചുവട്ടിലൂടെ സേവപ്പുരയുടെ ഇടുക്കിലൂടെ കാവിലേക്കുള്ള ഒറ്റയടിപ്പാതയിലൂടെ നടന്നു. ആരൊക്കെയോ അതുവഴി വന്നുംപോയും ഇരുന്നു. "കാവിനുള്ളിൽ മനുഷ്യസ്പർശമേൽക്കുന്നത് ഉത്സവകാലത്ത് മാത്രമാണ്. വെട്ടവും വെളിച്ചവും ഉണ്ടാകുമല്ലോ. അല്ലെങ്കിൽ ഈ നേരത്ത് ഒരുമാതിരിപെട്ടവരാരും വെയിൽവീഴാപൂഞ്ചിറയ്ക്കരുകിൽ പോകാറില്ല. പാമ്പിനെ പേടിച്ചിട്ടല്ല. യക്ഷികളെ." ഒരുചിരിയോടെ അരവിന്ദ് പറഞ്ഞു.

"നമ്മുടെ നാട്ടിൽ നിന്ന് യക്ഷികളും ഭൂതങ്ങളുമൊക്കെ ഒഴിഞ്ഞുപോയത് ഇലക്ട്രിസിറ്റി ബോർഡ് സ്ഥാപിച്ചശേഷമാ. നാട്ടിലൊക്കെ വെളിച്ചം വന്നതോടെ ഭൂതങ്ങളൊക്കെ ഓടിയൊളിച്ചു" ജയിംസ് പറഞ്ഞു.

"ങ്ങ് ഹ ഹ" റസിയ വാതുറന്ന് ചിരിച്ചു. എന്നിട്ട് പറഞ്ഞു. "അതു സത്യമാണ്. ഭൂതങ്ങളെ ഓടിച്ചതിൽ വിദ്യാഭ്യാസത്തെക്കാൾ വൈദ്യുതിക്കാണ് പ്രാധാന്യം നൽകേണ്ടത്."

“നമ്മുടെ ആൾക്കാർ വെറും പാവങ്ങളാണ്. ആരെന്തു പറഞ്ഞാലും അപ്പടി വിശ്വസിക്കും. എല്ലാത്തിനെയും ഈശ്വരനായി കാണും. അതു കൊണ്ട് അവർ പല തരത്തിൽ ചൂഷണം ചെയ്യപ്പെട്ടിട്ടുണ്ട്. വിദേശികൾ ഇവിടെവന്ന് ആധിപത്യം പുലർത്തിയതും ഈ ദൗർബല്യം കൂടി മുതലെടുത്താണ്.” - അരവിന്ദ് പറഞ്ഞു.

“കുശുമ്പും കുന്നായ്മയും നല്ലതുപോലുള്ള മനുഷ്യരാ. ഒരു ലക്ഷത്തിൽതാഴെ ബ്രിട്ടീഷുകാർ മാത്രമല്ലേ ഭാരതത്തിലുണ്ടായിരുന്നുള്ളൂ. നാല്പതിലധികം വരുന്ന കോടി ജനങ്ങളെ അവർ അടക്കിഭരിച്ചത് ഭാരതീയരുടെ ദൗർബല്യങ്ങളെ മുതലെടുത്തുകൊണ്ട് മാത്രമാണ്. അല്ലെങ്കിൽ ഒന്നു തുമ്മിയാൽ തെറിക്കുന്ന മൂക്കുമാത്രമായിരുന്നു ഈസ്റ്റ് ഇന്ത്യാ കമ്പനിയെന്നോർക്കണം.” വിനോദ് പറഞ്ഞു.

“ഉം” ജയിംസ് മൂളികൊണ്ട് പറഞ്ഞു. “എനിക്ക് തോന്നുന്നത് ഇപ്പോഴും നമ്മൾ ചരിത്രത്തിൽ പാഠം പഠിക്കുന്നില്ലെന്നാണ്. രാഷ്ട്രീയക്കാർ മനുഷ്യരെ ഭിന്നിപ്പിക്കുകയാണ്.”

“ഹേയ്, അതു പൂർണമായും ശരിയാണന്ന് തോന്നുന്നില്ല. നമ്മോടൊത്ത് സ്വാതന്ത്ര്യം നേടിയ അയൽരാജ്യങ്ങൾ ഉൾപ്പടെ പരിശോധിച്ചു നോക്കുക. അവരൊക്കെ പട്ടാള ഭരണത്തിലേക്ക് വഴുതിവീണില്ലേ? പരിമിതികൾ ചൂണ്ടിക്കാണിക്കാനുണ്ടെങ്കിലും ജനാധിപത്യം കൈമോശം വരാതെ സൂക്ഷിക്കാനായി എന്നത് ഇന്ത്യയെപ്പോലെ വൈവിധ്യമാർന്ന ഒരു രാജ്യത്ത് വലിയ കാര്യം തന്നെയാണ്. സോവിയറ്റ് യൂണിയൻ തന്നെ തകർന്ന് തരിപ്പണമായെന്ന് കൂടി ഓർക്കണം” അരവിന്ദ് പറഞ്ഞു.

“ജനാധിപത്യത്തിന്റെ ഗുണം ഇന്നും താഴെതട്ടിലുള്ള മനുഷ്യരിലേക്ക് എത്തിയിട്ടില്ല. ഭാരതം ബ്രിട്ടീഷുകാരിൽ നിന്ന് മോചിതമായെന്ന് പോലും അറിയാത്ത മനുഷ്യരിപ്പോഴും ഇവിടെ ജീവിക്കുന്നുണ്ട്. അവരുടെ ജീവിതത്തിൽ കാതലായ മാറ്റമൊന്നും കൊണ്ടുവരാൻ ജനാധിപത്യത്തിനും ആയിട്ടില്ല” വിനോദ് പറഞ്ഞു.

“ഹേയ്, അതു ശരിയല്ല. വോട്ടെന്ന വലിയൊരധികാരം പ്രയോഗിക്കാത്തവർ നമ്മുടെ നാട്ടിൽ ആരെങ്കിലും ഉണ്ടെന്ന് തോന്നുന്നില്ല. ഒരു പക്ഷേ നാടോടികൾ കണ്ടേക്കാം” അരവിന്ദ് പറഞ്ഞു.

“എന്തെല്ലാം പരിമിതികൾ ചൂണ്ടിക്കാട്ടിയാലും ഭാരതം ലോകത്തിന് അവഗണിക്കാനാവാത്ത ഒരു ശക്തിയായി മാറിയിട്ടുണ്ട്” മന്ത്രവാദികളുടെയും ഗ്രാമീണരുടെയും നാടെന്ന് പശ്ചാത്യർ കരുതുന്ന ഭാരതത്തിൽ നിന്ന് ചന്ദ്രനിലും ചൊവ്വയിലും പേടകങ്ങൾ ചെന്നിറങ്ങിയില്ലേ?” റസിയ അരവിന്ദിനെ പിന്താങ്ങികൊണ്ട് പറഞ്ഞു.

ആകാശം ഇരുൾ മൂടി തുടങ്ങി. ക്ഷേത്രത്തിനു ചുറ്റുമുള്ള വിളക്കുകൾ ഓരോന്നും കണ്ണുതുറന്ന് തുടങ്ങി. നിമിഷങ്ങൾക്കുള്ളിൽ ക്ഷേത്രമൊരു ദീപനാളമായി മാറി. ആകാശം നെയ്മണമുള്ള പ്രകാശത്താൽ തിളങ്ങി. കാവിലും അഗ്നിവെളിച്ചം വീണു ചിതറി. ഇലകളിൽ

പൊന്നുരുക്കി ഒഴിക്കുംപോലെയുണ്ട്. വെട്ടം വീണുള്ള തിളക്കം. ക്ഷേത്രത്തിന്റെ പ്രതിച്ഛായ ചിറയിലെ വെളിച്ചത്തിൽ തെളിഞ്ഞു കാണാം. ജലപ്പരപ്പിന് മുകളിലും താഴെയും ഓരോ സൂര്യക്ഷേത്രം. "അരവിന്ദ് പറഞ്ഞത് ശരിയാണ് ഇതൊരു മായിക കാഴ്ചാനുഭവം തന്നെ. ചിറയിലെ ഓളപരപ്പിൽ പ്രകാശം വീണ് തിളങ്ങുന്നത് കണ്ടില്ലേ? ഒരായിരം അഗ്നിക്കുഞ്ഞുങ്ങൾ. തീപ്പൊരിവെട്ടങ്ങൾ, ജലം അഗ്നിയായി തിളങ്ങുന്ന അദ്ഭുതമാണിവിടെ സംഭവിക്കുന്നത്" റസിയ പറഞ്ഞു.

"ഉം... ഉം... തട്ടിവിട്ടോ. ഉള്ളിലെ സാഹിത്യമൊക്കെ പുറത്തോട്ടു വരട്ടെ."

"ചരിത്രകാരന്മാർ കൂടുതൽ സാഹിത്യം പറയുന്നത് ബോറാ. ചരിത്രം ഒടുക്കം പുരാണമായിപ്പോകും." വിനോദ് റസിയയെ ഒന്നു കുത്തിപ്പറഞ്ഞു. അവർ ദീപസൗന്ദര്യം ആസ്വദിച്ചു കുറച്ചുനേരം അങ്ങനെ നിന്നു. "ഇനി മടങ്ങാം" അരവിന്ദ് പറഞ്ഞു.

"ഉം" ജയിംസ് മൂളികൊണ്ട് മുന്നോട്ട് നടന്നു. ജയിംസ് ഉള്ളിൽ എന്തോ ചിന്തിക്കുകയായിരുന്നു. അതു ശ്രദ്ധിച്ചുകൊണ്ട് "എന്താ ഒരാലോചന?" അരവിന്ദ് ചോദിച്ചു. "ഹേയ്. തിരുവല്ലയിൽ ഒരു ക്ഷേത്രമുണ്ട്. വീട്ടിൽ നിന്ന് വലിയ ദൂരത്തല്ല. അവിടെ കുട്ടിക്കാലത്ത് ഉത്സവത്തിന് പോയത് ഓർത്തുപോയി. അപ്പന്റെ കൂടെയാണ് പോയത്. ആ ഉത്സവ പിറ്റേന്ന് അപ്പച്ചൻ ഞങ്ങളെവിട്ട് പോയി. ഞാനന്ന് ആറിലോ ഏഴിലോ ആണ് പഠിച്ചിരുന്നത്. ഉത്സവം കാണുമ്പോഴൊക്കെ ഞാനെന്റെ അപ്പച്ചനെ ഓർത്തുപോകും." ഇടറിയ ശബ്ദത്തിൽ ജയിംസ് പറഞ്ഞു. ജയിംസിന്റെ വാക്കുകൾ എല്ലാവരെയും നൊമ്പരപ്പെടുത്തി. അവർ അഗ്നിവെട്ടം ചിതറിവീണ ഒറ്റയടിപ്പാതയിലൂടെ ആരവങ്ങൾക്കിടയിലേക്ക് ഇറങ്ങിനടന്നു. ആൾക്കൂട്ടത്തിൽ അവരും ലയിച്ചു.

അഞ്ച്

പള്ളിക്കൽ ഗ്രാമത്തിലെ ആബാലവൃദ്ധം ജനങ്ങളും കരിമാങ്കാവിലെത്തിയിട്ടുണ്ട്. സമ്പന്നരുണ്ട്. ദരിദ്രരുണ്ട്. പല ജാതിക്കാരുണ്ട്. പല നിറക്കാരുണ്ട്. പല സ്വഭാവക്കാരുണ്ട്. മനുഷ്യരെ കണ്ടും ഉത്സവവ്യാപാരം കണ്ടും അവർ അങ്ങനെ നടന്നു.

“കുതിരകെട്ടുംതടങ്ങളിൽ നമുക്കിനി അടുത്തദിവസം പോയാലും മതി. കെട്ടുകാഴ്ച ഉത്സവത്തോടടുത്തേ അതൊക്കെ പൂർത്തിയാകൂ. ഇപ്പോ കെട്ടുമൂട്ടിൽ കുറച്ചുപേർ വെടിപറഞ്ഞിരിപ്പുണ്ടാകുമെന്നേയുള്ളൂ.” അരവിന്ദ് പറഞ്ഞു.

“എന്നാലതു മതി” റസിയ സമ്മതിച്ചു.

“ഓച്ചിറയിലേയും പടനിലത്തേയും കെട്ടുകാഴ്ചകൾ കെട്ടുകാളകളാണ്. തേരും കുതിരയുമല്ല. ഓണാട്ടുകരയിലെ പല ക്ഷേത്രങ്ങളിലും കെട്ടുകാള കെട്ടുകാഴ്ചയായി എഴുന്നള്ളിക്കാറുണ്ട്. ഒരുപക്ഷേ കേരളത്തിൽ ഈ പ്രദേശത്തല്ലാതെ മറ്റൊരിടത്തും ഇത്തരത്തിൽ കെട്ടുകാളകളെ ഉത്സവത്തിന് ഒരുക്കി കാണാറില്ല.

കായംകുളം രാജാവിന്റെ പടനിലങ്ങളാണ് പിന്നീട് കെട്ടുത്സവകേന്ദ്രങ്ങളായി മാറിയത്. എട്ട് പടനിലങ്ങളാണ് ഉണ്ടായിരുന്നത്. ആയിരക്കണക്കിന് നായർ പോരാളികളും തുലുക്കരുടെ കുതിരപ്പടയും ഒരു കാലത്ത് പരിശീലനം നടത്തിയിരുന്ന കേന്ദ്രങ്ങളായിരുന്നു ഈ പടനിലങ്ങളൊക്കെ. ചക്കുവള്ളി പടനിലം, ഓച്ചിറ തെക്കേ പടനിലം, വടക്കേ പടനിലം, എരുവ പടനിലം, പന്തളം പടനിലം, മണ്ണടി പടനിലം നൂറനാട് പടനിലം, പാട്ടയിൽ പടനിലം എന്നിവയാണവ. മാർത്താണ്ഡവർമ്മയുടെ ആക്രമണത്തോടെ നാട്ടുരാജ്യങ്ങളൊക്കെ തകർന്നടിഞ്ഞുവല്ലോ? മാർത്താണ്ഡവർമ്മയ്ക്ക് ശക്തമായി എതിർപ്പ് നേരിടേണ്ടിവന്ന നാട്ടുരാജ്യം കായംകുളമായിരുന്നു. അക്കാലത്ത് ഓടനാടെന്നറിയപ്പെട്ടിരുന്ന രാജ്യം നാലുചിറവകൾ ആയിരുന്നു. മടത്തിൻകൂർ, കരിമ്പഴകൂർ, പന്നയപ്പള്ളി, കായംകുളം. പന്നയപ്പള്ളിയും കാർത്തികപള്ളിയും കായംകുളത്തിൽ ലയിക്കുകയും ചെയ്തു. കായംകുളം അങ്ങനെ ശക്തിയാർജിച്ചു നിന്നു. ഓണാട്ടുകരയെന്ന വിളിപ്പേരുള്ള പഴയ ഓടനാട് പ്രദേശം പൊതുവെ കാർഷിക സമ്പൽസമൃദ്ധമേഖലയായിരുന്നു. രാജാവ്

ധനികനായിരുന്നു. ഇന്നത്തെ കായംകുളം കായൽ ഒരുകാലത്ത് കൃഷി യിടങ്ങളായിരുന്നുവെന്നും ഉപ്പുവെള്ളം കയറ്റി അത് നശിപ്പിച്ചത് മാർത്താ ണ്ഡവർമ്മയുടെ കാലത്താണന്നും പറഞ്ഞുകേട്ടിട്ടുണ്ട്. എന്തായാലും കായംകുളം രാജ്യം ഇല്ലാതായതോടെ പടനിലങ്ങൾ പതുക്കെ ക്ഷേത്ര ങ്ങളായി രൂപംപ്രാപിച്ചുവെന്നുവേണം കരുതാൻ. നാട്ടുകാരുടെ കൂട്ടായ്മ യ്ക്കായി കെട്ടുത്സവങ്ങളും ആരംഭിച്ചിരിക്കാം. കെട്ടുകാഴ്ചയുടെ പേരിലുള്ള കരപ്പോര് വളരെ പ്രസിദ്ധമാണല്ലോ. വീറും വാശിയുമാണ് കെട്ടുത്സവങ്ങളെ വേറിട്ടൊരനുഭവമാക്കുന്നത്. ആദ്യകാലത്തൊക്കെ ചെറിയ കെട്ടുകാളകളെ തോളിലേറ്റിയാണ് ഉത്സവസ്ഥലത്തേക്ക് കായം കുളം രാജാവിന്റെ പഴയ നായർ പടയാളികൾ എത്തിയിരുന്നത്. ക്ഷേത്രവും ഉത്സവവുമൊക്കെയാകുമ്പോൾ തിരുവിതാംകൂർ രാജാക്ക ന്മാർക്കത് തടയാനുമാവുമായിരുന്നില്ല. ഒരുതരത്തിൽ തിരുവിതാംകൂറി നോടുള്ള വൈരാഗ്യം ഉള്ളിൽ ആവാഹിച്ചായിരുന്നു കെട്ടുകാഴ്ചകളുടെ തുടക്കം. പിന്നെ പിന്നെ തോളിലേറ്റിയ കെട്ടുകാളകൾക്ക് പകരം ഉരുട്ടി നീക്കുന്ന കാളകൾ വന്നു. ഇപ്പോൾ കൂറ്റൻകെട്ടുകാളകൾ ക്രയിൻ ഉപയോഗിച്ച് വലിച്ചുകൊണ്ടുവരുന്ന നിലവരെയായിക്കഴിഞ്ഞു. ഇന്ന് കെട്ടുകാഴ്ചകൾ ഓരോകരയുടെയും അഭിമാനമാണ്." അരവിന്ദ് പറഞ്ഞു.

"ഉത്സവങ്ങളുടെ ചരിത്രം അന്വേഷിച്ചുപോയാൽ ധാരാളം ചരിത്ര സത്യങ്ങൾ കണ്ടെത്താൻ കഴിയും. എനിക്കു തോന്നുന്നത് ചരിത്രവും മിത്തും കൂടിക്കലർന്നതാണ് നമ്മുടെ എല്ലാ ഉത്സവങ്ങളുമെന്നാണ്." വിനോദ് പറഞ്ഞു. "മിത്തുകളുടെ അനന്തരവന്മാരാണ് ചരിത്രങ്ങളെ ന്നാണ് എന്റെ വിചാരം" അരവിന്ദ് പറഞ്ഞു.

"എഴുതപ്പെട്ട ചരിത്രങ്ങൾ കാര്യമായി നമുക്കില്ലാത്ത സ്ഥിതിക്ക് ക്ഷേത്രങ്ങളും ഉത്സവങ്ങളും മറ്റുമാണ് ഒരാശ്രയം. അത്തരത്തിൽ അവയെക്കുറിച്ച് അന്വേഷിക്കാൻ നമുക്ക് കഴിയണം." വിനോദ് വീണ്ടും പറഞ്ഞുനിർത്തി.

റസിയ ചർച്ചയിൽ നിന്നൊക്കെ മാറി ഉത്സവം കണ്ടുനടക്കുകയായി രുന്നു. കുട്ടികളുമായി ഉത്സവപ്പറമ്പിലെത്തിയ അച്ഛനമ്മമാർ, ക്ഷേത്ര ത്തിൽ എത്തി തൊഴുതു മടങ്ങുന്ന വൃദ്ധർ, സ്ത്രീകൾ. ഓരോ മനുഷ്യ രുടെയും വേഷത്തിലും ഭാവത്തിലും അറിയാം ആ കുടുംബത്തിന്റെ സ്ഥിതി. കൊച്ചു കൊച്ചു സ്വപ്നങ്ങളുമായി ജീവിതം തള്ളിനീക്കുന്ന യെത്രയെത്ര മനുഷ്യർ. സമ്പന്നതയുടെ പ്രൗഢി കാണിക്കാനായി എത്തുന്ന പുതുപണക്കാരെയും ഉത്സവപറമ്പിൽ കാണാം. 'വിദേശ സ്പ്രേയുടെ ഗന്ധംപുരണ്ട മനുഷ്യർ.' നാടുവിട്ട് കഷ്ടപ്പെടുന്നതിന്റെ ആന്തരികവേദനയൊക്കെ ഇത്തരം ചില പ്രൗഢിയിലൂടെയാണവർ മറ ക്കാൻ ശ്രമിക്കുന്നത്.

ഭാര്യയേയും മക്കളേയും കൂട്ടി വിദേശ നിർമ്മിത പുത്തൻവസ്ത്ര മൊക്കെയണിഞ്ഞ് സ്വർണാഭരണമൊക്കെ ധരിച്ച് സുഗന്ധവസ്തുക്കൾ

പൂശിയവർ പുറത്തിറങ്ങുന്നു. രണ്ടോ മൂന്നോ വർഷത്തിലൊരിക്കലാവ ണവർക്ക് ഇങ്ങനെ കൂട്ടായി പുറത്തിറങ്ങാനാവുക. ഭർത്താക്കന്മാർ അപ്പോഴല്ലേ ഒന്നോ രണ്ടോ മാസത്തെ അവധിക്ക് നാട്ടിലെത്തുകയുള്ളൂ. ഒരർത്ഥത്തിൽ പ്രവാസികളുടെ ജീവിതം വേദനകൾ നിറഞ്ഞതാണ്. ഇത്തരം ഉത്സവങ്ങളുടെ ഓർമകളാണവരെ ജീവിക്കാൻ പ്രേരിപ്പിക്കു ന്നത്. നാട്ടിലെ ഉത്സവങ്ങൾ വിദേശത്തിരുന്നു മനക്കണ്ണാൽ കണ്ടവർ നിർവൃതി നേടുന്നു. അവസരം കിട്ടുമ്പോൾ ആർത്തിയോടെ നാട്ടിലേക്ക് ഓടിവരുന്നു. ഉത്സവങ്ങൾക്ക് കൈയയച്ചു സഹായിക്കുന്നു. അതു കൊണ്ടാണല്ലോ ഉത്സവങ്ങൾ ഇത്തരത്തിൽ കെങ്കേമമായി കൊണ്ടാടാൻ കഴിയുന്നത്. അറബിനാട്ടിലെ ചൂടും വരണ്ട ജീവിതവും മറക്കാൻ വേണ്ടി യുള്ള അവരുടെ തന്ത്രപ്പാടാണിതൊക്കെ. ഉത്സവപറമ്പിലെ കാഴ്ചകൾ കണ്ട് കുറേനേരം കൂടി കറങ്ങി നടന്നശേഷം അവർ കീഴൂർ കുടുംബ ത്തിലേക്ക് തന്നെ മടങ്ങാൻ തീരുമാനിച്ചു.

"ഉത്സവം തുടങ്ങിയിട്ടേയുള്ളൂ. തിക്കും തിരക്കുമൊക്കെ വരാനിരി ക്കുന്നേയുള്ളൂ" അരവിന്ദ് അവരെ ഓർമിപ്പിച്ചു. അവർ വീട്ടിലേക്ക് മടങ്ങി. ആദ്യദിവസം അങ്ങനെ ആഹ്ലാദകരമായി അവസാനിച്ചു. രാവിലെ ഉറക്കമുണർന്ന് അരവിന്ദും വിനോദും സന്തോഷും ജയിംസും കൂടി കുള ത്തിൽ കുളിക്കാനായി പോയി. അവർ മടങ്ങിവരുന്നതും കാത്ത് റസിയ ഇരുന്നു. എന്നിട്ടുവേണം റസിയയ്ക്ക് രേവതിയെയും കൂട്ടി കുളത്തി ലൊന്ന് മുങ്ങിക്കുളിക്കാൻ.

കുളിക്കാൻ പോയവർ ഒരു മണിക്കൂറായിട്ടും മടങ്ങിവന്നിട്ടില്ല. രമണി ക്കുഞ്ഞമ്മ ആശങ്കപ്പെട്ടുകൊണ്ട് പണിക്കാരൻ വേലായുധനോട് പറഞ്ഞു "കുളിക്കടവിലൊന്ന് പോയി നോക്കിവാ. പിള്ളേരെന്താ ചെയ്യുന്നതെന്ന്. നിലയില്ലാത്ത വെള്ളമുണ്ട്. വെള്ളത്തിൽ പരിചയമില്ലാത്തവരാണന്നാ തോന്നുന്നേ." രമണിക്കുഞ്ഞമ്മയുടെ ആശങ്ക റസിയയിലേക്കും പകർന്നു. അവളുടെ മനസ്സ് ഓരോന്ന് ആലോചിച്ച് കൂട്ടാൻ തുടങ്ങി. അസ്വ സ്ഥമായ മനസ്സിനെ ഇങ്ങനെ മേയാൻവിടാതെ കുളിക്കടവിലേക്ക് ചെന്നു നോക്കുന്നതാണ് നല്ലതെന്ന് റസിയയ്ക്ക് തോന്നി. റസിയ ഇടമുറ്റത്തേ ക്കിറങ്ങി കുളം നോക്കിനടന്നു.അപ്പോൾ അരവിന്ദന്റെ നേതൃത്വത്തിൽ അവരെല്ലാവരും കളി തമാശകൾ പറഞ്ഞ് മടങ്ങി വരുന്നതാണ് കണ്ടത്. റസിയ ആശ്വാസത്തോടെ നെടുവീർപ്പിട്ടു. ഉത്സവം കാണാൻ വന്ന് അപകടത്തിൽപെടുന്ന സ്ഥിതി ആലോചിക്കാനേ വയ്യ.

ഒരിക്കൽ മാനാമധുരയിലെ ബന്ധുവീട്ടിൽ സ്കൂൾ അവധിക്കാലം ചിലവഴിക്കാനായി അവരുടെ ബന്ധുക്കൾ വന്നു താമസിച്ചിരുന്നു. മൂന്ന് കുട്ടികളാണ് അവർക്കുണ്ടായിരുന്നത്. ആ വീട്ടിൽ രണ്ടു കുട്ടികൾ. അടുത്തുള്ള ഒരു പുഴയിൽ അവർ അഞ്ചു പേരും കൂടിപ്പോയി. മൂന്നു കുട്ടികളിൽ ഒരാൾ കയത്തിൽപെട്ടുമുങ്ങി. അതിനെ രക്ഷിക്കാനുള്ള ശ്രമത്തിൽ അവരിൽ രണ്ടുപേർകൂടി മുങ്ങിത്താണു. കുട്ടികളുടെ നിലവിളികേട്ട് നാട്ടുകാരെത്തി രക്ഷാപ്രവർത്തനം നടത്തിയെങ്കിലും

രണ്ടുകുട്ടികളും മരിച്ചുകഴിഞ്ഞിരുന്നു. മൂന്നു മക്കളുമായി അവധിക്കാലം ആഘോഷിക്കാനെത്തിയ കുടുംബത്തിന് ഒരു കുഞ്ഞുമായി മടങ്ങേണ്ടി വന്നു. ഇത് നാടിനെ നടുക്കിയ അനുഭവമായിരുന്നു. റസിയയുടെ മന സ്സിൽ അന്നത്തെ ഞെട്ടൽ ഇന്നും മാറിയിട്ടില്ല. റസിയയുടെ അടുത്തേക്ക് വന്ന അരവിന്ദ് ചോദിച്ചു "നല്ല കുളിരുള്ള വെള്ളമാണ്. റസിയ കുളിക്കു ന്നില്ലേ." "മറ്റൊരു ദിവസമാകട്ടെ." റസിയ പറഞ്ഞൊഴിഞ്ഞു. "രേവതി ചേച്ചിയെ കൂട്ടുവിളിച്ചാൽ മതി. ചേച്ചി നീന്താൻ വളരെ മിടുക്കിയാണ്." അരവിന്ദ് പറഞ്ഞു. "ഇന്നൊരു മൂഡില്ല." എന്തോ ആലോചിച്ചുകൊണ്ട് റസിയ പറഞ്ഞു. അവർ വീട്ടിലേക്ക് തന്നെ തിരികെ നടന്നു. അരവിന്ദിന്റെ കൂട്ടുകാരുടെ വരവ് പ്രമാണിച്ച് രണ്ടുമൂന്നുദിവസം അവധിയെടുക്കാൻ രേവതി തീരുമാനിച്ചിരുന്നു. ബാങ്കിൽ പൊതുവെ അവധി കുറവാണ്. ഉത്സവം പറഞ്ഞ് അവധിയെടുക്കാനൊരു അവസരവുമായി. അതിന്റെ യൊരു സന്തോഷം രേവതിക്കുണ്ടായിരുന്നു. പ്രാതലൊക്കെ കഴിഞ്ഞ് എല്ലാവരും പൂമുഖത്ത് ഒത്തുകൂടിയപ്പോൾ രേവതി ചോദിച്ചു "ഇന്നെന്താ പരിപാടി". "ഉച്ചവരെ പുറത്തേക്കിറങ്ങണ്ടാ. നമുക്ക് അപ്പൂപ്പന്റെ കഥ കേട്ടിരുന്നാലോ." റസിയ ഉത്സാഹത്തോടെ ചോദിച്ചു. "പഴയ മധുര ബന്ധത്തെക്കുറിച്ച് അറിയാനുള്ള ആകാംക്ഷയായിരിക്കും മധുര ക്കാരിക്ക്." രേവതി കളിയാക്കുംമട്ടിൽ പറഞ്ഞു.

"അപ്പൂപ്പന്റെ കഥയൊക്കെ കേട്ടശേഷം കരിമാങ്കാവിൽ പോയാൽ മറ്റൊരു തരത്തിൽ നമുക്കവിടം നോക്കി കാണാനാകും. ഒരുപക്ഷേ നമ്മൾ അറിഞ്ഞിരിക്കുന്നതിൽ നിന്ന് വ്യത്യസ്തമായി പലതും അപ്പൂപ്പന് പറയാനുമുണ്ടാകും" വിനോദ് പറഞ്ഞു. ജയിംസ് അതു ശരിവച്ചപ്പോൾ അരവിന്ദ് പറഞ്ഞു "നിങ്ങളുടെ ഇഷ്ടംപോലെ".

"അപ്പൂപ്പൻ ഉറക്കമായിരിക്കുമോ?" ജയിംസ് ചോദിച്ചു.

"കൊള്ളാം. അപ്പൂപ്പൻ ജീവിതചിട്ടയിൽ വളരെ കണിശക്കാരനാ. അതിരാവിലെ എണീക്കും. പ്രാഥമിക കാര്യങ്ങൾ കഴിച്ച് തന്റെ കട്ടിലിൽ ചില യോഗമുറകളൊക്കെ ചെയ്യും. പത്മാസനം, വജ്രാസനം ഒക്കെ ചെയ്യും. എന്റെ കുട്ടിക്കാലത്ത് അപ്പൂപ്പൻ ശീർഷാസനത്തിൽ നിൽക്കു ന്നത് കണ്ടിട്ടുണ്ട്. ഇപ്പോ അതുപറ്റില്ല. ചെവിക്ക് ചെറിയ കേൾവിക്കുറ വുള്ളതൊഴിച്ചാൽ മറ്റൊരു രോഗവും അദ്ദേഹത്തിനില്ല. പ്രഷർ, ഷുഗർ, കൊളസ്ട്രോൾ എന്തിന് വാതമോ വായുകോപമോ പോലുമില്ല." അരവിന്ദ് പറഞ്ഞു.

"അദ്ദേഹത്തിന്റെ ജീവിതശൈലി കൊണ്ടുള്ള മെച്ചമാ" ജയിംസ് പറഞ്ഞു.

"കുറച്ചൊക്കെ ജനിതക കാരണങ്ങളും കാണും" സന്തോഷ് റാവത്ത് അതിൽ ഇടപെട്ടുകൊണ്ട് പറഞ്ഞു.

അരവിന്ദ് ഉണ്ണിവർമ്മയുടെ മുറിയിലേക്ക് നടന്നു. പിന്നാലെ

മറ്റുള്ളവരും. കതക് പാതി ചാരിയതേയുണ്ടായിരുന്നുള്ളൂ. "അപ്പൂപ്പാ..." അരവിന്ദ് ഉറക്കെ വിളിച്ചു.

"ഉം..." മൂളികൊണ്ട് ഉണ്ണിവർമ്മ അരവിന്ദനെ നോക്കി. "കരിമാങ്കാവിനെക്കുറിച്ച് കുറച്ചുകാര്യങ്ങളൊക്കെ ഇവർക്ക് അപ്പൂപ്പനോട് ചോദിച്ചറിയണമെന്നുണ്ട്."

"എന്റെ ലാപ്പിൽ ഞാനിത് ഷൂട്ടു ചെയ്യാം." റസിയ ആവേശത്തോടെ പറഞ്ഞു.

"ഉം" വിനോദ് മൂളിക്കൊണ്ട് തന്റെ മൊബൈൽ പോക്കറ്റിൽ നിന്നു പുറത്തെടുത്തു. എന്നിട്ട് ക്യാമറയ്ക്ക് പറ്റിയ ആംഗിളിനായി ചുറ്റും നോക്കി. മുറിയിൽ ലേശംകൂടി വെളിച്ചം കിട്ടിയാൽ കൊള്ളാം. ആരും പറയാതെ തന്നെ വിനോദ് കിഴക്കോട്ടുള്ള ജനൽപാളികൾ തുറന്നിട്ടു. എന്നിട്ട് സ്വയം പറഞ്ഞു "ഇപ്പോൾ കൊള്ളാം." "നീ എന്തുവാ. സിനിമാ ഷൂട്ടു വല്ലതും ചെയ്യാൻ പോകുവാണോ? ഉള്ള വെളിച്ചമൊക്കെ മതി. നിന്റെ പരട്ട മൊബൈലിന്."

"രൂപ നാൽപതിനായിരം എണ്ണികൊടുത്തു വാങ്ങിയതാ."

"ഓ പിന്നെ. അച്ഛൻ ഗൾഫിൽ നിന്ന് കൊണ്ടുതന്നതാവും." ജയിംസ് പറഞ്ഞു. വിനോദ് പിന്നൊന്നും മിണ്ടിയില്ല. ഉണ്ണിവർമ്മ കട്ടിലിൽ അർദ്ധപത്മാസനത്തിൽ ഇരുന്നു. അടുത്തു കിടന്ന കട്ടിലിലും കസേരയിലുമായി എല്ലാവരും ഇരുപ്പുറപ്പിച്ചു. റസിയ തന്റെ ലാപ്ടോപ്പ് എടുത്തുകൊണ്ട് മുറിക്കുള്ളിലേക്ക് വന്നുകയറി.

"എന്താ നിങ്ങൾക്കറിയേണ്ടത്" ഉണ്ണിവർമ്മ ചോദിച്ചു.

"കരിമാങ്കാവ് പുരാതന കാലത്തെ ബുദ്ധക്ഷേത്രമായിരുന്നുവെന്ന് പറയുന്നത് ശരിയാണോ?" വിനോദ് ചോദിച്ചു.

"കരിമാങ്കാവിനുള്ളിൽ ഒരു യക്ഷിയമ്പലമുണ്ട്. അവിടെ കുരുതികൾ നടന്നിരുന്നതായി കേട്ടിട്ടുണ്ട്. ഭദ്രകാളിയായിരുന്നു പ്രതിഷ്ഠ. അതിനും മുമ്പ് അതൊരു ബുദ്ധക്ഷേത്രമായിരുന്നുവെന്ന് കേൾക്കുന്നുണ്ട്. അവിടുന്നല്ലായോ ഫ്രഞ്ചുകാരിക്ക് ബുദ്ധപ്രതിമകൾ കിട്ടിയെന്ന് പറയുന്നത്?"

ഉണ്ണിവർമ്മ ചോദ്യരൂപേണ അവരെ നോക്കികൊണ്ട് ചോദിച്ചു.

"ഉം" സാറാ എന്നാണവരുടെ പേര്.

"ഉം" ഉണ്ണിവർമ്മ മൂളി. "അവർ രണ്ടുമൂന്ന് പ്രാവശ്യം എന്നെ കാണാൻ വന്നിരുന്നു. ശ്രീമൂലവാസം എന്ന പുരാതന ബുദ്ധവിഹാരം എവിടെയാണെന്നാണ് അവർക്ക് അറിയേണ്ടിയിരുന്നത്. അതൊക്കെ കടലെടുത്തുപോയെന്നാണ് ഞാൻ മനസ്സിലാക്കിയിട്ടുള്ളതെന്ന് പറഞ്ഞു. തൃക്കുന്നപ്പുഴക്കും ആറാട്ടുപുഴയ്ക്കും ഇടയിലെവിടെയോ ആയിരുന്നുവെന്നാണ് ചരിത്രകാരന്മാർ പറയുന്നത്. ഇതേക്കുറിച്ച് വ്യത്യസ്ത അഭിപ്രായവും പറഞ്ഞുകേട്ടിട്ടുണ്ട്. എന്നാൽ സാറ പറയുന്നത്

കടൽത്തീരത്ത് നിന്ന് ഉള്ളിലായി എവിടെയെങ്കിലും ആകാനാണ് സാധ്യതയെന്നാണ്. അവർ ലോകമെമ്പാടുമുള്ള ബുദ്ധക്ഷേത്രങ്ങളെക്കുറിച്ച് പഠിക്കുന്നുണ്ടത്രെ. ശ്രീമൂലവാസം കാനനപ്രദേശത്താവാനാണ് സാധ്യത കൂടുതലെന്നാണവർ ഉറപ്പിച്ചുപറയുന്നത്. പഴയ ഓടനാടിന്റെ കിഴക്കൻപ്രദേശത്ത് ആകാനാണ് സാധ്യതയെന്നും അവർ പറയുന്നു. എന്തായാലും കരിമാങ്കാവ് അതിന്റ ഭാഗമാണെന്ന് എനിക്ക് തോന്നുന്നില്ല. ശ്രീമൂലവാസം വളരെ വലിയൊരു നിർമിതിയാവാനാണ് സാധ്യത കൂടുതൽ." ഉണ്ണിവർമ്മ പറഞ്ഞുനിർത്തി.

കേരളത്തിൽ ബുദ്ധമതം സ്വാധീനം ചെലുത്തിയിരുന്നുവെന്നത് ശരിയല്ലേ? വിനോദ് ചോദിച്ചു. "എന്താ" ഉണ്ണിവർമ്മ കേൾക്കാത്തമട്ടിൽ ചോദിച്ചു. വിനോദ് വീണ്ടും ഉച്ചത്തിൽ ചോദ്യം ആവർത്തിച്ചു.

"ശരിയാണെന്നാണ് തോന്നുന്നത്. ഓണാട്ടുകരയുടെ പലഭാഗത്തുനിന്നും ബുദ്ധപ്രതിമകൾ കണ്ടെടുത്തുവല്ലോ. മാവേലിക്കര, കരുനാഗപ്പള്ളി, പള്ളിക്കൽ, മരുതൂർകുളങ്ങര തുടങ്ങിയിടങ്ങളിൽ നിന്നൊക്കെ ബുദ്ധപ്രതിമകൾ കിട്ടിയിട്ടുണ്ട്."

ഉണ്ണിവർമ്മ ഒരുനിമിഷം ആലോചനയിലാണ്ടുകൊണ്ടു പറഞ്ഞു "ബുദ്ധമതത്തിന്റെയും ജൈനമതത്തിന്റെയും ശക്തമായ സ്വാധീനം സമൂഹത്തിൽ ഇപ്പോഴുമുണ്ട്. ആചാരങ്ങളിലുണ്ട്. സംസ്കാരത്തിലുണ്ട്. വിശ്വാസത്തിലുണ്ട്. അതിനൊന്നും ഒരു തർക്കവുമില്ല. എന്നാൽ ഇവിടെയുള്ള ക്ഷേത്രങ്ങളൊക്കെ ബുദ്ധമത ക്ഷേത്രങ്ങളാണെന്ന തരത്തിലുള്ള പ്രചാരണം ശരിയാണന്ന് തോന്നുന്നില്ല." ബുദ്ധമതംപോലെ ശൈവ, വൈഷ്ണവ മതങ്ങളും ശക്തമായ സ്വാധീനം ചെലുത്തിയിട്ടുണ്ട്. ഉണ്ണിവർമ്മ പറഞ്ഞു.

എല്ലാവരും നിശ്ശബ്ദരായി. "കരിമാങ്കാവിനെക്കുറിച്ച്" നിശ്ശബ്ദതയ്ക്ക് വിരാമമിട്ടുകൊണ്ട് ജയിംസ് ചോദിച്ചു. കരിമാങ്കാവിന് ഒരു രണ്ടായിരത്തിലധികം കൊല്ലത്തെ പഴക്കമെങ്കിലും കാണുമെന്നാണ് തോന്നുന്നത്. ഇതിന്റെ പഴക്കം നിർണയിക്കാനാവില്ല. ഇപ്പോൾ കാണപ്പെടുന്ന പുരാതന ക്ഷേത്രാവശിഷ്ടങ്ങൾക്ക് പിന്നിലും ക്ഷേത്രങ്ങളുണ്ടായിരുന്നു. മനുഷ്യരുടെ ആദ്യകാല ആരാധനാ കേന്ദ്രങ്ങളിലൊന്നാണിത്. പൂർവികർ മരങ്ങളെയും പക്ഷികളെയും മൃഗങ്ങളെയും പാമ്പുകളെയുമൊക്കെ ആരാധിച്ചിരുന്നു. പിന്നീടാണ് ബുദ്ധമതവും ജൈനമതവുമൊക്കെ വരുന്നത്." ഉണ്ണിവർമ്മ പറഞ്ഞു.

"ബുദ്ധമതത്തെയും ജൈനമതത്തെയും ബ്രാഹ്മണമതം നശിപ്പിച്ചുവെന്നതല്ലേ നേര്?" വിനോദ് ഉച്ചത്തിൽ ചോദിച്ചു.

"ഹേയ്, അങ്ങനെ ഞാൻ പറയില്ല. അങ്ങനെ ഒരു മതത്തെ മറ്റൊരു മതത്തിന് പൂർണമായും നശിപ്പിക്കാനാകുമെന്ന് എനിക്കു തോന്നുന്നില്ല. എത്ര നശിപ്പിക്കാൻ ശ്രമിച്ചാലും കേരളത്തിൽ എവിടെയെങ്കിലും ബുദ്ധമതവും ജൈനമതവുമൊക്കെ നിലനിൽക്കുമായിരുന്നു. എന്നാൽ

അതുണ്ടായില്ല. ബുദ്ധനെയും ജൈനനെയും പ്രകൃതിയേയും ഭൂതങ്ങളെ യുമൊക്കെ ആരാധിച്ചിരുന്ന ഒരു സങ്കരമതമായിരിക്കാം കേരളത്തിൽ നിലനിന്നിരുന്നതെന്നാണ് എന്റെ വിചാരം." ഉണ്ണിവർമ്മ പറഞ്ഞു.

"ഹേയ് അപ്പറയുന്നത് ശരിയല്ല" വിനോദ് പറഞ്ഞു.

"ങാ, എന്താ" ഉണ്ണിവർമ്മ ചോദിച്ചു. "ബുദ്ധമതക്കാർക്കും ജൈനർക്കും നേരെ ബ്രാഹ്മണമതക്കാർ കൊടിയ അക്രമം നടത്തിയ തായി ചരിത്രഗവേഷകർ സമ്മതിക്കുന്നുണ്ടല്ലോ?" വിനോദ് ചോദിച്ചു.

"അധികാരത്തിനായി മറ്റെല്ലാവരെയും പോലെ അവരും അക്രമങ്ങൾ നടത്തിയിട്ടുണ്ടാകാം. ശൈവർ വിഷ്ണുക്ഷേത്രം തകർത്തിട്ടില്ലേ. വൈഷ്ണവർ തിരിച്ചും. മുസ്ലീങ്ങൾ ഉത്തരേന്ത്യയിൽ ഹിന്ദുക്ഷേത്രം തകർത്തിട്ടില്ലേ? പോർട്ടുഗീസുകാർ ഗോവയിൽ അമ്പലങ്ങൾ നശിപ്പി ച്ചിട്ടില്ലേ? അവർ മുസ്ലീം പള്ളികൾ നശിപ്പിച്ചിട്ടില്ലേ?" ഉണ്ണിവർമ്മ ചോദിച്ചു.

"കരിമാങ്കാവ് ഒരു കാലത്ത് ബുദ്ധപാഠശാലയായിരുന്നുവെന്ന തിന്റെ കൂടുതൽ തെളിവുകൾ ലഭിച്ചുകൊണ്ടിരിക്കുകയാണ്. ഇവിടുത്തെ ഉത്സവത്തിന് കെട്ടുന്ന കുതിരയും തേരുംപോലും ബുദ്ധസംസ്കാരത്തിൽ നിന്ന് കടംകൊണ്ടവയാണെന്നാണ് ചരിത്രകാരന്മാർ പറയുന്നത്" വിനോദ് വിടാൻ ഭാവമില്ലെന്ന മട്ടിൽ പറഞ്ഞു.

"ചരിത്രകാരന്മാർ തെളിവു കൊണ്ടുവരട്ടെ. അപ്പോൾ ഞാനും അംഗീ കരിക്കാം" ഉണ്ണിവർമ്മ പറഞ്ഞു.

"കരിമാങ്കാവിനുള്ളിൽ ഒരുകാലത്ത് ബുദ്ധനെയും ആരാധിക്കപ്പെട്ടി രുന്നുവെന്നത് ഞാനും അംഗീകരിക്കുന്നു. എന്നാൽ ഇവിടം ശ്രീമൂലവാസ മായിരുന്നുവെന്നതിന് ഒരു തെളിവും നമുക്ക് നൽകാനില്ല. അതല്ല ആ ഫ്രഞ്ചുകാരി സാറ അതിനുള്ള തെളിവുകൾ കണ്ടെത്തിയാൽ നമുക്കും അതംഗീകരിക്കാം." പറഞ്ഞ് നിർത്തുംപോലെ ഉണ്ണിവർമ്മ പറഞ്ഞു.

"കരിമാങ്കാവിൽ ഉത്സവത്തിന് ചാർത്തുന്ന തിരുവാഭരണത്തെക്കുറിച്ച് എന്തൊക്കെയോ കഥകൾ ഉണ്ടല്ലോ? ഈ കുടുംബവുമായി ബന്ധപ്പെട്ട കഥ" റസിയ ആകംക്ഷയോടെ ചോദിച്ചു.

"ഉം" ഉണ്ണിവർമ്മ ഏതോ ചിന്തയിലാണ്ടു. "നൂറ്റാണ്ടുകൾ മുമ്പത്തെ കഥയാണ്. മലബാറിലെ പുറവഴി നാട്ടിലേക്ക് കീഴൂർ കുടുംബത്തിൽ നിന്നും ഒരു യുവതിയെ വിവാഹം കഴിച്ചയച്ചിരുന്നു. ആ യുവതി ക്കുണ്ടായ പുത്രനായിരുന്നു കേരളവർമ്മ. പുറവഴിനാടിന്റെ അടുത്ത അവകാശി കേരളവർമ്മയായിരുന്നു. സുന്ദരനും ആരോഗ്യദൃഢഗാത്രനു മായിരുന്നു കേരളവർമ്മ. ഒറ്റനോട്ടത്തിൽ തന്നെ യോഗ്യനെന്ന് ആർക്കും തോന്നുന്ന ശരീരപ്രകൃതമുള്ളയാൾ. അഭ്യാസിയും ബുദ്ധിമാനുമായി രുന്നു. മുൻകോപമായിരുന്നു അദ്ദേഹത്തിന്റെ ശാപം. ഗോദവർമ്മ രാജാവായിരുന്നു അന്ന് പുറവഴിനാടിന്റെ അധികാരി. അദ്ദേഹത്തിന് പല തരത്തിലുള്ള ആരോഗ്യപ്രശ്നങ്ങൾ ഉണ്ടായിരുന്നു. മന്ത്രിയായിരുന്നു

രാജ്യകാര്യങ്ങളിൽ കൂടുതൽ ശ്രദ്ധിച്ചിരുന്നത്. പുറവഴി നാട്ടിൽ ഭരണം കാര്യക്ഷമമായി നടക്കുന്നില്ലെന്നൊരു തോന്നൽ കിരീടാവകാശിയായ കേരളവർമ്മയ്ക്കുണ്ടായി. അമ്മാവൻ കൂടിയായിരുന്ന ഗോദവർമ്മ രാജയുടെ രാജാധികാരത്തിൽ തനിക്കുകൂടി പങ്കുവേണമെന്ന് കേരള വർമ്മ അവകാശം ഉന്നയിച്ചു. എന്നാൽ ഇക്കാര്യം മന്ത്രിയോട് ആലോ ചിക്കാൻ രാജാവ് നിർദ്ദേശിച്ചു. എന്നാൽ മന്ത്രി അത് വകവച്ചുകൊടു ത്തില്ല. ഗോദവർമ്മരാജായുടെ കാലശേഷംവരെ കാത്തിരിക്കാനാണ് മന്ത്രി ഉപദേശിച്ചത്. ഇതിനെച്ചൊല്ലി മന്ത്രിയുമായി ഇടയുകയും മുൻകോപികൂടിയായ കേരളവർമ്മ മന്ത്രിയെ വെട്ടി കൊലപ്പെടുത്തുകയും ചെയ്തു.

പുറംവഴി നാട്ടിൽ ഈ സംഭവം കോളിളക്കമുണ്ടാക്കി. ഗോദവർമ്മ രാജ സംഭവത്തിൽ വളരെ ദുഃഖിച്ചു. മന്ത്രിയെ കൊലപ്പെടുത്തിയ അനന്തരവന് തക്കതായ ശിക്ഷ നൽകാൻ അദ്ദേഹം തീരുമാനിച്ചു. ഇത റിഞ്ഞ കേരളവർമ്മ അടുത്ത അനുയായികളെയുംകൂട്ടി രായ്ക്കുരാമാനം അവിടുന്ന് നാടുവിട്ടു." ഉണ്ണിവർമ്മയുടെ കഥപറച്ചിൽ റസിയായും വിനോദും ലാപ്ടോപ്പിലും മൊബൈലിലും പകർത്തുന്നുണ്ടായിരുന്നു. സന്തോഷ് റാവത്തിന്റെ കൈയിൽ 300 എം.എം ലെൻസുള്ള ഒരു ക്യാമറ യുണ്ട്. സന്തോഷ് അത് പ്രയോഗിച്ചുകൊണ്ടിരുന്നു. കരിമാങ്കാവിനെ ക്കുറിച്ച് ഇതുവരെ പുറത്തുവരാത്ത ഒരു ചരിത്രസംഭവമാണ് ഉണ്ണിരാജ വെളിപ്പെടുത്തുന്നത്. ഇത് വലിയൊരു ചരിത്രരേഖയായിവരാം.

"കീഴൂർ കുടുംബത്തിലേക്കാണോ അദ്ദേഹം വന്നത്" റസിയ ചോദിച്ചു.

"അല്ല. അന്ന് കീഴൂർ കുടുംബം കൊട്ടാരക്കരയ്ക്കും ആറ്റിങ്ങലിനും ഇടയ്ക്കായിരുന്നു. കേരളവർമ്മയ്ക്ക് ശേഷമാണ് ഒരു ശാഖ കൊല്ല ത്തേക്ക് മാറിയത്. പിന്നീട് അവിടുന്ന് ഒരു കുടുംബം പള്ളിക്കലേക്ക് വന്നുവെന്നാണ് കുടുംബചരിത്രം പറയുന്നത്. ഇതൊന്നും എഴുതി സൂക്ഷിച്ച ചരിത്രമല്ല. പഴമക്കാരിൽ നിന്ന് പറഞ്ഞു കേട്ടതാണ്. എന്നാൽ കേരളവർമ്മയുടെ കഥയങ്ങനെയല്ല. അതൊക്കെ പുതുവാതപ്പാട്ടിലുണ്ട്. പടസങ്കീർത്തനം എന്നൊരു ഗ്രന്ഥം കേരളവർമ്മ തന്നെ രചിച്ചിട്ടുമുണ്ട്." ഉണ്ണിവർമ്മ പറഞ്ഞു. അതുകൊണ്ട് കൂടുതൽ സത്യസന്ധമായ കാര്യ ങ്ങളാണ് കേരളവർമ്മയുടേതെന്ന് പറയാം.

"ഉം" വിനോദ് മൂളി.

റസിയ വളരെ ആകാംക്ഷയോടെ ഉണ്ണിവർമ്മയുടെ കഥയ്ക്കായി കാതോർത്തു.

"എന്നിട്ട്...?"

"കേരളവർമ്മ എവിടേക്കാണ് പോയത്." റസിയ തിടുക്കത്തോടെ ചോദിച്ചു.

"രാമേശ്വരത്തേക്ക് ഒരു തീർത്ഥയാത്ര പോയെന്നാണ് പുതുവാതപ്പാട്ടിൽ പറയുന്നത്. എന്നാൽ അതു പൂർണമായും ശരിയാവണമെന്നില്ല. മധുരയിലെ തുലുക്കഭരണം അവസാനിച്ച് നായ്ക്കന്മാരുടെ ഭരണമായിരുന്നു നടന്നിരുന്നത്. തുലുക്ക പടയാളികളിൽ ഒരു ഭാഗം വടുകപ്പടയിലും പ്രവർത്തിച്ചിരുന്നു. കുറേപ്പേർ മല കടന്ന് കേരളത്തിലേക്ക് പോന്നു. കുതിരപ്പടയായിരുന്നു തുലുക്കരുടേത്. തുലുക്കരുടെ സഹായത്തോടെ പുറവഴിനാട്ടിൽ മടങ്ങിയെത്തി ഗോദവർമ്മ രാജാവിനെ അധികാരഭ്രഷ്ടനാക്കാനായിരുന്നിരിക്കണം അദ്ദേഹത്തിന്റെ പദ്ധതി. അതിനുള്ള കരുക്കൾ നീക്കാനാണ് അദ്ദേഹം അവിടെ ചെന്നത്. അങ്ങനെ മാനാമധുരയിലെത്തിയ കേരളവർമ്മ ഒരു മുസ്ലീം പാളയക്കാരന്റെ അതിഥിയായി അവിടെപറ്റികൂടി."

"വടുകപ്പടയെന്ന് വിളിക്കുന്നത് ആരെയാണ്?" വിനോദ് ഒരു സംശയരൂപേണ ചോദിച്ചു.

"നായ്ക്കന്മാരൊക്കെ തെലുങ്കരായിരുന്നല്ലോ? വടക്കുനിന്നുവന്ന ആക്രമണകാരികളെ തമിഴർ പരിഹാസ രൂപേണ വിളിക്കുന്ന പേരാണ് വടുകപ്പടയെന്നത്."

"ഓ. അതുശരി" വിനോദ് തലകുലുക്കി കൊണ്ട് പറഞ്ഞു.

"ഈ മുസ്ലീം സൈന്യാധിപന് സുന്ദരിയായൊരു മകളുണ്ടായിരുന്നു. 'നൈനാവതി'. രാജകുമാരിയെപ്പോലെ തന്നെ സർവരാലും ആദരിച്ചും ലാളിച്ചും വളർത്തിയ പെൺകുട്ടി. യൗവ്വനയുക്തയായിരുന്നു. തന്റെ പിതാവിന്റെ അതിഥിയായി എത്തിയ കേരളവർമ്മയെ നൈനാവതിക്ക് നന്നേ ബോധിച്ചു. അദ്ദേഹത്തെ കണ്ട മാത്രയിൽ തന്നെ ദുഷ്യന്തനെ കണ്ട ശകുന്തളയുടെ മാനസികാവസ്ഥയിലായിപ്പോയി നൈനാവതി. ഒരു ശൃംഗാരഭാവം ഉണ്ണിവർമ്മയുടെ കണ്ണുകളിൽ പടർന്നു. ചുണ്ടിൽ ഏതോ ഓർമകളിൽ ഒരു പുഞ്ചിരി വിടർന്നു.

കേരളവർമ്മയെപ്പോലെ ഉണ്ണിവർമ്മയും യുവാവായിരുന്നപ്പോൾ ഒരു സുന്ദരൻ ആയിരുന്നിരിക്കണമെന്ന് വിനോദ് വെറുതെ ആലോചിച്ചു. "കേരള വർമ്മയ്ക്ക് നൈനാവതിയെ ഇഷ്ടപ്പെട്ടു. തുലുക്കഭരണകാലത്ത് ഇവർ രാജപദവിയോടെ ജീവിച്ചിരുന്നവരാവണം. വടുകപ്പടയുടെ ആക്രമണത്തോടെ രാജാധികാരം നഷ്ടപ്പെട്ട് അവളുടെ അച്ഛൻ സൈനിക മേധാവിയായി മാറിയതാവണം" ഉണ്ണിവർമ്മ പറഞ്ഞു.

"നൈനാവതിയുടേതും രാജരക്തം തന്നെ. ആയിരക്കണക്കിന് കുതിരപ്പടയുടെ ഉടമകളായ ഈ കുടുംബവുമായുള്ള ബന്ധം തനിക്ക് പുറവഴി നാട്ടിൽ അധികാരം പിടിക്കുന്നതിന് സഹായകരമാകുമെന്നും കേരളവർമ്മ കണക്കുകൂട്ടി. നൈനാവതിയുടെ പിതാവിന്റെ സഹായമുണ്ടെങ്കിൽ തനിക്ക് അതു നിഷ്പ്രയാസം സാധിക്കാം. കേരളവർമ്മ അവിടെ കുറേ ദിവസം താമസിച്ച് കുതിരസവാരിയിലും പരിശീലനം നേടി. എന്തുകൊണ്ടും യോഗ്യനായ കേരളവർമ്മ തന്റെ സൈന്യത്തിന്

ഒരു മുതൽകൂട്ടാണെന്ന് നൈനാവതിയുടെ പിതാവായ പാളയക്കാരന് തോന്നി. നൈനാവതിയെ മോഹിച്ച് ഒരാൾ അവരുടെ കൂട്ടത്തിലുണ്ടായിരുന്നു. നൈനാവതിയുടെ മുറച്ചെറുക്കൻ ജഹാംഗീർ. നൈനാവതി തന്റെ പെണ്ണാണെന്ന് അധികാരഭാവത്തോടെയാണ് അയാൾ അവളോട് പെരുമാറിയിരുന്നത്. നൈനാവതിയുടെ മനസ്സ് കീഴടക്കാൻ ജഹാംഗീറിന് കഴിഞ്ഞിരുന്നില്ല. എന്നാൽ അയാൾക്ക് ചില യുവതികളുമായി രഹസ്യ ബന്ധമുള്ള വിവരം തോഴിമാർവഴി നൈനാവതി അറിയുകയും ചെയ്തിരുന്നു. അതുകൊണ്ട് ജഹാംഗീറിനെ നൈനാവതി വെറുത്തു. അയാളിൽ നിന്ന് അകന്നുനിൽക്കാൻ അവൾ എപ്പോഴും ആഗ്രഹിച്ചു. എന്നാൽ ചുരുങ്ങിയ ദിവസംകൊണ്ട് കേരളവർമ്മയുമായി അവൾ അടുക്കുകയും ചെയ്തു. ഇതിനു ഒരു കാരണം കൂടിയുണ്ട്. ഒരിക്കൽ നൈനാവതിയുടെ കൊട്ടാരത്തിൽ കൈനോക്കാൻ ഒരു കുറത്തി വന്നിരുന്നു. പടിഞ്ഞാറൻ നാട്ടിൽ നിന്ന് ഒരു യുവകോമളൻ നൈനാവതിക്ക് വരനായി വരുമെന്ന് കൈനോക്കി അവർ പറഞ്ഞിരുന്നു. ഒത്ത നീളവും വണ്ണവുമുള്ള തികഞ്ഞ ഒരു അഭ്യാസിയായ രാജകുമാരൻ നൈനാവതിയെ തേടിയെത്തുമെന്നായിരുന്നു പ്രവചനം. അന്യമതക്കാരനായിരിക്കുമെന്നും കുറത്തി പ്രവചിച്ചു.

ജഹാംഗീറിന് തന്റെ കഴുത്തിൽ താലി ചാർത്താനുള്ള യോഗമുണ്ടോയെന്ന് നൈനാവതി ആകാംക്ഷയോടെ ചോദിച്ചപ്പോൾ കാക്കാത്തിയുടെ ഉത്തരം ഇങ്ങനെയായിരുന്നു "ജഹാംഗീറിന് അതിനുള്ള വിധികാണുന്നില്ല. ആയുസ്സും" കാക്കാത്തിയുടെ പ്രവചനം നൈനാവതിയെ ഏറെ സന്തോഷിപ്പിച്ചു. കുട്ടിക്കാലം മുതൽ തന്റെ പിന്നാലെ നടന്ന് ഓരോന്ന് പറഞ്ഞ് ഉപദ്രവിക്കുന്നത് ജഹാംഗീറിന്റെ സ്വഭാവമായിരുന്നു. അയാൾക്ക് പറഞ്ഞുവച്ച പെണ്ണെന്ന അധികാരത്തോടെ നൈനാവതിയോട് അയാൾ എപ്പോഴും ഇടപെട്ടിരുന്നുള്ളൂ.

തരംകിട്ടുമ്പോഴൊക്കെ നൈനാവതിയെ ഉപദ്രവിച്ച് രസിക്കുകയും ചെയ്യും. എന്തും പിടിച്ചു വാങ്ങുന്ന സ്വഭാവക്കാരനായിരുന്നു ജഹാംഗീർ. ഗർവ്വും മുഷ്ക്കുമായിരുന്നു സ്ഥായിഭാവം. പെണ്ണിനോടു സംസാരിക്കാനുള്ള ഭാഷ അയാൾക്കുണ്ടായിരുന്നില്ല, മനസ്സും. ആജ്ഞാപിക്കാനേ അറിയാമായിരുന്നുള്ളു. അയാളിൽ നിന്ന് എങ്ങനെയെങ്കിലും രക്ഷപ്പെടണമെന്ന മോഹവുമായി നടക്കുന്നതിനിടയിലാണ് പിതാവിനൊപ്പം ഒരു യുവകോമളൻ കൊട്ടാരക്കെട്ടിലേക്ക് വന്നത്. അപ്പോഴേ നൈനാവതിയുടെ മനസ്സ് പറഞ്ഞു 'ഇതാ നിന്റെ വരൻ എത്തിയിരിക്കുന്നു. പടിഞ്ഞാറൻ ദിക്കിൽ നിന്നു വരുമെന്ന് കാത്തിരുന്ന പ്രിയതമൻ.'

ഒരു പ്രണയകഥയുടെ എല്ലാ വികാര തീവ്രതയോടെയും ഉണ്ണിവർമ്മ കഥ പറഞ്ഞുകൊണ്ടിരുന്നു. ഉണ്ണിവർമ്മയുടെ ഉള്ളിൽ ഒരു കാഥികനുണ്ടെന്ന് അവർക്ക് മനസ്സിലായി. എല്ലാവരും കഥ നന്നായി ആസ്വദിച്ചുകൊണ്ടിരുന്നു. കഥകളിയിലും സാഹിത്യത്തിലും കമ്പക്കാരനാണ് ഉണ്ണിവർമ്മ. സംസ്കൃത നാടകങ്ങളിലും നല്ല അറിവുള്ളയാളാണ്. അതു

കൊണ്ട് ഉണ്ണിവർമ്മയുടെ കഥപറച്ചിലിന് അതിന്റേതായ ഭംഗിയും തനിമയും ഉണ്ട്. അരവിന്ദ് അപ്പൂപ്പൻ കഥകൾ ഏറെ കേട്ടിട്ടുണ്ട്. അപ്പൂപ്പന്റെ കഥപറച്ചിൽ കേൾക്കാൻ ഒരു കൊച്ചുകുട്ടിയുടെ കൗതുകത്തോടെ അരവിന്ദ് മുമ്പിൽതന്നെ ഇരിപ്പുണ്ട്.

എല്ലാവരും ഉണ്ണിവർമ്മയുടെ മുഖത്തേക്ക് തന്നെ നോക്കിയിരിക്കുകയാണ്. അടുത്ത വാക്കുകൾ എന്താവുമെന്ന ആകാംക്ഷയോടെ. നൈനാവതിയും കേരളവർമ്മയും തങ്ങളുടെ മനസ്സ് പരസ്പരം പങ്കുവച്ചു. മുസ്ലീം മതക്കാരിയായ നൈനാവതിയെ പരിണയിക്കണമെങ്കിൽ ആ മതത്തിലേക്ക് മാറേണ്ടതുണ്ടെന്ന സ്ഥിതി വരുമെന്ന് നൈനാവതി കേരളവർമ്മയെ ധരിപ്പിക്കുകയും ചെയ്തു. കേരളവർമ്മ അപ്പോഴത്തെ അവസ്ഥയിൽ അതിന് തയ്യാറുമായിരുന്നു. നൈനാവതി കേരളവർമ്മയെ അത്രയ്ക്ക് മോഹിപ്പിച്ചിരിക്കണം. അവരുടെ ബന്ധുബലവും കേരളവർമ്മയുടെ ലക്ഷ്യമായിരുന്നുവല്ലോ. തന്റെ ആഗ്രഹം പുത്രിവത്സലനായ പിതാവിനോട് നൈനാവതി ഉണർത്തിച്ചു. കേരളവർമ്മയെക്കുറിച്ച് അയാൾ പറഞ്ഞതിനപ്പുറം ആ സേനാപതിക്ക് അറിയാമായിരുന്നില്ല. തന്റെ മതത്തിൽപെട്ടയാളുമല്ല. എന്തു വിശ്വസിച്ചാണ് തന്റെ പ്രിയപ്പെട്ട മകളെ അയാൾക്ക് വിവാഹം ചെയ്തുകൊടുക്കുക? ഏതൊരു പിതാവും ചിന്തിക്കുന്നതുപോലെ അയാളും ചിന്തിച്ചിരിക്കാം.

കേരളവർമ്മ എന്തുകൊണ്ടും യോഗ്യനായ ഒരു പുരുഷനാണ്. തികഞ്ഞ അഭ്യാസിയാണ്. നല്ല പെരുമാറ്റവും കരുത്തും സൗന്ദര്യവും തികഞ്ഞവനാണ്. കേരളവർമ്മയുടെ സഹായം ഉണ്ടെങ്കിൽ തനിക്ക് സൈനികശക്തി കൂടുതൽ ശക്തിപ്പെടുത്താനാവും. അതിനുള്ള നേതൃത്വപരമായ കഴിവ് കേരളവർമ്മയ്ക്കുണ്ട്. അയാൾ പറഞ്ഞതൊന്നും അവിശ്വസിക്കേണ്ടതില്ല. എന്നാൽ കേരളവർമ്മ ഇസ്ലാം വിശ്വാസത്തിലേക്ക് മാറണം. എങ്കിൽ തന്റെ പുത്രിയെ വിവാഹം കഴിച്ചു നൽകുന്ന കാര്യം ആലോചിക്കാം. നൈനാവതിയുടെ ആഗ്രഹങ്ങൾക്കൊന്നും താനിതുവരെ എതിരു നിന്നിട്ടില്ല. പക്ഷേ വിവാഹകാര്യം അങ്ങനെയാണോ? കൂടുതൽ ചിന്തിച്ചു ചെയ്യേണ്ട കാര്യമല്ലേ?

കേരളവർമ്മ മാനാമധുര വിട്ട് എങ്ങോട്ടും പോകുന്നില്ല. അപ്പോൾ പിന്നെ എന്തിനു ഭയപ്പെടണം? നൈനാവതിയുടെ പിതാവ് ഇങ്ങനെ പല വിധത്തിൽ ചിന്തിച്ചിരിക്കാം. അയാൾ ജഹാംഗീറിനെക്കുറിച്ചും ആലോചിച്ചിട്ടുണ്ടാവണം. തന്റെ പെങ്ങളുടെ മകനാണ്. അവനാണ് മുറപ്രകാരം നൈനാവതിക്ക് ഭാര്യയാകേണ്ടത്. എന്നാൽ ഒരു സേനാനായകനാകാനുള്ള പ്രാപ്തി ജഹാംഗീറിനില്ല. രാജ്യകാര്യങ്ങളിലുള്ള താത്പര്യത്തെക്കാൾ ഊരുചുറ്റലാണവന് കമ്പം. നാട്ടിൽ പല അതിക്രമങ്ങളും അവൻ നടത്തിയതായി പരാതിയുണ്ടായിട്ടുണ്ട്. അനുസരണയാണ് ഒരു സൈനികന് ഏറ്റവും അഭികാമ്യം. ജഹാംഗീറിന് അതൊട്ടുമില്ല. പ്രവർത്തി കൊണ്ടാണ് ഒരാൾ മുസ്ലീം ആകുന്നത്. ജന്മംകൊണ്ടല്ല. അങ്ങനെ നോക്കുമ്പോൾ കേരളവർമ്മയാണ് മകൾക്ക് വരനായിരിക്കാൻ സർവഥാ

യോഗ്യൻ. എനിക്കുശേഷം ഇക്കണ്ട സൈന്യത്തെ മുഴുവൻ നയിക്കാൻ ശേഷിയുള്ളവൻ കേരളവർമ്മയാണന്ന് അയാൾ ഉറപ്പിച്ചു കാണും.

കേരളവർമ്മ നൈനാവതിയെ താലികെട്ടാൻ പോകുന്നുവെന്നവിവരം ജഹാംഗീറിന്റെ ചെവിയിലുമെത്തി. നൈനാവതിയെ ചൊല്ലി ഇരുവരും ഒന്നു രണ്ടു തവണ ഏറ്റുമുട്ടുകയും ചെയ്തു. എന്നാൽ മറ്റു ഭടന്മാരുടെ ഇടപെടൽമൂലം ഇരുവരും യുദ്ധംനിർത്തി പിരിഞ്ഞു. ഇക്കാര്യം നൈനാവതിയുടെ പിതാവിന്റെ അടുക്കൽ ഭടന്മാർ അറിയിച്ചു. ഇനി നൈനാവതിയുടെ വിവാഹം വച്ചു താമസിപ്പിക്കേണ്ടതില്ലെന്ന് അദ്ദേഹത്തിന് തോന്നി. കേരളവർമ്മയെ മുസ്ലീം വിശ്വാസത്തിലേക്ക് മതപരിവർത്തനം നടത്തി ആചാരപൂർവവും ആഘോഷപൂർവവും നൈനാവതിയുടെ വിവാഹം നടത്തി കൊടുത്തു. മഥുര വാഴുന്ന നായ്ക്കന്മാരും വിവിധ നാട്ടുരാജ്യങ്ങളിലെ നാടുവാഴികളുമൊക്കെ വിവാഹച്ചടങ്ങിൽ പങ്കെടുത്തു. ഒരാഴ്ച നീണ്ടുനിൽക്കുന്ന ആഘോഷങ്ങൾ പൊടിപൊടിച്ചു. എന്നാൽ മോഹഭംഗം വന്ന ജഹാംഗീർ ഒരേറ്റുമുട്ടലിനുള്ള ശേഷിയില്ലാതെ തക്കംപാർത്തിരുന്നു. തന്റെ വിശ്വസ്തരെ ഒപ്പംനിർത്തി കേരളവർമ്മയെ വധിക്കാൻ ഗൂഢാലോചന നടത്തി. എന്നാൽ സൈനിക തന്ത്രജ്ഞനായിരുന്ന നൈനാവതിയുടെ പിതാവ് കേരളവർമ്മയ്ക്ക് ആവശ്യമായ കാവൽ ഉറപ്പാക്കിയിരുന്നു. കേരളവർമ്മ നൈനാവതിയുടെ കഴുത്തിൽ മിന്നു ചാർത്തിയതോടെ അവിടുത്തെ ഒരധികാരകേന്ദ്രമായി അദ്ദേഹം വേഗം മാറി.

ജഹാംഗീറും അനുയായികളും ഇതിലൊക്കെ കടുത്ത അസൂയാലുക്കളും അസ്വസ്ഥരുമായിരുന്നു. എവിടുന്നോ വന്ന ഒരാൾ തന്റെ മുറപ്പെണ്ണിനെ താലി ചാർത്തി. തനിക്ക് ലഭിക്കേണ്ട അധികാരപദവികൾ ഒന്നൊന്നായി കവർന്നെടുക്കുന്നു. കേരളവർമ്മയെ വക വരുത്താൻ ജഹാംഗീറും കൂട്ടരും തക്കം പാർത്തിരുന്നു. മധുവിധുകാലം തീരുംമുമ്പേ കേരളവർമ്മയെ വധിക്കാനായി അയാൾ കരുക്കൾ നീക്കി. കേരളവർമ്മ സൈനാധിപനാകുമെന്ന ധാരണ വന്നതോടെ അതിൽ അസ്വസ്ഥത പൂണ്ട ചിലരെകൂടി ജഹാംഗീറിന് തുണ കിട്ടി. അവർ കേരളവർമ്മയേയും സംഘത്തെയും ആക്രമിച്ചു. പൊരിഞ്ഞ യുദ്ധത്തിനൊടുവിൽ ജഹാംഗീറും അയാളുടെ ചില വിശ്വസ്തന്മാരും കൊലചെയ്യപ്പെട്ടു. ഇത് സൈനികരുടെ ഇടയിൽ ചേരിതിരിവിന് ഇടയാക്കുകയും പാളയത്തിൽ വലിയ പൊട്ടിത്തെറി ഉണ്ടാക്കുകയും ചെയ്തു.

കാര്യങ്ങളൊക്കെ ഒന്നു തണുക്കുംവരെ നാട്ടിൽപോയിവരാൻ നൈനാവതിയുടെ പിതാവ് തന്നെ കേരളവർമ്മയെ ഉപദേശിച്ചു. നൈനാവതിക്ക് കടുത്ത വിഷമം തോന്നി. തന്റെ പ്രിയപ്പെട്ടവനെ പിരിഞ്ഞിരിക്കാൻ അവൾക്കാവുമായിരുന്നില്ല. എന്നാൽ ഇന്നത്തെ സാഹചര്യത്തിൽ പാളയത്തിൽ കഴിയുന്നതും സുരക്ഷിതമല്ല. ജഹാംഗീറിന്റെ മരണത്തോടെ പാളയത്തിൽ ഭിന്നിപ്പ് ഉടലെടുത്തിരിക്കുകയാണ്. ബന്ധുക്കൾ

രണ്ടു ചേരിയിലായി പോരു തുടങ്ങിയിരിക്കുന്നു. കേരളവർമ്മ സ്വന്തം നാട്ടിൽപോയി ഇവിടുത്തെ സ്ഥിതിഗതികൾ ഒന്നുതണുക്കുമ്പോൾ മടങ്ങി വരുന്നതാണ് നല്ലതെന്ന് നൈനാവതിക്കും തോന്നി. നൈനാവതിയുടെ രണ്ട് വിശ്വസ്തരെ കൂടി കേരളവർമ്മയ്ക്കൊപ്പം അയയ്ക്കാൻ നൈനാവതി തീരുമാനിച്ചു. വളരെ വികാരനിർഭരമായിരുന്നിരിക്കണം അവരുടെ വേർപിരിയൽ. വിവാഹത്തിന് അണിയിച്ച താലിയൊഴിച്ച് മറ്റാഭരണങ്ങൾ ഊരിയെടുത്ത് പൊതിഞ്ഞ് കേരളവർമ്മയെ നൈനാവതി ഏല്പിച്ചു. ഈ ആഭരണങ്ങൾ വഴിയാത്രയ്ക്ക് ചിലപ്പോൾ ഉപകാരപ്പെട്ടേക്കാമെന്നും ഇത് വാങ്ങാതിരിക്കരുതെന്നും നൈനാവതി തന്റെ ഭർത്താവിനോട് അഭ്യർത്ഥിച്ചു. നൈനാവതിയുടെ സ്നേഹപൂർവമായ നിർബന്ധത്തിനു വഴങ്ങി അവളുടെ ആഭരണവുമായി തന്റെ അടുത്ത അനുയായികൾക്കൊപ്പം കുതിരപ്പുറത്ത് കേരളവർമ്മ കീഴൂർ കുടുംബത്തിലേക്ക് പോന്നു. പുറവഴി നാട്ടിൽ സംഭവിച്ചതൊക്കെ കീഴൂർ കുടുംബത്തിലും അറിഞ്ഞിരുന്നു. പുറപ്പെട്ടുപോയ കേരളവർമ്മ ജീവിച്ചിരിപ്പുണ്ടോ ഇല്ലയോയെന്നുപോലും അറിയാത്തതിൽ കീഴൂർ കുടുംബത്തിലുള്ളവർ വിഷമിച്ചിരിക്കുകയായിരുന്നു. അപ്പോഴാണ് കേരളവർമ്മ ഒരു ചെറിയ സംഘം യോദ്ധാക്കളുമായി കീഴൂർ കുടുംബത്തിൽ എത്തിച്ചേർന്നത്. പുറവഴിനാടിന്റെ അധികാരം പിടിച്ചെടുക്കാൻ എല്ലാ സഹായവും നൈനാവതിയുടെ പിതാവ് കേരളവർമ്മയ്ക്ക് വാഗ്ദാനം ചെയ്തിട്ടുമുണ്ടായിരുന്നു. പുറവഴിനാടിന്റെ രാജാവായി കേരളവർമ്മ മാറുന്നതോടെ നൈനാവതിയെ രാജപത്നിയായി അവിടേക്കയയ്ക്കാനായിരുന്നു ആ പിതാവിന്റെ മോഹം.

മാനാമധുരയിൽ നിന്നുവന്ന രണ്ട് ശൂരന്മാർ എപ്പോഴും കേരളവർമ്മയുടെ ഉത്തരവിനായി അദ്ദേഹത്തോടൊപ്പമുണ്ടായിരുന്നു. എന്നാൽ പുറവഴിനാട്ടിലെ സ്ഥിതി ഇപ്പോഴും തനിക്കനുകൂലമല്ലെന്ന് മനസ്സിലാക്കിയ കേരളവർമ്മ ആറ്റിങ്ങൽ രാജ്ഞിയായിരുന്ന ഉമയമ്മറാണിയെ മുഖം കാണിച്ചു. ഇരണിയൽ പ്രദേശത്ത് പിള്ളമാരുടെ സ്വാധീനം ശക്തിപ്പെട്ടുവരുന്ന കാലമായിരുന്നു. നികുതിപിരിവ് പലപ്പോഴും പിള്ളമാർ റാണിയുടെ ഖജനാവിലേക്ക് അടയ്ക്കാൻ വിസമ്മതിച്ചിരുന്നു. അവിടുത്തെ മാടമ്പിമാരെയും പിള്ളമാരെയും ഒതുക്കുന്നതിനായി ഒരു ശക്തനായ ഭരണാധികാരിയെ ഉമയമ്മറാണി അന്വേഷിക്കുന്നതിനിടയിലാണ് കേരളവർമ്മ റാണിയെ കണ്ടത്. കേരളവർമ്മയുടെ മുഖലക്ഷണത്തിൽ നിന്നുതന്നെ ശക്തനും കരുത്തനുമായ ഒരു ഭരണാധികാരിയായിരിക്കും കേരളവർമ്മയെന്ന് റാണിക്ക് തോന്നി.

പുറവഴിനാട്ടിലെ കിരീടാവകാശി കൂടിയാണ് കേരളവർമ്മയെന്നറിഞ്ഞപ്പോൾ അവർ ഏറെ സന്തോഷിച്ചു. തനിക്കെതിരെ പ്രവർത്തിക്കുന്ന പിള്ളമാരെ ഒതുക്കുന്നതിനായി ഇരണിയൽ ഭരണാധികാരിയായി കേരളവർമ്മയെ ഉമയമ്മറാണി വാഴിച്ചു. ഭരണനൈപുണ്യം കൊണ്ട് അദ്ദേഹം ചിറവ മൂപ്പേൽക്കുകയും ചെയ്തു. കേരളവർമ്മയുടെ വളർച്ചയിൽ

ഉമയമ്മറാണിയുടെ വിശ്വസ്തരിൽ പലർക്കും അദ്ദേഹത്തോട് നീരസം തോന്നി. ചിറവയുടെ അധികാരത്തിൽ കണ്ണുനട്ടിരുന്നവർ ഉമയമ്മറാണിയുടെ അടുക്കൽ കേരളവർമ്മയ്ക്കെതിരെ ഏഷണി പറഞ്ഞു. ഇവിടുത്തെ സ്ഥിതി തനിക്കനുകൂലമല്ലെന്ന് മനസ്സിലാക്കിയ കേരളവർമ്മ മാനാമഥുരയ്ക്ക് കൂടുതൽ വിശ്വസ്തരായ സൈന്യത്തിനായി ആളെ വിട്ടു. നൈനാവതിയുടെ പിതാവ് അതിനുള്ള ഏർപ്പാട് ചെയ്തു. കേരളവർമ്മയുമായി നിരന്തരം ഏറ്റുമുട്ടിയിരുന്ന രണ്ട് മന്ത്രിമാരെയും അവരുടെ കാവലാളുകളെയും തുലുക്കന്മാർ വന്ന് വകവരുത്തി. അതോടെ മറ്റ് മന്ത്രിമാർ ഒറ്റക്കെട്ടായി കേരളവർമ്മയെ എതിർത്തു. കൊല്ലപ്പെട്ട മന്ത്രിമാർക്ക് പകരം പുതിയ മന്ത്രിമാരെ കേരളവർമ്മ നിയോഗിച്ചത് പ്രശ്നം കൂടുതൽ വഷളാക്കി.

കേരളവർമ്മയുടെ മധുരബന്ധത്തെ ഉമയമ്മറാണി ഭയപ്പെട്ടു. കേരളവർമ്മക്കെതിരെ കൊട്ടാരത്തിലും ഗൂഢാലോചന തുടങ്ങി. തിരുവനന്തപുരം കൊട്ടാരത്തിലേക്ക് കേരളവർമ്മ വിളിക്കപ്പെട്ടു. രാജ്യകാര്യങ്ങളിലുള്ള അഭിപ്രായവ്യത്യാസം ഉമയമ്മറാണിയുമായുള്ള സംഭാഷണത്തിൽ മറ നീക്കി പുറത്തുവന്നു. കേരളവർമ്മയ്ക്ക് കൂറ് മധുരയോടാണെന്നായിരുന്നു ഒരു പരാതി. രാത്രി വൈകി കൊട്ടാരത്തിൽ നിന്ന് പുലിക്കോട് കൊട്ടാരത്തിലേക്ക് മടങ്ങാൻ ഭാവിച്ച കേരളവർമ്മയോട് വാൾ കൊണ്ടുപോകേണ്ടെന്നും കഠാരമാത്രം എടുത്താൽ മതിയെന്നും റാണി കല്പിച്ചു. ഇത് ഒരർത്ഥത്തിൽ കേരളവർമ്മയ്ക്ക് നൽകിയ സ്ഥാനങ്ങൾ തിരിച്ചെടുക്കലായിരുന്നു. റാണിയുടെ കല്പന പ്രകാരം വാൾ തിരികെ ഏല്പിച്ച് മടങ്ങുംവഴി അവരുടെ മന്ത്രിമാരിൽ ചിലർ അദ്ദേഹത്തെ കാണാനായി എത്തി. പുതിയതായി നിയമിച്ച മന്ത്രിമാരെ പിരിച്ചുവിടണമെന്ന ആവശ്യം അവർ കേരളവർമ്മയ്ക്ക് മുമ്പാകെവച്ചു. ഇതിനുള്ള ഉത്തരവിടണമെന്നും അവർ നിർബന്ധിച്ചു. സൈനികശക്തിയോടെയായിരുന്നു ഈ മന്ത്രിമാർ കേരളവർമ്മയെ തടഞ്ഞുവച്ചത്.

അവരുടെ ആവശ്യം ഇപ്പോൾ അംഗീകരിക്കുന്നതാണ് ബുദ്ധിയെന്ന് കണ്ട് അതിനുള്ള നീട്ട് എഴുതുന്നതിനിടയിൽ മന്ത്രിമാരിൽ ഒരാൾ കേരളവർമ്മയെ കുത്തിവീഴ്ത്തി. ഒപ്പമുണ്ടായിരുന്ന തുലുക്കന്മാർ പ്രതീക്ഷിച്ചതായിരുന്നില്ല ഈ ചതി. കേരളവർമ്മയും തുലുക്കന്മാരും ചേർന്ന് ചതിയന്മാരായ ചില മന്ത്രിമാരെയും അവരുടെ ആൾക്കാരിൽ ചിലരെയും ഏറ്റുമുട്ടലിനിടെ വധിച്ചു. എങ്കിലും കൂടുതൽ ആൾബലവുമായി എത്തിയ അവർക്ക് മുമ്പിൽ കേരളവർമ്മയ്ക്കും കൂട്ടർക്കും പിടിച്ചുനിൽക്കാനായില്ല. കേരളവർമ്മയുടെ ശരീരത്തിന് ഒരു പോറൽപോലുമേൽക്കാതെ തിരികെ മാനാമധുരയിൽ എത്തിക്കാമെന്ന് പ്രതിജ്ഞ ചെയ്തുവന്ന തുലുക്കന്മാർ ഓരോരുത്തരായി വീണു മരിച്ചു. ഒടുക്കം കേരളവർമ്മയും വീരമൃത്യു വരിച്ചു." ഉണ്ണിവർമ്മയുടെ കണ്ണുകൾ ഈറനണിഞ്ഞു. ഒരുപക്ഷേ കേരളവർമ്മ അവിടെ അന്ന് കൊലചെയ്യപ്പെട്ടിരുന്നില്ലെങ്കിൽ കേരളചരിത്രം മറ്റൊന്നാകുമായിരുന്നു.

ചോദ്യരൂപേണ എല്ലാവരും ഉണ്ണിവർമ്മയുടെ മുഖത്തേക്ക് നോക്കി. "ഒരു ഭരണാധികാരിയെന്ന നിലയിൽ കേരളവർമ്മ പല നല്ലകാര്യങ്ങളും നാട്ടിൽ നടപ്പിൽവരുത്തി. ഇതിൽ വളരെ പ്രധാനപ്പെട്ടതായിരുന്നു മണ്ണാപ്പേടിയും പുലപ്പേടിയും മറ്റും നിർത്തൽ ചെയ്തത്."

അതെന്താണന്ന അർത്ഥത്തിൽ റസിയ വിനോദിന്റെ മുഖത്തേക്ക് നോക്കി. "അക്കാലത്ത് നിലനിന്നിരുന്ന ഒരു വിചിത്ര ആചാരമായിരുന്നു" വിനോദ് പറഞ്ഞു. "എന്താണത്?" റസിയ ആകാംക്ഷയോടെ ചോദിച്ചു.

താണജാതിക്കാരായ മണ്ണാന്മാരും പുലയന്മാരും ചില പ്രത്യേക ദിവസങ്ങളിൽ ഉയർന്ന ജാതിക്കാരായ സ്ത്രീകളെ സ്പർശിക്കുകയോ എന്തിന്, കല്ലുകൊണ്ട് അവരുടെ ദേഹത്ത് എറിഞ്ഞു കൊള്ളിക്കുകയോ ചെയ്താൽ ആ സ്ത്രീകൾ സമുദായ ഭ്രഷ്ടരാകും. മണ്ണാന്മാരോടും പുലയന്മാരോടും ഒപ്പം അവർക്ക് വേണമെങ്കിൽ തുടർന്നുള്ള കാലം ജീവിക്കാം. അതല്ലെങ്കിൽ ആത്മഹത്യ ചെയ്യാം. "ഹോ എത്ര നികൃഷ്ട മായ ആചാരം" റസിയ പറഞ്ഞു. ഒരു പുച്ഛസ്വരത്തിൽ ഒരു ശബ്ദം പുറപ്പെടുവിച്ചുകൊണ്ട് വിനോദ് പറഞ്ഞു. "സ്ത്രീകളായ ആറ്റിങ്ങൽ റാണിമാർ നാടു ഭരിക്കുമ്പോഴാണ് സ്ത്രീകൾക്കെതിരെ ഇത്തരത്തിലുള്ള കൊടിയ അനീതികൾ നിലനിന്നിരുന്നതെന്ന് കൂടി ഓർക്കണം. നമ്മുടെ ഫെമിനിസ്റ്റുകൾ ഈ ചരിത്രമൊക്കെ പഠിക്കുന്നത് നന്നായിരിക്കും." വിനോദ് ചിറികോട്ടി പറഞ്ഞു.

ഒരു സ്ത്രീ മുലക്കരത്തിന്റെ പേരിൽ സ്വന്തം മുലയരിഞ്ഞിട്ടത് ആറ്റിങ്ങൽ റാണിമാരുടെ മുമ്പിലേക്കല്ലേ?" ജയിംസ് ചോദിച്ചു. "ഉം" വിനോദ് മൂളികൊണ്ടു പറഞ്ഞു. "അങ്ങനെയെന്തെല്ലാം അതിക്രമങ്ങൾ?"

"ഈ റാണിമാരുടെ ഭരണകാലത്താണ് പോർട്ടുഗീസുകാർക്കും ഡച്ചുകാർക്കും ഇംഗ്ലീഷുകാർക്കുമൊക്കെ കോട്ട പണിയാൻ അനുമതി നൽകിയത്." ഉണ്ണിവർമ്മയുടെ കഥയിൽ നിന്ന് കാര്യങ്ങൾ കൈവിട്ടുപോകുന്നത് ശ്രദ്ധിച്ചുകൊണ്ട് റസിയ പറഞ്ഞു "കേരള വർമ്മയുടെ കഥ പറഞ്ഞാട്ടെ."

കഥയ്ക്കിടയിൽ ഒരു ഇടവേള കിട്ടിയ ആശ്വാസത്തിൽ ഉണ്ണിവർമ്മ ഇരിക്കുകയായിരുന്നു. "കുടിക്കാൻ കുറച്ചു വെള്ളമെടുത്തോളു. തൊണ്ട വരളുന്നു." ഉണ്ണിവർമ്മ പറഞ്ഞു. റസിയ ഒരു ഗ്ലാസ് വെള്ളവുമായി വന്നു. ഉണ്ണിവർമ്മ വെള്ളം കുറെശ്ശെ കുറേശ്ശെയായി കുടിച്ചു തീർത്തു കൊണ്ടു പറഞ്ഞു. "കേരളവർമ്മയുടെ മരണത്തോടെ കീഴൂർകുടുംബത്തോടുള്ള രാജകുടുംബത്തിന്റെ സമീപനത്തിൽ മാറ്റംവന്നു. കീഴൂർകുടുംബത്തിന് മാടമ്പിസ്ഥാനം അക്കാലത്തുണ്ടായിരുന്നു. ആറ്റിങ്ങൽ റാണിമാർ മഥുരയ്ക്ക് കപ്പം കൊടുത്താണ് ഭരിച്ചിരുന്നത്. അതുകൊണ്ട് മധുരക്കാരെ പിണക്കാൻ അവർക്ക് കഴിയുമായിരുന്നില്ല. കേരളവർമ്മയെ ചൊല്ലി കീഴൂർ കുടുംബത്തിലും ഭിന്നതയുണ്ടായി. കേരളവർമ്മയോട് കൂറുണ്ടായിരുന്ന ഒരു കുടുംബം അവിടുന്ന് കൊല്ലത്തേക്ക് താമസം മാറ്റി. രാജ

കുടുംബത്തിന്റെ ഒത്താശയോടെയുള്ള ചിലരുടെ ശല്യത്തെ തുടർന്ന് അവിടുന്ന് പള്ളിക്കലേക്ക് പോന്നു. കേരളവർമ്മ മാനാമധുരയിൽ നിന്ന് കൊണ്ടുവന്നിരുന്ന ഭാര്യ നൈനാവതിയുടെ ആഭരണങ്ങൾ ഭദ്രമായി കുടുംബത്തിൽ സൂക്ഷിച്ചിരിക്കുകയായിരുന്നു. കരിമാങ്കാവന്ന് പോറ്റി മാരുടെ കൈകളിലായിരുന്നു. എന്നാൽ ഇവിടെ ക്ഷേത്രാചാരങ്ങൾ നടത്തുന്നതിന് ചില കാട്ടുകള്ളന്മാർക്ക് പണം നൽകിയാലേ അനുവാദം ലഭിക്കുമായിരുന്നുള്ളൂ. റൗഡി സംഘങ്ങൾ ഈ കാട്ടുപ്രദേശത്ത് തമ്പടിച്ചിരുന്നു. അവരുടെ നിയന്ത്രണത്തിലായിരുന്നു ഈ പ്രദേശം. അവരെ തുരത്തി ക്ഷേത്രത്തിന്റെ സംരക്ഷണ ചുമതല കീഴൂർ കുടുംബം ഏറ്റെടുക്കുകയായിരുന്നു.

കേരളവർമ്മ ഭദ്രമായി ഏൽപ്പിച്ചിരുന്ന ആഭരണങ്ങൾ ക്ഷേത്രത്തിന് കാഴ്ചവയ്ക്കുകയും ചെയ്തു. അന്നുമുതൽ ക്ഷേത്രസ്വത്തായി ഈ കുടുംബത്തിൽ തന്നെയാണവ സൂക്ഷിച്ചിരുന്നത്. ഈ അടുത്ത കാല ത്താണ് ബാങ്കിലെ ലോക്കറിലേക്ക് മാറ്റിയത്." ഉണ്ണിവർമ്മ തുടർന്നു. "മാനാമധുരയിൽ കേരളവർമ്മയെ കണ്ണിലെണ്ണയൊഴിച്ച് കാത്തിരുന്ന ഒരു ഭാര്യയുണ്ടായിരുന്നല്ലോ 'നൈനാവതി'. അവർക്കെന്ത് സംഭവിച്ചു?" റസിയ ചോദിച്ചു. "കേരളവർമ്മ ചിറവാ മൂപ്പേറ്റപ്പോൾ നൈനാവതി അവിടെ വന്നിരുന്നുവെന്നാണ് പഴമക്കാർ പറഞ്ഞു കേട്ടിട്ടുള്ളത്. കുറച്ചു ദിവസം കൊട്ടാരത്തിൽ താമസിക്കുകയും ചെയ്തു. പിന്നീട് മാനാ മഥുരയ്ക്ക് തന്നെ മടങ്ങി. കേരളവർമ്മയും പിന്നീട് പലതവണ മാനാ മധുരയിൽ പോയിരുന്നു. അവർക്ക് കുട്ടികളുണ്ടായിരുന്നോയെന്നറി യില്ല. കേരളവർമ്മയുടെ മധുരബന്ധം മന്ത്രിമാരിലും പിള്ളമാരിലും അദ്ദേഹത്തെക്കുറിച്ച് സംശയത്തിനിടയാക്കി. അദ്ദേഹം സ്വതന്ത്രരാജാ വായി മാറുമോയെന്ന് ഭയപ്പെട്ടു. കേരളവർമ്മ വിദേശികളോട് കർക്കശ മായിട്ടായിരുന്നു പെരുമാറിയിരുന്നത്. വ്യാപാരത്തിനപ്പുറം രാജ്യകാര്യ ങ്ങളിൽ ഇടപെടാൻ അദ്ദേഹം അവരെ അനുവദിച്ചിരുന്നില്ല. ഇതൊക്കെ കാരണം അദ്ദേഹത്തിന് ശത്രുക്കൾ ധാരാളമുണ്ടായിരുന്നുവെന്നാണ് കേട്ടിട്ടുള്ളത്."

"മണ്ണാപ്പേടിയും പുലപ്പേടിയും പോലെയുള്ള ആചാരങ്ങൾ നിർത്തൽ ചെയ്തത് മുസ്ലീംപക്ഷപാതിയാണെന്ന ധാരണ ബലപ്പെടാനും ഇടയാക്കി യിട്ടുണ്ടാകും." വിനോദ് പറഞ്ഞു.

"മഹാത്മജിയാണ് ടിപ്പുവിനെ മനസ്സിലാക്കിയ ഒരു രാഷ്ട്രീയ നേതാവെന്ന് എനിക്ക് തോന്നിയിട്ടുണ്ട്. അദ്ദേഹം യങ് ഇന്ത്യയിൽ എഴുതി യത് എന്താണെന്ന് നിങ്ങൾക്കറിയാമോ?" ജയിംസ് ചോദിച്ചു.

"എന്താണ്?" ആകാംക്ഷയോടെ അരവിന്ദ് ചോദിച്ചു.

"ടിപ്പു സുൽത്താൻ വിദേശചരിത്രകാരന്മാരുടെ വീക്ഷണത്തിൽ ഹിന്ദു മത വിദ്വേഷിയായ ഒരു മുസൽമാനും ഹിന്ദുക്കളെ നിർബന്ധിച്ച് മുസ്ലി ങ്ങളാക്കിയ ഭരണാധികാരിയുമാണ്. എന്നാൽ ഇതെല്ലാം ശുദ്ധ കളവാണ്.

യഥാർത്ഥത്തിൽ ഹിന്ദുക്കളെ സ്നേഹിച്ചയാളായിരുന്നു സുൽത്താൻ. വിശാലമനസ്കനായ അദ്ദേഹം ഹിന്ദുക്ഷേത്രങ്ങൾക്ക് ദാനം ചെയ്തു. അദ്ദേഹത്തിന്റെ അരമനയ്ക്കടുത്ത് ശ്രീവെങ്കിട്ടരമണ, ശ്രീനിവാസ, ശ്രീരംഗനാഥ ക്ഷേത്രങ്ങൾ നിലകൊണ്ടിരുന്നു. സുൽത്താന്റെ പ്രധാന മന്ത്രി ഒരു ഹിന്ദുവായിരുന്നു. സുൽത്താനെ വഞ്ചിച്ച് ഒറ്റുകൊടുത്തത് അയാളാണന്ന് പറയേണ്ടിവരുന്നതിൽ ലജ്ജയുണ്ട്."

"ടിപ്പുവിനെ വിലയിരുത്തുന്നതിൽ നമ്മുടെ ചരിത്രകാരന്മാർക്ക് തെറ്റു പറ്റിയെന്നാണ് എന്റെ വിശ്വാസം. ബ്രിട്ടീഷുകാരുടെ കണ്ണിലൂടെയാണ് ഇന്ത്യൻ ചരിത്രകാന്മാരും അദ്ദേഹത്തെ കണ്ടത്. ഒരുപക്ഷേ, 'ടിപ്പുവിന്റെ വാൾ' എന്ന ഗ്രന്ഥമാവും വ്യത്യസ്തനായ ഒരു ടിപ്പുവിനെ നമുക്ക് മുമ്പിൽ വരച്ചുകാട്ടിയത്." ജയിംസ് പറഞ്ഞു.

"നൈനാവതി?" റസിയ തെല്ലാശങ്കയോടെ വീണ്ടും ചോദിച്ചു. "നമ്മൾ വിഷയത്തിൽ നിന്ന് വഴിമാറുന്നു." റസിയ ഓർമിപ്പിച്ചു. "നൈനാവതി യല്ലാതെ കേരളവർമ്മയുടെ ജീവിതത്തിൽ മറ്റൊരു സ്ത്രീയും കടന്നു വന്നിട്ടില്ല. കർക്കശസ്വഭാവംപോലെ ഏകപത്നിവ്രതക്കാരനുമായിരുന്നു അദ്ദേഹം. കേരളവർമ്മ കൊല്ലപ്പെട്ടതറിഞ്ഞ് നൈനാവതി ജീവത്യാഗം ചെയ്തുവെന്നാണ് ഇവിടെയറിഞ്ഞത്. അവരുടെ മരണവാർത്ത കേട്ട ശേഷമാണ് ആഭരണങ്ങൾ കരിമാങ്കാവിന് അന്നത്തെ കാരണവർ സമർപ്പി ച്ചത്." ഉണ്ണിവർമ്മ പറഞ്ഞു.

"കരിമാങ്കാവ് അങ്ങനെ നോക്കുമ്പോൾ എല്ലാവരുടേതുമാണ്. എല്ലാ മതക്കാർക്കും ജാതിക്കാർക്കും കരിമാങ്കാവിൽ അവകാശമുണ്ട്. നിങ്ങൾ പറയുന്ന ബുദ്ധർക്കും ജൈനർക്കുംവരെ" ഉണ്ണിവർമ്മ കഥപറഞ്ഞ് നിർത്തി.

എന്നിട്ട് എന്തോ ആലോചിച്ചുകൊണ്ട് പതുക്കെ പറഞ്ഞു. "ഈ ജാതിയും മതവുമൊക്കെ ഉണ്ടാകുന്നതിന് മുമ്പേ കരിമാങ്കാവ് ഇവിടെ യുള്ളതാണ്. മനുഷ്യരായിരിക്കും അവസാനം അവകാശികളായി എത്തി യത്. പഴയകാലത്തെ അവകാശികളിൽ കുറേപ്പേരൊക്കെ ഇപ്പോഴും അവിടെയുണ്ടല്ലോ. പാമ്പും കുരങ്ങും കീരിയും കിളികളുമൊക്കെ" ഉണ്ണി വർമ്മ ഒരു തത്ത്വജ്ഞാനിയെപ്പോലെ പറഞ്ഞു.

അതുകേട്ട് എല്ലാവരും ആദരവോടെ ഉണ്ണിവർമ്മയെ നോക്കി. "എല്ലാവരും മനുഷ്യരെകുറിച്ചുമാത്രമേ ചിന്തിക്കുന്നുള്ളൂ. മനുഷ്യർ ക്കൊപ്പം കഴിയുന്ന ജീവജാലങ്ങളെത്രയോ ഉണ്ട്. അവരെക്കുറിച്ച് പലരും ഓർക്കാറില്ല. മനുഷ്യരെക്കാൾ ഈ ഭൂമിയുടെ അവകാശം അവർക്കാ ണെന്നിരിക്കെയാണ് ഈ അവഗണന." അരവിന്ദ് പറഞ്ഞു.

റസിയയും അത് ശരിവച്ചു. "ചരിത്രരചനയിൽ പുതിയൊരു ഭാവു കത്വം വളർന്നുവരണം. രാജാക്കന്മാരുടെ ചരിത്രത്തിൽ നിന്ന് ജനങ്ങളുടെ ചരിത്രത്തിലേക്ക് ഇപ്പോൾ മാറ്റം ഉണ്ടായിട്ടുണ്ട്. ജനങ്ങൾ ഓരോ കാലത്തും എങ്ങനെ ജീവിച്ചിരുന്നുവെന്നറിയുന്നതാണ് ചരിത്രം. അവർ

പ്രകൃതിയോടും പ്രകൃതിവിഭവങ്ങളോടും എങ്ങനെയാണ് സമീപിച്ചിരുന്നതെന്ന് കൂടിയുള്ള പഠനങ്ങളും ചരിത്രത്തിന്റെ ഭാഗമാണ്. ഇക്കോ ഹിസ്റ്ററിയെന്ന് വേണമെങ്കിൽ പേരിടാം. ഇനിയിപ്പോ അങ്ങനെയൊരു വേർതിരിവിന്റെ പോലും ആവശ്യമില്ല. അക്കാലത്തെ മനുഷ്യരുടെ ചുറ്റുപാടുകൾ കൂടി ചരിത്രരചനയിൽ വരണമെന്ന് മാത്രം" റസിയ പറഞ്ഞു.

"അതെങ്ങനെ" വിനോദ് ചോദിച്ചു.

"കരിമാങ്കാവിന്റെ കാര്യം തന്നെയെടുക്കാം. കാവായിരുന്നു ഒരു കാലത്ത് മനുഷ്യരുടെ ആരാധനാകേന്ദ്രം. മരങ്ങളെയും പാമ്പിനെയും കാവിനെതന്നെയും അവർ പൂജിച്ചിരിക്കാം. പിന്നീട് ദേവന്മാർ ഉണ്ടായിട്ടുണ്ടാവാം. ബുദ്ധനും ജൈനനും വന്നിരിക്കാം. അപ്പോഴൊക്കെ കാവെന്ന അടിസ്ഥാനം ഇവിടെയുണ്ടല്ലോ. മനുഷ്യരുടെ മതവിശ്വാസങ്ങളിൽ വരുന്നമാറ്റം അവരുടെ സാമൂഹികജീവിതത്തിലും പ്രകൃതിയോടുള്ള സമീപനത്തിലും വരുത്തിയ മാറ്റങ്ങൾ. കരിമാങ്കാവിലൂടെ മനുഷ്യചരിത്രത്തിന് ഒരു ആമുഖം വേണമെങ്കിൽ എഴുതാനാവുമെന്നാണെന്റെ വിശ്വാസം" റസിയ പറഞ്ഞു.

"അതുകൊള്ളാം" അരവിന്ദ് പ്രോത്സാഹിപ്പിച്ചു. "ഈ കാവിനെ ഒന്നു വികസിപ്പിച്ചാൽ മതി. പ്രകൃതിയായികൊള്ളും. മനുഷ്യരും മനുഷ്യരും തമ്മിലും മനുഷ്യരും സഹജീവികളും തമ്മിലും മനുഷ്യരും പ്രകൃതി വിഭവങ്ങളും തമ്മിലുമൊക്കെയുള്ള ബന്ധം അനാവരണം ചെയ്യുന്നതു തന്നെയാണല്ലോ ചരിത്രം." അരവിന്ദ് ഒരു വിശദീകരണം പോലെ പറഞ്ഞു.

പെട്ടെന്ന് വിഷയത്തിൽ നിന്ന് വ്യതിചലിച്ച് റസിയ പറഞ്ഞു "നൈനാവതി, എന്റെ മനസ്സിനെ വല്ലാതെ കുത്തിനോവിക്കുന്നു. നൈനാവതി എന്റെ നാട്ടുകാരിയായിരുന്നല്ലോ. അവരുടെ കുടുംബം കണ്ടെത്താനായെങ്കിലെന്ന് മോഹിച്ചുപോവുകയാണ്.

"ഉം, ഒരന്വേഷണം നടത്തിനോക്കാവുന്നതാണ്."

"പുറവഴിനാടെന്ന് പറയുന്നത് മലബാറിലല്ലേ," വിനോദ് ചോദിച്ചു.

"അതെ" ഉണ്ണിവർമ്മ പറഞ്ഞു.

"മധുരയുമായി തിരുവിതാംകൂറിന് നൂറ്റാണ്ടുകളുടെ സാംസ്കാരികവും രാഷ്ട്രീയവുമായ ബന്ധമാണുള്ളത്. പാണ്ഡ്യന്മാരും സുൽത്താന്മാരും നായ്ക്കന്മാരും കർണാട്ടിക് നവാബുമാരും ഒക്കെ തിരുവിതാംകൂറിനെ സ്വാധീനിച്ചിട്ടുണ്ട്" റസിയ പറഞ്ഞു.

"കേരളവർമ്മയെകുറിച്ച് കൂടുതൽ അറിയാനെന്താണൊരുവഴി? വല്ല രേഖകളും? പുസ്തകങ്ങളോ?" വിനോദ് ചോദിച്ചു.

"തിരുവിതാംകൂർ ചരിത്രത്തിൽ കേരളവർമ്മ തമസ്കരിക്കപ്പെടുകയായിരുന്നു. അവരുടെ കൂടി ഉപജാപകത്തിന്റെ ഫലമായാണല്ലോ

അദ്ദേഹം കൊല്ലപ്പെടുന്നത്. അതുകൊണ്ടുകൂടിയാവാം കൊട്ടാരചരിത്ര ങ്ങളിലൊന്നും കാര്യമായി അദ്ദേഹം പരാമർശിക്കപ്പെടാതെ പോയത്" അരവിന്ദ് പറഞ്ഞു.

"പഴയകാല ചരിത്രരേഖകളിൽ കേരളവർമ്മ കൊല്ലപ്പെട്ട കാര്യ മൊക്കെയുണ്ട്" ഉണ്ണിവർമ്മയത് ശ്രദ്ധിച്ചുകൊണ്ട് പറഞ്ഞു.

"പുതുവാതപ്പാട്ടെവിടെ കിട്ടും?" റസിയ ചോദിച്ചു.

"എന്താ" ഉണ്ണിവർമ്മ ചോദിച്ചു.

"പുതുവാതപ്പാട്ട് സാറിന്റെ കൈവശമുണ്ടോ?" റസിയ ഉച്ചത്തിൽ ചോദിച്ചു.

"ഉം കാണണം" ഉണ്ണിവർമ്മ പറഞ്ഞു.

"കേരളവർമ്മയെഴുതിയ ഒരു പുസ്തകത്തിന്റെ പേര് അപ്പൂപ്പൻ പറഞ്ഞിരുന്നല്ലോ. എന്താണത്." അരവിന്ദ് വിനോദിനോടായി ചോദിച്ചു.

"പടസങ്കീർത്തനം" വിനോദ് പറഞ്ഞു.

"പടപ്പാട്ട് തന്നെ" റസിയ അതുകേട്ടുകൊണ്ട് പറഞ്ഞു.

"മലബാറിൽ പോർട്ടുഗീസുകാർക്കും ബ്രിട്ടീഷുകാർക്കുമെതി രെയുള്ള ധാരാളം പടപ്പാട്ടുകൾ ഉണ്ടായിട്ടുള്ളതായി കേട്ടിട്ടുണ്ട്." റസിയ ഒരു വിശദീകരണം പോലെ പറഞ്ഞു.

"അപ്പൂപ്പാ 'പടസങ്കീർത്തനം' അപ്പൂപ്പന്റെ കൈയ്യിലുണ്ടോ?" അരവിന്ദ് ചോദിച്ചു.

"ഇല്ല. അന്വേഷിച്ചാൽ എവിടെനിന്നെങ്കിലും നിങ്ങൾക്കത് കണ്ടെ ത്താവുന്നതേയുള്ളൂ. കഴിയുമെങ്കിൽ കേരളവർമ്മയുടെ ചരിത്രം നിങ്ങളാ രെങ്കിലും ഒന്നെഴുതണം." ഉണ്ണിവർമ്മ അവരെ പ്രോത്സാഹിപ്പിച്ചു.

"നിന്റപ്പൂപ്പൻ ഇത്ര വലിയൊരു ചരിത്രശേഖരമായിരുന്നുവെന്ന് നിനക്കറിയാമായിരുന്നോ?" വിനോദ് ചോദിച്ചു.

"ഹേയ്, അപ്പൂപ്പൻ കുറച്ചു കാര്യങ്ങൾ പറഞ്ഞിട്ടുണ്ടന്നല്ലാതെ ഇതൊക്കെ ഞാനും ആദ്യമായി കേൾക്കുകയാണ്." അരവിന്ദ് പറഞ്ഞു.

"അതിനുള്ള ക്രെഡിറ്റ് റസിയയ്ക്ക് കൊടുക്കണം. റസിയയാണ് അപ്പൂപ്പനോട് കരിമാങ്കാവിനെക്കുറിച്ച് ചോദിക്കാൻ താത്പര്യമെടുത്തത്."

"അതു ശരിയാണ്. റസിയയ്ക്ക് എന്റെ ഒരായിരം അഭിനന്ദനങ്ങൾ." ഒരു പ്രത്യേക താളത്തിൽ ജയിംസ് പറഞ്ഞു. "കളിയാക്കണ്ട ജയിംസേ. എനിക്കും അവസരം കിട്ടും മറക്കണ്ട." റസിയ പറഞ്ഞു.

"ഇവരു രണ്ടും എപ്പോഴും കീരിയും പാമ്പും പോലെയാ." അരവിന്ദ് പറഞ്ഞു.

"അത് സ്നേഹമുള്ളതുകൊണ്ടാണെന്നേ." ജയിംസ് പറഞ്ഞു. അതുകേട്ട് എല്ലാവരും ചിരിച്ചു.

"പുതുവാതപ്പാട്ടൊന്ന് കാണിച്ചുതരാമോ?" റസിയ ചോദിച്ചു.

"ഉം. അതിനെന്താ." ഉണ്ണിവർമ്മ ഒരാവേശത്തോടെ കട്ടിലിൽ നിന്നെണീറ്റ് അരപ്പെട്ടിയുടെ അരികിലേക്ക് നടന്ന് അതിന്റെ ചുവട്ടിൽ കുത്തിയിരുന്നുകൊണ്ട് തുറന്നു. അരവിന്ദും റസിയയും അദ്ദേഹത്തെ സഹായിച്ചു.

കാലപ്പഴക്കം കൊണ്ട് മഞ്ഞിച്ച ഒരു പഴയ താളിയോല ഗ്രന്ഥം. അതിൽ നിന്ന് അദ്ദേഹം വലിച്ചെടുത്തു. "താളിയോലകൾ എല്ലാം ഇപ്പോൾ ഇതിലാക്കിവച്ചിരിക്കുകയാണ്." ഉണ്ണിവർമ്മ ആരോടെന്നില്ലാതെ പറഞ്ഞു. എല്ലാവരും ആർത്തിയോടെ അതിനരുകിലേക്ക് ചെന്നു. താളിയോലക്കെട്ടുകൾ കൈയിൽ വാങ്ങിക്കൊണ്ട് അരവിന്ദ് പറഞ്ഞു. "ഇത് തമിഴാണന്ന് തോന്നുന്നല്ലോ? റസിയ നോക്കിയേ." താളിയോല റസിയയുടെ കൈയിലേക്ക് അരവിന്ദ് കൊടുത്തുകൊണ്ട് പറഞ്ഞു. "ഉം, തമിഴാണ്. പക്ഷേ ഇതെനിക്ക് വായിച്ചെടുക്കാമെന്ന് തോന്നുന്നില്ല. പ്രാചീന തമിഴാണ്. വട്ടെഴുത്തുപോലെയും കാണുന്നുണ്ട്. ദ്രാവിഡ ഭാഷയിൽ നല്ല വിവരമുള്ള ആരുടെയെങ്കിലും സഹായം തേടുന്നതായിരിക്കും നല്ലത്."

"തഞ്ചാവൂരിലെ യൂണിവേഴ്സിറ്റിയെ വല്ലതും സമീപിച്ചുനോക്കാം."

"അല്ല, അപ്പൂപ്പന് വായിക്കാനറിയുമോ?" റസിയ ചോദിച്ചു.

"തമിഴ് അക്ഷരങ്ങൾ അറിയാം. പക്ഷേ ഇതുവായിച്ചെടുക്കാനുള്ള അറിവില്ല. പഴയകാലംതൊട്ടെ ഇതൊക്കെ കൈമാറിവരുന്നതാണ്." ഉണ്ണിവർമ്മ പറഞ്ഞു.

"മറ്റ് താളിയോലഗ്രന്ഥങ്ങളൊക്കെ എന്താണ്?" റസിയ ചോദിച്ചു. "ചിലതൊക്കെ വൈദ്യമാണ്. വിഷചികിത്സാഗ്രന്ഥങ്ങളുണ്ട്. കാവ്യങ്ങളുണ്ട്. പുരാണമുണ്ട്. ചിലതൊക്കെ സംസ്കൃതത്തിലുള്ളതാണ്." ഉണ്ണിവർമ്മ പറഞ്ഞു.

"ഇതൊക്കെ ഇവിടിരുന്ന് നശിച്ചുപോവുകയേയുള്ളൂ. ആർക്കിയോളജി വകുപ്പിനെയോ മറ്റോ ഏല്പിച്ചുകൂടേ?" വിനോദ് ചോദിച്ചു.

"ഉം, ഇതിന്റെ പകർപ്പെങ്കിലും എടുത്ത് കൊടുക്കുന്ന കാര്യം ആലോചിക്കാവുന്നതാണ്." അരവിന്ദ് പറഞ്ഞു.

"ഇതുപോലെ നമ്മുടെ നാട്ടിലെ എത്രയെത്ര രേഖകളും ഗ്രന്ഥങ്ങളുമാണ് ഇരുട്ടറകളിൽ കഴിയുന്നത്. വലിയൊരു ശതമാനം ഇതിനോടകം നശിച്ചുപോയിട്ടുണ്ട്. ഞങ്ങളുടെ ഒരു കുടുംബവീട്ടിൽ സൂക്ഷിച്ചിരുന്ന താളിയോലഗ്രന്ഥങ്ങൾ അവിടുത്തെ കുട്ടികൾ എടുത്ത് കത്തിച്ചുകളഞ്ഞു. കുട്ടികൾ ചോറും കറിയും കളിക്കില്ലേ, അതിനുവേണ്ടി അടുപ്പുകൂട്ടി കത്തിച്ചതാണ്" അരവിന്ദ് പറഞ്ഞു.

"ചരിത്രത്തോട് ഭാരതീയരുടെ പൊതുവായ ഒരു സമീപനം ഇങ്ങനെയാണെന്ന് എനിക്ക് ചിലപ്പോഴൊക്കെ തോന്നാറുണ്ട്." വേദനയോടെ വിനോദ് പറഞ്ഞു.

“നമ്മളൊക്കെ തത്ത്വജ്ഞാനികളാണെന്നേ. ഭൂതവും വർത്തമാനവും ഭാവിയൊന്നും നമുക്ക് ഒരുപ്രശ്നമല്ല. മോക്ഷമാണ് ലക്ഷ്യം. അല്ലാതെ സമ്പത്തും പ്രതാപവുമല്ല. മനസ്സിലായല്ലോ? നിർവാണം.” പാതി കളിയായും കാര്യമായും ജയിംസ് പറഞ്ഞു.

റസിയ ഒരു പുഞ്ചിരിയോട് പറഞ്ഞു “പറച്ചിലേയുള്ളൂ. കാര്യത്തോടടുക്കുമ്പം അറിയാം തനിനിറം.”

“അണ്ടിയോടടുക്കുമ്പം അറിയാം മാങ്ങയുടെ പുളിയെന്നല്ലേ.” ജയിംസ് ചോദിച്ചു.

”ഉപനിഷത്തുക്കളെക്കുറിച്ചും വേദങ്ങളെക്കുറിച്ചുമൊക്കെ നന്നായി സംസാരിക്കുന്ന ഒരാളെയെനിക്കറിയാം. പക്ഷേ പരിചയപ്പെടുമ്പോൾ അദ്ദേഹം ആദ്യം നമ്മളോട് ചോദിക്കും നിങ്ങളേത് ജാതിയെന്നാണ്.” വിനോദ് പറഞ്ഞു. “ഒരു ജാതിഭ്രാന്തനെങ്ങനെ ഉപനിഷത്തുജ്ഞാനിയാവും?” വിനോദ് ആരോടെന്നില്ലാതെ പറഞ്ഞു.

“ചിലരങ്ങനെയാണ്. പണ്ഡിതരായിരിക്കും. അതൊന്നും ജീവിതത്തിൽ കാണില്ല.” അരവിന്ദ് പറഞ്ഞു.

“കേരളത്തിൽ ഒരാളുടെ ജാതി ചോദിക്കുന്നത് ഒരു പുതിയ കുറ്റമാണെന്ന തോന്നലുണ്ടാക്കിയത് നാരായണഗുരുവാണ്. ഇപ്പോൾ ചിലർ ജാതി തിരികെ കൊണ്ടുവരാൻ ശ്രമിക്കുകയാണ്.” രോഷത്തോടെ വിനോദ് പറഞ്ഞു.

“പ്രകൃതിയങ്ങനെയാണ്. ചില മനുഷ്യരെകൊണ്ട് നല്ലതു ചെയ്യിക്കുന്നു. മറ്റുചിലരെ കൊണ്ടത് നശിപ്പിക്കുന്നു. ഒരടി മുന്നോട്ട്, പിന്നെ രണ്ടടി പിന്നോട്ട് എന്നതാണ് പുരോഗമനം. ഇക്കളി തുടങ്ങിയിട്ട് കാലമെത്രയായി. അതുകൊണ്ടല്ലേ ജ്ഞാനികൾ നിശ്ശബ്ദരായിരിക്കുന്നത്. മാറ്റങ്ങളൊക്കെ താൽക്കാലികമാണ്. നന്മ അടിച്ചേൽപ്പിക്കാനാവില്ല. മനുഷ്യർ അവരുടെ തനി പ്രകൃതത്തിലേക്ക് മടങ്ങിപ്പോവുകതന്നെ ചെയ്യും. അതാണ് കണ്ടുവരുന്നത്. ചുറ്റുപാടുകൾക്കും കുടുംബ പാരമ്പര്യങ്ങൾക്കും ഒപ്പം മനുഷ്യമനസ്സ് വളരെ പ്രധാനപ്പെട്ടതാണ്.” അരവിന്ദ് പറഞ്ഞു.

റസിയയും അതിനോട് യോജിച്ചു. “സങ്കരയിനം പച്ചക്കറികളില്ലേ. അതൊക്കെ മൂന്ന് തലമുറ കഴിയുമ്പോൾ അതിന്റെ പഴയ സ്വഭാവത്തിലേക്ക് തന്നെ മടങ്ങിപ്പോകുന്നതായാണ് കാണുന്നത്. ഒരു തരത്തിലുള്ള ഘർവാപ്പസി.” ഒരു ചിരിയോടെ റസിയ പറഞ്ഞു.

“ഉം” അരവിന്ദ് മൂളി.

“പുതുവാതപ്പാട്ട് മലയാളത്തിലാക്കണം” റസിയ അരവിന്ദിനോടായി പറഞ്ഞു. “ഇതിൽ പ്രണയമുണ്ട്. ചരിത്രമുണ്ട്. മതസൗഹാർദ്ദമുണ്ട്. സാഹിത്യമുണ്ട്. എന്താ?” റസിയ ചോദിച്ചു.

“ശ്രമിക്കാവുന്നതാണ്” അരവിന്ദ് പറഞ്ഞു.

"പുതുവാതപ്പാട്ടിനെക്കുറിച്ച് തമിഴ്നാട്ടിൽ വല്ല വിവരവും ഉണ്ടോന്ന് എനിക്കറിയില്ല. അന്വേഷിക്കണം. അവിടെയും കേരളവർമ്മയുടെ ചരിത്രം പ്രചരിപ്പിക്കണം. എന്നാലും നൈനാവതിയെന്ന എന്റെ നാട്ടുകാരിയെക്കുറിച്ച് ഇതുവരെ ഞാൻ കേട്ടില്ലല്ലോ? അവർ സുന്ദരിയായിരുന്നിരിക്കും."

"പിന്നെ തുലുക്കത്തിയല്ലയോ" അരവിന്ദ് തമാശരൂപേണ പറഞ്ഞു.

"ഉം ഉം ആയിക്കോട്ടെ." റസിയ പറഞ്ഞു.

"തുർക്കിക്കാരായ പിതാവിനും ഇന്ത്യക്കാരിയായ അമ്മയ്ക്കും ഉണ്ടായ സങ്കരവംശക്കാരല്ലേ ഈ തുലുക്കർ" അരവിന്ദ് ചോദിച്ചു.

"തുർക്കൻ ലോപിച്ചാണ് തുലുക്കനുണ്ടായത്" വിനോദ് പറഞ്ഞു. "ലോകത്തിന്റെ പല ഭാഗങ്ങളിലും തുർക്കി വംശജരുണ്ട്. ചൈനയിലും പഴയ യു.എസ്.എസ്.ആറിന്റെ പല ഭാഗങ്ങളിലും ഈ വംശക്കാർക്ക് നിർണായകമായ സ്വാധീനമുണ്ട്. യുദ്ധവീരന്മാരാണ്. നമ്മുടെ കുതിരപ്പടയുടെ നിയന്ത്രണം ഈ വംശജർക്കായിരുന്നു." വിനോദ് ഒരു വിശദീകരണം പോലെ പറഞ്ഞു.

നൈനാവതിയുടെയും കേരളവർമ്മയുടെയും ചരിത്രകഥകൾ കേട്ട് എല്ലാവരും ഉണ്ണിവർമ്മയുടെ മുറിയിൽ നിന്ന് പുറത്തേക്കിറങ്ങി. അരവിന്ദ് പുതുവാതപ്പാട്ട് തൂത്തു തുടച്ചു വച്ചു. ഇത് ശ്രദ്ധിച്ചുകൊണ്ട് വിനോദ് പറഞ്ഞു. "നീ ഇതു കാര്യമായിട്ടൊന്ന് എടുക്ക്. പറ്റുമെങ്കിൽ ഏതെങ്കിലും മാഗസിനിൽ പുതുവാതപ്പാട്ടിനെക്കുറിച്ച് ഒന്നെഴുതിയാൽ കൊള്ളാം. ഒരു പക്ഷേ ഇതിനെക്കുറിച്ച് കൂടുതൽ അറിവുള്ളവർ വല്ലവരും ഉണ്ടെങ്കിലോ?" ജയിംസ് പറഞ്ഞു.

"ശരിയാണ്. ആ വഴിക്കൊന്ന് നോക്കണം. നമ്മുടെ ചരിത്രകാരന്മാരുമായി ഒന്നു സംസാരിച്ചുനോക്കാം" അരവിന്ദ് പറഞ്ഞു.

"നമ്മുടെ പഴയകാല ചരിത്രത്തിലേക്ക് വെളിച്ചംവീശുന്ന പുരാവസ്തുക്കളും ഗ്രന്ഥങ്ങളും രേഖകളും ഇനിയും കണ്ടെത്തേണ്ടതായിട്ടാണിരിക്കുന്നത്. ഒമ്പതാം നൂറ്റാണ്ടിനുശേഷമുള്ള കാര്യങ്ങൾ മാത്രമേ കുറച്ചെങ്കിലും വെളിച്ചം കണ്ടിട്ടുള്ളു. അതിൽതന്നെ നല്ലൊരുപങ്കും ഇതുപോലെ ആരുടെങ്കിലും പെട്ടികളിലായിരിക്കാം. പൊതുജനത്തിന് അതേക്കുറിച്ച് ഒരറിവും ഇല്ല." വിനോദ് പറഞ്ഞു.

അതു സമ്മതിച്ചുകൊണ്ട് എല്ലാവരും മുറ്റത്തേക്കിറങ്ങി. അന്തരീക്ഷം വെയിൽ മങ്ങിനിൽക്കുകയാണ്. വിശറിക്കാറ്റുപോലെ കാറ്റുവീശുന്നുണ്ട്. ഒരു ചെറിയ കുളിരും കൊണ്ടാണ് കാറ്റിന്റെ വരവ്. അതു ശ്രദ്ധിച്ചുകൊണ്ട് പൂമുഖത്തിരിക്കുകയായിരുന്ന ഗോപാലകൃഷ്ണവല്യത്താൻ പറഞ്ഞു.

"എവിടെയോ മഴ പെയ്യുന്നുണ്ട്. ഇപ്പോ മഴയ്ക്ക് പ്രത്യേകിച്ച് കാലമൊന്നുമില്ലാതായിട്ടുണ്ടല്ലോ."

അതുകേട്ടുകൊണ്ട് ജയിംസ് പറഞ്ഞു. "കാലാവസ്ഥ വ്യതിയാനം പലതരത്തിലാണ് ഭൂമിയെ ബാധിക്കുന്നത്. അതിലൊന്ന് മഴയെയാണ്. ഒരു പഞ്ചായത്തിൽ ചിലപ്പോ തകൃതിയായി മഴപെയ്യും. അടുത്ത പഞ്ചായ ത്തിൽ പെയ്യണമെന്നില്ല."

"ഉം, ഈ കാലാവസ്ഥാ വ്യതിയാനം ഹരിതഗൃഹവാതകങ്ങൾ മൂല മാണെന്ന് പറയുന്നത് പൂർണമായും ശരിയാണെന്ന് എനിക്കു തോന്നു ന്നില്ല. ഒരുപക്ഷേ അവയ്ക്ക് ചെറിയ ഒരു ശതമാനം സ്വാധീനം ഉണ്ടാവാം. യഥാർത്ഥത്തിൽ ഭൂമിയുടെ സൗരയൂഥത്തിലെ ചുറ്റിക്കറക്കവുമായി ബന്ധപ്പെട്ടതാണിതൊക്കെ സംഭവിക്കുന്നത്. നോഹയുടെ കാലത്തെ പ്രളയം കണ്ടിട്ടില്ലേ? ദ്വാപരയുഗത്തിന്റെ അന്ത്യവും പ്രളയം മൂലമായിരു ന്നില്ലേ. ഇത്തരം പ്രകൃതിപ്രതിഭാസങ്ങളെ പൂർണമായി മനുഷ്യർക്ക് തട യാനാവുമെന്ന് എനിക്ക് തോന്നുന്നില്ല." അരവിന്ദ് പറഞ്ഞു.

"കേരളത്തിലും പത്തുനൂറ്റാണ്ടുമുമ്പ് മഹാസുനാമി സംഭവിച്ചിരി ക്കണം. കേരള ഭൂപ്രകൃതിയിൽ വലിയ മാറ്റങ്ങൾ ഉണ്ടായതിന്റെ ലക്ഷണ ങ്ങൾ പലഭാഗങ്ങളിൽ നിന്നും ലഭിക്കുന്നുണ്ട്. ആലപ്പുഴയിലും കൊടു ങ്ങല്ലൂരിലും കരപുരയിടത്തിനടിയിൽ നിന്ന് ഷിപ്പുകൾ കുഴിച്ചെടുത്തില്ലേ?"

"ശരിയാണ്" ജയിംസ് തലകുലുക്കികൊണ്ട് സമ്മതിച്ചു.

"നിങ്ങളിങ്ങനെ സൂര്യനു കീഴിലുള്ള എല്ലാകാര്യങ്ങളും സംസാരിച്ചു കൊണ്ടിരുന്നാൽ ശരിയാവില്ല. നമുക്ക് കരിമാങ്കാവിലേക്ക് പോയാലോ?"

"ആ ഫ്രഞ്ച്കാരി സാറാ അവിടെങ്ങാനും വന്നിട്ടുണ്ടാവുമോ? യുന സ്കോയുടെ പ്രതിനിധികൾ എപ്പോഴാണിവിടേക്ക് വരുന്നത്? അതൊ ക്കെയല്ലേ നമ്മുടെ ഈ വരവിന്റെ ഉദ്ദേശ്യം?" റസിയ പറഞ്ഞു.

"ഓ. ശരിയാണേ. എന്നാൽ തമ്പുരാട്ടിയുടെ ഉത്തരവുപോലെ" കളി യാക്കുംമട്ടിൽ ജയിംസ് പറഞ്ഞു.

വിനോദ് തന്റെ മൊബൈലെടുത്ത് ചില മെയിലുകളൊക്കെ പരിശോ ധിച്ചുകൊണ്ടു പറഞ്ഞു. "അവർ നാളെ മാത്രമെ ഇവിടെയെത്തുക യുള്ളൂ."

"എങ്ങനെ വിവരം കിട്ടി?" അരവിന്ദ് ചോദിച്ചു.

"ആർക്കിയോളജി വകുപ്പിൽ ജോലിചെയ്യുന്ന ഒരു സുഹൃത്തിന് സാറയുമായി അടുപ്പമുണ്ട്. അവനയച്ച മെയിലാണ്."

"ആരാ" ആകാംക്ഷയോടെ ജയിംസ് ചോദിച്ചു.

"സക്കീർ ഹുസൈൻ."

"ഡൽഹിയിൽ ഉണ്ടായിരുന്ന ആ കോഴിക്കോട്ടുകാരനോ?"

"ഉം"

"അവനാളു കിടിലമാണ്. ചമ്പൽക്കാട്ടിനുള്ളിൽ മറഞ്ഞു കിടന്നി രുന്ന പുരാതന ക്ഷേത്രങ്ങളൊക്കെ കണ്ടെത്തി പുനരുജ്ജീവിപ്പിച്ചത് അയാളണല്ലോ?"

“ഉം” വിനോദ് മൂളി.

“സാറയ്ക്കൊപ്പം സക്കീർ ഹുസൈനും ഇവിടേക്ക് വരുന്നുണ്ട്.”

“കൊള്ളാം” അരവിന്ദ് പറഞ്ഞു.

നമുക്കവരെ കൂടി ഇവിടേക്ക് ക്ഷണിച്ചാലോ?” ഒരു ആവേശത്തോടെ റസിയ ചോദിച്ചു.

“അത് നല്ലൊരു ആശയമാണ്. അരവിന്ദ് അതിനോട് യോജിച്ചു. നമ്മുടെ അന്വേഷണങ്ങൾക്ക് അവരുടെ ഗൈഡൻസ് വളരെ ഗുണം ചെയ്യും.”

“വിനോദ് ഒരു മെയിൽ അവർക്ക് കൊടുക്ക്. നാട്ടിൽ വരുമ്പോൾ മറ്റു സ്ഥലമൊന്നും അന്വേഷിക്കേണ്ടന്നും ഇവിടെ താമസിക്കാമെന്നും അറിയിക്ക്.” അരവിന്ദ് പറഞ്ഞു.

വിനോദ് അത് അംഗീകരിച്ചുകൊണ്ട് സക്കീർ ഹുസൈന് ഒരു മെയിൽ അപ്പോൾതന്നെ മൊബൈൽവഴി അയച്ചു.

“അതു നന്നായി” സന്തോഷ് റാവത്ത് പറഞ്ഞു.

“അമ്മയ്ക്ക് ബുദ്ധിമുട്ടൊന്നുമാകില്ലല്ലോ.” റസിയ എന്തോ ആലോചിച്ചുകൊണ്ട് പറഞ്ഞു. “ഇപ്പോ തന്നെ ഒരു പടയ്ക്കുള്ള ആളുണ്ട്.” ആരോടെന്നില്ലാതെ റസിയ വീണ്ടും പറഞ്ഞു.

“ഹേയ്, ഇത് പത്തുമുപ്പത് പേർ ജീവിച്ച വീടാ. നിങ്ങളൊക്കെ വന്നപ്പോഴാ ഒരനക്കമൊക്കെ വന്നത്. മുറിയൊക്കെ വെറുതെ അടച്ചിട്ടിരിക്കുകയല്ലേ”. അരവിന്ദ് പറഞ്ഞു.

റസിയ പിന്നീടൊന്നും മിണ്ടിയില്ല.

“ഇനി വൈകിട്ട് നമുക്ക് പുറത്തേക്ക് പോകാം. അതുപോരേ?” അരവിന്ദ് എല്ലാവരോടുമായി ചോദിച്ചു.

“നിന്റെയിഷ്ടംപോലെ”. വിനോദ് പറഞ്ഞു.

“എവിടെയാ പോകുക?” ജയിംസ് ചോദിച്ചു.

“നമുക്ക് കുതിരമൂട്ടിൽ പോകാം. അതുകഴിഞ്ഞ് പുഴ കണ്ടുവരാം. എന്താ.” അരവിന്ദ് ചോദിച്ചു.

“കുളി നടക്കുമോ?”

“പുഴയിൽ കുളിച്ചിട്ട് കുറേക്കാലമായി.” ജയിംസ് പറഞ്ഞു. “അപ്പോഴത്തെ സൗകര്യംപോലെ നോക്കാം.” അരവിന്ദ് പറഞ്ഞു.

ഞാൻ രേവതി ചേച്ചിയുടെ അരികിലേക്ക് പോയിവരാമെന്ന് പറഞ്ഞ് റസിയ വീട്ടിനുള്ളിലേക്ക് നടന്നു. ആ തക്കംനോക്കി ജയിംസ് ചോദിച്ചു “നല്ല നാടൻ കള്ള് വല്ലതും ഇവിടെ കിട്ടുമോടെ?”

“കള്ളൊക്കെ കിട്ടും. പക്ഷേ ഇവിടെ ഷാപ്പിലൊന്നും ഞാൻ പോയിട്ടില്ല.” അരവിന്ദ് പറഞ്ഞു. “നീ കാണിച്ചുതന്നാൽ മതി. ഞാൻ പോയി

സംഘടിപ്പിച്ചോളാം." ജയിംസ് ഉത്സാഹത്തോടെ പറഞ്ഞു. "അതൊന്നും ശരിയാവില്ലെന്നേ." അരവിന്ദ് ഒഴിവുകഴിവുപോലെ പറഞ്ഞു. "നീയൊരു കാര്യം ചെയ്യ്. നമുക്ക് വണ്ടിയെടുത്ത് കുറച്ചു ദൂരത്തേക്ക് പോകാം. എന്താ?" വിനോദിനോടായി ജയിംസ് പറഞ്ഞു.

എല്ലാവരും ആലോചിച്ചുറപ്പിച്ചപോലെ വേഗത്തിൽ റെഡിയായി കൊണ്ട് വീട്ടിൽ പറഞ്ഞു.

"ഞങ്ങൾ പുറത്തേക്ക് ഒന്നിറങ്ങിയിട്ടുവരാം. റസിയ ഇവിടെ നിന്നോട്ടെ. ഉച്ചയൂണ് പുറത്തായിരിക്കും." അരവിന്ദ് പറഞ്ഞു.

"അത് നേരത്തെ പറഞ്ഞത് നന്നായി. വെറുതെ അരിവച്ച് കളയാതിരിക്കാമല്ലോ." രമണിക്കുഞ്ഞമ്മ പറഞ്ഞു.

വിനോദ് കാർ സ്റ്റാർട്ടാക്കി. എല്ലാവരും അതിൽകയറി വേഗത്തിൽ ഓടിച്ചുപോയി. വിനോദ് പറഞ്ഞു. "ഞങ്ങളുടെ കുടുംബക്കാരായിരുന്നു ഈ പ്രദേശത്തെ പഴയകാല കള്ളുഷാപ്പ് കോൺട്രാക്ടർമാർ. അപ്പൂപ്പന്റെ അച്ഛന്റെ കാലത്തുതന്നെ കള്ളുകച്ചവടം തുടങ്ങിയതാണ്".

"വീട്ടുകാർക്ക് ഇപ്പോ വല്ല ഷാപ്പുമുണ്ടോടെ. കാശു കൊടുക്കാതെ നല്ല കള്ളുകുടിക്കാമല്ലോ?" ജയിംസ് ചോദിച്ചു.

"അപ്പൂപ്പന്റെ ചിറ്റപ്പൻ ഒരു പഴയകാല കോൺഗ്രസ് പ്രവർത്തകനായിരുന്നു. ഗാന്ധിശിഷ്യൻ. അദ്ദേഹം കള്ള് കച്ചവടത്തിനെതിരെ കുടുംബത്തിൽ പൊരുതി. അതോടെ കുറേപേരൊക്കെ കള്ളുകച്ചവടം നിർത്തി. ഇപ്പോൾ ബാറ് നടത്തുന്നവരുണ്ട്."

"ഉം, പഴയ മുതലാളിയാണെന്ന് ആരും അറിയണ്ട. തലയിൽ മുണ്ടിട്ട് നീ തന്നെപോയി വാങ്ങികൊണ്ടുവന്നാമതി." ജയിംസ് പറഞ്ഞു. "പിന്നെ. അതു മനസ്സിലിരിക്കത്തേയുള്ളൂ." വിനോദ് പറഞ്ഞു.

"സർക്കാർ നീര എന്നപേരിൽ ഇപ്പോൾ തെങ്ങിൽനിന്ന് മധുരക്കള്ള് വിൽക്കുന്നുണ്ടല്ലോ". അരവിന്ദ് പറഞ്ഞു.

"അത് ലഹരിയില്ലാത്തത്. ചാരായം കുടിച്ചാലും തലയ്ക്ക് പിടിക്കാത്ത മനുഷ്യരല്ലേ ഇവിടെയുള്ളത്. അവർക്ക് വല്ലതും നീര പറ്റുമോ?" വിനോദ് പറഞ്ഞു.

കാർ ഇളംപള്ളിക്കലും കടന്ന് പുഞ്ചപ്പാടത്തിനരുകിലേക്ക് ഓടികൊണ്ടിരുന്നു. വിസ്തൃതമായ പാടശേഖരങ്ങളാണ് ചുറ്റും. നടുവിലൂടെ ചെമ്മൺപാത നീണ്ടുകിടക്കുകയാണ്. "ഓണാട്ടുകര പാടങ്ങളാണ്" ജയിംസ് പറഞ്ഞു.

സന്തോഷ് റാവത്ത് ചോദിച്ചു. "എന്താ?"

"പഴയകാലത്ത് സമ്പൽസമൃദ്ധമായിരുന്ന ഒരു കാർഷിക ഭൂപ്രദേശമായിരുന്നു. ദേ, കണ്ടില്ലേ. ഇപ്പോൾ വെള്ളവും കളയും കേറികിടക്കുന്നത്? കുറേ ഭാഗങ്ങളിൽ കൃഷി വീണ്ടും തുടങ്ങിയിട്ടുണ്ട്." അരവിന്ദ് പറഞ്ഞു.

"ങാ. ഇനി ഇടത്തോട്ട് തിരിക്ക്" അരവിന്ദ് പറഞ്ഞു. ഇടുങ്ങിയ റോഡിലൂടെ കാർ മുന്നോട്ടുനീങ്ങി. വിശാലമായ പാടംവിട്ട് തെങ്ങിൻതോപ്പിലൂടെ കാർ നീങ്ങി. ഒരു പുഞ്ചപറമ്പിൽ ചെന്നുനിന്നു. വിശാലമായ വെള്ളക്കെട്ടാണിവിടം. ഒരു നടവഴി ചെന്നവസാനിക്കുന്നത് കള്ള് എന്ന് വലിയ അക്ഷരത്തിൽ എഴുതി വച്ചിരിക്കുന്ന ഒരു ഷെഡ്ഡിലാണ്. തെങ്ങിൻതോപ്പാണ് ചുറ്റിലുമുള്ളത്. തെങ്ങിൽ നിന്ന് ശുദ്ധമായ കള്ള് ചെത്തി കുടവുമായി ചെത്തുകാർ ഷാപ്പിലേക്ക് കയറുന്നതു കാണാം.

"ഇത് ഗോവിന്ദന്റെ ഷാപ്പാണ്. ഇവിടെ വ്യാജൻ വിൽക്കില്ല. തലമുറകളായി ഷാപ്പു നടത്തുന്നവരാണ്. നല്ല ഊണും മീൻകറിയും തലക്കറിയുമൊക്കെ കിട്ടും. പുഞ്ചമീൻ കറി. ദൂരെദിക്കിൽനിന്നുപോലും ഷാപ്പിലെ ഊണ് കഴിക്കാനും കള്ളുകുടിക്കാനുമായി ആളുകൾ വരാറുണ്ട്." അരവിന്ദ് പറഞ്ഞു.

"ഒന്നുരണ്ടുതവണ ഞാനും വന്നിട്ടുണ്ട്." അരവിന്ദ് ഒരു ചെറുനാണത്തോടെ പറഞ്ഞു.

"പുളിക്കാത്ത കള്ളാണെനിക്കിഷ്ടം. അധികം ലഹരി പാടില്ല. ചെത്തി ഉടനെ കിട്ടണം. മധുരക്കള്ള്." അരവിന്ദ് പറഞ്ഞു. അവർ കാർ തെങ്ങിൻതോപ്പിനരുകിലിട്ട് നടവഴിയിലൂടെ നടന്നു. ഷാപ്പിൽ നിന്ന് തലക്കറിയുടെ എരിവും മണവും ഉയരുന്നു. കപ്പയും മധുരക്കള്ളും. വരാൽ കറിയും കരിമീൻ വറുത്തതും. ഊണിന് ഒഴിക്കാൻ വറുത്തരച്ച സാമ്പാർകറി മാത്രം. പയർതോരനും മാങ്ങാചമ്മന്തിയും. എല്ലാത്തിനും എരിവും രുചിയും കൂടും. ഇന്നുറൊക്കം. നാളെ കടമെന്ന ബോർഡ് ഷാപ്പിന്റെ ചുവരിൽ തൂങ്ങുന്നുണ്ട്. ആരും ഗോവിന്ദന്റെ ഷാപ്പിൽ കടം പറയാറില്ല. കറികളെല്ലാം താളിച്ച് രുചികരമായുള്ളതാണ്. ഇവിടുത്തെ കള്ളിന്റെയും കപ്പയുടെയും കറിയുടെയും രുചി മറ്റൊരു ഷാപ്പിലുമുണ്ടാകില്ല. വിഷംതിന്ന് ചത്ത കോഴിയെ വാങ്ങാത്ത നാട്ടിലെ ഏക ഷാപ്പും ഗോവിന്ദന്റേത് മാത്രമാണ്.

കള്ളുകച്ചവടവും അന്തസ്സായി നടത്താമെന്ന് തെളിയിച്ച മനുഷ്യൻ. അതുകൊണ്ടുതന്നെ ഗോവിന്ദനെ കുടിയന്മാർക്ക് മാത്രമല്ല നാട്ടുകാർക്കും മതിപ്പാണ്. കള്ളുഷാപ്പിലെ വരുമാനത്തിന്റെ ഒരുഭാഗം കുടുംബക്കാരെയും നാട്ടുകാരെയും സഹായിക്കാനും ഗോവിന്ദൻ ചിലവഴിക്കാറുണ്ട്. ഷാപ്പിലെ ഒരു മുറിയിൽ അവർ സ്ഥാനംപിടിച്ചു.

"ഞാൻ വല്ലപ്പോഴും മദ്യപിക്കാറുണ്ടെന്നത് ശരിയാണ്. പക്ഷേ എത്ര കുടുംബങ്ങളാണ് മദ്യപാനത്തിന്റെ ഇരകളായി നശിച്ചുകൊണ്ടിരിക്കുന്നതെന്ന് കൂടി ഓർക്കണം." സന്തോഷ് റാവത്ത് കുറ്റബോധംകൊണ്ടാവണം വെറുതെ പറഞ്ഞു.

"അതൊക്കെ ശരിയാണ്." വിനോദും അതിനോട് യോജിച്ചുകൊണ്ട് പറഞ്ഞു. "മദ്യനിരോധനമാണോ, മദ്യവർജനമാണോ ഇതിനൊരു

പരിഹാരമെന്ന കാര്യത്തിൽ ഇപ്പോഴും തർക്കം തുടരുകയാണെന്ന് മാത്രം." ജയിംസ് ഒരു പരിഹാസരൂപേണ പറഞ്ഞുകൊണ്ട് പൊട്ടിച്ചിരിച്ചു.

"ഇംഗ്ലീഷുകാരെ കണ്ടില്ലേ. അവർക്ക് കുടിക്കുന്നതിന് ഒരു സ്റ്റൈലുണ്ട്. വലിച്ചുവാരിക്കഴിച്ച് ശർദ്ദിച്ച് നാട്ടുകാരെ തെറിപറഞ്ഞ് ഭാര്യയെ തല്ലി കുട്ടികളെ വലിച്ചെറിയുന്ന ഏർപ്പാടൊന്നും അവിടില്ല. ഒരു പരിധിവരെ എല്ലാം ആവാം. പരിധി വിടുമ്പോഴാണ് കുഴപ്പമാകുന്നത്." ജയിംസ് വീണ്ടും പറഞ്ഞ് നിർത്തി.

അവർ വർത്തമാനം നിർത്തി മധുരക്കള്ളിന്റെയും തലക്കറിയുടെയും കപ്പയുടെയും രുചിയിൽ മുങ്ങിത്താണു.

ആറ്

ഷാപ്പിൽ നിന്ന് പുറത്തിറങ്ങി അവർ തെങ്ങിൻതോപ്പിലെത്തി. ഈ കോലത്തിൽ വീട്ടിൽ ചെന്നു കയറാനാവില്ല. എവിടെയെങ്കിലും ചെന്നിരുന്ന് കുറച്ചു വിശ്രമിക്കാമെന്ന ആശയം മുന്നോട്ട് വച്ചത് അരവിന്ദാണ്. എല്ലാവരും അതു സമ്മതിച്ചു. എവിടെയാണ് പറ്റിയ സ്ഥലമെന്ന് അരവിന്ദ് തന്നെ ആലോചിച്ചു. പുഞ്ചപ്പാടത്തിനരുകിൽ നല്ലൊരു ആൽത്തറയുണ്ട്. കാളകെട്ടുംമൂടാണ്. പക്ഷേ അതിനരുകിൽ കുറേ വീടുകളുള്ളത് സ്വകാര്യതയെ ബാധിക്കും. പിന്നെയുള്ളത് ചാമക്കാവാണ്. അതുകൊള്ളാം. അരവിന്ദ് സ്വയം പറഞ്ഞു. "എന്താ?" വിനോദ് ചോദിച്ചു.

"കരിമാങ്കാവ് പോലെ പുരാതനമായൊരു കാവാണ് ചാമക്കാവ്. വലിപ്പം കുറവാണന്നേയുള്ളൂ. ബുദ്ധന്മാരുടെയോ, ജൈനന്മാരുടെയോ ആദ്യകാല ക്ഷേത്രമായിരുന്നുവെന്ന് ആരോ എഴുതിവച്ചിട്ടുണ്ട്. ഇപ്പോ അത് നമ്പൂതിരി ഇല്ലം വകയാണ്. ചാമക്കാവിനോട് ചേർന്ന് ഒരു തോടൊഴുകുന്നുണ്ട്. പണ്ട് അതൊരു വിശാലമായൊരു പുഴയായിരുന്നുവത്രെ. നൂറ്റാണ്ടുകൾകൊണ്ടത് ഞെരുങ്ങി ഞെരുങ്ങി തോടായി മാറിയതാണന്ന് പഴമക്കാർ പറയുന്നു. ഏതോ പെരുമഴയിൽ ചെളിയടിഞ്ഞ് പുഴ മെലിഞ്ഞതാണന്നും പറഞ്ഞുകേട്ടിട്ടുണ്ട്. അവിടെയാകുമ്പം ആൾബഹളമൊന്നും ഉണ്ടാവില്ല. കാവിൽ കുറേ കുരങ്ങന്മാർ ഉണ്ടാകും. മനുഷ്യരെ കണ്ടാൽ അവ ചുറ്റിലും വന്നു നിരന്നിരിക്കുമെന്നതാണൊരു കുഴപ്പം. വല്ല തീറ്റസാധനങ്ങൾ കിട്ടുമെന്ന പ്രതീക്ഷയിൽ അവ നോക്കിയിരിക്കും. പട്ടിണികൊണ്ടാണ്. എന്തായാലും നമുക്കവിടേക്ക് പോകാം." അരവിന്ദ് പറഞ്ഞു.

"കുരങ്ങന്മാർ ശല്യമാകുമോ?" തെല്ലൊരാശങ്കയോടെ ജയിംസ് ചോദിച്ചു. "ഹേയ്, പത്തുരൂപയുടെ കപ്പലണ്ടി കൊണ്ട് അവരെ കൈകാര്യം ചെയ്യാവുന്നതേയുള്ളൂ. മനുഷ്യരുടെ ശല്യമില്ലെന്നതാണ് വലിയ കാര്യം." അരവിന്ദ് പറഞ്ഞു. "മനുഷ്യർ ലോകത്തുണ്ടാക്കുന്ന കുഴപ്പങ്ങളുമായി താരതമ്യം ചെയ്യുമ്പോൾ കുരങ്ങന്മാരൊക്കെ എത്ര നിസ്സാരം." ഒരു തമാശപോലെ വിനോദ് പറഞ്ഞു. "വിഷുവാണ് അവിടെ ഉത്സവം. കെട്ടുകാളകളും ചെറുകുതിരയുമൊക്കെ വരും. പക്ഷേ കരിമാങ്കാവിനെപ്പോലെ ഇത്ര വിപുലമായൊരു ഉത്സവം ഈ പരിസര പ്രദേശത്തെങ്ങുമുണ്ടെന്ന് തോന്നുന്നില്ല. തൃശൂർപൂരം മേളവും ആനയുമല്ലേയുള്ളൂ. ഇത് അതാണോ. കെട്ടുത്സവങ്ങളുടെ പൂരക്കാഴ്ചയല്ലേ?"

അഭിമാനത്തോടെ അരവിന്ദ് പറഞ്ഞു. “ചാമക്കാവിൽ വയൽവാണിഭം പഴയകാലത്ത് വളരെ പ്രധാനമായിരുന്നു. നാടിന്റെ നാനാദിക്കിൽ നിന്നും വിത്തുകൂലികൾ വരും. ചേമ്പും ചേനയും കാച്ചിലും കിഴങ്ങും ചീനിക്കമ്പും ചുട്ടിച്ചേമ്പും മുതിരയും നെല്ലും എള്ളും എന്നുവേണ്ട സകലമാന നടീൽവസ്തുക്കളും വരും. കാർഷിക ഉപകരണങ്ങളും വീട്ടുപകരണങ്ങളും വില്പനയ്ക്കായി കൊണ്ടുവരും. നുകവും കാളയും കാളവണ്ടിയുംവരെ വാങ്ങാൻകിട്ടും. കരിമാങ്കാവിലെപ്പോലെ പുരാതന ക്ഷേത്രം വല്ലതും അതിനുള്ളിലുണ്ടോ?” വിനോദ് ചോദിച്ചു. “ഒരു യക്ഷിയമ്പലമുണ്ട്. പഴയകാല ക്ഷേത്രാവശിഷ്ടങ്ങളും കിടപ്പുണ്ട്.” അരവിന്ദ് പറഞ്ഞു. “നമുക്കവിടേക്ക് തന്നെ പോകാം. അധികമാരും ശ്രദ്ധിക്കാതെ കിടക്കുന്ന ഇത്തരം കാവുകളാണ് കാര്യമായി നമ്മൾ ശ്രദ്ധിക്കേണ്ടത്.” വിനോദ് പറഞ്ഞു.

അവർ കാറിൽ കയറി ചാമക്കാവ് ലക്ഷ്യംവച്ചുനീങ്ങി. ഇടവഴി പിന്നിട്ട് തോട്ടിറമ്പിലൂടെയുള്ള ചെമ്മൺ പാതയിലൂടെ കാർ ഒരുവിധം കാവിന്റെ മുമ്പിൽ വന്നുനിന്നു. “കെട്ടുകാഴ്ചകളൊക്കെ ഇവിടെയെങ്ങനെ കൊണ്ടുവരും?” ഇടുങ്ങിയ വഴി ശ്രദ്ധിച്ചുകൊണ്ട് വിനോദ് ചോദിച്ചു. “ചിലതൊക്കെ തോടുവഴി വരും. വയൽവഴി തോളിൽ ചുമന്നാണ് കെട്ടുകാളകളെ കരക്കാർ കൊണ്ടുവരുക. കുതിരയും തേരും നാലഞ്ചാളുകൾ ചുമക്കാവുന്ന തരത്തിലാണ് കെട്ടിയുണ്ടാക്കുക. കരിമാങ്കാവിന്റെ ഒരു ചെറിയ പതിപ്പാണെന്ന് പറയാം. ഒറ്റ ദിവസത്തെ ഉത്സവമേയുള്ളൂ.” അരവിന്ദ് പറഞ്ഞു. കാവിന്റെ മുമ്പിൽ വിശാലമായൊരു പറമ്പുണ്ട്. പുല്ലുവിരിച്ചതുപോലെ പച്ചപ്പണിഞ്ഞാണ് കിടപ്പ്. വലിയൊരു ആൽമരം തറ കെട്ടി സൂക്ഷിച്ചിരിക്കുന്നു. കാവിനോട് ചേർന്ന് ഒരു കൂറ്റൻ കാഞ്ഞിരമരമുണ്ട്. കാവ് ഒരേക്കറിൽ കൂടില്ല. ഒരുപക്ഷേ പണ്ട് കാലത്ത് വിശാലമായ കാവായിരുന്നിരിക്കണം. നാട്ടുകാർ കയ്യേറി ഈ പരുവത്തിലായതാവാം. ക്ഷേത്രത്തിനു എതിർവശത്തായി ഒരു ചായക്കട, ഒരു മുറുക്കാൻകട അത്രയേയുള്ളൂ. അവിടെവിടെയായി ഒന്നു രണ്ടു വീടുകളും. പറമ്പിന്റെ ഒരു മൂലയിൽ നാലഞ്ച് കുട്ടികൾ ചേർന്ന് ഏതോ കളിയിൽ ഏർപ്പെട്ടിരിക്കുകയാണ്. സന്തോഷ് റാവത്ത് അത് ശ്രദ്ധിക്കുന്നത് കണ്ട് വിനോദ് പറഞ്ഞു. “കുട്ടിയും കോലും കളിയാണ്.” കൗതുകപൂർവം സന്തോഷ് റാവത്ത് അതിനെക്കുറിച്ചു ചോദിച്ചു മനസ്സിലാക്കി. “ഒരു ചെറിയ കുഴി കുത്തി ഒരു കൊച്ചു കമ്പ് കഷണം അതിൽവച്ച് മറ്റൊരു കോലുപോലുള്ള വടി കൊണ്ടത് അടിച്ചുയർത്തി തെറിപ്പിക്കുന്നതാണ് ഈ കളി. “ക്രിക്കറ്റിന്റെ ആദ്യരൂപം ഇതാവാം” സന്തോഷ് റാവത്ത് കുട്ടിയും കോലും കളി കണ്ട് പറഞ്ഞു.

“ഇത്തരത്തിൽ എന്തെന്തു കളികളാണിവിടെയുണ്ടായിരുന്നത്. അതൊക്കെ ഏതാണ്ടന്യം നിന്നുകഴിഞ്ഞു. നാടൻ കളികളെ മുഴുവൻ ക്രിക്കറ്റ് അപ്പാടെ വിഴുങ്ങിക്കഴിഞ്ഞു.” വിനോദ് പറഞ്ഞു. അവർ കാറ് ഒരു ഭാഗത്ത് ഒതുക്കിയിട്ട് ആൽത്തറയുടെ അരികിലേക്ക് നടന്നു.

കുറ്റിക്കാടിനെ വലംവച്ച് തോടൊഴുകുന്നുണ്ട്. വിനോദും ജയിംസും കൂടി തോട്ടിലേക്കിറങ്ങിയപ്പോൾ അരവിന്ദ് അവിടേക്ക് വന്നു പറഞ്ഞു. “കണ്ടാൽ വെള്ളം കുറവാണെന്ന് തോന്നും. സൂക്ഷിക്കണം. മണലെടുത്ത കുഴി അവിടവിടെക്കാണും.” കുറ്റിക്കാട്ടിൽ നിന്ന് കുളക്കോഴികളുടെ അനക്കം കേൾക്കാം. കിളികളുടെ ശബ്ദം മുഴങ്ങി കേൾക്കുന്നുണ്ട്. കുർ കുർ എന്ന ശബ്ദം ശ്രദ്ധിച്ചുകൊണ്ട് മരച്ചില്ലകളിലേക്ക് നോക്കി അരവിന്ദ് പറഞ്ഞു. “ഇത് ചിന്ന കുട്ടുറവനാണ്. പച്ചയും തവിട്ടും നിറമുള്ള പക്ഷി. ശബ്ദം കേൾക്കാമെങ്കിലും ആളെ കണ്ടുപിടിക്കാൻ ലേശം ബുദ്ധിമുട്ടേണ്ടിവരും.”

“റഹ്മാന്റെ കൂടെ കൂടി അരവിന്ദും പക്ഷിനോട്ടം തുടങ്ങിയോ?” വിനോദ് കളിയാക്കുംപോലെ പറഞ്ഞു. “റഹ്മാന് അതാവാം. അവന് കോളജിൽ നല്ല ജോലിയുണ്ടല്ലോ. സമരവും ബഹളവും ആകുമ്പോൾ സർക്കാർ കോളജിൽ മിക്കപ്പോഴും ക്ലാസുണ്ടാവില്ല. പിന്നെ കിളിയെന്നോ, കാടെന്നോ പറഞ്ഞ് ഇറങ്ങിയാൽ മതി. ശമ്പളം കൃത്യമായി ഒന്നാം തീയതി കിട്ടുകയും ചെയ്യും. ജോലി കിട്ടുകയാണെങ്കിൽ സർക്കാർ കോളജിൽ ലക്ചറാവണം. ഇഷ്ടംപോലെ സമയം. ഇഷ്ടംപോലെ കാശ്.” ജയിംസ് വിനോദിനെ പിന്താങ്ങികൊണ്ട് പറഞ്ഞു. “അതാ കുഴപ്പം. അതിന്റെ സുഖത്തിലവർ ജീവിതം എരിച്ചുകളയുകയാണ്.” അരവിന്ദ് പറഞ്ഞു.

അവർ കൈയും കാലും കഴുകി തിരികെ ആൽമരച്ചുവട്ടിലേക്ക് വന്നു. കുറച്ചുയരത്തിലാണ് തറ കെട്ടിയിരിക്കുന്നത്. ഒന്നായാസപ്പെട്ട് എല്ലാവരും ആൽത്തറയിൽ കയറി ഇരുന്നു. “സ്ഥലം കൊള്ളാം. വളരെ ശാന്തമായ അന്തരീക്ഷം.” വിനോദ് പറഞ്ഞു. “പുഞ്ചപ്പാടത്തിന്റെ പലഭാഗത്തും ഇത്തരത്തിലുള്ള കാവും ക്ഷേത്രങ്ങളുമുണ്ട്. ഈ പുഞ്ചപ്പാടത്തിന് അറുപത്തിനാല് കാലുണ്ടന്നാ പറയുന്നേ. ഓരോ കാലിലും ഓരോ കാവ്. പഴയകാലത്തെ പരിസ്ഥിതി സംരക്ഷണത്തിന്റെ ജീവിക്കുന്ന സ്മാരകങ്ങളാണീ കാവുകൾ. കൃഷിക്ക് ഈ കാവും തോടുകളുമൊക്കെ അത്യന്താപേക്ഷിതമായിരുന്നുവെന്ന് പണ്ടേ ഇവിടെയുള്ളവർ മനസ്സിലാക്കിയിരുന്നു. ഇക്കോളജി പഠിച്ചതുകൊണ്ടല്ല ഈ കാവുകളൊക്കെ ഇവിടെ സംരക്ഷിക്കപ്പെട്ടത്. വിശ്വാസങ്ങളും അനുഭവങ്ങളുമാണ് അവരെ അതിന് പ്രേരിപ്പിച്ചത്. ഇപ്പോൾ കാവുകളൊക്കെ കുര്യാലകളും ചെറു ക്ഷേത്രങ്ങളുമായി മാറിക്കഴിഞ്ഞു. കാടൊക്കെ പൊയ്പ്പോയി.” അരവിന്ദ് പറഞ്ഞു. “ഉം ഉം” ഒന്നിരുത്തി മൂളിക്കൊണ്ട് വിനോദ് പറഞ്ഞു.

“ഇക്കണ്ട പുഞ്ചപ്പാടങ്ങളൊക്കെ നമ്പൂതിരിമാരുടേതായിരുന്നു. ഭൂമിയുടെ ജന്മാവകാശം ബ്രാഹ്മണന്. മറ്റുള്ളവരെല്ലാം അവരുടെ കുടിയാനും അടിയാനും. ഇവിടുത്തെ ഈഴവനും പുലയനുമൊക്കെ അടിമജീവിതമായിരുന്നു. വഴി നടക്കാൻ പറ്റില്ല. ഉയർന്ന ജാതിക്കാരുടെ അടുത്തെങ്ങും ചെല്ലാൻ പാടില്ല. രാപകൽ പാടത്ത് പണിചെയ്ത് ജന്മിക്ക് നെല്ലുണ്ടാക്കി

കൊടുക്കണം. ജോലി ചെയ്യാനാവതില്ലെങ്കിൽ ജന്മിയുടെ കിങ്കരന്മാരുടെ കൊടിയമർദ്ദനം. ദൈവത്തിന്റെ നേരവകാശികളെന്നുപറയുന്ന ബ്രാഹ്മണർ മറ്റുള്ളവരുടെ മനുഷ്യാവകാശം വല്ലതും മാനിച്ചിരുന്നോ?" രോഷത്തോടെ വിനോദ് ചോദിച്ചു.

"അതിൽ കുറേയൊക്കെ ശരിയാണ്. ഭൂപരിഷ്കരണം നിയമം വന്നതോടെ ജന്മിത്തം അവസാനിച്ചു. കമ്മ്യൂണിസ്റ്റുകാർ ചെയ്ത വലിയൊരു വിപ്ലവം ഭൂപരിഷ്കരണമാണ്. കോൺഗ്രസുകാർക്കും പിന്നീടത് ഏറ്റുപിടിക്കേണ്ടിവന്നുവെന്നേയുള്ളൂ." ജയിംസ് പറഞ്ഞു.

"വൈക്കം സത്യാഗ്രഹത്തിന് വന്ന മഹാത്മാഗാന്ധിയെ പ്രവേശിപ്പിക്കാതിരുന്ന ഇല്ലം ഇപ്പോ കള്ളുചെത്തു തൊഴിലാളികളുടെ യൂണിയൻ ആപ്പീസാണന്ന് കേൾക്കുന്നു." വിനോദ് ചോദ്യരൂപേണ ജയിംസിനെ നോക്കി പറഞ്ഞു.

"ശരിയാണ്. ജന്മിത്തത്തിന്റെ വർത്തമാനകാല സ്ഥിതിയാണത്. പഴയ ജന്മിമാർക്ക് പകരം ഇപ്പോ പാർട്ടി നേതാക്കളാണ്. ജന്മിമാരെന്ന വ്യത്യാസമേയുള്ളൂ. ജന്മിത്തത്തിന്റെ സ്വഭാവത്തിന് മാറ്റമൊന്നുമില്ല. പണ്ട് ജന്മിക്ക് വേണ്ടി ആളുകൾ കൊല്ലുകയും തല്ലുകയും ചെയ്തു. ഇപ്പോൾ നേതാവിനുവേണ്ടി തല്ലുകയും കൊല്ലുകയും ചെയ്യുന്നു. അത്രയേയുള്ളൂ വ്യത്യാസം. ബുദ്ധിമാന്മാരായ ജന്മിമാരൊക്കെ നേതാക്കളായി മാറി." ജയിംസ് പറഞ്ഞു. "അതാണ് ഗാന്ധിജി പറഞ്ഞത്. ജന്മിയല്ല പ്രശ്നം. ഉള്ളിലെ ജന്മിത്ത സ്വഭാവമാണെന്ന്. വ്യക്തിയെ കൊന്നതുകൊണ്ട് ജന്മിത്തം അവസാനിക്കില്ല. പകരം പുതിയ രൂപത്തിൽ അത് അവതരിക്കും. ഉള്ളിലെ ജന്മിത്തവാസനകൾക്കെതിരെയാണ് പുരോഗമനവാദികൾ പോരാടേണ്ടത്." വിനോദ് പറഞ്ഞു.

"ഗാന്ധിജി സൂക്ഷ്മമായി കാര്യങ്ങൾ മനസ്സിലാക്കിയ നേതാവാണ്. ലക്ഷ്യം മാത്രം നന്നായാൽ പോരാ, മാർഗവും നന്നായിരിക്കണമെന്നത് വലിയൊരു വിപ്ലവചിന്തയാണ്. ലക്ഷ്യം മാർഗത്തെ സാധൂകരിക്കുമെന്ന ചിന്തയെ ഗാന്ധിജി തകർത്തു കളഞ്ഞില്ലേ?"

അരവിന്ദ് വിനോദിനെ പിന്താങ്ങികൊണ്ട് പറഞ്ഞു "ഗാന്ധിനിന്ദ ഇപ്പോൾ പുരോഗമനവാദികൾക്കൊരു ഫാഷനാവുന്നുണ്ട്. ഗാന്ധിയെ നിന്ദിക്കുന്നതിലൂടെ അവരൊക്കെ ഗോഡ്സെയുടെ പക്ഷത്തുചേരുകയാണ്."

ജയിംസ് യോജിപ്പോടെ പറഞ്ഞു. "ഗാന്ധിജിയുടെ ഈ വാക്കുകൾക്ക് പകരംവയ്ക്കാൻ നമുക്ക് മറ്റെന്താണുള്ളത്?"

"നിങ്ങൾ സംശയഗ്രസ്തരാകുമ്പോഴോ അഹന്ത നിങ്ങളിൽ അതിരുകവിയുമ്പോഴോ ഈ ഉപായം ഒന്നു പരീക്ഷിച്ചു നോക്കിയാൽ മതി. നിങ്ങൾ കണ്ടിട്ടുള്ളതിൽവച്ച് ഏറ്റവുമധികം ദരിദ്രനായ നിസ്സഹായനായ മനുഷ്യന്റെ മുഖം സങ്കൽപിച്ചുനോക്കുക. എന്നിട്ട് നിങ്ങൾ ചെയ്യാനുദ്ദേശിക്കുന്നകാര്യം അയാൾക്കേതെങ്കിലും രീതിയിൽ പ്രയോജനപ്പെടുമോ

എന്ന് സ്വയം ചോദിച്ചുനോക്കുക. അതുകൊണ്ട് അയാൾക്ക് എന്തെങ്കിലും നേട്ടമുണ്ടാകുമോ? അതയാളുടെ ജീവിതഭാഗധേയങ്ങളുടെ മേൽ എന്തെങ്കിലും നിയന്ത്രണം ഉണ്ടാക്കികൊടുക്കുമോ? മറ്റൊരു രീതിയിൽ പറഞ്ഞാൽ നമ്മുടെ നാട്ടിൽ സ്വരാജ്യം നേടുന്നതിനത് സഹായകരമാകുമോ?"

പാണ്ഡവ വിവാഹത്തെക്കുറിച്ച് കേട്ടിട്ടുണ്ടോ? വിനോദ് ചോദിച്ചു.

"തിരുവിതാംകൂറിലെ നായന്മാരുടെയും വടക്കുള്ള തിയ്യരുടെയും ആശാരി, മൂശാരിമാരുടെയുമൊക്കെ ഇടയിൽ നിന്നിരുന്ന ഒരാചാരമാണിത്. സഹോദരന്മാരെല്ലാവരും കൂടി ഒരു സ്ത്രീയെ വിവാഹം കഴിക്കുക. പാഞ്ചാലിയുടെ കഥ കേട്ടിട്ടില്ലേ. അതുതന്നെ?" അരവിന്ദ് പറഞ്ഞു.

"ചില ആദിവാസികളുടെയിടയിൽ ഏതു പുരുഷൻ വിവാഹം കഴിച്ചാലും ആ പെണ്ണ് ആദ്യരാത്രി കഴിഞ്ഞിരുന്നത് ഊരുമൂപ്പന് ഒപ്പമായിരുന്നു. ഇങ്ങനെയെന്തല്ലാംതരം വിചിത്രമായ ആചാരങ്ങൾ".

"പക്ഷേ കേരള സമൂഹത്തിൽ മാറ്റങ്ങൾ വളരെ വേഗത്തിലാണ് സംഭവിച്ചത്. കഴിഞ്ഞ അമ്പത് വർഷംകൊണ്ട് കേരളം ഒരാധുനിക സമൂഹമായി മാറിയിട്ടുണ്ട്." അരവിന്ദ് പറഞ്ഞു. സന്തോഷ് റാവത്ത് അതുകേട്ട് മൂളി. "ഇവനിത് എന്തു മനസ്സിലാക്കിയിട്ടാ മൂളുന്നത്?" ഒരു ചിരിയോടെ ജയിംസ് ചോദിച്ചു.

"ഞാൻ പറഞ്ഞത് നിങ്ങളാരും സമ്മതിച്ചുതരില്ലല്ലോ. സന്തോഷെങ്കിലും ഇരുന്നുമൂളട്ടെ." അരവിന്ദ് ഒരു ചിരിയോടെ പറഞ്ഞു.

എന്തോ ആലോചനയിൽ മുഴുകിയതുപോലെ അരവിന്ദ് വീണ്ടും പറഞ്ഞു. "പൈസയുണ്ടായിരുന്നങ്കിൽ നൈനാവതിയുടെ കഥ മനോഹരമായൊരു സിനിമയാക്കാമായിരുന്നു. തമിഴ്നാട്ടിലും കേരളത്തിലും സിനിമ തകർത്തോടുമെന്ന കാര്യത്തിൽ സംശയമില്ല. ഒരു ജനപ്രിയ സിനിമയുടെ ചേരുവകളൊക്കെ നൈനാവതിയുടെയും കേരളവർമ്മയുടെയും ജീവിതത്തിലുണ്ട്."

അതു കേട്ട് വിനോദ് പറഞ്ഞു "പണം ഞാൻ മുടക്കാം. പക്ഷേ കേരളവർമ്മയായി എന്നെ അഭിനയിപ്പിക്കണം."

"എന്റെ ആദ്യസിനിമ തീയറ്ററുകളിൽ ഓടണമെന്ന് എനിക്ക് മോഹമുണ്ട്. പ്ലീസ് എന്നെ നിർബന്ധിക്കരുത്." ഒരു ചിരിയോടെ അരവിന്ദ് കളിയാക്കി. "വേണമെങ്കിൽ ആഗ്രഹംപോലെ നിന്നെ എന്റെ പ്രൊഡ്യൂസറാക്കാം. എന്താ?"

"എന്നാൽ പിന്നെ കൊള്ളാവുന്ന വല്ല സംവിധായകരെകൊണ്ട് ഞാൻ പടംപിടിച്ചോളാം. ആരെങ്കിലും വല്ലവനും സംവിധാനം പഠിക്കാൻ സ്വന്തം പണം മുടക്കുമോ?" വിനോദ് ചോദിച്ചു.

അതുകേട്ടുകൊണ്ട് ജയിംസ് പറഞ്ഞു. "നമുക്കൊരു ഒത്തുതീർപ്പിലെത്താം. വിനോദ് നിർമ്മാതാവ്. അരവിന്ദ് സംവിധാനം. ഞാൻ നായകൻ. എന്താ സമ്മതിച്ചല്ലോ?"

"ഓ, ഇവനെകൊണ്ട് ഞാൻ തോറ്റു. ഇത് കോമഡി സിനിമയല്ല. നിന്നെ നായകനാക്കാൻ" അരവിന്ദ് പറഞ്ഞു.

"എങ്കിൽ ഞാൻ വല്ല രാജാവോ മന്ത്രിയോ ആയിക്കോളാം."

"പോടെ" അരവിന്ദ് ഒരു പ്രത്യേക ഈണത്തോടെ പറഞ്ഞു.

ആൽമരകൊമ്പിൽ വന്നിരുന്ന് കുയിൽ പാടുന്നത് ശ്രദ്ധിച്ചുകൊണ്ട് ജയിംസ് അല്പം കുഴഞ്ഞമട്ടിൽ കൂ കൂ എന്ന് കൂവാൻ തുടങ്ങി. ജയിം സിന്റെ കൂവലിന് അനുസരിച്ച് കുയിൽ തന്റെ കൂവലിന് ആക്കം കൂട്ടി. ഇരുവരും മത്സരിച്ചു കൂവുന്നത് എല്ലാവരെയും രസിപ്പിച്ചു.

"കുയിലിനെ കൂവി തോൽപ്പിക്കാൻ ജയിംസേ നിനക്ക് കഴിയുമെന്ന് തോന്നുന്നില്ല." വിനോദ് ജയിംസിനെ ഒന്നിരുത്താനായി പറഞ്ഞു.

"അതുകേട്ട് ആവേശത്തോടെ ഇടറിയ ശബ്ദത്തിൽ ജയിംസ് ഉറക്കെ കൂവാൻ തുടങ്ങി."

"ദേ, അവന്റെ ശബ്ദം അടച്ചു തുടങ്ങി. അവന്റെ തൊണ്ടയിൽ നിന്ന് കുയിൽനാദമല്ല പുറപ്പെടുന്നത്. പോത്തിന്റെ അമറലാ..." ചിരിയോടെ വിനോദ് പറഞ്ഞു.

അതുകേട്ട് ഇടറിയ ശബ്ദത്തിൽ കൂവി നിർത്തികൊണ്ട് ജയിംസ് പറഞ്ഞു "സമ്മതിച്ചിരിക്കുന്നു."

"ആരെ എന്നെയാണോ." വിനോദ് ചോദിച്ചു.

"നിന്നെയോ? നിന്നെ ആരു മൈൻഡ് ചെയ്യുന്നു?"

"എടേ ഈ കുയിലിനെ. ഇത്രമാത്രം കിടന്ന് കൂവിവിളിച്ചിട്ടും അതിന്റെ തൊണ്ട ഇടറുന്നില്ലല്ലോ?"

"ഓ, അങ്ങനെ" വിനോദ് പറഞ്ഞു. അതു ശ്രദ്ധിച്ചുകൊണ്ട് അര വിന്ദ് പറഞ്ഞു. "അതെ, കുയിലിന്റെ തൊണ്ട അങ്ങനെയൊന്നും അടയ്ക്കില്ല. തന്റെ ഇണയെ ആകർഷിക്കാനാണീ കസർത്ത്. ഇണയ്ക്കു വേണ്ടി പ്രണയസംഗീതം പൊഴിയുന്ന കാമുകന്റെ ശബ്ദം ഒരിക്കലും ഇടറില്ല. അതാണ് പ്രണയത്തിന്റെ ഒരു മാന്ത്രികത. സ്ത്രീകളോട് സംസാരിക്കാൻ ഒരു പ്രത്യേക മനസ്സ് വേണം. വാക്കുകളിൽ വികാര വായ്പ് വേണം. ഗസൽ എന്ന വാക്കിന്റെ അർത്ഥം തന്നെ സ്ത്രീകളോട് സംസാരിക്കുകയെന്നാണ്. എല്ലാവരെകൊണ്ടും ഗസൽ പറ്റില്ല. പ്രണയം ഉള്ളിലുണ്ടാവണം. ഉള്ളിൽ ഉണ്ടായിട്ട് മാത്രം കാര്യമില്ല. അതു മധുര മായ വാക്കുകളായി പുറത്തേക്ക് വരണം. കേട്ടില്ലേ കുയിലിന്റെ പ്രണയ മധുരനാദം?" അരവിന്ദ് പറഞ്ഞു.

പ്രണയമെന്ന് കേട്ടതും ജയിംസ് ഉഷാറായി. "സ്ത്രീകളോട് സംസാരി ക്കണമെങ്കിൽ ഈ ജയിംസ് വേണം. എത്ര സുന്ദരരാത്രികൾ...." പ്രണയ ഭാവത്തോടെ ജയിംസ് പറഞ്ഞു.

"ജയിംസേ, നിനക്കൊരു കാമുകിയുണ്ടായിരുന്നല്ലോ. എന്താ

അവളുടെ പേര്. സൂസമ്മയോ?” “ഉം, അവളു കാമുകിയൊന്നുമല്ലെന്നേ. ഒരു പരസ്പര സഹായസമിതി.” ജയിംസ് ഒഴുക്കൻമട്ടിൽ പറഞ്ഞു.

“ഓ! പിന്നെ, നീയൊരു സ്വർണമോതിരം അവൾക്ക് പണിഞ്ഞു കൊടുത്തുവെന്നൊക്കെ വീമ്പിളക്കിയതോ?”

“അവള് അസ്ഥിയിൽ പിടിക്കുന്ന പ്രണയമല്ലയോ അഭിനയിക്കുന്നത്. എന്റെ ഓർമ്മയ്ക്കായി ഒരു മോതിരം വേണമെന്നവൾ ആവശ്യപ്പെട്ടപ്പോൾ കൊടുത്തു. അത്രേയുള്ളൂ. അവളുടെ ശരീരത്തിൽ കിടക്കുന്ന ആഭരണമെല്ലാം ഇങ്ങനെ ഓരോരുത്തര് കൊടുത്തതാണന്ന് പിന്നല്ലയോ മനസ്സിലായത്.” ഒരു ചിരിയോടെ ജയിംസ് പറഞ്ഞ് നിർത്തി.

“അവൾക്ക് ഭർത്താവില്ലായോ?”

“ഓ, അയാൾ മൂന്നാറിൽ ഏതോ എസ്റ്റേറ്റിലെ മാനേജരാ. വല്ലപ്പോഴും വന്നാലായി.”

“പണ്ട് താത്രിക്കുട്ടി ചെയ്തത് പോലെ അടയാളസഹിതം അവളു വെളിപ്പെടുത്തിയാലുണ്ടല്ലോ, മോനേ ജയിംസേ നീ അകത്താ.” വിനോദ് പറഞ്ഞു.

“ഞാൻ മാത്രമായിരിക്കില്ല. ഞങ്ങടെ നാട്ടിലെ ചെറുപ്പക്കാർ മുഴുവനും എന്റെ കൂടെയുണ്ടാവും” ജയിംസ് ഒരു കൂസലുമില്ലാതെ പറഞ്ഞു.

“ഈ താത്രിക്കുട്ടിയുടെ കഥയെന്താ?”

അതൊരു പാവം അന്തർജനത്തിന്റെ കഥയാ. വേളി കഴിച്ചുകൊണ്ടു വന്ന പുരുഷനായിരുന്നില്ല ആദ്യരാത്രിയിൽ അവളുടെ മുറിയിലെത്തിയത്. ജീവിതത്തിന്റെ താളപ്പിഴ അവിടെ തുടങ്ങി. പിന്നെ സമൂഹത്തോടും പുരുഷന്മാരോടും ഒരു പകയായിരുന്നു അവർക്ക്. രതി കൊണ്ടവർ പകരം വീട്ടി. കണ്ണിൽകണ്ടവരുമായൊക്കെ കിടപ്പറ പങ്കിട്ടു. കഥകളിക്കാരും ബന്ധുക്കളും മാന്യന്മാരും തുടങ്ങിയെത്രയെത്രപേർ. ഒടുക്കം താത്രിക്കുട്ടി ആചാരപ്രകാരം തന്നെ വിചാരണ ചെയ്യണമെന്ന് സമുദായത്തിൽ അതിനവകാശപ്പെട്ടവരോട് അങ്ങോട്ട് ആവശ്യപ്പെട്ടു. എന്നിട്ട് ഓരോരുത്തരുടെ കഥകൾ അടയാളസഹിതം വെളിപ്പെടുത്തി. അവരെല്ലാം സമുദായ ഭ്രഷ്ടരാക്കപ്പെട്ടു. ഒടുക്കം താത്രിക്കുട്ടിയും. അക്കാലത്ത് ഇതിൽ കൂടുതൽ ഒരു സ്ത്രീക്ക് പുരുഷന്മാരോട് എങ്ങനെയാണ് പക തീർക്കാനാവുക?” വിനോദ് പറഞ്ഞു. ആകാംക്ഷയോടെ കഥ കേട്ടുകൊണ്ടിരുന്ന ജയിംസിനെ നോക്കി പറഞ്ഞു. “ഉം, ജയിംസിന്റെ ജീവിതം കട്ടപുക.

“ഹേയ്. ഇപ്പോഴത്തെ സ്ത്രീകൾ വളരെ മിടുക്കികളാ. അവർ ചാനലുകളെ വിളിച്ചുവരുത്തിയാണിപ്പോൾ പേരുകൾ വെളിപ്പെടുത്തുക. ആ വഴിക്ക് കുറേ പ്രശസ്തികൂടി കിട്ടും.” അരവിന്ദ് പറഞ്ഞു.

“ങ്ങാ, എല്ലാവരും എന്റെ തോളിൽ കയറിക്കോ. ഞാനൊരു ശുദ്ധഹൃദയനായതുകൊണ്ട് എല്ലാ കാര്യങ്ങളും തുറന്നു പറയും. അർദ്ധരാത്രി

സൂര്യനൊന്നുദിക്കട്ടെ. സദാചാരക്കാരുടെ തനിനിറം അപ്പോ പുറത്താകും." ജയിംസ് പറഞ്ഞു.

"പൂച്ച കണ്ണടച്ച് പാലുകുടിച്ചാൽ മറ്റാരും അറിയില്ലെന്നാ അതിന്റെ വിചാരം" ജയിംസിനെ പിന്താങ്ങുന്ന ഭാവത്തിൽ കണ്ണിറുക്കി ഒരു ചിരിയോടെ വിനോദ് പറഞ്ഞു.

"വിനോദേ വേണ്ട, മറ്റവളുടെ കാര്യം ഞാനെടുത്തിടുമേ."

"ങാ, ശരി ശരി." വിനോദ് ഒരു ഒത്തുതീർപ്പുപോലെ പറഞ്ഞുനിർത്തി.

"ഏക ഭർതൃ ഭാര്യ ബന്ധമെന്നത് ഒരു സുന്ദരസങ്കല്പവും മഹാ കള്ളത്തരവുമാണ്. യാഥാർത്ഥ്യം എത്രകണ്ട് അകലെയാണ്." ഒരു തത്ത്വംപോലെ വിനോദ് പറഞ്ഞു.

"നിങ്ങൾ വെറുതെ കിടന്ന് ബഹളം വയ്ക്കാതെ." അതുവരെ മിണ്ടാതിരുന്ന സന്തോഷ് റാവത്ത് ഇടപെട്ടു.

"ദേ. ഒരു ശാന്തി വന്നിരിക്കുന്നു. കള്ള് ഓരോരുത്തരിലും ഓരോ രീതിയിലാണ് പ്രതികരിക്കുന്നത്. സന്തോഷിനത് മൗനമാണ്." ജയിംസ് പറഞ്ഞു. "ജയിംസിനത് വാചാലമാണ്" അരവിന്ദ് ഒരുപഴഞ്ചൊല്ലുപോലെ പറഞ്ഞു. "വിനോദിനത് രതിയാണ്" ജയിംസും ഏറ്റുപറഞ്ഞു കൂട്ടുപിടിച്ചു. "അരവിന്ദനത് തത്ത്വജ്ഞാനമാണ്" വിനോദ് പറഞ്ഞു.

"എന്തായാലും കുടിക്കാത്തവന്മാർ മഹാ ബോറന്മാരാ. ഹൃദയത്തിൽ ശുദ്ധിയില്ലാത്തവർ. നമ്മുടെ ഉള്ളിലെ അഴുക്കൊക്കെ കള്ള് കഴുകി കളയുന്നു. ഞാനും നീയും തമ്മിൽ ഭേദമില്ലാതെ വരുന്നു. എല്ലാ ഭിന്നതകളെയും ഉരുക്കികളയുന്ന സിദ്ധൗഷധമാണ് കള്ള്. മദ്യനിരോധനക്കാരായ മൂരാച്ചികൾ മൂർദ്ദാബാദ്." ജയിംസ് മുഷ്ടിചുരുട്ടി മുദ്രാവാക്യം വിളിച്ചുനിർത്തി.

"കുടിയന്മാരുടെ വീടുകളിലൊന്നു പോകണം. ശുദ്ധഹൃദയരുടെ തനിനിറം കാണണമെങ്കിൽ ഭാര്യയെ തൊഴിച്ച് കഞ്ഞിക്കലം അടിച്ചു പൊട്ടിച്ച് പിള്ളാരെ വലിച്ചെറിഞ്ഞ് സംഹാരതാണ്ഡവമല്ലിയോ?" സന്തോഷ് റാവത്ത് പറഞ്ഞു.

"അത് വേറെ. ഇത് വേറെ." ജയിംസ് പറഞ്ഞു. "അവന്മാർ ആദ്യം കുടിക്കാൻ പഠിക്കണം."

"ഈ നിറഞ്ഞ പ്രകൃതി ആസ്വദിച്ച് കുറച്ചുനേരം മിണ്ടാതെ കിടക്കാം." സന്തോഷ് വീണ്ടും പറഞ്ഞു. "ഉം" ശരി ശരി എല്ലാവരും സമ്മതിച്ചു. നിശ്ശബ്ദതയോടെ കണ്ണടച്ച് ആൽചുവട്ടിൽ ചാഞ്ഞും ചരിഞ്ഞും കിടന്നു. കുറച്ചുസമയം കഴിഞ്ഞപ്പോൾ അരവിന്ദന്റെ മൊബൈൽ ശബ്ദിച്ചു. അരവിന്ദ് മൊബൈലെടുത്ത് ചെവിയോട് ചേർത്തുകൊണ്ടു പറഞ്ഞു "ങ്ങാ. എന്താണ്. ഞങ്ങൾ കഴിച്ചു. ങാ. ഉടനെ വരും. ശരി"

"ആരാ?" ജയിംസ് ചോദിച്ചു.

"റസിയ. നമ്മൾ ഭക്ഷണം കഴിച്ചോന്ന് വിളിച്ചന്വേഷിക്കുകയായിരുന്നു."

"ഉം" ജയിംസ് മൂളി.

വിനോദിന്റെ മൊബൈലിൽ നിന്ന് ഒരു സംഗീതം ഉയരാൻ തുടങ്ങി. ആൽചുവട്ടിൽ മൊബൈൽ വച്ച് സുഖമായൊരു മയക്കത്തിന് തയ്യാറാവുകയായിരുന്നു. അതിനിടയ്ക്ക് മൊബൈൽ ശബ്ദിച്ചപ്പോൾ ഈർഷ്യയോടെ അതെടുത്ത് ഓൺ ചെയ്തുകൊണ്ട് പറഞ്ഞു.

"ശരി സാർ. ഞങ്ങൾ ഇവിടെതന്നെയുണ്ടാകും. ശരി വന്നിട്ടു കാണാം."

വിനോദ് ആലോചനയിൽ മുഴുകിക്കൊണ്ട് പറഞ്ഞു.

"ഡോ. സക്കീർ ഹുസൈനാണ്. സാറയേയും കൂട്ടി നാളെ ഇവിടെയെത്തുന്നുണ്ടെന്ന്."

"നന്നായി." അരവിന്ദ് പറഞ്ഞു.

ജയിംസിന്റെ കൂർക്കംവലി ഉയർന്നു കേൾക്കാൻ തുടങ്ങി.

"ഇവനീ കാവിലെ കുരങ്ങന്മാരെ മുഴുവൻ ഓടിച്ചേ തീരു." വിനോദ് അത് ശ്രദ്ധിച്ചുകൊണ്ട് പറഞ്ഞു.

"കടുവയുടെ ഗർജനവും തോറ്റുപോകും." അത് പറഞ്ഞ് സ്വയം ചിരിച്ചു.

"എവിടെയും കിടന്ന് നിമിഷനേരത്തിനുള്ളിൽ ഉറങ്ങാനുള്ള കഴിവ് വലിയൊരനുഗ്രഹമാണ്. ജയിംസിന്റെ ഈ കഴിവ് സമ്മതിക്കണം." അരവിന്ദ് പറഞ്ഞു.

"ചിലർക്ക് സ്വന്തം കട്ടിലിൽ നിന്ന് മാറി കിടന്നാൽപോലും ഉറക്കമില്ലാത്ത രാത്രികളായിരിക്കും." സന്തോഷ് റാവത്ത് അതു കേട്ട് പറഞ്ഞു.

ഏതോ ചിന്തയിലാണ്ടതുപോലെ അരവിന്ദ് പറഞ്ഞു. "ഒരിക്കൽ ഒരു കുട്ടി എന്നോട് ചോദിച്ചു. മഴക്കാലത്ത് മരച്ചില്ലകളിലിരുന്ന് പക്ഷികളൊക്കെ എങ്ങനെ ഉറങ്ങുമെന്ന്? ഞാനതുവരെ അതേക്കുറിച്ച് ചിന്തിച്ചിരുന്നില്ല. അവന് ഉടനെ ഒരുത്തരം പറഞ്ഞുകൊടുക്കാനും എനിക്കായില്ല. റഹുമാനോട് ചോദിച്ചാണ് ഞാനതിന്റെ പൊരുൾ മനസ്സിലാക്കിയത്."

"എങ്ങനെയാ." ആകാംക്ഷയോടെ വിനോദ് ചോദിച്ചു.

"ഈ പക്ഷികൾ മനുഷ്യരെപ്പോലെ ദീർഘനേരം ഉറങ്ങുന്നവരല്ല. ഒരുമിനിറ്റ്, രണ്ടുമിനിറ്റ്. ചിലപ്പോൾ ചില നിമിഷങ്ങൾ അങ്ങനെയാണവയുടെ ശീലം. മഴക്കിടയിലും ഇത്തരം ഉറക്കങ്ങൾ തടസ്സം കൂടാതെ നടന്നുകൊള്ളും." അരവിന്ദ് പറഞ്ഞു.

"പട്ടികൾക്കും ഉറക്കം ഇതുപോലെയാണന്ന് കേട്ടിട്ടുണ്ട്." വിനോദ് പറഞ്ഞു.

"ശരിയാണ്." അരവിന്ദത് അംഗീകരിച്ചു.

ജയിംസിന്റെ കൂർക്കം വലിക്കനുസരിച്ച് അല്പം പതിയെ വയർ ഉയരുകയും താഴുകയും ചെയ്തുകൊണ്ടിരുന്നു. വാ തുറക്കുകയും ചിലപ്പോ തനിയെ അടഞ്ഞ് ചുണ്ടുകൾ വിറയ്ക്കാനും തുടങ്ങി. അതു ശ്രദ്ധിച്ചുകൊണ്ട് വിനോദ് പറഞ്ഞു. "ഒരു കഷ്ണം ഉപ്പും കുറച്ചു നൂലും ഉണ്ടായിരുന്നെങ്കിൽ ഇപ്പോ ഒരു തമാശ കാണിച്ചു തരാമായിരുന്നു. നൂലിൽകെട്ടി ഉപ്പ് ജയിംസിന്റെ ചുണ്ടിലേക്ക് തൊട്ടാൽ മീൻ ചൂണ്ടയിൽ കൊരുക്കുംപോലെ ഉപ്പ് കഷണം മുകളിലേക്ക് വലിക്കുംതോറും ജയിംസിന്റെ തല മുകളിലേക്ക് ഉയർന്നുവരുന്നതു കാണാം."

"ങ്ും, ഉറക്കത്തിലും മനുഷ്യർക്ക് ഉൾബോധം നഷ്ടമാകുന്നില്ല." അരവിന്ദ് പറഞ്ഞു. വർത്തമാനം നിർത്തി അവരെല്ലാം മയക്കത്തിലാണ്ടു. ഒരു മണിക്കൂർ നേരം അവരങ്ങനെ കിടന്നു. അരവിന്ദാണ് ആദ്യം ഉണർന്ന് മറ്റുള്ളവരെ വിളിച്ചുണർത്തിയത്. എല്ലാവരും തെളിനീർപോലെ ഒഴുകുന്ന തോട്ടിലിറങ്ങി മുഖം കഴുകി. കൈതക്കാട്ടിനുള്ളിൽ കുളക്കോഴികൾ അനങ്ങുന്നുണ്ട്. പൊന്തക്കാട്ടിലെ ചെറുചതുപ്പിൽ കിടന്ന് രണ്ടു പച്ച ത്തവളകൾ ഉന്തിയ കണ്ണുകൾ കൊണ്ടവരെ തുറിച്ചുനോക്കി. മരക്കൊ മ്പിൽ ഏതൊക്കെയോ പക്ഷികളിരുന്ന് പാടുന്നുണ്ട്. കുയിൽനാദം ഇടയ്ക്ക് നിലച്ചുപോയിരുന്നു. കാവിൽ നിന്ന് പുള്ളുകളുടെ ശബ്ദം ഉയരുന്നുണ്ട്. കീരിയും കുഞ്ഞും തോട്ടിറമ്പിലൂടെ നടന്നുപോയി. "കള്ളിന്റെ കെട്ടുവിട്ടു. ഇനിയൊരു ചായയാവാം."

"വഴിയുണ്ടാക്കാം. ശിവരാമൻനായരുടെ കട കാവിനു മുമ്പിലുണ്ട്. നല്ല ചായ അടിച്ചെടുക്കും." അരവിന്ദ് പറഞ്ഞു.

"ചായ കൈവീശി അടിച്ചെടുത്താലേ രുചിക്കൂ." വിനോദ് പറഞ്ഞു.

അവരെല്ലാവരും ചായക്കട ലക്ഷ്യം വച്ചു നടന്നു. പ്രതീക്ഷിച്ചതു പോലെ പശുവിൻപാലിൽ നല്ല ചായ അടിച്ചു കിട്ടി. ശരീരം മുഴുവൻ രോമമുള്ള ഒരു കുറിയ മനുഷ്യനായിരുന്നു ശിവരാമൻ നായർ. ചെവി യിലും രോമം എഴുന്നുനിന്നിരുന്നു. ഉടുപ്പിട്ടിരുന്നില്ല. ലേശം കറുത്തിട്ടാണ്. കുറിയ നെറ്റിയും നിറഞ്ഞ പുരികവും അയാൾക്കൊരു പ്രത്യേകത നൽകിയിരുന്നു. മീശ മുകളിലോട്ട് പിരിച്ചുവച്ചിരുന്നു. ലുങ്കി മടക്കിക്കുത്തി യാണ് നില്പ്. നല്ല വെളുത്ത ദന്തനിര വാ തുറക്കുമ്പോൾ പ്രകാശം പരത്തി. അരവിന്ദിനെ അയാൾക്കറിയാമെന്ന് മുഖഭാവത്തിൽ നിന്ന് വ്യക്തമാണ്. എന്നാൽ കുശലം ചോദിക്കുന്ന സ്വഭാവക്കാരനല്ലെന്ന് തോന്നുന്നു. ഒന്നോ രണ്ടോ വാക്കുകളെ വായിൽനിന്ന് പുറത്തുവന്നുള്ളൂ. അകത്ത് എന്തൊക്കെയോ പൊരിക്കുന്നതിന്റെ മണം വരുന്നുണ്ട്. പഴം പൊരിയാവാം. കഴിക്കാനെന്തെങ്കിലും വേണോന്നൊന്നും അയാൾ ചോദി ച്ചില്ല. ചായയുടെ കാശ് കൊടുത്തപ്പോൾ അരവിന്ദ് ഒരു പൊതി കപ്പലണ്ടി കൂടി വാങ്ങിയത് വിനോദ് ശ്രദ്ധിച്ചു. കാവിലെ കുരങ്ങന്മാർക്കുള്ളതാണ തെന്ന് അയാൾക്ക് മനസ്സിലായി. അവർ എല്ലാവരും കാവിനരുകിലേക്ക്

നടന്നു. കാവിൽ നിന്ന് മരംകൊത്തികൾ ഏതോ മരക്കൊമ്പിൽ കൊത്തുന്ന ശബ്ദം മുഴങ്ങികേൾക്കുന്നുണ്ട്. അവർ കാവിനുള്ളിലേക്ക് കയറിയപ്പോൾ കുരങ്ങന്മാരുടെ കൂട്ടം മരങ്ങളിൽ നിന്ന് വള്ളികൾവഴി വേഗത്തിൽ താഴേക്കിറങ്ങിവന്നു ചുറ്റും നിരന്നു. പൊതി കണ്ടാവും ഈ പരാക്രമം. അവരെ ബന്ദികളാക്കിയതുപോലെ കുരങ്ങന്മാർ വന്ന് ചുറ്റും നിരന്നിരിക്കുകയാണ്. ചിലത് പല്ലിളിച്ച് കാട്ടുന്നുണ്ട്. പൊടിക്കുരങ്ങന്മാർ നിഷ്കളങ്കമായ കണ്ണുകൾകൊണ്ട് അവരെ നോക്കി. കൈയിലെ കപ്പലണ്ടി പൊതിയഴിച്ച് അരവിന്ദ് ചുറ്റും വിതറി. കുരങ്ങന്മാർ ബഹളത്തോടെ തമ്മിൽ പോരടിച്ചു. കപ്പലണ്ടി വേഗത്തിൽ വേഗത്തിൽ അള്ളി പെറുക്കി അണയിലാക്കാൻ തുടങ്ങി. അതു ശ്രദ്ധിച്ചുകൊണ്ട് ജയിംസ് പറഞ്ഞു. “നൂറുരൂപയുടെ കപ്പലണ്ടി വാങ്ങികൊടുത്താലും ഇവയ്ക്ക് തികയുമെന്ന് തോന്നുന്നില്ല.”

“കാവിൽ പഴങ്ങളൊന്നും ഇപ്പോ കാര്യമായിട്ടില്ല. മിക്ക ദിവസങ്ങളിലും ഇവ പട്ടിണിയിലാണ്. നാട്ടുകാരുടെ കൃഷി നശിപ്പിക്കുന്നുവെന്ന് പറഞ്ഞ് അവരും കുരങ്ങന്മാർക്ക് എതിരാണ്.” അരവിന്ദ് പറഞ്ഞു. അവർ കുരങ്ങന്മാർക്കിടയിലൂടെ നടന്നു. സന്തോഷ് റാവത്തും കുരങ്ങുകളെ ഭയപ്പാടോടെ നോക്കികൊണ്ടു പറഞ്ഞു. “കുരങ്ങുപനിയൊക്കെയുള്ള കാലമാണ്. സൂക്ഷിക്കണം.” അതുകേട്ട് എല്ലാവരും ചിരിച്ചു. “കുരങ്ങുപനി സന്തോഷിന് പിടിക്കാനുള്ള എല്ലാ സാധ്യതയുമുണ്ട്. മനുഷ്യർ കുരങ്ങിൽ നിന്ന് പരിണമിച്ചുണ്ടായതെന്ന ഡാർവിന്റെ തിയറി ശരിയാണെന്ന് സന്തോഷിനെ കാണുമ്പോഴാണ് എനിക്ക് ഓർമ്മ വരുന്നത്.” – ജയിംസ് പറഞ്ഞു.

“ഡാർവിന്റെ തിയറി അപ്പാടെ തൊണ്ട തൊടാതെ വിഴുങ്ങാനാവില്ല. ബോധമാണ് ആദ്യം പരിണമിക്കുന്നത്. അതിനനുസരിച്ചാണ് ശരീരം മാറുക. കുരങ്ങന് മനുഷ്യനോട് സാമ്യമുണ്ടെന്ന് കരുതി അവയിൽ നിന്ന് ഉരുത്തിരിഞ്ഞതാണ് മനുഷ്യനെന്ന് ഉറപ്പു പറയാനാവില്ല. ഇപ്പോഴും കുരങ്ങനും മനുഷ്യനും ഇടയിലുള്ള ഒരു പ്രധാന കണ്ണി കണ്ടെത്താനായിട്ടില്ല. ഇന്ത്യയിലെവിടെയോ ആണത് ജീവിച്ചിരുന്നതെന്ന് ശാസ്ത്രജ്ഞർ അവകാശപ്പെടുന്നുണ്ടെന്ന് മാത്രം.” വിനോദ് പറഞ്ഞു.

“നമ്മുടെ പഴയ ഹനുമാനെ കണ്ടിട്ടാവും.” അരവിന്ദ് പറഞ്ഞു. “അതല്ല എന്നെ ചിന്തിപ്പിക്കുന്നത് രാമായണത്തിൽ മരുത്വാമലയിൽ നിന്ന് പണ്ട് ഹനുമാൻ മൃതസഞ്ജീവിനിയെന്നൊരു മരുന്നു കൊണ്ടുപോയല്ലോ? അത്തരം ഒരു മരുന്ന് നമ്മുടെ കാടുകളിലില്ലെന്ന് എങ്ങനെ പറയാനാവും?” അരവിന്ദ് ചോദിച്ചു.

“ങ്ടേ. അക്കഥയൊന്ന് പറഞ്ഞേ” ജയിംസ് ആകാംക്ഷാപൂർവം അരവിന്ദിന്റെ മുഖത്തേക്ക് നോക്കി.

“നിന്നോട് രാമായണകഥ മുഴുവൻ പറഞ്ഞിട്ട് സീത രാമന്റെ ആരാന്ന് ചോദിച്ചാൽ സഹോദരിയാണെന്ന് പറയുന്നയാളല്ലേ!”

"കളി കള." ജയിംസ് പറഞ്ഞു.

"രാമായണ കഥയറിയാമല്ലോ." അരവിന്ദ് ചോദിച്ചു.

"ഉം" ജയിംസ് മൂളി

"ശ്രീരാമനും കൂട്ടരും ലങ്കയിലെത്തി ഘോരയുദ്ധം നടത്തുകയാണ്. രാവണപുത്രന്റെ അസ്ത്രം ഏറ്റ് ലക്ഷ്മണൻ ബോധരഹിതനായി വീഴുന്നു. ഏതാണ്ട് മരണാവസ്ഥയിലായെന്ന് പറയാം. ലക്ഷ്മണനെ രക്ഷിക്കണമെങ്കിൽ മൃതസഞ്ജീവിനിയെന്ന ഔഷധസസ്യം വേണം. ഇതിനായി വായുപുത്രനായ ഹനുമാൻ മരുത്വമലയിലെത്തി. പക്ഷേ ഈ മൃതസഞ്ജീവനിയെന്ന ഔഷധസസ്യം ഏതാണെന്ന് ഹനുമാന് അറിയുകയുമില്ല. കൊടുംകാട്ടിൽ നിന്നത് എങ്ങനെ കണ്ടെത്തും? ഒടുക്കം മലയുടെ ഒരു ഭാഗം ഇളക്കിയെടുത്ത് ഹനുമാൻ ലങ്കയിലേക്ക് പറന്നു. ഇങ്ങനെ പശ്ചിമഘട്ടത്തിലേക്ക് ഇരുകൈകളും ആഴ്ത്തി ഇളക്കിയെടുത്ത മലഭാഗങ്ങളുടെ വിടവുകളാണ് പാലക്കാട് ചുരവും ചെങ്കോട്ട ചുരവും. അപൂർവ മരുന്നുകളുടെ ആവാസകേന്ദ്രമായ അഗസ്തിമലയുടെ ഭാഗമാണത്."

"ങേ!" ജയിംസ് ആകാംക്ഷയോടെ ചോദിച്ചു "ഇങ്ങനെയൊരു തിരിവ് രാമായണത്തിലില്ലല്ലോ. രാമായണം തന്നെ നിരവധിയുണ്ട്. വാത്മീകീരാമായണം, കമ്പരാമായണം, എഴുത്തച്ഛന്റെ രാമായണം, മാപ്പിള രാമായണം അങ്ങനെയെത്ര. സീത രാവണന്റെ മകളാണെന്ന് പറയുന്ന രാമായണം വരെയുണ്ട്. ഈ മാറ്റം എന്റെയൊരു സംഭാവനയാണെന്ന് കരുതിയാൽ മതി." അരവിന്ദ് പറഞ്ഞു.

"കിഴക്കൻ മലയിൽ നിന്ന് ആരോഗ്യപച്ചയുമൊക്കെ കണ്ടെത്തിയ സാഹചര്യത്തിൽ മൃതസഞ്ജിവനിക്കായി തിരച്ചിൽ നടത്താവുന്നതാണ്. മൃതസഞ്ജീവനി കണ്ടെത്തി പേറ്റന്റ് ചെയ്തിട്ടുവേണം എനിക്കൊന്നു സുഖിക്കാൻ. ഉലകം ചുറ്റും വാലിബനാകാൻ." ജയിംസ് ഒരു സ്വപ്നം പോലെ പറഞ്ഞു.

"മൃതസഞ്ജീവനി കണ്ടുപിടിക്കുന്നത് അവിടെയിരിക്കട്ടെ. നമുക്കി കാവിനുള്ളിൽ കയറി വല്ല ജൈനന്റെയോ ബുദ്ധന്റെയോ പ്രതിമയുണ്ടോന്നു നോക്കാം. ആ ഫ്രഞ്ചുകാരിയെ നമുക്കൊന്നമ്പരിപ്പിക്കണം." വിനോദ് പറഞ്ഞു. അവർ കാവിനുള്ളിലെ കല്പടവുകളിലൂടെ ശ്രദ്ധയോടെ നടന്നു. ചുറ്റും കാണുന്ന ഓരോ കല്ലും സൂക്ഷ്മതയോടെ പരിശോധിച്ചാണ് നടപ്പ്. "ഇവിടെ കാര്യമായിട്ടൊന്ന് നോക്കിയാൽ എന്തെങ്കിലും ചരിത്രപ്രാധാന്യമുള്ള വക കണ്ടെത്താൻ ഒരു പ്രയാസവും ഉണ്ടാവില്ല." അരവിന്ദ് പറഞ്ഞുകൊണ്ട് കാലിൽ തട്ടിയ ഒരു കല്ല് ഇളക്കിയെടുക്കാൻ തുടങ്ങി.

"ദേ, വല്ല നിധിയും ഇവിടെങ്ങാനും കുഴിച്ചിട്ടിരിപ്പുണ്ടോ?"

ജയിംസ് ചോദിച്ചു. "ആലിബാബയേയും നാൽപത് കള്ളന്മാരുടെയും കഥയിലെപ്പോലെ ഈ കാവിനുള്ളിൽ നിന്ന് ഒരു കുടം സ്വർണം നമുക്ക്

കിട്ടിയെന്ന് കരുതുക. ജീവിതം എത്ര സുന്ദരമായിരിക്കും. ഒരു പണിയുമെടുക്കാതെ ജീവിതകാലം മുഴുവൻ സുഖിച്ചുകഴിയാം." ജയിംസ് പറഞ്ഞു. "നിന്റെ ഈ ആർത്തി ദൈവത്തിന് നന്നായി അറിയാം. അതുകൊണ്ട് അത് ഒരിക്കലും സംഭവിക്കില്ല. നിന്നെകൊണ്ട് നന്നായി പണിയെടുപ്പിച്ച് വിയർപ്പിച്ചിട്ടേ നിനക്ക് ദൈവം അപ്പം തരുകയുള്ളൂ." വിനോദ് കളിയാക്കുംമട്ടിൽ പറഞ്ഞു.

"ഇത് സാധാരണ ഒരു കല്ലല്ലല്ലോ?"

അരവിന്ദ് ഒന്നരയടിയോളം വലുപ്പമുള്ള ഒരു പലക പോലെയുള്ള ഒരു പാറ വലിച്ചെടുത്തു തുടച്ചുകൊണ്ടുപറഞ്ഞു. "വല്ല മാർബിൾ കഷണമോ മറ്റോ ആണോന്ന് നോക്ക്." വിനോദ് പറഞ്ഞുകൊണ്ട് അരവിന്ദന്റെ അരുകിലേക്ക് ചെന്നു. ഇരുവരും ചേർന്ന് കല്ല് തുടച്ചു പരിശോധിച്ചുകൊണ്ട് പറഞ്ഞു. "ഇത് വളരെ പഴക്കം ചെന്ന പാറയാണ്. എന്തോ എഴുതിയ പാടുണ്ടല്ലോ." അവർ പടിക്കെട്ടിൽ ഇരുന്ന് സൂക്ഷ്മതയോടെ മണ്ണ് ഇളക്കിനോക്കി. മറ്റുള്ളവരും അവിടെയെത്തി കല്ലിൽ ശ്രദ്ധിച്ചുനിന്നു. എല്ലാവരും അവിടെ ഒന്നുകൂടി പരിശോധിച്ചു. കുറച്ചു കൽകഷണങ്ങൾ അവിടെയും ഇവിടെയുമായി കിടക്കുന്നുണ്ട്. അതൊന്നും എന്തെങ്കിലും പ്രത്യേകതയുള്ളതായി ആർക്കും തോന്നിയില്ല. അരവിന്ദന് ലഭിച്ച പാറക്കല്ലുമായി അവർ തോട്ടിലിറങ്ങി അത് വൃത്തിയായി കഴുകിയെടുത്തു.

എഴുത്ത് ശ്രദ്ധിച്ചുകൊണ്ട് വിനോദ് പറഞ്ഞു. "ഇത് വട്ടെഴുത്തോ കോലെഴുത്തോ ആവണം. എന്തായാലും ഇത് തമിഴല്ല."

അരവിന്ദ് പറഞ്ഞു

"വട്ടെഴുത്ത് ദഖിനിയാന ബുദ്ധമതക്കാർ പ്രചരിപ്പിച്ച ദഖിനി ബ്രഹ്മിയുടെ രൂപ പരിണാമമാണെന്നാണ് ഇപ്പോൾ കണ്ടെത്തിയിരിക്കുന്നത്. ദ്രാവിഡ ഭാഷകൾക്കൊക്കെ ഇതുമായി ബന്ധമുണ്ട്. ഒരുപക്ഷേ ഈ ലിപിയിൽ നിന്നാവാം ദ്രാവിഡഭാഷകൾ വികസിച്ച് വന്നത്." വിനോദ് പറഞ്ഞു.

"തമിഴ്നാട്ടിൽ പ്രചരിച്ചിരുന്ന വട്ടെഴുത്തും കേരളത്തിൽ പ്രചരിച്ചതും തമ്മിൽ പ്രാദേശികമായ ചില വ്യത്യാസങ്ങൾ ഉണ്ടായിരുന്നു. എന്തിന് മലബാറിൽ കോലെഴുത്ത് എന്ന പേരിലാണിത് പ്രചരിച്ചത്. വട്ടെഴുത്തും കോലെഴുത്തും തമ്മിൽപോലും നേരിയ വ്യത്യാസങ്ങളുണ്ട്"

അരവിന്ദ് അതിനോട് യോജിച്ചുകൊണ്ട് പറഞ്ഞു. "ഒരുപക്ഷേ അപ്പൂപ്പന് ഇതു വായിച്ചെടുക്കാൻ കഴിഞ്ഞേക്കും. വട്ടെഴുത്തും കോലെഴുത്തും രണ്ടു തലമുറ മുമ്പ് വരെ ഇവിടെ നിലനിന്നിരുന്നു. മലയാളഭാഷ ലിപി ബ്രാഹ്മണരാണ് കൂടുതലായി ഉപയോഗിച്ചിരുന്നത്. സംസ്കൃതബന്ധമുള്ളവർ. സാധാരണക്കാരുടെ ഭാഷയായ വട്ടെഴുത്താണ് മറ്റുള്ളവർ ഉപയോഗിച്ചത്. അബ്രാഹ്മണഭാഷയെന്ന്

വേണമെങ്കിൽ പറയാം. പഴയ ബുദ്ധന്മാരുടെ തുടർച്ച ഇതിൽ കാണാം. വിനോദ് പറഞ്ഞു.

"നാളെ ഡോക്ടർ സക്കീർ ഹുസൈനും സാറയും വരുന്നുണ്ടല്ലോ. അവരുടെ മുമ്പിൽ നമ്മുടെയൊരു കണ്ടെത്തലായി ഈ കൽക്കഷണം ഉയർത്തികാട്ടാം." ജയിംസ് സന്തോഷത്തോടെ പറഞ്ഞു.

"അത് ശരിയാ" എല്ലാവരും സമ്മതിച്ചു. "ഇന്നത്തെ യാത്ര വെറുതെയായില്ല. ചാമക്കാവിലേക്ക് വരാൻ തോന്നിയത് എത്ര നന്നായി. ഞാൻ എത്രയോ തവണ ഇവിടെ വന്നിട്ടുള്ളതാണ്. അപ്പോഴൊന്നും എന്റെ കാലിൽ തട്ടാതെ ഒഴിഞ്ഞു മാറി കിടക്കുകയായിരുന്നുവല്ലോ ഈ കല്ല്. ഇപ്പോഴാണതിനുള്ള സമയം ഒത്തുവന്നത്."

സന്തോഷം പങ്കുവയ്ക്കുംപോലെ അരവിന്ദ് പറഞ്ഞു. കൽക്കഷണം സന്തോഷും ജയിംസും വാങ്ങി തിരിച്ചും മറിച്ചും നോക്കികൊണ്ട് പറഞ്ഞു. "അക്ഷരങ്ങളിൽ കുത്തും വരയുമൊക്കെ കാണുന്നു." ഇതിനി വല്ല അറബിയോ മറ്റോ ആണോ." "ഹേയ്, അറബിയാവാൻ ഒരു സാധ്യതയുമില്ല. വട്ടെഴുത്തുതന്നെ." അരവിന്ദ് ഉറപ്പിച്ചുപറഞ്ഞു. അവർ കാറിനുള്ളിലേക്ക് കല്ലുമുറി കയറ്റിയപ്പോൾ അരവിന്ദ് പറഞ്ഞു. "ശ്രദ്ധിച്ചു കയറ്റ്. ഇവിടെ കാവി ഉടുത്ത കുറേ കാവ് സംരക്ഷണക്കാർ ഇപ്പോൾ ഇറങ്ങിയിട്ടുണ്ട്. അവന്മാരുടെ കണ്ണിൽപെട്ടാൽ നമ്മൾ വിഗ്രഹമോഷ്ടാക്കളായി ജയിലിലാക്കുമേ." അരവിന്ദിന്റെ വാക്കുകൾ കേട്ടതോടെ ശ്രദ്ധയോടെ കല്ല് ദേഹത്തോട് ചേർത്തു വച്ച് അവർ കാറിലിരുന്നു. കാർ കീഴൂർ കുടുംബത്തിലേക്ക് വേഗത്തിൽ ഓടിച്ചുപോയി. കാറിലിരുന്ന് പാറക്കല്ലിൽ തൊട്ടും തലോടിയും അവരിരുന്നു. എല്ലാവരും ആവേശത്തിലായിരുന്നു. വീട്ടിലെത്തി പടപടാന്ന് കാറിൽ നിന്ന് കല്ലുമായി ഇറങ്ങുന്നതു കണ്ട് പൂമുഖത്തുണ്ടായിരുന്ന റസിയ ചോദിച്ചു. "എവിടെയായിരുന്നു എന്നെ ഒഴിവാക്കിയുള്ള സഞ്ചാരം?

ങാ. ഒരു ചെറുചിരിയോടെ ജയിംസാണതിന് മറുപടി പറഞ്ഞു തുടങ്ങിയത്. "അരവിന്ദിന്റെ നാട്ടിലെ തനതു രുചിയറിയാനായി..." വാക്കുകൾ മുഴുമിപ്പിക്കും മുമ്പ് എന്തോ മറയ്ക്കാനെന്നപോലെ വിനോദ് ഇടപെട്ടുകൊണ്ട് പറഞ്ഞു. "ഞങ്ങൾ ചാമക്കാവിൽ ഒരു പരിശോധന നടത്തി. കേരളത്തിന്റെ ഭൂതകാല ചരിത്രത്തിലേക്ക് വെളിച്ചം വീശുന്ന ഒരു നിധി ഞങ്ങൾ കണ്ടെത്തിയിരിക്കുന്നു." കല്ലുയർത്തികൊണ്ട് ഒരു വലിയ സംഭവം പോലെ പറഞ്ഞു.

"ഇതെന്താ?" കൗതുകപൂർവം റസിയ ചോദിച്ചു.

"കാവിൽ നിന്ന് കിട്ടിയതാ." അരവിന്ദ് പറഞ്ഞു. റസിയ പാറക്ഷണം വാങ്ങി പരിശോധിക്കുന്നതു ശ്രദ്ധിച്ചുകൊണ്ട് അരവിന്ദ് പറഞ്ഞു. "വട്ടെഴുത്താണന്നാ തോന്നുന്നത്. നമുക്കിത് അപ്പൂപ്പനെ ഒന്നു കാണിക്കാം."

"എന്നെക്കൂടി നിങ്ങൾക്ക് ഒപ്പം കൂട്ടാമായിരുന്നില്ലേ?"

ഒരു വാശിക്കാരിയെപ്പോലെ ചിണുങ്ങികൊണ്ട് റസിയ പറഞ്ഞു. അപ്പോഴേക്കും അവിടേക്ക് രേവതി വന്നു. റസിയ രേവതിയെ നോക്കി പറഞ്ഞു. "കണ്ടില്ലേ ചേച്ചി. എന്നെ ഒഴിവാക്കി ഇവർ പോയി കാവിൽ നിന്ന് ഒരു പുരാവസ്തുവുമായി വന്നിരിക്കുന്നു."

"റസിയ നിരാശപ്പെടേണ്ട. ഈ യാത്രയിലെ ഏറ്റവും വലിയ ഭാഗ്യവതി റസിയയായിരിക്കും. ഇതൊരു തുടക്കമല്ലേയായിട്ടുള്ളൂ." അവരെല്ലാവരും കൂടി ഉണ്ണിവർമ്മയുടെ മുറിയിലേക്ക് ബഹളത്തോടെ നടക്കുന്നതുകണ്ട് രമണിക്കുഞ്ഞമ്മ ചോദിച്ചു. "എല്ലാവരും വലിയ ഉത്സാഹത്തിലാണല്ലോ?"

"എന്താ വിശേഷിച്ച്?"

"അമ്മേ. ഞങ്ങൾക്ക് കാവിൽ നിന്ന് ഒരു പുരാവസ്തു കണ്ടെത്താനായി. സാറയെ ഒന്നിരുത്താനുള്ള വക നമ്മുടെ കൈയിലും ഉണ്ടെന്ന് അവരൊന്നറിയട്ടെ?" ജയിംസ് പറഞ്ഞു.

"എന്താണ് കിട്ടിയത്?" രമണിക്കുഞ്ഞമ്മ ആകാംക്ഷയോടെ ചോദിച്ചു.

"വട്ടെഴുത്തിലെഴുതിയ ഒരു കല്ല്."

"ഓഹാ, അത്രയേയുള്ളൂ. ഞാൻ വിചാരിച്ചു വല്ല നിധിയും കിട്ടിയിരിക്കുമെന്ന്." നിസ്സാരഭാവത്തിൽ അവർ പറഞ്ഞു.

"വട്ടെഴുത്തിൽ എഴുതിയ എത്രയോ രേഖകൾ അച്ഛന്റെ കൈയ്യിലുണ്ട്. അതാണോ ഒരു പുതിയ കാര്യം?" രമണിക്കുഞ്ഞമ്മ സ്വയം പറഞ്ഞു. എന്നാൽ അതത്ര കാര്യമാക്കാതെ എല്ലാവരും ഉണ്ണിവർമ്മയുടെ മുറിയിലെത്തി കൽകഷണം അദ്ദേഹത്തിന്റെ മുമ്പിൽവച്ച് കാര്യം അവതരിപ്പിച്ചു. ഉണ്ണിവർമ്മ തന്റെ വെള്ളെഴുത്ത് കണ്ണട എടുക്കാൻ അരവിന്ദനോട് പറഞ്ഞു. അരവിന്ദ് മേശപ്പുറത്തുനിന്ന് വട്ടത്തിലുള്ള വെള്ളെഴുത്ത് കണ്ണടയെടുത്ത് അപ്പൂപ്പന്റെ കൈയിൽ കൊടുത്തു. അതെടുത്ത് തുടച്ചു കണ്ണിൽവച്ചുകൊണ്ട് പാറക്കല്ലിൽ സൂക്ഷിച്ചു നോക്കിയിട്ട് പറഞ്ഞു "ഇത് വട്ടെഴുത്താണ്" .

"ഓ. ഞാൻ പറഞ്ഞില്ലേ ഇത് വട്ടെഴുത്താണെന്ന്." അരവിന്ദ് എല്ലാവരോടുമായി പറഞ്ഞു.

"എന്താ അപ്പൂപ്പ ഇതിൽ എഴുതിയിരിക്കുന്നത്."

ഉണ്ണിവർമ്മ തപ്പിത്തടഞ്ഞ് വായിക്കാൻ ശ്രമിച്ചുകൊണ്ട് പറഞ്ഞു "വട്ടെഴുത്തിലും ആദ്യകാല ലിപിയാണിത്. പഴക്കം കൂടും. എവിടുന്നാ ഇത് കിട്ടിയത്?"

"ചാമക്കാവിൽ മണ്ണിൽ പുതഞ്ഞു കിടക്കുകയായിരുന്നു."

"ങ്ഹാ." ഒരു അദ്ഭുതശബ്ദത്തോടെ ഉണ്ണിവർമ്മ മൂളികൊണ്ട് വായിച്ചെടുക്കാനായ സന്തോഷത്തോടെ പറഞ്ഞു.

"കുടിനീരണ."

"അതെന്താ?" ജയിംസ് ചോദിച്ചു. "കുടിവെള്ളം ശേഖരിക്കാനുള്ള യിടമെന്നേ അർത്ഥമുള്ളൂ. അതിനു താഴെയെഴുതിയിരിക്കുന്നത് കോ ആതൻ രാജാവ് എന്നാണർത്ഥം. ആതൻ രാജാവിന്റെ കല്പനപ്രകാരം എഴുതിവച്ചതാണ്. മുദ്ര കണ്ടില്ലേ? ഒരു പക്ഷിയുടെ ചിഹ്നംപോലെ യുണ്ട്. ഇത് വേഴാമ്പലിന്റെ ചിത്രമാണ്. തലയിലെ മകുടം വ്യക്തമാണ്."

"ഒരുപക്ഷേ കോ ആതനാവും വേഴാമ്പലിനെ ഔദ്യോഗിക പക്ഷി യായി പ്രഖ്യാപിച്ച ആദ്യരാജാവ്." അരവിന്ദ് പറഞ്ഞു.

ഉണ്ണിവർമ്മ വീണ്ടും കുരുകുരാ എഴുതിയ അക്ഷരങ്ങൾ വിരൽ കൊണ്ട് സ്പർശിച്ചുകൊണ്ട് ഓരോ അക്ഷരമായി വായിച്ചെടുത്തു.

"യാറ്റു ചെങ്ങ് കായവൻ."

"എന്താണത്?" അരവിന്ദ് ആകാംക്ഷയോടെ ചോദിച്ചു.

"ജൈനാചാര്യൻ ചെങ്കായവൻ എന്നാണെഴുതിയിരിക്കുന്നത്. ഒരു പക്ഷേ ജൈനാചാര്യന്റെ ആവശ്യപ്രകാരം വഴിയാത്രക്കാർക്കായി രാജാവ് സ്ഥാപിച്ചതാവണം ഈ ശില. ചാമക്കാവിനരുകിലൂടെ വലിയൊരു നദി പണ്ട് ഒഴുകിയിരുന്നുവെന്ന് ചില കാവ്യങ്ങളിൽ സൂചനയുണ്ട്. ഭൂചല നമോ പേമാരിയോ വന്ന് അതൊക്കെ നികന്ന് പോയതാണത്രെ. ഇപ്പോ ആ വഴി ഒരു ചെറിയതോട് മാത്രമേ ഒഴുകുന്നുള്ളൂ. ചാമക്കാവ് ജൈനാ ചാര്യന്മാരുടെ ആരാധനാ കേന്ദ്രമായിരുന്നിരിക്കണം. സരസ്വതിയുടേത് പോലെയുള്ള ഒരു വിഗ്രഹം മുമ്പവിടെ നിന്ന് ലഭിച്ചിരുന്നു. അതാണ് ഇടശ്ശേരിയമ്പലത്തിൽ പൂജാവിഗ്രഹമായിരിക്കുന്നത്. വിജയദശമി ദിന ത്തിൽ കുട്ടികളെ അക്ഷരം എഴുതിക്കാൻ വലിയ തിരക്കുള്ള ക്ഷേത്രമാ ണത്." ഉണ്ണിവർമ്മ പറഞ്ഞു.

"ഒരുപക്ഷേ ചാമക്കാവിന് ചുറ്റും അക്കാലത്ത് സാമാന്യം വലിയ തോതിൽ ജനവാസമേഖലയുണ്ടായിരുന്നിരിക്കാം. ജനങ്ങൾ വെള്ളം കുടി ക്കാനായി എടുത്തിരുന്ന കടവിൽ സ്ഥാപിച്ച ശിലയാവാം ഇത്" വിനോദ് പറഞ്ഞു.

"ചാമക്കാവ് പഴയകാലത്തെ ജൈനക്ഷേത്രമോ പാഠശാലയോ ആയിരുന്നെങ്കിലോ? അവിടെയെത്തുന്ന വിദ്യാർത്ഥികൾക്കും ഭക്തജന ങ്ങൾക്കും വെള്ളം കുടിക്കാനെടുത്തിരുന്ന കടവിൽ സ്ഥാപിച്ചതാവാനും സാധ്യതയുണ്ട്." ജയിംസ് പറഞ്ഞു.

"ബുദ്ധമതംപോലെ ഈ പ്രദേശങ്ങളിൽ ജൈനമതത്തിനും വലിയ സ്വാധീനം ഉണ്ടായിരുന്നുവെന്ന് തെളിയിക്കുന്ന ഒരു പ്രധാന രേഖ യാണിത്. ജൈനാചാര്യൻ ചെങ്കായവർ എന്നാണ് എഴുതിയിരിക്കുന്നത്. ഒരുപക്ഷേ അതന്വേഷിച്ചാൽ ഈ ശിലയുടെ കാലപ്പഴക്കം കണ്ടെത്താ വുന്നതേയുള്ളൂ."

"ഒരു പതിനഞ്ചു നൂറ്റാണ്ടെങ്കിലും പഴക്കം ഉണ്ടാവാനാണ് സാധ്യത. എട്ടാം നൂറ്റാണ്ടുമുതലാണ് ബ്രാഹ്മണമതത്തിന്റെ സ്വാധീനം കേരളത്തിൽ

ഉണ്ടായത്. അതിനൊക്കെ വ്യക്തമായ തെളിവുകളുള്ളതാണ്." വിനോദ് പറഞ്ഞു.

"ബുദ്ധപ്രതിമകൾ ലഭിച്ചിട്ടുണ്ടെങ്കിലും ജൈനമതവുമായി ബന്ധപ്പെട്ട് ലഭിക്കുന്ന ഒരു ശില എന്ന നിലയിൽ ഇതിന് വലിയ ചരിത്ര പ്രാധാന്യ മുണ്ടെന്നാണ് എന്റെ വിചാരം. പുരാതനകാലത്ത് തന്നെ മനുഷ്യർ അധിവസിച്ചിരുന്ന ഒരു സ്ഥലമാണിതെന്നതിന് ഇതൊക്കെ തന്നെ വലിയ തെളിവുകളാണ്." അരവിന്ദ് പറഞ്ഞുകൊണ്ട് ശിലാഫലകം വാങ്ങി ഭദ്രമായി മേശപ്പുറത്തുവച്ചു.

"ഡോ. സക്കീർ ഹുസൈനും സാറയ്ക്കും തീർച്ചയായും ഇതൊരു പുതിയ അറിവാകും. ബുദ്ധമതത്തെക്കുറിച്ച് മാത്രമല്ല ജൈനമതത്തെ ക്കുറിച്ചും ആഴത്തിലുള്ള പഠനങ്ങൾ ഈ പ്രദേശങ്ങളിൽ നടക്കണം. എടയ്ക്കൽ ഗുഹ മാത്രമല്ല കേരളത്തിലെമ്പാടും ജൈനമതത്തിന്റെയും ബുദ്ധമതത്തിന്റെയും കാൽപ്പാടുകൾ പതിഞ്ഞിട്ടുണ്ട്." വിനോദ് പറഞ്ഞു.

"എന്തായാലും നമ്മുടെ യാത്ര വെറുതെയായില്ല. ഇനിയിപ്പോ പുറ ത്തേക്ക് പോകുന്നുണ്ടോ? റസിയ ചോദിച്ചു.

"റസിയായുടെ ഇഷ്ടംപോലെ എങ്ങോട്ടു പോകണമെന്ന് പറഞ്ഞാൽ മതി അവിടേക്ക് പോകാം." ജയിംസ് പറഞ്ഞു.

"സുഖിപ്പിക്കല്ലേ. എന്തായാലും എന്നെ ഒഴിവാക്കി നിങ്ങൾ ചാമ ക്കാവിൽ പോയത് ഒട്ടും ശരിയായില്ല." റസിയ വിഷമം ഉള്ളിൽ ഒളിപ്പിച്ച് പറഞ്ഞു.

"മനപ്പൂർവമല്ല. ഞങ്ങൾ വെറുതെ ചുറ്റിക്കറങ്ങാൻ പോയ കൂട്ടത്തിൽ അവിടൊന്ന് കേറിയന്നേയുള്ളൂ." റസിയയെ ആശ്വസിപ്പിക്കാനെന്നവണ്ണം വിനോദ് പറഞ്ഞു.

രേവതി പറഞ്ഞു "നമുക്ക് വേണമെങ്കിൽ കുതിരകെട്ടും തടത്തി ലൊന്ന് പോകാം."

"ഇതിന്നലേ തീരുമാനിച്ചിരുന്നതാണല്ലോ." റസിയ പറഞ്ഞു.

കുതിരകെട്ടുംതടത്തിൽ പോകാൻ എല്ലാവരും തയ്യാറെടുത്തു. അര വിന്ദനെ നോക്കി റസിയ പറഞ്ഞു. "രേവതിചേച്ചിയും വരുന്നുണ്ട്. ഞങ്ങൾ ഒന്നിച്ചുവരാം."

"ശരി, ചേച്ചിയെവിടെ?" അരവിന്ദ് ചോദിച്ചു.

"രേവതി ചേച്ചി." റസിയ വിളിച്ചു. അവർ വീട്ടിനുള്ളിൽ നിന്ന് മുറ്റ ത്തേക്കിറങ്ങിവന്നു. "ഞങ്ങൾ തെക്കേക്കരക്കാരുടെ കെട്ടുമൂട്ടിൽ ഉണ്ടാകും. ചേച്ചി റസിയയേയും കൂട്ടി അവിടേക്ക് വന്നാൽ മതി." അര വിന്ദ് പറഞ്ഞു.

"ശരി, നിങ്ങൾക്ക് ചായ എടുക്കാം." രേവതി പറഞ്ഞു.

"ഇപ്പോ വേണ്ട" വിനോദ് പറഞ്ഞുകൊണ്ട് കാർ സ്റ്റാർട്ടാക്കി. "ചായ കുടിച്ചതേയുള്ളൂ." ജയിംസ് പറഞ്ഞു. അവർ കാറിൽ കയറി വേഗത്തിൽ

ഓടിച്ചുപോയി. റസിയ തന്റെ മുറിയിൽ പോയി അത്യാവശ്യം ചില ഒരുക്കങ്ങളൊക്കെ നടത്തി. അപ്പോഴേക്കും ഭാരതി ചായയും പഴംപൊരിയുമായി മുറിയിലേക്ക് കയറിവന്നു. അപ്പോഴാണ് റസിയ ഭാരതിയെ കാര്യമായി ശ്രദ്ധിക്കുന്നത്. അമ്പത് വയസ്സ് പ്രായം ഉണ്ടാകും. പുതുനിറമാണ്. നല്ല പുരികക്കൊടിയും തിളക്കമുള്ള കണ്ണുകളും. സുന്ദരിയാണവർ. തലമുടികൊണ്ട് കെട്ടിവച്ചിരിക്കുകയാണങ്കിലും നല്ല മുടിയുണ്ടെന്ന് കണ്ടാൽ അറിയാം. അധികം വണ്ണമില്ലാത്ത ശരീരം. കോട്ടൻസാരി ചുറ്റി എപ്പോഴും ചിരിച്ച മുഖഭാവമുള്ള ഭാരതിയോട് റസിയയ്ക്ക് ഒരിഷ്ടംതോന്നി.

"ചേച്ചി എവിടെയാ താമസം" റസിയ ചോദിച്ചു.

"പുഴകഴിഞ്ഞക്കരെ" അവർ ചേച്ചിയെന്ന് എന്നെ വിളിച്ചതിലുള്ള സ്നേഹം പ്രകടിപ്പിക്കുമാറ് വിനയത്തോടെയാണത് പറഞ്ഞത്.

"എത്ര മക്കളുണ്ട്?"

"മൂന്നു പേർ. മൂത്തവളെ വിവാഹം കഴിച്ചു വിട്ടു. രണ്ടാമത്തവൾ പഠിച്ചിട്ടു നിൽക്കുന്നു. മൂന്നാമത്തെവൾ കമ്പ്യൂട്ടർ പഠിക്കുകയാണ്. മൂന്നു പെൺമക്കളാണ്. അതിന്റെ പാടും ദുരിതവും ഉണ്ട്." ചോദിക്കാതെ തന്നെ ഭാരതി പറഞ്ഞു.

"ഭർത്താവ്" റസിയ ചോദിച്ചു.

"അഞ്ചുകൊല്ലം മുമ്പ് പനിവന്ന് മരിച്ചു." അവരുടെ കൈയിൽ തന്നെ ചായയും പഴംപൊരിയും ഇരിക്കുകയാണല്ലോയെന്ന് അപ്പോഴാണ് റസിയ ആലോചിച്ചത്. സ്നേഹത്തോടെ ചായ കൈയിൽ വാങ്ങിയിട്ട് പഴംപൊരി മേശപ്പുറത്ത് വയ്ക്കാൻ പറഞ്ഞു.

എന്തോ ചോദിക്കാനുള്ളതുപോലെ ഭാരതി ഒരുനിമിഷം അവിടെ നിന്നു. റസിയ ചായ രുചിച്ചുകുടിച്ചുകൊണ്ട് പറഞ്ഞു "ചായ നന്നായിരിക്കുന്നു." ഭാരതിയുടെ മുഖം ഒന്നുകൂടി പ്രസന്നമായി. അവർ ഒരു ചെറു ചിരിയോടെ നടന്നകന്നു.

'പാവം' റസിയ മനസ്സിലോർത്തു. വലിയ തറവാടുകളിലൊക്കെ ഇങ്ങനെ കുറേപ്പേരുണ്ടാവും. ഈ തറവാടിന് പുറത്തേക്ക് അവരുടെ ജീവിതം വളരാറില്ല. അടുക്കള പണിചെയ്ത് അവർ ജീവിതം കഴിക്കും. വീട്ടുകാർ നല്ലവരാണെങ്കിൽ വലിയ ശകാരം കേൾക്കാതെ കഴിയാമെന്നുമാത്രം.

രേവതിയും ഒരുങ്ങി പൂമുഖത്തേക്ക് വന്നപ്പോൾ റസിയ മുറി ചാരി പുറത്തേക്കിറങ്ങി. അവർ കാറിൽ കയറി മുന്നോട്ടുനീങ്ങി.

"ചേച്ചിക്ക് ഡ്രൈവിംഗ് ഇഷ്ടമാണോ?" റസിയ ചോദിച്ചു.

"ഉം, ഇപ്പോ കുറേ ആസ്വദിക്കുന്നുണ്ട്. ആദ്യമൊക്കെ ടെൻഷനായിരുന്നു. കൂടുതൽ ദൂരത്തൊന്നും ഡ്രൈവ് ചെയ്യാറില്ല. റസിയയ്ക്ക് ഡ്രൈവിംഗ് അറിയാമോ?" രേവതി ചോദിച്ചു.

“അത്യാവശ്യത്തിന്. ഓടി കൈ തെളിയേണ്ടിയിരിക്കുന്നു.” റസിയ പറഞ്ഞു.

“നിങ്ങൾ രണ്ടു പേരല്ലേ?”

“അല്ല. മൂന്നുപേർ. ജ്യേഷ്ഠൻ അലിഗറിൽ ഫിലോസഫി ലക്ചററാണ്. ഡോ. ഷാജഹാൻ. അനിയത്തി നൂർജഹാൻ സോഷ്യോളജി ബി.എക്ക് ചേർന്നു.”

“നിങ്ങളാരും എം.ബി.ബി.എസിനും എഞ്ചിനീയറിംഗിനുമൊന്നും പോകാത്തതെന്തേ? അതാണല്ലോ എല്ലാ മാതാപിതാക്കളുടെയും സ്വപ്നം.” രേവതി ചോദിച്ചു.

“വീട്ടിൽ അത്തായും അമ്മായും ചേർന്ന് പാവപ്പെട്ട കുട്ടികൾക്കായി ഒരു സ്കൂൾ നടത്തുന്നുണ്ട്. ഫീസ് വാങ്ങാതെയാണ് കുട്ടികളെ പഠിപ്പിക്കുന്നത്. അതൊക്കെ കണ്ടുവളർന്നത് കൊണ്ട് ഹുമാനിറ്റീസിനോടായി എല്ലാവർക്കും താത്പര്യം.” റസിയ പറഞ്ഞു.

“അതു വളരെ നന്നായി.” രേവതിയും അതിനെ പ്രോത്സാഹിപ്പിക്കും പോലെ പറഞ്ഞു.

“ചേച്ചീ, മാനാമധുരയ്ക്ക് വരുക.” റസിയ സ്നേഹപൂർവം അവരെ ക്ഷണിച്ചു. “മധുരയിൽ ഞാൻ വന്നിട്ടുണ്ട്. ക്ഷേത്രദർശനം നടത്തിയിട്ടുണ്ട്. മാനാമധുരയിൽ മധുരപോലെ തന്നെയാണോ?” “മാനാമധുര ഒരു താലൂക്കാണ്. അവിടുന്ന് രാമേശ്വരത്തേക്ക് പോകാം. ചെന്നൈലേക്കും പോകാം. ചേച്ചി മാനാമധുരവഴി ചെന്നൈയിലേക്ക് ഒരു ടൂറു വച്ചാൽ മതി. അല്ലെങ്കിൽ രാമേശ്വരത്തേക്ക്.” റസിയ പറഞ്ഞു.

“ങാ. രാമേശ്വരത്ത് ഇതുവരെ പോകാൻ കഴിഞ്ഞിട്ടില്ല. എങ്കിൽ ഒരു വെടിക്ക് രണ്ടുപക്ഷി. മാനാമധുരയിലും വരാം. രാമേശ്വരവും സന്ദർശിക്കാം.” റസിയ ഉത്സാഹത്തോടെ പറഞ്ഞു. “മാനാമധുരയിൽ എന്താണ് കാണാനുള്ളത്?” രേവതി ചോദിച്ചു.

“അവിടെ പുരാതന ക്ഷേത്രങ്ങളുണ്ട്. പള്ളികളുണ്ട്. വിദ്യാഭ്യാസമുള്ള ജനതയാണ്. സാക്ഷരത നിരക്ക് എഴുപത്തിയഞ്ച് ശതമാനമുണ്ട്. താമസിയാതെ ഞങ്ങളും കേരളത്തെപ്പോലെ നൂറുശതമാനത്തിലേക്ക് എത്തും.” അഭിമാനത്തോടെ റസിയ പറഞ്ഞു.

“പാഞ്ച്പീർ ദർഗ വളരെ പ്രസിദ്ധമാണ്. സൂഫി കേന്ദ്രമാണ്. എല്ലാ മതക്കാരും വരുന്നയിടം.” റസിയ പറഞ്ഞു. “എന്താണവിടെയൊരു പ്രത്യേകത?” രേവതി ചോദിച്ചു.

“പതിമ്മൂന്നാം നൂറ്റാണ്ടിൽ തിരുപാണ്ഡ്യനെ തോല്പിച്ച് മാനാമധുരയുടെ ഭരണം സിക്കന്ദർ ബാദുഷാ സുൽത്താൻ കൈക്കലാക്കി. സുൽത്താൻ വളരെ ജനപ്രിയനും നീതിമാനുമായിരുന്നു. തിരുപാണ്ഡ്യൻ കൂടുതൽ സൈന്യവുമായി സിക്കന്ദർ ബാദുഷയെ ആക്രമിച്ചു. സുൽത്താൻ സഹായത്തിനായി ഏർവാടിയിലെ ബാദുഷ സുൽത്താന്റെ

അരികിലേക്ക് ഒമ്പത് യോദ്ധാക്കളെ അയച്ചു. അവരെ പാണ്ഡ്യൻ കൊലപ്പെടുത്തി. അതിൽ അഞ്ചുപേരെ അടക്കിയ ഇടമാണിതെന്നാണ് പറയുന്നത്. എല്ലാ വിഭാഗത്തിലുംപെട്ട മനുഷ്യർക്ക് ഇഷ്ടമുള്ള ഒരു ഭരണം സുൽത്താൻ കാഴ്ചവച്ചിരുന്നതിനാലാവാം അദ്ദേഹത്തിന്റെയും യോദ്ധാക്കളുടെയും കബറിടങ്ങൾക്ക് പ്രാധാന്യം കൈവന്നത്. സുൽത്താൻ സിക്കന്ദർ ഒരു ഗുഹയിൽ നമസ്കാരത്തിൽ മുഴുകുമ്പോഴാണ് അദ്ദേഹത്തെ പാണ്ഡ്യയോദ്ധാവ് വധിച്ചത്. ആ യോദ്ധാവിന്റെ കാഴ്ചശക്തി അപ്പോൾ തന്നെ നഷ്ടമായി. തിരുപുറംകുണ്ടം ഗുഹയിൽ സുൽത്താന് രാജകീയമായ ശവകുടീരം ഒരുക്കിയത് പാണ്ഡ്യന്മാരാണ്. അതോടെ യോദ്ധാവിന്റെ കാഴ്ച തിരികെ ലഭിച്ചുവത്രെ.

പഞ്ചപീർ ദർഗയെക്കുറിച്ച് നാട്ടുകാരുടെയിടയിൽ വലിയ വിശ്വാസമാണ്. ബ്രിട്ടീഷുകാരുടെ ഭരണകാലത്ത് നാട്ടുകാർ ഉപ്പ് കുറുക്കുന്നത് അവർ നിരോധിക്കുകയുണ്ടായല്ലോ. ഗാന്ധിജിയുടെ ഉപ്പുസത്യാഗ്രഹ കാലം. സ്വാതന്ത്ര്യസമരത്തിന്റെ പ്രധാന ഏടാണത്. 1930കളിൽ ചില റാവുത്തർമാർ ബ്രിട്ടീഷുകാരുടെ നിരോധനാജ്ഞ ലംഘിച്ച് ഉപ്പ് കച്ചവടം നടത്തിക്കൊണ്ടിരുന്നു. അങ്ങനെ വ്യാപാരം നടത്തിവന്ന ഒരു റാവുത്തരെയും സംഘത്തെയും ബ്രിട്ടീഷ് സൈന്യം വളഞ്ഞുപിടിച്ചു. റാവുത്തർ പിടിയിലാകുമെന്നുറപ്പായി. രക്ഷയ്ക്കായി അദ്ദേഹം പഞ്ച് പീർ ദർഗയിലേക്ക് നേർച്ച നേർന്നു. ബ്രിട്ടീഷ് സൈന്യം ഉപ്പുചാക്കുകൾ പൊട്ടിച്ചു പരിശോധിച്ചപ്പോൾ എല്ലാം പഞ്ചസാരയായി മാറിയിരിക്കുന്നതാണ് കണ്ടത്. പഞ്ചസാര ചാക്കുകളുമായി റാവുത്തരും സംഘവും ചന്തയിലെത്തിയപ്പോൾ അതെല്ലാം ഉപ്പായി മാറുകയും ചെയ്തു. റാവുത്തർക്ക് ബ്രിട്ടീഷുകാരുടെ വിലക്കുകൾ ലംഘിച്ച് ഉപ്പുവ്യാപാരം നടത്താനും കഴിഞ്ഞു. നല്ല ലാഭം നേടാനുമായി. ഈ വിശ്വാസം കൊണ്ടാവാം കച്ചവടക്കാർ പഞ്ച് പീർ ദർഗയിൽ ധാരാളമായി എത്തി നേർച്ച അർപ്പിക്കാറുണ്ട്." റസിയ പറഞ്ഞു.

അവർ വളവുതിരിഞ്ഞ് കുതിരകെട്ടുംതടത്തിലെത്തി. കാർ ഒരു ഒഴിഞ്ഞ കോണിൽ നിർത്തി കെട്ടുമൂട്ടിലേക്കവർ നടന്നു. പല തട്ടുകളായി കുതിരയുടെ ഭാഗങ്ങൾ പണിതൊരുക്കികൊണ്ടിരിക്കുകയാണ്. കെട്ടുത്സവത്തോടടുത്തേ ഇവ ഉയർത്തി ബന്ധിപ്പിച്ച് കുതിരയാക്കി മാറ്റുകയുള്ളൂ. കുറച്ചു പണിക്കാർ കുതിരയുടെ ഭാഗങ്ങൾ കെട്ടിയൊരുക്കുന്ന തിരക്കിലാണ്. കെട്ടുമൂട്ടിന്റെ പരിസരത്ത് താൽക്കാലിക ഷെഡുകളിൽ കുരുമുളകും ഏലവും ഇഞ്ചിയും ചുക്കും മഞ്ഞളുമൊക്കെ വില്ക്കാനായി വച്ചിരിക്കുന്നു. ഇത്തരത്തിലുള്ള നിരവധി ഷെഡുകൾ കരിമാങ്കാവിന്റെ ചുറ്റുവട്ടത്തുണ്ട്, അവിടൊക്കെ നല്ല തിരക്കുമുണ്ട്. സുഗന്ധവ്യഞ്ജന വ്യാപാരം ഇവിടെ വ്യാപകമാക്കാൻ എന്താണൊരു കാരണമെന്ന് റസിയ ആലോചിക്കാതിരുന്നില്ല. ഒരു സുഗന്ധവ്യഞ്ജന കടയുടെ മുമ്പിലൂടെ നടന്നപ്പോൾ റസിയ ചോദിച്ചു. "ചേച്ചി കുരുമുളകിനും മറ്റും ഇവിടെ ആവശ്യക്കാർ ഇഷ്ടംപോലെയുണ്ടല്ലേ?"

"ങാ. അതൊരു നേർച്ചയാണ്. സുഗന്ധവ്യഞ്ജനങ്ങൾ വാരിവിതറുന്ന ഒരു ചടങ്ങുണ്ട്. ക്ഷേത്രത്തിനു മുകളിലേക്ക് കുരുമുളകും ഏലവും ചുക്കുമൊക്കെ ഭക്തമാർ വാരിവിതറും. കെട്ടുകാഴ്ച കഴിഞ്ഞ് അതിന്റെ തൊട്ടടുത്ത ദിവസമാണ് കാവുതീണ്ടൽ. നാടിന്റെ നാനാഭാഗത്ത് നിന്ന് കോമരങ്ങളുടെ വരവ് തുടങ്ങും. വ്രതമെടുത്ത കുത്തിയോട്ടക്കാരും കോമരങ്ങളുമൊക്കെ കൂടി സംഹാരരുദ്രമായൊരു ഉറഞ്ഞുതുള്ളലാണ്. വാളുകൊണ്ട് നെറ്റിവെട്ടി പൊളിച്ച് വായിൽ തോന്നുന്നതൊക്കെ വിളിച്ചു പറഞ്ഞും തെറിപറഞ്ഞും ക്ഷേത്രത്തിനു നേരെയവർ പാഞ്ഞടുക്കും. സംഘം സംഘമായി എത്തുന്ന നൂറുകണക്കിന് കോമരങ്ങളുടെ ഉറഞ്ഞു തുള്ളലും തെറിപ്പാട്ടും മുറുകുമ്പോൾ ക്ഷേത്രത്തിന് മുകളിലേക്ക് സുഗന്ധവ്യഞ്ജനങ്ങൾ വാരിയെറിയും. കോമരസംഘങ്ങളും ഇങ്ങനെ അഭിഷേകം നടത്തും. ക്വിന്റൽ കണക്കിന് കുരുമുളകും ഏലവും ചുക്കു മൊക്കെയാണ് ഇങ്ങനെ ക്ഷേത്രത്തിലേക്ക് വലിച്ചെറിയപ്പെടുന്നത്. ക്ഷേത്രത്തിനൊരു വലിയ വരുമാനമാണത്.

ആണും പെണ്ണും ഉറഞ്ഞുതുള്ളുന്ന കാവുതീണ്ടൽ ഒരദ്ഭുതമാണ്. രക്തത്തിന്റെയും സുഗന്ധ വ്യഞ്ജനവും ഭസ്മവും ഒക്കെ കൂടി കലർന്ന ഒരു ഗന്ധമാണ് കരിമാങ്കാവിനപ്പോൾ. താണജാതിക്കാരാണ് കാവ് തീണ്ടൽ ഉത്സവത്തിന് കൂടുതലായി എത്തുക. തെറിയഭിഷേകമുള്ളതു കൊണ്ട് കുടുംബിനികൾ കഴിവതും അന്നേദിവസം ക്ഷേത്രത്തിൽ നിന്നൊഴിഞ്ഞുനിൽക്കും. പണ്ടുകാലത്ത് കാവുതീണ്ടൽക്കാരുടെ സംഘം നാടിന്റെ നാനാഭാഗത്ത് നിന്ന് തെറിപ്പാട്ടുംപാടി കൂട്ടം കൂട്ടമായി വരു മ്പോഴെ പെണ്ണുങ്ങളൊക്കെ വീട്ടിനുള്ളിൽ കയറും. കാവുതീണ്ടൽ സംഘ ക്കാർക്ക് ഏത് പറമ്പിലും കയറി പാർക്കാം. വിളകൾ എടുത്തുപയോ ഗിക്കാം. ആരുമൊന്നും പറയില്ല. കോഴിക്കൂട്ടിൽ നിന്ന് കോഴികളെ പിടിച്ചുകൊണ്ടുപോയി അവർ വേവിച്ചുതിന്നും. ആടിനെ പിടിച്ചുകൊണ്ടു പോകും. കുരുതി പണ്ടുകാലത്ത് വ്യാപകമായി നടന്ന കാവാണിത്. മനുഷ്യക്കുരുതിയും പുരാതനകാലത്ത് നടന്നിരിക്കാം. കോഴി കുരുതി യാണ് എന്റെ ഓർമ്മകളിലുള്ളത്. ഈ അടുത്ത കാലത്തായി കുരുതി ഒഴിവാക്കിയെന്നാണ് തോന്നുന്നത്. ഇപ്പോ അങ്ങനെ പൂവൻകോഴികളെ കുരുതി കഴിക്കാനായി ആളുകൾ വന്നുവാങ്ങുന്നത് കുറവാണ്. ക്ഷേത്ര ത്തിലേക്ക് നേർച്ചയായി നൽകുന്ന കോഴികളെ ഇപ്പോൾ ലേലം ചെയ്യു കയാണ് പതിവ്." രേവതി പറഞ്ഞു.

"ചേച്ചി ഈ കുരുമുളകും ഏലവും മറ്റും എന്തിനാണ് ക്ഷേത്രത്തി ലേക്ക് വാരിയെറിയുന്നത്?" റസിയ ചോദിച്ചു.

"അതെന്തിനെന്നറിയില്ല. ഒരാചാരം. അതിനപ്പുറത്ത് എന്തെങ്കിലും ഉണ്ടെന്ന് തോന്നുന്നില്ല." രേവതി പറഞ്ഞു. ഒരുകാലത്ത് കുരുമുളക് വ്യാപകമായി വിളഞ്ഞിരുന്ന പ്രദേശമായിരുന്നിവിടം. കൊല്ലത്തേക്കും ആലപ്പുഴയിലേക്കും കുരുമുളക് കയറ്റി അയച്ചിരുന്നു. നെടുമങ്ങാട്ടുനിന്നും

പള്ളിക്കൽനിന്നുമായിരുന്നു കൊല്ലം തുറമുഖത്തേക്ക് കുരുമുളക് വൻതോതിൽ എത്തിച്ചിരുന്നത്. പോർട്ടുഗീസുകാരും ഡച്ചുകാരും ബ്രിട്ടീഷുകാരും ഈ ഗ്രാമത്തിന്റെ വ്യാപാരകുത്തകയ്ക്കായി ഏറ്റുമുട്ടിയിരുന്നതായി ചരിത്രം പറയുന്നു. അതൊക്കെ പഴയകാര്യം. ഇന്ന് നാമമാത്രമായി കുരുമുളക് കൃഷിയേയുള്ളൂ. മിക്ക പറമ്പുകളും റബ്ബർ കൃഷിയിലേക്ക് മാറി. പുതിയ ഇനം കുരുമുളക് വള്ളികൾക്ക് ദ്രുതവാട്ടം എന്ന രോഗം പടർന്നുപിടിച്ചതോടെ കുരുമുളക് കൃഷി നഷ്ടകച്ചവടമായി. ഇപ്പോ വിലയിടിവുമാണ്. ഇടവിളയായി കുരുമുളക് വല്ല പറമ്പിലും ഉണ്ടെങ്കിലായി. കുരുമുളകിന്റെ പ്രതാപകാലം എന്നേ അവസാനിച്ചു." രേവതി പറഞ്ഞു.

യൂറോപ്പിലുണ്ടായ വ്യവസായ വിപ്ലവമാണ് കുരുമുളകിന്റെ പ്രാധാന്യം ഇല്ലാതാക്കിയത്? മാംസ സംസ്കരണത്തിന് പുതിയ മാർഗങ്ങൾ വന്നതോടെ കുരുമുളകിന് വില ഇടിഞ്ഞു. കുരുമുളക് തേടി ഇന്ത്യയിലെത്തിയ ബ്രിട്ടീഷുകാർ ഒടുക്കം തേയിലയും തേക്കും റബറും ആപ്പിളും മറ്റുമാണല്ലോ ഇവിടുന്ന് കയറ്റികൊണ്ടുപോയത്. ഒടുക്കം നാട്ടുരാജാക്കന്മാരെ കൊള്ളനടത്തി സ്വത്ത് ബ്രിട്ടനിലേക്ക് കടത്തി. സ്വർണവും വെള്ളിയും മറ്റ് സ്വത്തുക്കളും അവർ കവർച്ച ചെയ്തുകൊണ്ടുപോയി. കുരുമുളക് വ്യാപാരത്തിനു വന്നവർ കൊള്ളക്കാരും ഭരണകർത്താക്കളുമായി മാറുകയായിരുന്നുവല്ലോ.

1793 ൽ കേണൽ മെക്കലോസ് അറയ്ക്കൽ കൊട്ടാരത്തിൽ നടത്തിയ കൊള്ളയുടെ കണക്ക് വായിച്ചതോർക്കുന്നു." റസിയ പറഞ്ഞു. "എന്തൊക്കെയാണ് കൊണ്ടുപോയത്." കൗതുകപൂർവം രേവതി ചോദിച്ചു. "ആനയുടെ സ്വർണചങ്ങല, വെള്ളിക്കുട, വെള്ളിക്കുഴൽ, സ്വർണം പൂശിയ ഡ്രമ്മുകൾ, സ്വർണകമ്പിയുള്ള പട്ടുകുട, സ്വർണം പൂശിയ തോക്കുകൾ, വെള്ളിമേശ, വെള്ളിപ്പല്ലക്ക്, അരി, പഞ്ചസാര, ചന്ദനം എന്നിവ കയറ്റിയ മൂന്നു കപ്പലുകൾ, കയറുനിറച്ച 25 നാടൻ വഞ്ചികൾ, 150 കണ്ടി കാപ്പി, 50 കണ്ടി കുരുമുളക്, 20 കണ്ടി ഏലം, മൊയ്തീൻ പള്ളിയുടെ ഖജനാവ് കുത്തിതുറന്ന് മിനാരത്തിനുവേണ്ടി നിർമ്മിച്ച സ്വർണ തളികകളും അവർ ബലാൽക്കാരമായി എടുത്തുകൊണ്ടുപോയി." റസിയ പറഞ്ഞു. "റസിയ ഇതൊക്കെ കൃത്യമായി ഓർത്തിരിക്കുന്നുവല്ലോ." ആശ്ചര്യത്തോടെ രേവതി ചോദിച്ചു. "ഉം, അറയ്ക്കൽ കൊട്ടാരത്തെക്കുറിച്ച് ഞാൻ രാവിലെ വായിച്ചതേയുണ്ടായിരുന്നുള്ളൂ. കേരളത്തിലെ ഏക മുസ്ലീം രാജവംശമാണല്ലോ അറയ്ക്കൽ? കണ്ണൂരിലെ മുസ്ലിങ്ങളുടെയിടയിലെ മരുമക്കത്തായവും പഠനവിഷയമാക്കേണ്ടതാണ്." റസിയ പറഞ്ഞു. അവർ കുതിരകെട്ടും തടത്തിലെത്തിയപ്പോൾ അരവിന്ദും വിനോദുമൊക്കെ അവിടെ അവരെ കാത്തുനിൽപുണ്ടായിരുന്നു. അവർ കുതിരകെട്ട് നോക്കികണ്ടു. കുതിരയുടെ കുറ്റിയറയുടെ പണി പുരോഗമിക്കുകയാണ്. തേക്കിൽ നിർമ്മിച്ച കുറ്റിയറയ്ക്ക് ഇരുമ്പുവളയം ചുറ്റിയ

ചാടുകളുണ്ട്. കുതിരയുടെ എല്ലാഭാഗങ്ങളും താങ്ങിനിർത്തുന്നത് കുറ്റിയറയാണ്. കുതിരയുടെ അസ്ഥിവാരം ഇതാണന്നുപറയാം. മേൽക്കൂടാരവും നാമ്പും തൂത്തുതുടച്ച് ചായംപൂശി വൃത്തിയാക്കുന്നുണ്ട്. മേൽക്കൂടാരത്തിലെ അടയ്ക്കാമരത്തിന്റെ അലകുകൾ പഴയത് മാറ്റി പുതിയ അലക് ഉറപ്പിക്കുന്ന തിരക്കിലാണ് പണിക്കാർ. പ്രഫട കൊത്തുപണി ചെയ്തു മനോഹരമാക്കിവച്ചിരിക്കുന്നു. ഇതിലാണ് നെറ്റിപ്പട്ടവും മറ്റും ഉറപ്പിക്കുന്നത്. ഭദ്രകാളിമുടി കുറ്റിയറയിലാണ് സ്ഥാപിക്കുക. രൗദ്രമാണ് ഭാവം. അടയ്ക്കാമരത്തിന്റെ അലകാണ് കൂടുതലായി പണിക്കുപയോഗിച്ചിരിക്കുന്നത്. പലനിറത്തിലുള്ള തുണികളും അലങ്കാര തുണിത്തരങ്ങളും കൊണ്ട് ഓരോ തട്ടും വിതാനിക്കും. റോഡരുകിൽ സ്ഥാപിച്ചിരിക്കുന്ന കൂറ്റൻ ഇരുമ്പുതൂണിന്റെ സഹായത്തോടെയാണ് ഓരോ തട്ടും ഉയർത്തി കുറ്റിയറയിൽ സ്ഥാപിക്കുന്നത്.

പഴയകാലത്ത് വലിയമരങ്ങളുടെ സഹായത്തോടെയാണിത് ചെയ്തിരുന്നത്. കുതിരക്കെട്ടിൽ വിദഗ്ധരായ പാരമ്പര്യ ആശാരിപ്പണിക്കാരുണ്ട്. ആ കുടുംബങ്ങളാണ് തലമുറ തലമുറയായി കുതിരകെട്ടും തേരുകെട്ടുമൊക്കെ ചെയ്യുന്നത്. കുതിരയുടെ നിർമിതിയിൽ നിന്ന് വ്യത്യസ്തമായ ശൈലിയിലാണ് തേരിന്റെ നിർമ്മാണം. സാധാരണ മൂന്നുതട്ടുകളാണ് തേരിനുണ്ടാവുക. കുതിരയോളം പൊക്കം തേരിനുണ്ടാവുകയില്ല. ആയിരക്കണക്കിന് വർഷത്തെ കെട്ടുപാരമ്പര്യമാണിവയ്ക്കുള്ളത്. ബുദ്ധ സംസ്കൃതിയോളം പഴക്കമുണ്ട്. യുനസ്കോയുടെ പൈതൃകപട്ടികയിൽ ഉൾപ്പെട്ടതോടെ കരിമാങ്കാവിലെ ഉത്സവത്തിന്റെ മാറ്റ് പതിന്മടങ്ങ് വർധിച്ചു. ദൂരെ ദിക്കിൽനിന്നുപോലും ആളുകൾ ഉത്സവം കാണാനെത്തുന്നു. കുതിരയും തേരും വലിക്കാൻ ഇന്നും കരക്കാരുടെ ആവേശം അണഞ്ഞിട്ടില്ല. നാൾകഴിയുംതോറും കൂടുകയാണ്. കരിമാങ്കാവിനു ചുറ്റുവട്ടത്തുള്ള വൈദ്യുതി പോസ്റ്റുകളും കമ്പികളും ഇപ്പോൾ കാണാനാവില്ല. യുനസ്കോയുടെ പൈതൃകപട്ടികയിൽ വന്നതോടെ വൈദ്യുതി കമ്പികളൊക്കെ ഭൂമിക്കടിയിലൂടെയാക്കി. അതുകൊണ്ട് വൈദ്യുതിയുടെ ഭീഷണിയില്ലാതെ തേരും കുതിരയും കരിമാങ്കാവിലേക്ക് കുതിച്ചാർത്തുവരുന്നു. കരക്കാരുടെ ആരവങ്ങൾക്ക് അതിരുകളില്ല.

“മിത്തുകളും ഐതിഹ്യങ്ങളും അനുഷ്ഠാനങ്ങളും ആചാരങ്ങളുമൊക്കെ ചരിത്രത്തിലേക്ക് വെളിച്ചം വീശുന്ന പ്രധാനരേഖകളാണ്. വളരെ ഗൗരവത്തോടെയും ഗവേഷണ ബുദ്ധിയോടെയും വേണം ഇതിനെയൊക്കെ സമീപിക്കാൻ. വിശ്വാസികളിൽ നിന്ന് വ്യത്യസ്തമായൊരു പാതയാണ് നമ്മുടെ മുമ്പിലുള്ളത്.” ജയിംസ് പറഞ്ഞു. അവർ നടന്ന് ഒരു വീടിന്റെ മുറ്റത്ത് എത്തി. വീടിന്റെ മുമ്പിൽ അലങ്കാരപ്പന്തൽ ഉയർത്തിയിട്ടുണ്ട്. സമ്പന്നമായവീടാണ്. വിദേശത്ത് ജോലിചെയ്യുന്നവരാണെന്ന് വീടിന്റെ സ്വഭാവം വ്യക്തമാക്കുന്നു. വിലകൂടിയ രണ്ടു കാറുകൾ പോർച്ചിലുണ്ട്. ഗൃഹനാഥൻ വേലുക്കുട്ടിനായർ വന്ന് സ്വയം പരിചയപ്പെടുത്തി. വളരെ ആദരവോടെ എല്ലാവരെയും ക്ഷണിച്ചിരുത്തി.

സൽക്കാരത്തിന്റെ തുടക്കമായി പഴച്ചാറ് നൽകി സ്വീകരിച്ചു. ആളുകൾ അപ്പവും ഇഡ്ഡലിയും പത്തിരിയുമൊക്കെ നിരനിരയായിരുന്നു കഴിക്കുന്നുണ്ട്. അരവിന്ദുമായി വേലുക്കുട്ടിനായർ കുശലാന്വേഷണം നടത്തി. കൂടെയുള്ളത് കൂട്ടുകാരാണന്നും കുത്തിയോട്ടച്ചടങ്ങുകൾ കാണാനെത്തിയതാണന്നും പറഞ്ഞു. എല്ലാവരെയും പ്രത്യേകം പ്രത്യേകം വേലുക്കുട്ടി നായർ പരിചയപ്പെട്ടു. കുവൈറ്റിലെ പെട്രോളിയം കമ്പനിയിലെ ഉയർന്ന ഉദ്യോഗസ്ഥനാണ് വേലുക്കുട്ടിനായർ. കുടുംബവും അവിടെ തന്നെ. കരിമാങ്കാവിലെ ഉത്സവകാലത്ത് നാട്ടിൽ മുറതെറ്റാതെയെത്തും. അഞ്ചുവർഷത്തിൽ ഒരിക്കലെങ്കിലും കുത്തിയോട്ടച്ചടങ്ങ് സംഘടിപ്പിക്കാറുണ്ടെന്ന് വേലുക്കുട്ടിനായർ പറഞ്ഞു. ഇരുപത്തിയഞ്ചുലക്ഷം മുതൽ അമ്പതുലക്ഷംവരെ ചിലവ് വരാറുണ്ട്. എങ്കിലും ദേവിക്കാവുമ്പോൾ അതൊരു നഷ്ടമല്ലെന്ന് വേലുക്കുട്ടിനായർ പറഞ്ഞു.

ശിവരാത്രിയിൽ തുടങ്ങി ഭരണിനാളിൽ അവസാനിക്കുന്ന വിവിധ ചടങ്ങുകളാണിതിനുള്ളത്. "പഴയകാലത്തെ മനുഷ്യബലിയുടെ ഒരു തുടർച്ചയാണോയിത്?" റസിയ ചോദിച്ചു. "അതറിയില്ല. കുത്തിയോട്ടത്തിന് രണ്ടു കുട്ടികളെ ദത്തെടുക്കാറുണ്ട്. അവരെ കുത്തിയോട്ട ചുവടുകളും പാട്ടുകളുമൊക്കെ അഭ്യസിപ്പിക്കും. ഇതിന് അനുഷ്ഠാനമുണ്ട്. വ്രതനിഷ്ഠകളുണ്ട്. ഈ ദിവസങ്ങളിൽ വീട്ടിലെത്തുന്ന എല്ലാവരെയും സമൃദ്ധമായ ഭക്ഷണം നൽകി സ്വീകരിക്കണം. ഭരണിനാളിൽ അനുഷ്ഠാനചടങ്ങുകളോടെയും പാട്ടും ചുവടും വച്ച് കുട്ടികൾ ക്ഷേത്രത്തിലെത്തും. അവരുടെ ഉടുപ്പിലൂടെ ഒരു നൂൽ കോർത്തെടുക്കും. നൂൽമുറിച്ചടങ്ങാണിത്. ഇതോടെ കുത്തിയോട്ടചടങ്ങ് അവസാനിക്കും. കുട്ടികളെ ഇതോടെ ദേവിക്ക് ബലിനൽകിയെന്നാണ് വിശ്വാസം." അരവിന്ദ് പറഞ്ഞു.

"ഈ കുട്ടികളെ പിന്നെ കണികാണുന്നത് ശുഭകരമല്ലെന്നൊക്കെ വിശ്വാസമുണ്ട്." വിനോദ് പറഞ്ഞു. "എന്തായാലും ഇത്തരം വിശ്വാസങ്ങളും അനുഷ്ഠാനങ്ങളും ചരിത്രത്തിന്റെ പിൻബലത്തിൽ പരിശോധിക്കപ്പെടേണ്ടതാണ്." വിനോദ് വീണ്ടും പറഞ്ഞു. കുത്തിയോട്ടത്തിന് കുട്ടികളെ കിട്ടാനാണിപ്പോൾ ബുദ്ധിമുട്ടെന്നും വേലുകുട്ടിനായർ പറഞ്ഞുവച്ചു. സന്തോഷ് റാവത്ത് തന്റെ ക്യാമറ ക്ലിക്ക് ചെയ്തുകൊണ്ടിരുന്നു. "നാടിനോടും നമ്മുടെ ആചാരങ്ങളോടും അഭിനിവേശം വർധിക്കാൻ പ്രവാസജീവിതം സഹായിക്കുമെന്നാണ് തോന്നുന്നത്." വിനോദ് പതുക്കെ പറഞ്ഞു. അവർക്ക് പഴച്ചാറിന് പിന്നാലെ ചായയും പൊരിച്ച വകകളും വന്നു. എല്ലാവരും അതു കഴിച്ചപ്പോഴേക്കും സമൃദ്ധമായ കാപ്പി കഴിക്കാനുള്ള നിർബന്ധമായി. ഇടഭക്ഷണം ഇല്ലെന്ന് പറഞ്ഞെങ്കിലും കഴിക്കാതെ വിടില്ലെന്ന ഭാവമായിരുന്നു വേലുക്കുട്ടി നായരുടേത്. ആചാരവും അതുതന്നെയാണ് പറയുന്നത്. അതുകൊണ്ട് എല്ലാവരും മൂക്കുമുട്ടെ കഴിച്ചു. വീടിന്റെ ഒരു ഭാഗത്ത് പ്രത്യേകമായി തയ്യാറാക്കിയ

മുറിയിൽ കുട്ടികൾ കുത്തിയോട്ട ചുവടുകൾ വയ്ക്കുന്നത് എല്ലാവരും കുറച്ചുനേരം നോക്കിനിന്നു.

കുത്തിയോട്ടത്തിന്റെ ചടങ്ങുകൾ അപ്രതീക്ഷിതമായി കാണാനായതിന്റെ സന്തോഷം ജയിംസിനും റസിയയ്ക്കുമുണ്ടായിരുന്നു. ഇതേക്കുറിച്ച് കേട്ടറിവേയുണ്ടായിരുന്നുള്ളൂ. ഇപ്പോൾ നേരിട്ടുകണ്ടിരിക്കുന്നു. ഇതേക്കുറിച്ചു പറഞ്ഞപ്പോൾ വേലുക്കുട്ടി നായർ പറഞ്ഞു. “ഇങ്ങനെ എന്തെല്ലാം തരം ആചാരങ്ങളാണ് ഭാരതത്തിന്റെ ഓരോ തുണ്ടുഭൂമിയിലും നിറഞ്ഞുനിൽക്കുന്നത്. വിശ്വാസങ്ങളിലും ആചാരങ്ങളിലുമുള്ള ഈ വൈവിധ്യം തന്നെയാവാം ഭാരതത്തെ മറ്റ് രാജ്യങ്ങളിൽ നിന്ന് വേറിട്ട് നിർത്തുന്നത്. ഗ്രീക്ക് സംസ്കൃതി പൂർണമായും ക്രിസ്തുമതത്തിന് അടിമപ്പെട്ടെങ്കിലും ഭാരതം വേറിട്ടുനിൽക്കുന്നുവല്ലോ? ഇസ്ലാംമതവും ക്രിസ്തുമതവും നൂറ്റാണ്ടുകളോളം ഇവിടം അടക്കിവാഴുകയും ആണ്ടിറങ്ങുകയും ചെയ്തിട്ടും അതിനൊന്നും പൂർണമായും ഇവിടുത്തെ ആചാരങ്ങളെയോ അനുഷ്ഠാനങ്ങളെയോ വിശ്വാസങ്ങളെയോ വിഴുങ്ങാനായില്ല. ഗ്രീക്കുപുരാണങ്ങളുടെ സ്ഥിതി ഇവിടുത്തെ മഹാഭാരതത്തിനും രാമായണത്തിനുമൊന്നും വന്നിട്ടുമില്ല.”

കൊടിതോരണങ്ങൾകൊണ്ട് അലങ്കരിച്ച വഴിയിലൂടെ അവർ നടന്ന് ഇടവഴിയിലെത്തി. സന്തോഷ് റാവത്ത് എല്ലാവരെയും കുതിരകെട്ടും തടത്തിനരുകിൽ നിർത്തി ഒരു ചിത്രം കൂടിയെടുത്തു. “ഫോട്ടോയെടുക്കുന്നയാൾ കൂടി ചിത്രത്തിൽ വരണ്ടേ?” റസിയ ചോദിച്ചു. ഒരു നിമിഷം എന്ന് പറഞ്ഞു വിനോദ് മൊബൈൽ ക്യാമറ ഫോക്കസ് ചെയ്തു സന്തോഷ് റാവത്ത് കൂടി അവരോടൊപ്പം ചേർന്നപ്പോൾ ക്യാമറ ഫ്ളാഷ് അടിച്ചു. “സെൽഫി.” ഒരു ചിരിയോടെ ജയിംസ് പറഞ്ഞു.

“ഉം, ഇത് ടെക്നോളജിയുടെ യുഗമാണ്. ആർക്കും ഇനി പുറകോട്ട് സഞ്ചരിക്കാനാവില്ല.” വിനോദ് പറഞ്ഞുകൊണ്ട് താനെടുത്ത ചിത്രം പരിശോധിച്ചു തൃപ്തി രേഖപ്പെടുത്തി.

ഏഴ്

സന്ധ്യമയങ്ങി തുടങ്ങി. സൂര്യൻ പൂർണചന്ദ്രനെപ്പോലെ സൗമ്യഭാവത്തോടെ ഭൂമിയെ നോക്കി നില്പാണ്. സൂര്യനെ നേരിട്ടുനോക്കി നിൽക്കാൻ കഴിയുന്ന അപൂർവ അവസരങ്ങളിൽ ഒന്നാണിത്. ഇനിയുള്ള കുറേ ദിവസങ്ങളിൽ സൂര്യൻ ആകാശത്ത് ഒരു സിന്ധൂരപൊട്ടുപോലെ തെളിഞ്ഞുനിൽക്കും. സന്ധ്യകൾ കൂടുതൽ സുന്ദരമാകുന്ന കാലമാണിത്.

ചന്ദ്രനെപ്പോലെ സൂര്യബിംബത്തെ നോക്കിനിൽക്കാനാവുക ഒരനുഗ്രഹമാണ്. സൂര്യനിൽ നിന്ന് ഊർജം കുടിച്ചാണ് ഇക്കണ്ട ജീവികളൊക്കെ ജീവിക്കുന്നത്. ഊർജത്തിന്റെ ഒടുങ്ങാത്ത കലവറയാണ് സൂര്യൻ. സൂര്യരശ്മികളെ ഉള്ളിലേക്ക് ആവാഹിച്ച് ധ്യാനസ്വരൂപനായി നിൽക്കുന്ന സൂര്യനെ നഗ്നനേത്രം കൊണ്ട് കുറച്ചുനേരം നോക്കാനായാൽ തന്നെ നമ്മുടെ ഉള്ളിൽ ഊർജപ്രവാഹമുണ്ടാകും. പുരാതന കാലത്തുതന്നെ മഹർഷിമാർ ഈ സത്യം തിരിച്ചറിഞ്ഞിരുന്നു. സൂര്യനമസ്കാരം ചെയ്തവർ ദീർഘായുസ്സുള്ളവരും ആരോഗ്യദൃഢഗാത്രരായും ജീവിച്ചു. കരിമാങ്കാവിന് മുകളിൽ സൂര്യൻ ചുവന്നപൊട്ടുപോലെ തിളക്കമാർന്നു നിൽക്കുന്നതുനോക്കി രേവതി പറഞ്ഞു "എന്തുനല്ല ഭംഗി. നെറ്റിയിൽ കുങ്കുമപൊട്ടിട്ട യുവതിയെപ്പോലെയുണ്ട് ആകാശം."

എല്ലാവരും കരിമാങ്കാവിന് നേരെ നോക്കി. സൂര്യവൃത്തത്തിനു മുന്നിലൂടെ ഒരുകൂട്ടം കൊറ്റികൾ ഇരതേടൽ കഴിഞ്ഞ് ചേക്കയിരിക്കാനായി അലസമായി പറന്നു നീങ്ങുന്ന കാഴ്ച നോക്കി സന്തോഷ് റാവത്ത് തന്റെ ക്യാമറ ക്ലിക്ക് ചെയ്തുകൊണ്ട് പറഞ്ഞു "ഇതാണ് ഏറ്റവും സുന്ദര മുഹൂർത്തം". അന്തിവെട്ടത്തിൽ സൂര്യനെ നോക്കി പറക്കുന്ന കൊറ്റിക്കൂട്ടം. എല്ലാവരും സൂര്യനെ നോക്കി നിന്നു. ഇപ്പോൾ സൂര്യൻ തീയിൽ ചുട്ട ഒരു നാണയംപോലെയായി. ഉരുകിത്തിളങ്ങുന്ന സൂര്യവെട്ടത്തിന് വല്ലാത്തൊരു വശ്യഭംഗിയുണ്ട്. മരചില്ലകൾക്കിടയിലേക്ക് വേഗത്തിൽ സൂര്യൻ താണുമറഞ്ഞുതുടങ്ങി. ചില്ലകൾക്കിടയിലൂടെ സൂര്യന്റെ മനോഹരചിത്രങ്ങൾ മൊബൈലിലും ക്യാമറയിലും പകർത്തുവാനായി എല്ലാവരും ധൃതിപിടിച്ചുകൊണ്ടിരുന്നു. "ഇവിടെ ആകാശക്കാഴ്ച കുറവാണ്. ഉത്തരേന്ത്യൻ ഗ്രാമങ്ങളിൽ തുറന്ന ആകാശമാണുള്ളത്.

അതുകൊണ്ട് സൂര്യന്റെ വിസ്മയക്കാഴ്ചകൾ കൂടുതലായി അവിടെ കാണാം." സന്തോഷ് റാവത്ത് കൂടെയുള്ളവരുടെ ആവേശം ശ്രദ്ധിച്ചു കൊണ്ട് പറഞ്ഞു.

"ഉം" അതു സമ്മതിച്ചുകൊണ്ട് അരവിന്ദ് പറഞ്ഞു. "ഞങ്ങൾക്ക് ആകാശ കീറുകൾ മാത്രമേയുള്ളൂ. തുറന്ന ആകാശം കാണണമെങ്കിൽ കടൽതീരത്തുപോകണം. കേരളത്തിന്റെ ഒരറ്റം മുതൽ മറ്റേയറ്റംവരെ കടൽത്തീരമുണ്ട്." അതൊരുനുഗ്രഹമാണ്.

"ശരിയാണ്". പല ഉത്തരേന്ത്യൻ സംസ്ഥാനങ്ങൾക്കും കടലില്ല. കടലിൽ ഉരുകിവീഴുന്ന സൂര്യനെ കാണാനാവില്ല." വിനോദ് അതിനോട് യോജിച്ചു. സൂര്യന്റെ തങ്കതിളക്കത്തിൽ ക്ഷേത്രവും പരിസരവും കൂടുതൽ ജ്വലിച്ചുനിൽക്കുന്നു. ദൂരക്കാഴ്ചയിൽ ഒരു പുരാതന ചരിത്ര സിനിമയിലെ രംഗം പോലെയുണ്ട് ക്ഷേത്രവും പരിസരവും. സന്ധ്യ വിളക്കുകൾ തെളിയിക്കാനുള്ള ഒരുക്കം അവിടെ നടക്കുന്നുണ്ട്. ക്ഷേത്ര ത്തിൽ സന്ധ്യാവിളക്ക് കണ്ട് തൊഴുതു മടങ്ങാമെന്ന് രേവതി പറഞ്ഞു. "ഞങ്ങൾ ഇന്നലെ സന്ധ്യയ്ക്ക് ക്ഷേത്രത്തിൽ സമയം ചിലവഴിച്ച താണ്. ചേച്ചിയും റസിയായും കൂടി പോയിട്ടുവന്നാൽ മതി." അരവിന്ദ് പറഞ്ഞു. രേവതി മൂളി. രേവതിയും റസിയയും ക്ഷേത്രത്തിലേക്കും മറ്റുള്ളവർ വീട്ടിലേക്കും യാത്രതിരിച്ചു. "ഇനി വീട്ടിൽപോയൊന്നു കുളി ക്കണം. എങ്കിലെ ഒരാശ്വാസമുണ്ടാകൂ." വിനോദ് പറഞ്ഞു. അവർ കീഴൂർ വീട്ടിലെത്തി മുറിയിലേക്ക് കയറി. ഇരുട്ടു വീണുതുടങ്ങിയപ്പോഴേക്കും രേവതിയും റസിയയും വന്നുകയറി. അങ്ങനെ ഒരുദിവസം കൂടി കൊഴിഞ്ഞുവീണു.

വെളുപ്പിനുതന്നെ ഡോ.സക്കീർ ഹുസൈന്റെ ഫോൺ വിനോദിനു വന്നു. അവർ എറണാകുളത്ത് നിന്ന് തിരിച്ചുവെന്നാണ് അയാൾ വിളിച്ച റിയിച്ചത്. കൊച്ചി ബിനാലെ കൂടി കണ്ടേ അവർ ഡൽഹിക്കു മടങ്ങുക യുള്ളൂവത്രെ. വിനോദ് കിടക്കയിൽ കിടന്നുകൊണ്ടുതന്നെ സമയം കണക്കുകൂട്ടി. ആറും മൂന്നും ഒൻപത്. "പത്ത് പത്തരയ്ക്ക് അവരെ ഇവിടെ പ്രതീക്ഷിക്കാം." വിനോദ് എന്തോ കണക്കുകൂട്ടി പറയുന്നത് ശ്രദ്ധിച്ചുകൊണ്ട് കിടക്കയിൽ കിടന്നുകൊണ്ടുതന്നെ അരവിന്ദ് ചോദിച്ചു. "എന്താ?"

"ആ ഫ്രഞ്ചുകാരി സാറയും സക്കീർ ഹുസൈനും പത്തരയോടെ ഇവിടെയെത്തും." "ങാ!" അരവിന്ദ് മൂളികൊണ്ട് കിടക്കയിൽ നിന്നെ ണീറ്റു. "ങാ എണീറ്റോ" ജയിംസ് മുറിയിലേക്ക് കടന്നു വന്നുകൊണ്ട് ചോദിച്ചു. ""തോളത്തെ തോർത്ത് ഒന്നുകുടഞ്ഞുകൊണ്ട് പറഞ്ഞു. റെഡിയാവ്. കുളി കുളത്തിലാകാം."

"ങാ." മൂളികൊണ്ട് അവരും ജയിംസിനൊപ്പം പുറത്തേക്കിറങ്ങി. സന്തോഷ് റാവത്തും അവരോടൊപ്പം ചേർന്നു കുളക്കടവിലെത്തി. കുളത്തിൽ മുങ്ങാങ്കുഴിയിട്ടു കളിച്ചുകൊണ്ട് അരവിന്ദ് പറഞ്ഞു. "ഈ

ഒരനുഭവം ആസ്വദിക്കാൻ കഴിഞ്ഞില്ലെങ്കിൽ വലിയ കഷ്ടമാണ്. കുട്ടിക്കാലത്തെ നീന്തൽ പഠിക്കണം." "നിനക്ക് വീട്ടിൽ കുളമുള്ളതുകൊണ്ട് ഇങ്ങനൊക്കെ പറയാം. വീട്ടിൽ ഒരു കിണറുപോലുമില്ലാത്ത ഞങ്ങളെങ്ങനാ മുങ്ങിക്കുളിക്കുന്നേ. ക്ലോറിൻ ചുവയുള്ള പൈപ്പുവെള്ളം തന്നെ ദിവസത്തിൽ രണ്ടോ മൂന്നോ മണിക്കൂറാണ് ലഭിക്കുക." പട്ടണവാസികളുടെ ദുരിതം പങ്കുവയ്ക്കുംപോലെ സന്തോഷ് റാവത്ത് പറഞ്ഞു.

"ലക്ഷദ്വീപിൽ പോയപ്പോൾ സ്കൂബ ഡൈവിംഗിനുപോയി. കടലിലെ പവിഴപ്പുറ്റുകൾക്കിടയിലൂടെ ഒരു മീനിനെപ്പോലെ അങ്ങനെ നീന്തി നടക്കാനാവുക ഒരു വിസ്മയാനുഭവമാണ്." ജയിംസ് പറഞ്ഞു.

"സ്കൂബ ഡൈവിംഗ് കോവളത്തും ആരംഭിക്കുന്നുവെന്ന് കേട്ടു." ജയിംസിന്റെ വാക്കുകൾക്ക് മറുപടിപോലെ വിനോദ് പറഞ്ഞു. "അതിന് കോവളത്ത് പവിഴപുറ്റുകളോ, കടൽപാറകളും മീൻകൂട്ടങ്ങളുമുണ്ടോ?"

"ഉണ്ടെന്നാണ് പറയുന്നത്."

അവർ കുളിച്ചുകയറി. കൂടുതൽ സമയം കുളക്കടവിൽ ചിലവഴിക്കാതെ വീട്ടിനുള്ളിലേക്ക് കയറി വേഗത്തിൽ ഒരുക്കം തുടങ്ങി. രാവിലത്തെ കാപ്പികുടി കൂടികഴിഞ്ഞതോടെ സമയം ഒമ്പതരയായി. ഇതിനിടയിൽ ഒരുതവണ വിനോദ്, ഡോ. സക്കീർ ഹുസൈനെ വിളിച്ചിരുന്നു. അവർ ആലപ്പുഴ കഴിഞ്ഞുവെന്നറിയിക്കുകയും ചെയ്തു.

"നമുക്ക് ഇളംപള്ളിക്കൽ പോയി നിൽക്കാം. അവിടെവരെ വഴി തെറ്റാതെ അവർക്ക് എത്തിച്ചേരാനാകും. പിന്നെ, പല ഇടവഴിയും തോടുമൊക്കെയുള്ളതുകൊണ്ട് വഴിചോദിച്ചു ചോദിച്ചു വരേണ്ടിവരും" - അരവിന്ദ് പറഞ്ഞു.

"നമുക്കിവിടുന്ന് പത്തുമണി കഴിഞ്ഞ് ഇറങ്ങിയാൽമതി. അപ്പോഴേ അവരെത്തൂ." ജയിംസ് പറഞ്ഞു. "അവർ ഇങ്ങ് അടുത്ത് എത്തുമ്പോൾ അങ്ങോട്ടുപോയി കൂട്ടിക്കൊണ്ടുവരേണ്ടതേയുള്ളൂ." അതിനോട് യോജിച്ചുകൊണ്ട് അരവിന്ദ് പറഞ്ഞു. അവർ ടിവിയിൽ കുറച്ചുനേരം വാർത്ത കേട്ടിരുന്നു. "കാശ്മീരിൽ പ്രളയം സാധാരണമാകുന്നല്ലോ?" കാശ്മീരിൽ വീണ്ടും പ്രളയക്കെടുതിയുടെ ദൃശ്യങ്ങൾ ശ്രദ്ധിച്ചുകൊണ്ട് സന്തോഷ് റാവത്ത് ആശങ്കയോടെ പറഞ്ഞു.

"ദേ, അവർ കിടന്നു വിളിക്കുന്നു." മൊബൈൽ റിംഗ് നോക്കികൊണ്ട് വിനോദ് പറഞ്ഞു. "ങ്ങാ. കരിമാങ്കാവിനടുത്തുവന്നു വിളിക്കാമെന്നോ?" ഒന്നുരണ്ടുമിനിറ്റ് സംസാരിച്ച് മൊബൈൽ ഓഫാക്കി വിനോദ് പറഞ്ഞു. "സാറായ്ക്ക് കീഴൂർ തറവാടിലേക്കുള്ള വഴിയൊക്കെ കൃത്യമായി അറിയാം. നമ്മൾ ധൃതിവച്ച് എങ്ങോട്ടും പോകണ്ട. അവരിങ്ങ് എത്തിക്കൊള്ളാമെന്ന്."

ഒരു ചിരിയോടെ റസിയ പറഞ്ഞു. "സാറാ ഒന്നു രണ്ടുതവണ ഇവിടെ വന്നിട്ടുള്ളത് അപ്പൂപ്പൻ പറഞ്ഞത് മറന്നുപോയോ? ലോകം മുഴുവൻ

ചുറ്റിസഞ്ചരിക്കുന്ന സാറയ്ക്കാണോ കരിമാങ്കാവിൽ വന്ന് കീഴൂർ തറവാട്ടിലേക്ക് വരാൻ വഴിതെറ്റുന്നത്?"

അരവിന്ദ് എന്തോ അബദ്ധം പറ്റിയപോലെ പറഞ്ഞു "ഡോ. സക്കീർ ഹുസൈനെക്കുറിച്ച് മാത്രമെ നമ്മൾ ഓർത്തുള്ളൂ. സാറയൊപ്പമുണ്ടെങ്കിൽ പിന്നെ അവരിങ്ങെത്തിക്കൊള്ളും." ഇപ്പോ വരാമെന്ന് പറഞ്ഞ് രേവതിയോടൊപ്പം റസിയ കാറിൽ കയറി പുറത്തേക്ക് പോയി. "അവരെങ്ങോട്ടുപോയതാ?" ജയിംസ് ചോദിച്ചു. അതുകേട്ടുനിന്ന രമണിക്കുഞ്ഞമ്മ പറഞ്ഞു "ആൺകുട്ടികൾ അറിയേണ്ട കാര്യങ്ങളല്ല അതൊന്നും. പെൺകുട്ടികൾക്ക് അവരുടേതായ സ്വകാര്യതകൾ കുറേയുണ്ട്" അതോടെ ജയിംസിന്റെ വാ അടഞ്ഞു.

പ്രതീക്ഷിച്ചതുപോലെ പത്തര കഴിഞ്ഞപ്പോൾ ഫ്രഞ്ചുകാരി സാറയും ഡോ. സക്കീർ ഹുസൈനും കൂടി കീഴൂർ തറവാടിന്റെ മുറ്റത്തുവന്നിറങ്ങി. വെളുത്ത ശരീരത്തിൽ നിറയെ തവിട്ടുകുത്തുകൾ വീണ ശരീരപ്രകൃതമായിരുന്നു സാറയുടേത്. ചുണ്ടുകൾ ലിപ്റ്റിക് പുരട്ടി ചുകപ്പിച്ചിരുന്നു. കാൽമുട്ടുകൾക്ക് താഴെവരെ നീണ്ട ഒരു നീളൻ ഫ്രോക്കായിരുന്നു ധരിച്ചിരുന്നത്. കൈകൾ രണ്ടും തുറസ്സായി കിടന്നിരുന്നു. കാതിൽ ലോഹകമ്മലും കഴുത്തിൽ പളുങ്കുമാലയും ധരിച്ചിരുന്നു. കണ്ണുകൾ കൺമഷി എഴുതി കറുപ്പിച്ചിരുന്നു. ചെമ്പിച്ച മുടി ക്രോപ്പ് ചെയ്തിട്ടിരുന്നു. നീണ്ടമൂക്കും ഇളംമഞ്ഞപ്പല്ലുകളും നല്ല പ്രസരിപ്പുള്ള മുഖഭാവവുമായിരുന്നു സാറയുടേത്. ഹൈഹീൽഡ് ലെതർ ചെരുപ്പ് അഞ്ചരയടിയെങ്കിലും ഉയരമുള്ള സാറയ്ക്ക് കൂടുതൽ ഉയരം തോന്നിപ്പിച്ചിരുന്നു.

സാറയ്ക്ക് അൻപത് വയസ്സിനടുപ്പിച്ച് പ്രായം തോന്നിച്ചിരുന്നു. ഡോക്ടർ സക്കീർ ഹുസൈൻ കൂടുതൽ ചെറുപ്പമായിരുന്നു. മുപ്പതോ മുപ്പത്തിരണ്ടോ വയസ്സ് പ്രായമുണ്ടാകും. വെളുപ്പുനിറം. കണ്ണടവച്ചിരുന്നു. വിശാലമായ നെറ്റിയും കറുത്തിരുണ്ട മുടിയഴകും. മുടിക്ക് നല്ല ഉള്ളുണ്ടായിരുന്നു. കഷണ്ടിക്ക് ഒരു വിദൂരസാധ്യതപോലും ഉണ്ടായിരുന്നില്ല. കുറ്റിത്താടിവച്ചിട്ടുണ്ട്. മീശ അല്പം മുകളിലോട്ടുവളഞ്ഞുനിന്നിരുന്നത് മുഖത്തിന് ഒരു ഗാംഭീര്യം നൽകിയിരുന്നു. ഒതുങ്ങിയ മൂക്കും വീതിയുള്ള താടിയും ഒരു കരുത്തന്റെ ഭാവം അയാൾക്ക് നൽകി. ശരീരം സാമാന്യം തടിച്ചതാണ്. എന്നാൽ പൊണ്ണത്തടിയാണെന്ന് പറഞ്ഞുകൂടാ. ജിംനേഷ്യത്തിൽ പോകുന്നതിന്റെ ലക്ഷണം ശരീരപുഷ്ടിയിൽ പ്രകടമാണ്. ഒരു പുരാവസ്തു ഗവേഷകനെക്കാൾ ഒരു പൊലീസ് ഓഫീസറാകാൻ തക്ക ശരീരഭാഷയായിരുന്നു സക്കീർ ഹുസൈന്റേത്. അയാളുടെ കണ്ണുകൾ പ്രകാശമാനമായിരുന്നു. സാറയേയും സക്കീർ ഹുസൈനെയും ആഹ്ലാദത്തോടെ എല്ലാവരും സ്വീകരിച്ചു.

ഗോപാലകൃഷ്ണവല്യത്താനും രമണിക്കുഞ്ഞമ്മയും പൂമുഖത്ത് എത്തി അവരെ സ്വീകരിച്ചു. കുടിക്കാൻ ഓറഞ്ചു ജ്യൂസും തയ്യാറാക്കി വച്ചിരുന്നു. വേലായുധൻ ജ്യൂസുമായി വന്ന് അവർക്കത് നൽകി. ജ്യൂസു

കുടിക്കുന്നതിനിടയിൽ സക്കീർ ഹുസൈനും സാറയും എല്ലാവരുമായും പരിചയപ്പെട്ടു. “ശ്രീമൂലവാസമെന്നത് ഒരു നിർമിതി മാത്രമായിരുന്നില്ലെന്നും ഒരുകൂട്ടം സ്ഥാപനങ്ങളുടെ കേന്ദ്രസ്ഥാനമായിരുന്നുവെന്നുമാണ് സാറയുടെ കണ്ടെത്തലെന്ന് സക്കീർ ഹുസൈൻ ആമുഖമൊന്നുമില്ലാതെ അവരോട് പറഞ്ഞു. ആലപ്പുഴ ജില്ലയുടെയും കൊല്ലം ജില്ലയുടെ ഇടയിലെവിടെയോ ആയിരുന്ന ഒരു ബുദ്ധപാഠശാല കടലെടുത്തുപോയിയെന്നത് ശരിയായിരിക്കാം. തൃക്കുന്നപ്പുഴയിലോ ആറാട്ടുപുഴയിലോ ആകാമത്. എന്നാൽ അതുപോലെ തന്നെ പ്രധാനപ്പെട്ട നിരവധി ബുദ്ധവിഹാരങ്ങൾ മാവേലിക്കര, കരുനാഗപ്പള്ളി, കാർത്തികപ്പള്ളി താലൂക്കുകളിലായുണ്ടായിരുന്നു. കാവുകളും പാഠശാലകളും ബുദ്ധആരാധനാകേന്ദ്രങ്ങളും ധ്യാനകേന്ദ്രങ്ങളും ഒക്കെ ചേർന്നൊരു വലിയ നാഗരികതയായിരുന്നു, അല്ലാതെ ഒരു ക്ഷേത്രമായിരുന്നില്ല.

ഈ പ്രദേശങ്ങളിൽ ഉത്ഖനനങ്ങൾ നടത്തിയാൽ തീർച്ചയായും ശ്രീമൂലവാസത്തിന്റെ അവശിഷ്ടങ്ങൾ കണ്ടെത്താനാവുമെന്നാണ് സാറയുടെ ഉറച്ച അഭിപ്രായമെന്നും സക്കീർഹുസൈൻ പറഞ്ഞു. വിനോദ് അദ്ഭുതത്തോടെ സക്കീർ ഹുസൈനെ നോക്കിക്കൊണ്ട് ചോദിച്ചു. “മോഹൻജദാരോവിലും ഹാരപ്പയിലും മറ്റും കണ്ടെടുത്ത പുരാതന നാഗരികതപോലൊന്നാണോ പ്രതീക്ഷപ്പെടുന്നത്? “അതിനോളം പഴക്കം ഉണ്ടാകണമെന്നില്ല. എന്നാൽ വികസിച്ച ഒരു നാഗരികത ഈ പ്രദേശത്ത് നിലനിന്നിരുന്നുവെന്നാണ് എന്റെ തോന്നൽ തോന്നലെന്ന് പറയാനാവില്ല. ലഭിച്ച വിവരങ്ങളും തെളിവുകളും അതാണ് ശരിവയ്ക്കുന്നത്. കരിമാങ്കാവ് ശ്രീമൂലവാസനാഗരികതയുടെ പ്രധാന കേന്ദ്രങ്ങളിലൊന്നായിരുന്നു. ഒരുപക്ഷേ ബുദ്ധമതം മാത്രമായിരുന്നിരിക്കില്ല ശ്രീമൂലവാസ നാഗരികതയിൽ ഉൾപ്പെട്ടിരുന്നത്. ജൈനമതത്തിനും തുല്യപ്രാധാന്യം കൈവന്നിരിക്കാം.” സാറയാണ് അതിന് മറുപടി പറഞ്ഞത്.

“ങാ, ഇവിടടുത്ത് ചാമക്കാവെന്നൊരു ചെറിയ കാവുണ്ട്. അവിടെ നിന്ന് വട്ടെഴുത്തിൽ എഴുതപ്പെട്ട ഒരു ശിലാഫലകം ഞങ്ങൾക്ക് ലഭിച്ചു. ജൈനാചാര്യൻ ചെങ്കായവന്റെ പേര് അതിലെഴുതിയിട്ടുണ്ട്.” അരവിന്ദ് പറഞ്ഞു. “എവിടെ?” ആവേശത്തോടെ സാറയും സക്കീർ ഹുസൈനും ചോദിച്ചു. അരവിന്ദ് അവരെ ഉണ്ണിവർമ്മയുടെ മുറിയിലേക്കാനയിച്ചു. അവിടെ ഒരു തടിപ്പെട്ടിയിൽ സൂക്ഷിച്ചിരുന്ന ഫലകം അരവിന്ദ് എടുക്കാൻ ശ്രമിക്കുന്നതിനിടയിൽ സാറയും ഉണ്ണിവർമ്മയും പരസ്പരം കുശലാന്വേഷണങ്ങൾ നടത്തി. ഉണ്ണിവർമ്മ നല്ല വ്യക്തതയുള്ള ഇംഗ്ലീഷിലാണവരോട് സംസാരിച്ചത്. സക്കീർ ഹുസൈനെ സാറ ഉണ്ണിവർമ്മയെ പരിചയപ്പെടുത്തുകയും ചെയ്തു.

മലബാറുമായി ഈ കുടുംബത്തിനുള്ള പൂർവബന്ധവും ഉണ്ണിവർമ്മ സക്കീർ ഹുസൈനോട് അനുസ്മരിച്ചു. ജ്ഞാനിയായ വൃദ്ധനെന്നാണ് ഉണ്ണിവർമ്മയെ സാറ സക്കീർ ഹുസൈന് പരിചയപ്പെടുത്തിയത്.

ജീവിക്കുന്ന ചരിത്രപുസ്തകമെന്നും ഇടയ്ക്കവർ വിശേഷിപ്പിച്ചു. അതു കൊണ്ടുതന്നെ ഒരു ചരിത്രപ്രൊഫസറോട് കാണിക്കുന്ന ആദരവോടെ യാണ് ഉണ്ണിവർമ്മയോട് സക്കീർ ഹുസൈൻ പെരുമാറിയത്. അരവിന്ദ് ഫലകം എടുത്ത് സക്കീർ ഹുസൈന്റെ കൈയിലേക്ക് കൊടുത്തു. സാറ വളരെ സൂക്ഷ്മതയോടെ അത് പരിശോധിച്ചുകൊണ്ട് വട്ടെഴുത്തിലെ അക്ഷരങ്ങൾ തപ്പിത്തടഞ്ഞ് വായിച്ചെടുക്കാൻ ശ്രമിച്ചു. കുടിനീരണ അവർ വായിച്ചുകൊണ്ട് യുവ ചരിത്രഗവേഷക വിദ്യാർത്ഥികളെ അഭിന ന്ദിക്കുംവിധം ഹൃദ്യമായി അവരോട് ചിരിച്ചുകൊണ്ടുപറഞ്ഞു "വളരെ നല്ലത്. എ.ഡി. അഞ്ചാം നൂറ്റാണ്ടിന് മുമ്പുള്ള കാലത്താവണം ഇതവിടെ സ്ഥാപിച്ചത്. ചെങ്കായവന്റെ കാലത്താവാം. അതല്ലെങ്കിൽ ചെങ്കായവന്റെ ഗുരുകുല പാരമ്പര്യത്തിലുള്ളവർ സ്ഥാപിച്ചതുമാകാം. അക്കാര്യത്തി ലെല്ലാം കൂടുതൽ ശാസ്ത്രീയമായ അന്വേഷണം നടത്തേണ്ടതുണ്ട്. എന്തായാലും എന്റെ ഊഹങ്ങൾ ശരിയായിവരുന്നതിനുള്ള ഒരു തെളി വാണിത്. ശ്രീമൂലവാസമെന്നത് ഒരു വിശാലനാഗരികതയായിരുന്നുവെ ന്നത്."

"ജൈനമതത്തിന്റെയും ബുദ്ധമതത്തിന്റെയും ശക്തമായ വേരുകൾ ഇവിടെയുണ്ട്. അതോരോന്ന് കണ്ടെത്തി കൂട്ടി യോജിപ്പിച്ചാൽ പുരാതന കേരളത്തെകുറിച്ചുള്ള വ്യക്തമായ വിവരങ്ങൾ ലഭിക്കും. ഇരുളടഞ്ഞ കേരള ചരിത്രത്തിലേക്ക് വെളിച്ചം വീശുന്ന വിളക്കുകളാണ് ഇവിടെ നിന്ന് ലഭിക്കുന്ന ഓരോ പുരാരേഖയും." സാറ ആത്മാർത്ഥത മുറ്റിയ സ്വര ത്തിൽ പറഞ്ഞു. ഡോ.സക്കീർഹുസൈൻ തന്റെ കൈവശമുണ്ടായിരുന്ന തുകൽ സഞ്ചിയിൽ നിന്ന് ക്യാമറ പുറത്തെടുത്ത് ശിലാഫലകത്തിന്റെ ഫോട്ടോയെടുത്തു. റസിയായും രേവതിയും മുറിയിലേക്ക് കയറിവന്നു. സക്കീർ ഹുസൈൻ അവരെ ശ്രദ്ധിച്ചുകൊണ്ട് ക്യാമറ തിരികെ ബാഗി ലേക്ക് വച്ചപ്പോൾ അരവിന്ദ് പറഞ്ഞു. "ഇതെന്റെ ചേച്ചി രേവതി. ഇത് റസിയ. ഞങ്ങളോടൊപ്പം ഡൽഹിയിൽ പഠിക്കുന്നു." സക്കീർ ഹുസൈൻ റസിയയുടെ തിളക്കമുള്ള കണ്ണുകളിലേക്ക് നോക്കി ചോദിച്ചു. "തമിഴ് നാടിന്റെ തെക്കൻ ജില്ലയിൽ നിന്നാവണമല്ലോ, തിരുനെൽവേലി?" "മാനാമധുര" റസിയ പറഞ്ഞു. "അതെങ്ങനെ മനസ്സിലായി." വിനോദ് കൗതുകപൂർവം ചോദിച്ചു. "തമിഴ്നാട്ടിൽ തെക്കൻ ജില്ലയിൽ പഴയ കാലത്ത് പ്രചാരമുള്ള ആഭരണങ്ങളാണ് റസിയ ധരിച്ചിരിക്കുന്നത്." അതുകേട്ട് റസിയ ചിരിച്ചുകൊണ്ട് പറഞ്ഞു "ശരിയാണ്. ഈ ആഭരണ ങ്ങൾ രജപുത്രരുടെ ഇടയിലും പ്രചാരമുണ്ട്. ഒരുപക്ഷേ ഈജിപ്തി ലേക്കോ പേർഷ്യയിലേക്കോ തുർക്കിയിലേക്കോ ഇതിന്റെ വേരുകൾ നീണ്ടുപോയേക്കാം." "ആഭരണങ്ങളും ചരിത്രപഠനത്തിന് പ്രയോജനം ചെയ്യുന്ന തെളിവുകളാണ്." സക്കീർ ഹുസൈൻ പറഞ്ഞു.

റസിയയ്ക്ക് സക്കീർഹുസൈനോട് ഒരു ബഹുമാനം തോന്നി. അയാ ളുടെ നിശ്ചയദാർഢ്യം തുളുമ്പുന്ന കണ്ണുകൾക്ക് എന്തോ വശീകരണ ശക്തിയുണ്ടെന്ന് റസിയയ്ക്ക് തോന്നി. ആത്മാർത്ഥതയുടെ തിളക്കം ആ

കണ്ണുകളിൽ വായിച്ചെടുക്കാം. റസിയയെ കണ്ടപ്പോൾ സക്കീർ ഹുസൈന്റെ ഹൃദയത്തിൽ ഒരു വൈദ്യുതതരംഗം പാഞ്ഞുപോയതു പോലെ അയാൾക്കനുഭവപ്പെട്ടു. ഇരുണ്ട വെളുത്ത നിറമാണെങ്കിലും ഒരു വശ്യസൗന്ദര്യം റസിയയ്ക്കുണ്ട്. എണ്ണമയമുള്ള മേനിയഴകിന് ഗ്രാമവിശുദ്ധിയുള്ളതുപോലെ. സംസാരത്തിനിടയിലും കൂടെ കൂടെ അയാൾ റസിയായെ ഉഴിഞ്ഞ് ശ്രദ്ധിക്കാൻ തുടങ്ങി. “ഈ പ്രദേശത്ത് എവിടെയെങ്കിലും ഇപ്പോൾ ജൈനക്ഷേത്രങ്ങൾ വല്ലതും ഉണ്ടോ?” സാറ ഉണ്ണിവർമ്മയോടായി ശബ്ദം താഴ്ത്തി ചോദിച്ചു. “ങ്ങാ.” ഉണ്ണിവർമ്മ ചോദ്യം ആവർത്തിക്കാനായി സാറായുടെ മുഖത്തേക്ക് നോക്കി ഒരു ശബ്ദം പുറപ്പെടുവിച്ചു. സക്കീർ ഹുസൈൻ ശബ്ദം ഉയർത്തി സാറ യുടെ ചോദ്യം ആവർത്തിച്ചു. “അങ്ങനെയൊരു ക്ഷേത്രം നിലവിലില്ല. പക്ഷേ ജൈനദേവതകളിൽ പലരും ഹിന്ദുക്ഷേത്രത്തിലെ ആരാധനാ മൂർത്തികളായി മാറിയിട്ടുണ്ട്. മലനടയിലെ ശിവക്ഷേത്രത്തിലെ വിഗ്രഹം ജൈനന്മാർ മുമ്പ് ആരാധിച്ചിരുന്ന ഈശ്വരനാണെന്ന് പൂർവികർ പറഞ്ഞു കേട്ടിട്ടുണ്ട്. ത്രിശൂലവും തലയിൽ ചന്ദ്രക്കലയും കാൽചുവട്ടിൽ കാളയും നാലുകൈയ്യുമൊക്കെയുള്ള ഒരു വിഗ്രഹമാണത്. ഈ വിഗ്രഹം മൂല വിഗ്രഹമായി ആ ക്ഷേത്രത്തിലിപ്പോഴും സംരക്ഷിക്കപ്പെടുന്നുണ്ട്.

“പത്തമ്പത് കൊല്ലം മുമ്പ് കൈതമന ഇല്ലക്കാർ പുനഃപ്രതിഷ്ഠ നടത്തിപ്പോൾ വിഗ്രഹം ശിവലിംഗമായി മാറ്റുകയായിരുന്നു.” ഉണ്ണിവർമ്മ പറഞ്ഞു. “ജൈനമതവിശ്വാസം പാടെ ഇല്ലാതായപ്പോൾ അക്കാലത്തെ ക്ഷേത്രങ്ങളൊക്കെ ഹിന്ദുക്ഷേത്രങ്ങളായി മാറ്റുകയെ പോംവഴിയുള്ളു വല്ലോ?” ഒരു വിശദീകരണം പോലെ അദ്ദേഹം പറഞ്ഞു. “ഇടശ്ശേരി അമ്പലത്തിലെ പ്രതിഷ്ഠ വീണാപാണിയായ സരസ്വതിയാണ്. ഇതും ജൈനദേവതയാണല്ലോ?” ഉണ്ണിവർമ്മ പറഞ്ഞു.

“ജൈനമതത്തിന്റെയും ബുദ്ധമതത്തിന്റെയും തുടർച്ചയായുള്ള ഹിന്ദുമതമാണിന്ന് നിലവിലുള്ളത്.” ഡോ.സക്കീർ ഹുസൈൻ അതി നോട് യോജിച്ചുകൊണ്ട് പറഞ്ഞു.

“അതുശരിയാവാം. ബുദ്ധമതവും ജൈനമതവുമൊക്കെ ഹിന്ദുമത നവീകരണത്തിന്റെ ഭാഗമായി ഉണ്ടായതുമാണല്ലോ?” ഉണ്ണിവർമ്മ ഏതോ ആലോചനയിലാണ്ടുകൊണ്ട് പറഞ്ഞു. റസിയയുടെ കിടപ്പുമുറിയുടെ അടുത്തുള്ള രണ്ട് മുറികളാണ് സാറായ്ക്കും സക്കീർ ഹുസൈനുമായി ഒരുക്കിയിരുന്നത്. അവിടേക്ക് രേവതിയും രമണിക്കുഞ്ഞമ്മയും അവരെ കൂട്ടിക്കൊണ്ടുപോയി. റസിയയുടെ മുറിക്കരുകിലെത്തിയപ്പോൾ റസിയ സാറയോടായി പറഞ്ഞു. “ഞാനൊരു ചിത്രം കാണിച്ചുതരാം. അതാരു ടേതാണന്ന് പറയണം.” എന്നിട്ട് സക്കീർ ഹുസൈനെയും സാറയേയും തന്റെ മുറിയിലേക്കവർ ക്ഷണിച്ചു. ചുവരിൽ തൂക്കിയിരിക്കുന്ന ഒരു ചിത്ര ത്തിലേക്ക് ചൂണ്ടി റസിയ ഒരു കുട്ടിയെപ്പോലെ ചോദിച്ചു “ഇതാരുടെ ചിത്രമാണ്?” സാറ കൗതുകപൂർവം ചിത്രത്തിലേക്ക് നോക്കുന്നത് ശ്രദ്ധിച്ചുകൊണ്ട് സക്കീർ ഹുസൈൻ പറഞ്ഞു “ആനിബസന്റ് അല്ലേ?”

പെട്ടെന്ന് മണികിലുക്കംപോലെ റസിയ ചിരിച്ചു. "എനിക്കും ഈ അബദ്ധം പറ്റിയതാണ്. ഇവിടുത്തെ ഒരു കാരണവരുടെ ഐറിഷുകാരിയായ ഭാര്യയുടേതാണ്." ഡോ.സാറ ആ ഫോട്ടോയുടെ അടുത്ത് വന്ന് പറഞ്ഞു. ''ആനിബസന്റുമായി വളരെ നല്ല സാമ്യം.'' സക്കീർ ഹുസൈനെ ഒന്നു പറ്റിച്ച കുസൃതി റസിയായുടെ കണ്ണുകളിൽ തെളിഞ്ഞുനിന്നു. അയാൾ റസിയായെ നോക്കി ഒന്നുകണ്ണിറുക്കി ചിരിച്ചു. റസിയയുടെ കവിളിൽ ഒരു നുണക്കുഴി ഓളമിട്ടു മറഞ്ഞു. യാത്രാമധ്യേ കാപ്പികുടി കഴിഞ്ഞതാണെന്ന് പറഞ്ഞതുകൊണ്ട് അവർക്ക് പ്രത്യേകം ഭക്ഷണമൊന്നും എടുത്തില്ല. ചായയും കേക്കും തയ്യാറാക്കി കൊടുത്തുവെന്ന് മാത്രം. ജയിംസ് അരവിന്ദനോടായി ചോദിച്ചു "നമുക്കവരെയും കൂട്ടി കരിമാങ്കാവിലേക്ക് പോയാലോ?"

"ധൃതി കൂട്ടണ്ട, അവര് കുറച്ചുദിവസം ഇവിടെയുണ്ടല്ലോ. യാത്ര ചെയ്തുവന്നതല്ലേ. വിശ്രമിക്കട്ടെ." അരവിന്ദ് പറഞ്ഞ് നാവെടുത്തില്ല സാറയും സക്കീർ ഹുസൈനും ഒരുങ്ങി പൂമുഖത്തേക്ക് വന്നുപറഞ്ഞു "നമുക്ക് കരിമാങ്കാവിലേക്ക് പോകാം". സാറ ഇന്ത്യൻ വനിതകളെപ്പോലെ സാരിചുറ്റിയാണ് വന്നിരിക്കുന്നത്. സാറയുടെ നിറമുള്ള സ്ത്രീകൾ നമ്മുടെ നാട്ടിലുമുണ്ട്. അതുകൊണ്ട് അവരെ പെട്ടന്ന് വിദേശിയാണെന്ന് ഇപ്പോൾ തിരിച്ചറിയില്ല. തലമുടിക്ക് വേണ്ടത്ര കറുപ്പില്ലെന്നതാണ് ഒരു പോരായ്മ. സാരിയുടുത്തുവന്ന സാറയെ അവർ കൗതുകപൂർവം ശ്രദ്ധിച്ചു. "ഞങ്ങൾ റെഡി." വിനോദും ജയിംസും ഒരുപോലെ പറഞ്ഞു. റസിയയും അവിടെയെത്തി. എല്ലാവരും രണ്ടു കാറിലായി കരിമാങ്കാവിലേക്ക് പോയി. ഉത്സവത്തിന്റെ തിരക്ക് കൂടിവരുന്നതിന്റെ ലക്ഷണങ്ങൾ കാണാം. വഴിയോരത്ത് ബലൂൺ കച്ചവടക്കാരും ഓറഞ്ചും ആപ്പിളും മറ്റും വിൽക്കുന്നവരുമൊക്കെ ചിതറി നിൽക്കുന്നുണ്ട്. വഴിയരികിലൊക്കെ കുരുമുളകും ചുക്കും ഏലവും വിൽക്കുന്നവരുടെ എണ്ണവും വർധിച്ചുവരുന്നു. കുട്ടികൾ എല്ലായിടത്തും ഓടിച്ചാടി നടക്കുന്നുണ്ട്. ഉത്സവങ്ങൾ അവർക്കുവേണ്ടിയാണല്ലോ. അതുകൊണ്ട് വീട്ടുകാരുടെ നിയന്ത്രണം താരതമ്യേന കുറയുന്ന ഉത്സവകാലത്ത് കിട്ടിയ അവസരം അവർ മുതലാക്കുകയാണ്. കൂട്ടംകൂടിയും ഒറ്റതിരിഞ്ഞും കുട്ടികൾ നടക്കുന്നുണ്ട്. ഐസുവില്പനക്കാരുടെ മണിയടി ഒച്ചകൾ മുഴങ്ങുന്നുണ്ട്.

ആകാശത്ത് ജൈന്റ് വീൽ ഇപ്പോൾ നിശ്ചലമായി നിൽക്കുകയാണ്. വൈകുന്നേരമേ അതൊക്കെ സജീവമാവുകയുള്ളൂ. കരിമാങ്കാവിന്റെ വിശാലമായ പറമ്പിലും ആൽത്തറകളിലും കാവിനുചുറ്റും പ്രായംചെന്ന സ്ത്രീകളും പുരുഷന്മാരും തമ്പടിച്ചു കിടക്കുകയാണ്. ജീവിതത്തിന്റെ സായാഹ്നങ്ങളിലൂടെ സഞ്ചരിക്കുന്നവരാണവർ. ഉത്സവത്തിന്റെ പേരും പറഞ്ഞ് വീടുവിട്ടിറങ്ങിയവർ ഭക്തിയുടെ നിറവിൽ ക്ഷേത്രപരിസരത്തു തന്നെ രാപകൽ കഴിച്ചുകൂട്ടുകയാണ്. നാടോടി ജീവിതത്തിന്റെ ഏതോ പുരാതനമായ ഓർമ്മയുടെ രസചരടുകൾ അവരറിയാതെ നെയ്തു

തീർക്കുന്നുണ്ടാവണം. പ്രായത്തിന്റെ അവശതകളും ജീവിതദുഃഖങ്ങളും പ്രാരാബ്ധങ്ങളും ദാരിദ്ര്യവും ശാരീരിക വ്യഥകളും പരസ്പരം പങ്കുവെച്ച് തുറന്ന ആകാശത്തിന് കീഴിൽ രാപകൽ കഴിച്ചുകൂട്ടുന്ന വൃദ്ധജന്മങ്ങളുടെ അരുകുപറ്റിയവർ നടന്നു.

"വിക്രമാദിത്യവരഗുണൻ തന്റെ സ്വത്തിന്റെ വലിയൊരുഭാഗം ശ്രീമൂലവാസബുദ്ധവിഹാരങ്ങൾക്ക് നൽകി. മറ്റേതെങ്കിലും രാജാവ് ഇങ്ങനെ ബുദ്ധമതത്തിന്റെ വളർച്ചയ്ക്ക് സഹായം ചെയ്തതായി ഒരു രേഖയും ലഭിച്ചിട്ടില്ല." സക്കീർ ഹുസൈൻ പറഞ്ഞു.

അവർ ക്ഷേത്രമുറ്റത്തെ ആൾക്കൂട്ടത്തിനിടയിലൂടെ നടന്നു. കരിമാങ്കാവും പരിസരവും ഉത്ഖനനത്തിന് ലഭിക്കുമോയെന്നായിരുന്നു ചിന്ത. ഈ കാവും പരിസരവും കുഴിച്ചു പരിശോധിച്ചാൽ തങ്ങളുടെ നിഗമനങ്ങൾക്ക് ശക്തമായ പിൻബലം കിട്ടുമെന്ന് അവർ ഉറച്ചു വിശ്വസിച്ചിരുന്നു. കരിമാങ്കാവിലെ ആചാരങ്ങളും അനുഷ്ഠാനങ്ങളും ഉത്സവവുമൊക്കെ വർഷങ്ങളായി സാറ ഗവേഷണ ബുദ്ധിയോടെ പരിശോധിക്കുന്നുണ്ട്. അവർ കാവിലെ ഒറ്റയടിപാതയിലൂടെ ഉൾകാവിലേക്ക് നടന്ന് യക്ഷിയമ്പലത്തിനരുകിൽ എത്തി. വെയിൽവീഴാപൂഞ്ചിറയുടെ അടുത്ത് സംഘം കുറച്ചുനേരം വിശ്രമിച്ചു. സാറ പറഞ്ഞു "വളരെയധികം ആളുകൾ വിശ്വസിക്കുന്ന ഒരു ക്ഷേത്രമായതുകൊണ്ട് ഇവിടെ പുരാവസ്തു ഗവേഷണത്തിന് അനുമതി നൽകാൻ ബുദ്ധിമുട്ടുണ്ടെന്നാണ് സംസ്ഥാന സർക്കാർ അറിയിച്ചിരിക്കുന്നത്."

"കേന്ദ്ര പുരാവസ്തുവകുപ്പ് ഗവേഷണത്തിന് അനുകൂലമായി നടപടി സ്വീകരിക്കണമെന്ന് സംസ്ഥാന സർക്കാരിനോട് അഭ്യർത്ഥിച്ചതാണ്." സക്കീർ ഹുസൻ അതുകേട്ട് പറഞ്ഞു. വിശദമായൊരു റിപ്പോർട്ട് കേന്ദ്രസർക്കാരിന് നൽകാൻ കൂടിയാണ് താൻ സാറയ്ക്കൊപ്പം വന്നതെന്നും അദ്ദേഹം പറഞ്ഞു. ചരിത്രവിദ്യാർത്ഥികളും നാട്ടുകാരുമെന്ന നിലയിൽ നിങ്ങൾ ഇക്കാര്യത്തിൽ ജനപിന്തുണ ലഭ്യമാക്കാൻ സഹായിക്കണമെന്ന് സാറ വളരെ വിനയത്തോടെ അവരോട് അഭ്യർത്ഥിച്ചു. നിലവിലുള്ള വിശ്വാസങ്ങൾ തകിടം മാറിയാൻ ഗവേഷണങ്ങൾ ഇടയാക്കിയാൽ അത് വർഗീയധ്രുവീകരണത്തിന് ഇടയാക്കിയേക്കും. പ്രത്യേകിച്ച് വിദേശവനിതയും ക്രിസ്തുമതവിശ്വാസിയുമായ സാറയും മുസ്ലീമായ സക്കീർ ഹുസൈനും ക്ഷേത്രത്തിനും വിശ്വാസത്തിനുമെതിരായി നടത്തിയ ഗൂഢാലോചനയായും ഇത് വ്യാഖ്യാനിക്കപ്പെടാം. ജനങ്ങൾ എങ്ങനെയൊക്കെ പ്രതികരിക്കുമെന്ന് പ്രവചിക്കാനാവില്ല. ഒരു ദേശീയ പ്രശ്നമായിപ്പോലും ഇത് വളർന്നുകൂടായ്കയില്ല. പ്രത്യേകിച്ച് ഇന്നത്തെ രാഷ്ട്രീയസ്ഥിതിയിൽ." വിനോദ് പറഞ്ഞു.

"ശരിയാണ്. ഇതാണ് ഞങ്ങളെ ഭയപ്പെടുത്തുന്നതും," സാറ പറഞ്ഞു "എന്തെല്ലാം മാലിന്യങ്ങൾകൊണ്ട് മൂടപ്പെട്ടാലും സത്യം ഈ മണ്ണിനടിയിൽ കിടപ്പുണ്ട്" അവർ വീണ്ടും പറഞ്ഞു. "ഉത്സവബഹളത്തിനിടയ്ക്ക് ഇവിടേക്ക് വന്നതിന് മറ്റൊരുദ്ദേശം കൂടിയുണ്ട്." സക്കീർ ഹുസൈൻ

പറഞ്ഞുനിർത്തികൊണ്ട് സാറയുടെ മുഖത്തേക്ക് ഒന്നു നോക്കി. ആ കണ്ണുകളിൽ നിന്ന് അനുകൂല സിഗ്നൽ ലഭിച്ചതുകൊണ്ടാവാം അയാൾ തുടർന്നു. "നമുക്കിവിടെ അത്യാവശ്യം ചില ഉത്ഖനനങ്ങളൊക്കെ ഇപ്പോൾ ചെയ്യാനാവും. ഉത്സവത്തോടനുബന്ധിച്ചുള്ള എന്തെങ്കിലും വെട്ടുംകിളയുമെന്നേ നാട്ടുകാരും മറ്റും മനസ്സിലാക്കുകയുള്ളൂ. ആളുകളുടെ ശ്രദ്ധയിൽ നിന്നൊഴിഞ്ഞ് നമുക്കിവിടെ പരിശോധനകൾ നടത്താനും കഴിയും." "അത് ശരിയാണ്. ക്ഷേത്രഭരണാധികാരികളോടാരോടെങ്കിലും ഒന്നു പറഞ്ഞാൽ പിന്നീട് വിവാദങ്ങൾ ഒഴിവാക്കാനാവും" അരവിന്ദ് പറഞ്ഞു. "പക്ഷേ അവർ മറിച്ചുപറഞ്ഞാലോ?" സാറ ചോദിച്ചു. "അതിനാവും സാധ്യത കൂടുതൽ" സക്കീർ ഹുസൈൻ സാറയെ പിന്തുണച്ചുകൊണ്ട് പറഞ്ഞു.

"നിങ്ങളെല്ലാവരും ഞങ്ങളോടൊപ്പം നിന്നാൽ നമുക്കിത് സാധ്യമാകും." ആവേശത്തോടെ സാറ പറഞ്ഞു. അരവിന്ദ് എന്തോ ആലോചിക്കുന്നത് ശ്രദ്ധിച്ചുകൊണ്ട് സാറ പറഞ്ഞു "അരവിന്ദ് ഈ ക്ഷേത്രവുമായി വളരെ അടുത്ത ബന്ധമുള്ളയാളാണ്. ഈ കരിമാങ്കാവിന്റെ സംരക്ഷണം തന്നെ കീഴൂർ കുടുംബക്കാർക്കായിരുന്നുവല്ലോ. അരവിന്ദ് കൂടി ഞങ്ങൾക്കൊപ്പമുണ്ടെങ്കിൽ നാട്ടുകാരുടെ ഭാഗത്തുനിന്ന് എതിർപ്പുണ്ടാവില്ല."

"ഹേയ്, അങ്ങനെ പറയാനാവില്ല. ഇപ്പോൾ ക്ഷേത്രം കരക്കാരുടെ വകയാണ്. തെരഞ്ഞെടുത്ത ഭരണസമിതിയുണ്ട്. ഞങ്ങൾക്ക് ആചാരപരമായ ഒരവകാശം മാത്രമേയുള്ളൂ. പഴയകാലമൊക്കെ മാറിമറിഞ്ഞില്ലേ?" അരവിന്ദ് ഒരു ഒഴിവുകഴിവ് പോലെ പറഞ്ഞു. "കഴിഞ്ഞ ഉത്സവകാലത്താണ് താനീ കാവിൽ നിന്ന് ബുദ്ധപ്രതിമകൾ കണ്ടെത്തിയത്. അതും ഒളിച്ചുംപാത്തുമാണ് ഇതിനുള്ളിൽ കയറിപറ്റിയത്. ഉത്സവം കാണാനെത്തിയ വിദേശിയെന്നേ എല്ലാവർക്കും അറിയാമായിരുന്നുള്ളൂ. ബുദ്ധപ്രതിമ കണ്ടെത്തിയതോടെയത് വാർത്തയായി. അതുവേണ്ടായിരുന്നുവെന്ന് ഇപ്പോൾ തോന്നുന്നു. ഇപ്പോൾ ഇവിടെ പലരും എന്നെ തിരിച്ചറിയുന്നുണ്ട്. ഈ സാരിക്കുള്ളിലായതുകൊണ്ടാണ് ആളുകൾ ശ്രദ്ധിക്കാതെ കാവിനുള്ളിൽ കടക്കാനായത്." സാറ പറഞ്ഞു. "അതു ശരിയാണ്. ഇപ്പോ മിസ് സാറയെ കണ്ടാൽ ഒരിന്ത്യൻ സ്ത്രീയാണെന്നേ തോന്നൂ. ഒരു ഉത്തരേന്ത്യൻ ലുക്കുണ്ട്." ജയിംസ് പറഞ്ഞു. "ആര്യവംശത്തിന്റെ തുടർച്ചയല്ലേ." വിനോദ് കൗശലപൂർവം കണ്ണിറുക്കി പറഞ്ഞു. സാറയത് ആസ്വദിക്കുംപോലെ ചിരിച്ചു. അവർ പൊളിഞ്ഞു കിടക്കുന്ന ക്ഷേത്രാവശിഷ്ടങ്ങൾക്കിടയിൽ പരിശോധന നടത്തുമ്പോൾ അരവിന്ദ് ചോദിച്ചു "ശ്രീമൂലവാസമെന്നത് ക്ഷേത്രങ്ങളുടെയും പാഠശാലകളുടെയും ഒരുകൂട്ടമായിരുന്നുവെന്നതിന് വല്ല തെളിവുമുണ്ടോ?"

"അങ്ങനെയാണെനിക്ക് തോന്നുന്നത്. ജൈനക്ഷേത്രങ്ങൾക്കും ബുദ്ധക്ഷേത്രങ്ങൾക്കും അക്കാലത്ത് ഇത്തരത്തിലുള്ള വിപുലമായ നിർമിതികൾ ഉണ്ടായിരുന്നു. ഒരു പ്രധാനമഠത്തിന്റെ കീഴിലായിരുന്നു

പള്ളിക്കൂടങ്ങളും സന്ന്യാസിമഠങ്ങളും ആശുപത്രികളും ഒക്കെ പ്രവർത്തിച്ചിരുന്നത്. എന്തിന് കൈവേലകൾ പഠിപ്പിക്കുന്ന കേന്ദ്രങ്ങൾ പോലും മഠത്തിന്റെ ഭാഗമായിരുന്നു." സാറ പറഞ്ഞു. "കൊടുങ്ങല്ലൂരിനടുത്തുണ്ടായിരുന്ന കുണവായിൽ കോട്ടം പ്രമുഖ ജൈനകേന്ദ്രമായിരുന്നു. കുണവായിൽ എന്നാൽ കിഴക്കേ വാതിലെന്നാണർത്ഥം. ഗുണകാപുരത്ത് ഇരുന്നാണ് ഇളങ്കോഅടികൾ ചിലപ്പതികാരം എഴുതിയത്. കേരളത്തിലെ പ്രമുഖ ജൈനമതക്ഷേത്രങ്ങളുടെ നിയന്ത്രണം കുണവായിൽ കോട്ടത്തുനിന്നായിരുന്നു. കിണാലൂർ, രാമന്തളി, തലക്കാവ്, ആലത്തൂർ തുടങ്ങിയ അക്കാലത്തെ പ്രധാന ജൈനക്ഷേത്രങ്ങളെല്ലാം മാതൃസ്ഥാപനമായി കണ്ടിരുന്നത് ഗുണവായ് ക്ഷേത്രത്തെയായിരുന്നുവെന്ന് ഇപ്പോൾ വ്യക്തമായിട്ടുണ്ട്. ഇതേമാതൃക തന്നെയായിരുന്നു ശ്രീമൂലവാസ ബുദ്ധക്ഷേത്രങ്ങൾക്കും ഉണ്ടായിരുന്നത്." ഒരു വിശദീകരണംപോലെ സക്കീർ ഹുസൈൻ പറഞ്ഞു.

"പള്ളിക്കൽ പ്രദേശത്ത് നിന്ന് ബുദ്ധവിഗ്രഹം ആദ്യമായി ലഭിക്കുന്നത് സാറയ്ക്കല്ല. ഇതിനുമുമ്പും ബുദ്ധപ്രതിമ ലഭിച്ചിട്ടുണ്ട്. ശിരസ്സ് മുറിഞ്ഞ നിലയിൽ രണ്ടടിയോളം ഉയരമുള്ള ഒരു ബുദ്ധവിഗ്രഹം മുമ്പിവിടെനിന്ന് ലഭിച്ചിരുന്നു. ശിരസ്സുകൂടി കൂട്ടിച്ചേർത്ത് തിരുവനന്തപുരം മ്യൂസിയത്തിലത് പ്രദർശിപ്പിച്ചിട്ടുണ്ട്." സാറയുടെ നിഗമനങ്ങളെ പിന്തുണയ്ക്കുംപോലെ വിനോദ് പറഞ്ഞു.

"മാവേലിക്കരയിലെ ബുദ്ധപ്രതിമ ഞാൻ കണ്ടിരുന്നു. രണ്ടര അടിയോളം വരും. മാവേലിക്കര പുത്തരച്ചനെന്ന പേരിലാണത് നാട്ടിൽ അറിയപ്പെടുന്നത്. ഭരണിക്കാവിലെ പുത്തരച്ചനെയും കണ്ടു. അത് രണ്ടടിയാണ്. മരുതൂർകുളങ്ങരയിലും പോയിരുന്നു. കരുമാടിക്കുട്ടൻ ബുദ്ധൻ തന്നെയാണോയെന്ന് കൂടുതൽ അന്വേഷിച്ചുവരുകയാണ്. കൃഷ്ണപുരം കൊട്ടാരത്തിനു മുമ്പിലുള്ളത് ബുദ്ധൻതന്നെ. മധ്യതിരുവിതാംകൂറിലെ ബുദ്ധവിഹാരങ്ങളുടെ കേന്ദ്രസ്ഥാനം ശ്രീമൂലവാസമായിരുന്നുവെന്നതിന് സംശയമില്ല. നമ്മളിവിടെ ഉത്ഖനനം നടത്തി അതിനുള്ള തെളിവുകൾ കണ്ടെത്തണം. ഒരുകാലത്ത് പടിഞ്ഞാറൻ കടൽ മുതൽ കിഴക്കൻ കുന്നുകൾവരെ സ്വാധീനമുണ്ടായിരുന്ന ബുദ്ധമതത്തിന്റെ വേരുകളാണ് നമ്മൾ അന്വേഷിക്കുന്നത്. ഈ മണ്ണിന്റെ പല ഭാഗങ്ങളിലായത് ചിതറിക്കിടപ്പുണ്ട്." സാറ പറഞ്ഞു.

അവർ ക്ഷേത്രത്തിന്റെ പടിഞ്ഞാറുഭാഗത്തേക്ക് നടന്ന് വെയിൽവീഴാ പൂഞ്ചിറയുടെ അരികിലെത്തി. ഈ വിസ്തൃതമായ ചിറ ബുദ്ധക്ഷേത്രത്തോടനുബന്ധിച്ചുണ്ടായിരുന്ന കൽക്കെട്ടുകളാൽ സംരക്ഷിക്കപ്പെട്ട കുളമാകാനാണ് സാധ്യത. സാറ തന്റെ കൈയിൽ സൂക്ഷിച്ചിരുന്ന ഒരു സ്കെച്ചെടുത്ത് നിവർത്തികൊണ്ട് പറഞ്ഞു. "ക്ഷേത്രം അവിടെയാണല്ലോ. അപ്പോൾ പാഠശാലകൾ ഈ ഭാഗത്താവണം. കുട്ടികൾക്ക് താമസിക്കുന്നതിനുള്ള ഹോസ്റ്റലുകൾ ഇവിടെ. ഇത് ആചാര്യന്മാരും അധ്യാപകർക്കും താമസിക്കാനുള്ള കെട്ടിടം. ഈ കെട്ടിടങ്ങൾക്ക്

നടുവിലായിട്ടാകണം വിസ്തൃതമായ ചിറയുള്ളത്. ബുദ്ധവിഹാരങ്ങളുടെ പഴയകാല വാസ്തുശില്പശൈലി സസൂക്ഷ്മം പഠിച്ചശേഷം തയ്യാറാക്കിയ സ്കെച്ചാണിത്. ചിലപ്പോൾ പ്രാദേശികമായി ചില്ലറ വ്യത്യാസങ്ങൾ വന്നേക്കാം." സാറ അവരോട് പറഞ്ഞു. ആലോചനയിൽ നിന്നുണർന്ന് അരവിന്ദ് പറഞ്ഞു "വെയിൽവീഴാപൂഞ്ചിറയുടെ ചുറ്റുമുള്ള കുറ്റിക്കാടുകൾ വെട്ടി ചിറ വൃത്തിയാക്കുന്നതിനെക്കുറിച്ച് ക്ഷേത്രഭരണസമിതിയിൽ ആവശ്യമുയർന്നിരുന്നു. വേനൽക്കാലത്ത് ചിറയിൽ നിന്ന് വെള്ളമെടുക്കുന്നതിനുള്ള സൗകര്യം ഉണ്ടാക്കാനാണ് ഉദ്ദേശിക്കുന്നത്."

"ങാ. അതുകൊള്ളാം. അതൊരവസരമായി നമുക്ക് പ്രയോജനപ്പെടുത്താവുന്നതാണ്." സക്കീർ ഹുസൈൻ ഒരുപിടിവള്ളി കിട്ടിയതുപോലെ പറഞ്ഞു. "അങ്ങനെയാണങ്കിൽ അരവിന്ദ് അതേക്കുറിച്ച് അന്വേഷിക്കുക. ചിറയുടെ ശുചീകരണം നമ്മൾ സൗജന്യമായി ചെയ്തുകൊടുക്കാമെന്ന് ഭരണസമിതിക്കാരെ അറിയിക്കുക. ഒരുപക്ഷേ അവരത് സമ്മതിച്ചേക്കും" വിനോദ് പറഞ്ഞു.

"ഉത്സവകാലത്ത് തന്നെ എന്തെങ്കിലും ചെയ്യാൻ പറ്റുമോയെന്ന് നോക്കുക. ചിറ മലിനപ്പെടുത്താനിടയുണ്ടെന്നും ചുറ്റുപാടും വൃത്തിയാക്കുന്നത് നന്നായിരിക്കുമെന്നും ഭരണസമിതിയെ ബോധ്യപ്പെടുത്തുക." സക്കീർ ഹുസൈൻ അരവിന്ദനെ പ്രോത്സാപ്പിച്ചുകൊണ്ട് പറഞ്ഞു. "പൂഞ്ചിറയ്ക്ക് അരികിലായി നാടോടിസംഘം തമ്പടിച്ചിട്ടുണ്ട്. കുട്ടികളും മുതിർന്നവരുമൊക്കെയടങ്ങുന്ന സംഘത്തിൽ കുറേപ്പേരുണ്ട്. പെണ്ണുങ്ങൾ ചിറയിൽ നിന്ന് വെള്ളം കുടങ്ങളിൽ ശേഖരിക്കുന്നത് കാണാം." നാടോടി സ്ത്രീകൾ വെള്ളം ശേഖരിക്കാനിറങ്ങുന്ന ഭാഗത്ത് സക്കീർ ഹുസൈൻ കുറച്ചുനേരം സൂക്ഷിച്ചുനോക്കിയിട്ടുപറഞ്ഞു. "അവിടെ ഇരുഭാഗവും മണ്ണുയർന്ന് കിടക്കുകയാണ്. ഇടയിലൂടെ ഒരുചരിവുണ്ട്. അതൊരു കല്ക്കെട്ടും കല്പടവും ആയിക്കൂടെന്നില്ല." അപ്പോഴാണ് അരവിന്ദും അത് ശ്രദ്ധിച്ചത്.

സക്കീർ ഹുസൈന്റെ ഊഹം ശരിയാണെന്ന് റസിയ പറഞ്ഞു. ഒറ്റ നോട്ടത്തിൽ തന്നെ അങ്ങനെയൊരു സാധ്യതയുണ്ട്. "നമുക്കവിടെ പോയൊന്ന് പരിശോധിച്ചാലോ." എല്ലാവരും അതിനോട് യോജിച്ചു. അവർ കൂട്ടമായി ചിറയ്ക്ക് വലംവച്ച് നാടോടികളുടെ അടുത്തേക്ക് നീങ്ങി. നാടോടിസംഘം അവരെ നോക്കി ഏതോ ഭാഷയിൽ സംസാരിക്കുന്നുണ്ടായിരുന്നു. തങ്ങളെ അവിടെ നിന്ന് ഒഴിപ്പിക്കാനാവും ഇവർ വരുന്നതെന്ന് കരുതിയാണവരുടെ വെപ്രാളം. അത് മനസ്സിലാക്കി അരവിന്ദ് ആംഗ്യംകൊണ്ടും ഹിന്ദിയിലുമായി ഒരുവിധത്തിൽ നിങ്ങളെ ഒഴിപ്പിക്കാൻ വന്നതല്ലെന്ന് അവരെ പറഞ്ഞ് മനസ്സിലാക്കി. നിക്കറില്ലാത്ത കൊച്ചുകുട്ടികൾ അവരെ തുറിച്ചു നോക്കി. മുഖത്തും ദേഹത്തും മണ്ണുപുരണ്ട കുട്ടികൾ. സാരിത്തലപ്പുകൾ വൃക്ഷങ്ങളുടെ കൊമ്പുകളിൽ കെട്ടി തൊട്ടിലാക്കി കുട്ടികളെ അതിലുറക്കുന്നുണ്ട്. കലത്തിൽ എന്തൊക്കെയോ വേവുന്നു. ചില പുരുഷന്മാർ ചപ്പാത്തി പരത്തുന്നു. താറുടുത്ത

കൊമ്പൻമീശക്കാർ. ദേഹത്ത് പലതരത്തിലുള്ള ആഭരണങ്ങൾ സ്ത്രീകളെപ്പോലെ ആണുങ്ങളും ധരിച്ചിട്ടുണ്ട്. നിലത്ത് തുണിവിരിച്ച് പ്രായം ചെന്ന ഒന്നുരണ്ടുപേർ ചുരുട്ടുവലിച്ചവിടെയിരിക്കുന്നു.

മൺതിട്ടകളും ചരിഞ്ഞയിടവും സാറയും സക്കീർ ഹുസൈനും വിശദമായി പരിശോധിച്ചപ്പോൾ അരവിന്ദും റസിയായും നാടോടിസംഘത്തിന്റെ സഹായം തേടി. തമിഴും ഹിന്ദിയുമൊക്കെ കലർത്തി അവരോട് സംസാരിക്കാൻ റസിയ അപ്പോഴേക്കും പഠിച്ചുകഴിഞ്ഞിരുന്നു. അവരുടെ കൈയിൽ പണിയായുധങ്ങളുണ്ട്. ഇരുമ്പുകുറ്റികളുണ്ട്. അതൊക്കെ ഉപയോഗിച്ച് മൺതിട്ടകൾ കുഴിച്ചാഴത്തിൽ തോണ്ടാൻ അരവിന്ദ് അവരോട് ആവശ്യപ്പെട്ടു. അതിനുള്ള കൂലിയും വാഗ്ദാനം ചെയ്തു.

സന്തോഷത്തോടെ മൂന്നാലുപേർ വന്ന് മേൽമണ്ണ് നീക്കാൻതുടങ്ങി. എല്ലാവരും ആകാംക്ഷപൂർവം അവരുടെ പ്രവൃത്തികൾ നോക്കിനിന്നു. കുറേ മേൽമണ്ണ് കുഴിച്ചുമാറ്റിയപ്പോൾ തന്നെ സക്കീർ ഹുസൈന്റെ ഊഹം ശരിവയ്ക്കുംവിധം ഉറപ്പുള്ള കല്ലുകൾ ദൃശ്യമായി. സ്വാഭാവികമായ ചെങ്കല്ലുകളായിരുന്നില്ല അതൊക്കെ. ചുട്ട ഇഷ്ടികകല്ലുകളായിരുന്നു. വീതികൂടിയ ഓട്ട് കല്ലുകൾ പാകിയ തറയിലാണ് അവരുടെ പണിയായുധങ്ങൾ ചെന്നുതൊട്ടത്. എല്ലാവരും അദ്ഭുതസ്തബ്ദരായിപ്പോയി. വളരെ ആവേശത്തോടെ എല്ലാവരും ചേർന്ന് ഒരു ഭാഗത്തെ മണ്ണ് മാറ്റിയപ്പോൾ കുളക്കടവിലേക്കുള്ള കൽകെട്ടുകളും ചുട്ട ഓടുകൾ പാകിയ മിനുസമുള്ള തറകളും ദൃശ്യമായിതുടങ്ങി.

അവരെല്ലാവരും കൂടി അവിടെ മണ്ണിൽ പണിചെയ്തു. വലിയൊരു നിധിശേഖരം കണ്ടെത്തിയ ആവേശത്തോടും രഹസ്യാത്മകതയോടുമായിരുന്നു അവിടം കുഴിച്ച് മണ്ണ് മാറ്റികൊണ്ടിരുന്നത്. സാറ തന്റെ സ്കെച്ചിൽ ചില്ലറ മാറ്റങ്ങൾ വരുത്തി കൂടുതൽ കൃത്യത ഉറപ്പുവരുത്തി. ഇതിനിടയിൽ മറ്റൊരദ്ഭുതം സംഭവിച്ചു. അബദ്ധത്തിൽ പിക്കാസ് ഒരു കല്ലിൽ ആണ്ടുപതിച്ചപ്പോൾ അതിളകി ഉള്ളിലേക്ക് ഒരു ഗർത്തം കാണപ്പെട്ടു. കൽപ്പടവുകൾ ആ ഗർത്തത്തിലേക്കാണ് നീങ്ങുന്നതെന്ന സൂചനയും ലഭിച്ചു. ഇതോടെ കാര്യങ്ങൾ കൈവിട്ടുപോകുന്ന സ്ഥിതിയായി. ഒരു ഗുഹാകവാടമാണ് തങ്ങളുടെ മുമ്പിലേക്ക് തുറന്ന് വന്നിരിക്കുന്നത്. അതിനുള്ളിൽ എന്തുമാവാം. വിലമതിക്കാനാവാത്ത രത്നങ്ങളോ സ്വർണ നിക്ഷേപമോ എന്തും. ആർക്കും ഒന്നും പ്രവചിക്കാനാവാത്ത അവസ്ഥയാണ്. ചിലപ്പോൾ പഴയ കാലത്തെ ഏതെങ്കിലും വന്യജീവികളുടെ ഗുഹാകവാടവുമാവാം.

എന്തായാലും ഇത്തരത്തിലൊരു രഹസ്യനിലവറ തുറന്നുവന്ന സ്ഥിതിക്ക് അതിവിടെ ഉപേക്ഷിച്ചുപോകുന്നത് നന്നല്ലെന്ന് സാറയും സക്കീർ ഹുസൈനും പറഞ്ഞു. ക്ഷേത്രഭരണാധികാരികളെ വിവരം ധരിപ്പിച്ച് ഇവിടെ സംരക്ഷണം ഉറപ്പാക്കുന്നതാണ് നല്ലത്. നാടോടികളെയും വിശ്വസിക്കാനാവില്ല. വെയിൽവീഴാപൂഞ്ചിറയും പുരാതന ക്ഷേത്രപരിസരവും വളരെ കരുതലോടെ സംരക്ഷിക്കപ്പെടേണ്ടയിടമാണന്ന്

വ്യക്തമായി കഴിഞ്ഞു. ഇരുട്ടുവീഴുന്നതിന് മുമ്പ് ഇക്കാര്യത്തിൽ ഒരു തീരുമാനം ഉണ്ടാകണം. റസിയയും ജയിംസും വിനോദുമൊക്കെ വിസ്മയക്കടലിൽ അകപ്പെട്ടുപോയ അവസ്ഥയിലാണ്. ഏതോ അദ്ഭുത ലോകത്ത് എത്തപ്പെട്ടതുപോലെ അവർ പരസ്പരം തുറിച്ചുനോക്കി. അരവിന്ദ് മൊബൈലിൽ ക്ഷേത്രത്തിന്റെ പ്രസിഡന്റുമായും സെക്രട്ടറിയുമായും സംസാരിച്ചു. പൊലീസിൽ വിവരം അറിയിക്കുന്നതാണ് ഉചിതമെന്ന ധാരണയിൽ അവരെത്തി.

കൽപ്പടവുകളും ഗുഹാകവാടവും കണ്ടെത്തിയ ഇടത്തേക്ക് ക്ഷേത്രഭാരവാഹികൾ എത്തി. അവരും അവിടം ശ്രദ്ധയോടെ പരിശോധിച്ചു. ക്ഷേത്രപരിസരത്തേക്ക് പൊലീസ് എത്തിയതായി ക്ഷേത്രഭാരവാഹിയായ സോമശേഖരക്കുറുപ്പിനോട് ഒരാൾ വന്നറിയിച്ചു. അവരെ കൂട്ടിവരാൻ അദ്ദേഹം നിർദ്ദേശം നൽകി. സബ്ബ് ഇൻസ്പെക്ടറുടെ നേതൃത്വത്തിൽ മൂന്നാലു പൊലീസുകാർ അവിടേക്ക് വന്നു. ഒന്നുരണ്ടാളുകൾക്ക് തലമുട്ടാതെ ഇറങ്ങിപോകാവുന്നവിധം വലുതാണ് ഗുഹയെന്ന് പ്രാഥമിക പരിശോധനയിൽ ബോധ്യമായി. ക്ഷേത്രപരിസരത്ത് നിന്ന് നിധിശേഖരം കണ്ടെത്തിയെന്ന വാർത്ത പരന്നതോടെ ഉത്സവം കാണാനെത്തിയ നിരവധിയാളുകൾ അവിടെ തടിച്ചുകൂടാൻ തുടങ്ങി. പൊലീസുകാർ അവരെ നിയന്ത്രിച്ചു. ഗുഹാകവാടവും പരിസരവും കയർകെട്ടി തിരിച്ചു സംരക്ഷിച്ചു. ഇവിടേക്ക് വൈദ്യുതവിളക്കുകൾ വലിച്ചു പ്രകാശമാനമാക്കാൻ ക്ഷേത്രാധികാരികൾ നിർദ്ദേശിച്ചു. അതിനനുസരിച്ചുള്ള പ്രവൃത്തികളും തുടങ്ങി.

കരിമാങ്കാവിൽ നിന്ന് തിരുവനന്തപുരത്തെ പത്മനാഭസ്വാമി ക്ഷേത്രത്തിലേക്ക് ഒരു രഹസ്യ വഴിയുണ്ടെന്നും അതാണിപ്പോൾ തെളിഞ്ഞു വന്നിരിക്കുന്നതെന്നും നാട്ടുകാർ പറഞ്ഞു. പത്മനാഭസ്വാമി ക്ഷേത്രത്തിലെ നിധിശേഖരങ്ങൾ ആരെങ്കിലും കൊള്ള ചെയ്യാൻ എത്തിയാൽ രഹസ്യവഴിയിലൂടെ ആ നിധിശേഖരങ്ങൾ കരിമാങ്കാവിൽ എത്തിക്കാനുള്ള സൗകര്യമാണ് പണ്ട് ഉണ്ടായിരുന്നതെന്നും പഴമക്കാർ പറഞ്ഞു. ഭൂമിക്കടിയിലൂടെ നൂറിലധികം കിലോമീറ്റർ ദൂരത്തിൽ ഇങ്ങനെ രഹസ്യവഴിയുണ്ടത്രെ. തുരപ്പനെലി വങ്കുപോലെ ഒരു വഴി സമുദ്രതീരത്തേക്കും നീളുന്നുവെന്നും അവർ കഥകൾ പറഞ്ഞു. എന്നാൽ വിശ്വാസികൾ മറ്റൊരു തരത്തിലാണ് കഥകൾ പ്രചരിപ്പിച്ചത്. കരിമാങ്കാവിലെ ദേവൻ പത്മനാഭസ്വാമി ക്ഷേത്രത്തിലെ ആറാട്ടു ദർശിക്കാനായി പോയിരുന്ന വഴിയായിരുന്നു ഇപ്പോൾ കണ്ടെത്തിയതെന്നായിരുന്നു അവരുടെ വിശ്വാസം.

പഴയകാലത്ത് കൊള്ളക്കാരുടെ ആക്രമണം കരിമാങ്കാവിനുണ്ടാകുമ്പോൾ പൂജാരിമാർക്ക് രക്ഷപ്പെടാൻ വേണ്ടി ഉണ്ടാക്കിയതാണ് ഈ നിലവറകളെന്നും ചിലർ കൂടുതൽ വിശ്വസനീയമായ കഥകൾ പറഞ്ഞു. വെയിൽവീഴാപൂഞ്ചിറയിൽ നിലവറകൾ കണ്ടെത്തിയ വിവരം നാട്ടിൽ വലിയൊരു സംസാരവിഷമായി. ചാനലുകളിൽ ബ്രേക്കിംഗ് ന്യൂസുകൾ

വന്നുതുടങ്ങി. മാധ്യമ പ്രവർത്തകരും സംഭവസ്ഥലത്തേക്ക് കുതിച്ചു. കൂടുതൽ പൊലീസ് കരിമാങ്കാവിലെത്തി നിലവറകളുടെ സുരക്ഷ ഉറപ്പാക്കി. പത്മനാഭസ്വാമി ക്ഷേത്രത്തിൽ നിന്ന് വിലമതിക്കാനാവാത്ത നിധിശേഖരം കണ്ടെത്തിയതിനുശേഷം മറ്റൊരു ക്ഷേത്രത്തിൽ നിന്നു കണ്ടെത്തുന്ന രഹസ്യനിലവറയെന്ന നിലയിൽ വലിയ വാർത്താ പ്രാധാന്യമാണ് ചാനലുകൾ കരിമാങ്കാവിന് നൽകുന്നത്. ഇരുട്ടുവീണു തുടങ്ങിയതോടെ സാറയും സക്കീർ ഹുസൈനും മറ്റെല്ലാവരും കീഴൂർ കുടുംബത്തിലേക്ക് തന്നെ മടങ്ങി. ഈ നിലവറകൾക്കുള്ളിൽ എന്തായിരിക്കുമെന്ന് ആർക്കും ഒരു ഊഹവും ഉണ്ടായിരുന്നില്ല.

രാത്രി മുഴുവൻ ഇതേക്കുറിച്ചായിരുന്നു ചർച്ച. ഉണ്ണിവർമ്മയ്ക്കും ഇങ്ങനെയൊരു നിലവറ കാവിലുണ്ടെന്ന വിവരം അറിയാമായിരുന്നില്ല. കരിമാങ്കാവ് വിഷ്ണുക്ഷേത്രമായതിനാൽ പത്മനാഭസ്വാമി ക്ഷേത്രവുമായി ഇതിനു ബന്ധമുണ്ടെന്ന് പറഞ്ഞു കേട്ടിട്ടുണ്ടെന്ന് മാത്രം. ഗരുഡന്റെ പുറത്തേറി ഇരുഭഗവാന്മാരും പരസ്പരം പോക്കുവരവുണ്ടെന്നും നാട്ടുകാർ വിശ്വസിച്ചിരുന്നു. എന്നാൽ ഇതൊക്കെ വിശ്വാസമായി മാത്രം കണ്ടാൽ മതി. എന്തായാലും ഇപ്പോൾ നിലവറ തെളിഞ്ഞുവന്ന സ്ഥിതിക്ക് ആ പ്രദേശത്ത് വിശദമായ അന്വേഷണം നടത്തിയാലേ എന്താണതെന്ന് പറയാനാവൂ എന്ന് ഉണ്ണിവർമ്മയും പറഞ്ഞു.

ആയിരത്തി ഒന്നു രാവുകളിലെ അലാവുദ്ദീനും അദ്ഭുത വിളക്കും കഥപോലെയുള്ള അദ്ഭുതകരമായ സ്വപ്നങ്ങൾ കണ്ടുകൊണ്ടാണ് അവരൊക്കെ ആ രാത്രി കഴിച്ചുകൂട്ടിയത്. നേരം വെളുത്തതോടെ ചാനലുകളുടെ വണ്ടികൾ കരിമാങ്കാവിനു ചുറ്റും നിരന്നു. ലൈവ് ടെലികാസ്റ്റിംഗ് സംവിധാനങ്ങൾ സജീവമായി. ദേശീയതലത്തിൽ തന്നെ വാർത്തകൾ വന്നുതുടങ്ങി. പത്തുമണിയോടെ ജില്ലാ കലക്ടറും ബന്ധപ്പെട്ട ഉദ്യോഗസ്ഥരും സംഭവസ്ഥലത്ത് എത്തി ഖനനം നടത്താൻ ബന്ധപ്പെട്ട ഉദ്യോഗസ്ഥർക്ക് നിർദ്ദേശം നൽകി. കരിമാങ്കാവിൽ തമ്പടിച്ചിരുന്ന നാടോടികൾ അവിടുന്ന് ആട്ടിയോടിക്കപ്പെട്ടു. ജനങ്ങൾ ഗുഹാകവാടത്തിനരുകിലേക്ക് എത്താതിരിക്കാൻ ബാരിക്കേഡുകൾ നിർമിക്കപ്പെട്ടു. പൊലീസുകാരുടെ ശക്തമായ കാവൽ എല്ലായിടത്തും ഉറപ്പാക്കി. സംസ്ഥാന പുരാവസ്തു വകുപ്പുകാരും ഖനനത്തിന് മേൽനോട്ടം വഹിക്കാനെത്തി. കാര്യങ്ങളൊക്കെ ഇങ്ങനെ മാറിമറിയുമെന്ന് സാറയോ സക്കീർ ഹുസൈനോ – അല്ലെങ്കിൽ മറ്റാരും, നാട്ടുകാർ പോലും വിചാരിച്ചിരുന്നതേയില്ല. അവർ പുരാവസ്തു വകുപ്പ് ഉദ്യോഗസ്ഥരുമായി സംസാരിച്ചു. ഖനനത്തിന് ആവശ്യമായ സഹായസഹകരണം വാഗ്ദാനം ചെയ്യുകയും ചെയ്തു. എന്നാലും അവർ അക്കാര്യത്തിൽ വലിയ ആവേശം കാണിച്ചതുമില്ല.

കരിമാങ്കാവിൽ നിന്ന് ബുദ്ധവിഗ്രഹം കണ്ടെത്തിയ ഫ്രഞ്ചുകാരിയായ സാറയുടെ സാന്നിധ്യം ഏതോ ചാനൽ മാധ്യമപ്രവർത്തകൻ തിരിച്ചറിഞ്ഞു. അവർ എക്സ്ക്ലൂസീവിനായി അവരെ സമീപിച്ചു. പ്രതികരണം

തേടിയെങ്കിലും താൻ ഉത്സവം കാണാൻ വന്നതാണെന്ന് പറഞ്ഞ് അവർ ഒഴിഞ്ഞുമാറി. കരിമാങ്കാവിൽ ഖനനബഹളങ്ങൾക്കിടയിലാണ് യുനസ്കോയിൽ നിന്നുള്ള സംഘം അവിടെയെത്തിയത്. ചാനലുകൾക്കതും ഉത്സവമായി. നാടിന്റെ നാനാഭാഗങ്ങളിൽ നിന്ന് ആളുകൾ കരിമാങ്കാവിലേക്ക് ഒഴുകാൻ തുടങ്ങി. ആയിരക്കണക്കിന് വർഷങ്ങളുടെ പാരമ്പര്യമുള്ള കെട്ടുത്സവത്തിന്റെ വേരുകൾ തേടിയെത്തിയ സംഘത്തിന് പുരാതനമായ നിധിശേഖരത്തിന്റേതെന്ന് വിശ്വസിക്കുന്ന നിലവറകൾ കണ്ടെത്തിയത് അദ്ഭുതമായി. യുനസ്കോപ്രതിനിധികളും ഗുഹാകവാടം വിശദമായി പരിശോധിച്ചു. ഇതേരീതിയിൽ ഈജിപ്റ്റിലെ ചില പുരാതന ക്ഷേത്രങ്ങളിൽ നിന്ന് നിധിശേഖരങ്ങൾ കണ്ടെടുത്ത വിവരങ്ങൾ അവർ അധികൃതരുമായി പങ്കുവച്ചു.

വെയിൽവീഴാപൂഞ്ചിറയുടെ ഒരു ഭാഗത്തെ മണ്ണ് രണ്ടുമൂന്ന് ദിവസത്തെ പരിശ്രമങ്ങൾ കൊണ്ടുതന്നെ നീക്കാനായി. ഭൂമിക്കടിയിൽ വിസ്താരമുള്ളൊരു നിലവറ ഇപ്പോൾ ദൃശ്യമായിട്ടുണ്ട്. പാറകൊണ്ടും ചുട്ട മണ്ണുകൊണ്ടും കെട്ടിയുണ്ടാക്കിയ നിർമിതിയാണത്. മണ്ണുകൊണ്ട് മൂടി മറച്ചതോ, കാലംകൊണ്ട് മണ്ണ് വന്ന് മൂടിയതോ ആവാമെന്ന നിലയിലായിരുന്നു ഭൂമിക്കടിയിലെ നിർമിതി. സാറയും സക്കീർ ഹുസൈനും മറ്റെല്ലാവരും കരിമാങ്കാവിന്റെ പരിസരത്ത് തന്നെ ഖനനത്തിൽ കണ്ണും നട്ട് നിന്നു. സക്കീർ ഹുസൈനും സാറയ്ക്കും ഖനനത്തിൽ സഹകരിക്കുന്നതിനുള്ള അനുമതി മുകളിൽ നിന്ന് ലഭിച്ചത് ഒരനുഗ്രഹമാവുകയും ചെയ്തു. അവരുടെ കൂടെ മേൽനോട്ടത്തിലാണ് ഖനനം ഇപ്പോൾ പുരോഗമിക്കുന്നത്.

റസിയയും അരവിന്ദും വിനോദും ജയിംസും സന്തോഷും അവർക്കൊപ്പം ഒരേ മനസ്സോടെ പ്രവർത്തിക്കുകയാണ്. അവർക്കിതൊരു വലിയ പരിശീലനമാണ്. ഉത്ഖനനത്തിനിടയിൽ ഡോ.സക്കീർ ഹുസൈനും റസിയയും കൂടുതൽ അടുത്തു. പുരാവസ്തുക്കളിലും ചരിത്രത്തിലും അതീവതൽപരയായ റസിയയെ കണ്ടുമുട്ടുന്നതിനു വേണ്ടിയായിരുന്നോ താനിത്രയും കാലം അവിവാഹിതനായി കഴിഞ്ഞിരുന്നതെന്ന് അയാൾ ഇടയ്ക്ക് ഓർക്കുകയും ചെയ്തു. പുരാവസ്തു ഗവേഷകനെന്ന നിലയിൽ ഇന്ത്യയിൽ പേരെടുത്തുവരുന്ന സക്കീർ ഹുസൈനെക്കുറിച്ച് കുറച്ചുദിവസത്തെ പരിചയം കൊണ്ടുതന്നെ റസിയയ്ക്ക് വലിയ മതിപ്പ് തോന്നി. അയാൾക്കൊപ്പം നിൽക്കുമ്പോൾ മനസ്സ് കൂടുതൽ ഉന്മേഷഭരിതമാകുന്നതായി റസിയ തിരിച്ചറിഞ്ഞു. അവർ പരസ്പരം ചരിത്രവിഷയങ്ങളിൽ ചർച്ചകൾ നടത്തി. വീട്ടുകാര്യങ്ങൾ ചോദിച്ചറിഞ്ഞു.

കരിമാങ്കാവിലെ ഉത്ഖനനങ്ങൾക്കിടയിലൂടെ റസിയയുടെയും സക്കീർ ഹുസൈന്റെയും മനസ്സുകളിലും ഉത്ഖനനങ്ങൾ നടക്കുകയായിരുന്നു. അവരുടെ ഹൃദയത്തിനുള്ളിൽ പുതിയ പുതിയ നിലവറകൾ

തുറക്കപ്പെട്ടുകൊണ്ടിരുന്നു. കരിമാങ്കാവിനുള്ളിൽ ഉത്ഖനനം നടക്കുന്ന തോടൊപ്പം ഉത്സവ ഒരുക്കങ്ങളും നടന്നു. തോമസ് മൂറിന്റെ നേതൃത്വ ത്തിലുള്ള അഞ്ചംഗസംഘമാണ് യുനസ്കോയെ പ്രതിനിധീകരിച്ച് കരിമാങ്കാവിൽ എത്തിയിരിക്കുന്നത്. ഡയനാ എന്നൊരു വനിതയും കൂട്ട ത്തിലുണ്ട്. അവർ ഉത്സവത്തിന്റെ വിവിധ ദൃശ്യങ്ങളും ക്ഷേത്രത്തിന്റെ പ്രത്യേകതകളുമൊക്കെ ക്യാമറകളിൽ പകർത്തികൊണ്ടിരുന്നു. അരവിന്ദും വിനോദും റസിയയും യുനസ്കോ സംഘത്തോടൊപ്പവും ചേർന്നു. കുതിരകെട്ടും തടങ്ങളിലെത്തി കെട്ടുകാഴ്ചകളെക്കുറിച്ചു വിശദമായി പഠിക്കുന്നുണ്ടായിരുന്നു. കുതിരകെട്ടുകളും തേരിന്റ ഒരുക്ക ങ്ങളും ഏതാണ്ട് പൂർത്തിയായി കഴിഞ്ഞു. മനോഹരമായ കെട്ടുവിതാന മാണ്. ഒരു തെങ്ങിനോളം വലുപ്പമുള്ള കെട്ടുകാഴ്ചകൾ. അഞ്ചുനില കെട്ടിടത്തിന്റെയത്ര ഉയരം. ചോരയിറ്റു വീഴുന്ന നാക്ക് പുറത്തേക്ക് തള്ളി തുറിച്ച കണ്ണുകളുമായി സംഹാരരുദ്രയായിരിക്കുന്ന ഭദ്രകാളിമുടിയാണ് കുതിരയുടെ കുറ്റിയറയിൽ സ്ഥാപിച്ചിരിക്കുന്നത്. പ്രഫട, നെറ്റിപ്പട്ടം ചൂടി മനോഹരമായി അലങ്കരിച്ചുവച്ചിരിക്കുന്നു. കെട്ടുത്സവതലേന്നിന്റെ അവസാനവട്ട ഒരുക്കത്തിലാണ് പണിക്കാർ.

പതിനഞ്ചുകരകളിലും യുനസ്കോ സംഘം സന്ദർശനം നടത്തി കെട്ടുപണികൾ റിക്കാർഡ് ചെയ്തു. വിശദമായ കുറിപ്പുകൾ എടുത്തു. വിലമതിക്കാനാവാത്ത നിധിശേഖരങ്ങൾക്കായി ഉത്ഖനനം നടത്തുന്ന സംഘങ്ങളും ഉത്സവം നേരിട്ടുകാണാനെത്തിയ യുനസ്കോ സംഘവും മാധ്യമങ്ങൾക്ക് ചാകരയായി. അതുകൊണ്ടുതന്നെ മാധ്യമപട കരി മാങ്കാവിനെ ചുറ്റിപറ്റിതന്നെ നിൽക്കുകയാണ്. ഉത്ഖനനത്തിന്റെ വിവര ങ്ങൾ അപ്പപ്പോൾ ചാനലുകൾ ജനങ്ങളെ അറിയിച്ചുകൊണ്ടിരുന്നു. ഇതി നിടയിൽ തിരുവനന്തപുരം ശ്രീപത്മനാഭസ്വാമി ക്ഷേത്രത്തിലെ നിധി ശേഖരത്തിലെ നിലവറകളിലൊന്ന് രാജകുടുംബത്തിന്റെ എതിർപ്പിനെ തുടർന്ന് തുറക്കാതിരുന്നത് തുറന്ന് പരിശോധിക്കാൻ സുപ്രീംകോടതി അമിക്കസ് ക്യൂറിക്ക് നിർദ്ദേശം നൽകിയ വാർത്തയും പുറത്തുവന്നു. സ്വർണപാത്രങ്ങളും വജ്രങ്ങളും രത്നങ്ങളും മാലകളും വളകളും നിറഞ്ഞ നിലവറകളിലെ നിധിശേഖരത്തിന്റെ വില കണക്കാക്കാവുന്ന തല്ല. ഏകദേശം മൂന്നുലക്ഷം കോടിയിലധികം രൂപയുടെ നിധിനിക്ഷേപം ഇതിനോടകം തന്നെ കണ്ടെത്തിയതായും ചാനലുകൾ വെളിപ്പെടുത്തി.

കരിമാങ്കാവിൽ സമാനമായ സ്വർണ നിക്ഷേപം ഉണ്ടാകുമെന്നാണ് വിദഗ്ധർ കരുതുന്നത്. ഇക്കൊല്ലത്തെ ഉത്സവം അതുകൊണ്ട് തന്നെ ചരിത്രസംഭവമായി മാറി. ഉത്സവം കാണാൻ വന്നതിൽ റസിയയ്ക്കും ജയിംസിനും സന്തോഷിനും വിനോദിനും അതിയായ സന്തോഷം തോന്നി. നിലവറകൾ കണ്ടെത്തുന്നതിന് നിമിത്തമായത് തങ്ങളാ ണെന്നതിലും അവരെല്ലാം അഭിമാനിച്ചു. ഈ ചരിത്ര സംഭവങ്ങൾക്ക് സാക്ഷിയാവാൻ കഴിയുകയെന്നത് തന്നെ മഹാഭാഗ്യമാണ്. രാവിലെ കീഴൂർ കുടുംബത്തിൽ നിന്നിറങ്ങിയാൽ രാത്രി ഇരുട്ടുവോളം അവർ

കരിമാങ്കാവിനെ ചുറ്റിപറ്റിതന്നെ ചിലവഴിച്ചു. ചിലപ്പോഴക്കെ രേവതിയും അവർക്കൊപ്പം കൂടി. പൂർണസമയവും എല്ലാവരും ഉത്ഖനനത്തിലും യുനസ്കോ സംഘത്തോടൊപ്പവും ചിലവഴിച്ചു. വെയിൽവീഴാപൂഞ്ചിറ യുടെ ഒരു ഭാഗത്തെ മണ്ണ് പൂർണമായും മാറ്റി കഴിഞ്ഞപ്പോൾ വിശാല മായ നിലവറയ്ക്ക് ഒരുവാതിൽ കൂടി ഉണ്ടെന്ന് കണ്ടെത്തി. ഇരുമ്പ് വാതിൽകൊണ്ട് നിലവറ പൂട്ടിയിരിക്കുകയായിരുന്നു. ജില്ലാ കലക്ടർ അശോക്കുമാർ സ്ഥലത്തെത്തി നിലവറ വിശദമായി പരിശോധിച്ചു. പൂട്ടുതുറന്നു ഇപ്പോൾ പരിശോധിക്കണമോ എന്നത് സംബന്ധിച്ച് മുകളിൽ നിന്നുള്ള ഉത്തരവിനായി അദ്ദേഹം കാത്തിരുന്നു. ഉത്സവച്ചടങ്ങു കൾക്ക് ശേഷം നിലവറ തുറന്ന് പരിശോധിച്ചാൽ മതിയെന്ന് കലക്ടർ ഒടുവിൽ നിർദ്ദേശിച്ചു.

കെട്ടുത്സവച്ചടങ്ങുകളും കാവുതീണ്ടലും കഴിഞ്ഞേ നിലവറ തുറ ക്കുകയുള്ളൂവെന്ന വാർത്ത പരന്നതോടെ ഉത്ഖനനം കാണാനും നിധി നിക്ഷേപം കാണാനും കാവിൽ നിറഞ്ഞു നിന്ന ജനം അമ്പലപറമ്പി ലേക്ക് പിൻവാങ്ങാൻ തുടങ്ങി. ഉത്ഖനന പ്രദേശത്ത് രാപകൽ ശക്തമായ പൊലീസ് കാവൽ തുടർന്നു. ഉത്സവഘോഷങ്ങൾ ഉയർന്നു. ജനം കരിമാങ്കാവിനെ പൊതിഞ്ഞു. തേനീച്ചക്കൂടുപോലെ മനുഷ്യരാൽ കരിമാങ്കാവ് മൂടപ്പെട്ടു. റോഡുവഴിയും വയലുവഴിയും നാടിന്റെ പല ഭാഗങ്ങളിൽ നിന്ന് തേരും കുതിരയും കരിമാങ്കാവിലേക്ക് രൗദ്രഭാവം പൂണ്ട് ഉറഞ്ഞുതുള്ളി വരാൻതുടങ്ങി. കടുംതുടി താളം നാടെങ്ങും മുഴങ്ങി. ജനങ്ങളുടെ ആരവത്താൽ ഭൂമി മുങ്ങി. കുത്തിയോട്ട സംഘ ങ്ങൾ ക്ഷേത്രത്തിനു വലംവച്ചു തുള്ളിയാർത്തു. കൂറ്റൻ കുതിരയുടെയും തേരിന്റെയും ചക്രങ്ങൾ കറകറാന്ന് കരഞ്ഞു. ജനം ഏതോ പ്രചീന സ്മൃതികളാൽ ഉന്മത്തരായി കുതിരയെ പായിച്ചും തേരിനെ ഓടിച്ചും യുദ്ധാവേശത്തോടെ കരിമാങ്കാവിലേക്ക് ഇരച്ചാർത്തുവന്നു.

ഉത്സവത്തിന്റെ തിളച്ചാർക്കലിൽ അരവിന്ദും കൂട്ടരും മുങ്ങി. റസിയയും സന്തോഷും അദ്ഭുതപ്പെട്ടു. ഇത്തരത്തിലൊരു ഉത്സവം അവർ മുമ്പൊരിക്കലും കണ്ടിട്ടുണ്ടായിരുന്നില്ല. സന്തോഷിന്റെ ക്യാമറയ്ക്ക് വിശ്രമമുണ്ടായിരുന്നില്ല. ജനത്തിന്റെ വിവിധ ദൃശ്യങ്ങളും കെട്ടുകാഴ്ച കളും വിഴുങ്ങി ക്യാമറ ഇടയ്ക്കിടെ കണ്ണുതുറിച്ചു. ഉത്സവബഹളത്തി നിടയ്ക്ക് സക്കീർ ഹുസൈൻ റസിയായോട് ചോദിച്ചു "മലബാർ ഇഷ്ട മാണോ?"

"ഉം" റസിയ മൂളി. മലബാർ ഒരുകാലത്ത് ചെന്നൈയുടെ ഭാഗമായി രുന്നുവല്ലോ. "ചരിത്രത്തിന്റെ വഴിയിലൂടെ തന്നെ അവൾ മറുപടി പറഞ്ഞു. ബ്രിട്ടീഷുകാരോട് നേരിട്ടുപോരാടാൻ നമുക്കാണവസരം കിട്ടിയത്. നാട്ടു രാജ്യങ്ങളിൽ സ്വാതന്ത്ര്യസമരം ശക്തമായിരുന്നില്ലല്ലോ." സക്കീർ ഹുസൈൻ പറഞ്ഞു.

ചരിത്രത്തിനോടുള്ള പ്രണയം ഇരുവരെയും കൂടുതൽ അടുപ്പിച്ചു. ഇന്നത്തെ ജീവിതമാണ് നാളത്തെ ചരിത്രം. ഇന്ന് നമ്മൾ എങ്ങനെ

ജീവിക്കുന്നുവെന്നതിനെ ആശ്രയിച്ചിരിക്കും ഭൂതകാലത്തിന്റെ മഹത്വം. ഭൂതകാലത്തിൽ മാത്രം അഭിരമിക്കുന്നവർക്ക് വർത്തമാനകാലം നഷ്ടപ്പെടാനിടയുണ്ട്. വർത്തമാനകാലത്തിൽ ജീവിച്ച് ഭൂതകാലത്തിലേക്ക് നോക്കി ഭാവി കരുപ്പിടിപ്പിക്കുകയാണ് വേണ്ടത്. സക്കീർ ഹുസൈൻ അത്തരത്തിലൊരാളാണ്. അയാൾ തന്റെ ജീവിതത്തിന്റെ ചരിത്രം കൂടി എഴുതുകയാണ്. റസിയ കൂടി തന്നോടൊപ്പമുണ്ടെങ്കിൽ ജീവിതം എത്ര സന്തോഷകരമാകുമെന്ന് അയാളാലോചിച്ചു. തന്റെ പ്രവർത്തനങ്ങൾക്ക് താങ്ങും തണലുമായി ഒരാൾ ചാരത്തുണ്ടാവുക. അതൊരു ജീവിത പങ്കാളിയാണെങ്കിൽ എത്ര ആഹ്ലാദകരം!

ഏതൊരു പുരുഷന്റേയും മോഹമതാണ്. തന്റെ പ്രവൃത്തികളറിയുന്ന ഒരു ജീവിത പങ്കാളി. സ്ത്രീ പുരുഷനിൽ നിന്ന് പ്രതീക്ഷിക്കുന്നത് തനിക്കുവേണ്ടി കരുതലുള്ള ഒരാളെയാണ്. പുരുഷന്റെ ഹൃദയം സ്ത്രീ മോഹിക്കുന്നു. തന്നെക്കൂടി പരിഗണിക്കുന്ന ഒരാൾ. സുരക്ഷ നൽകുന്നയാൾ. സക്കീർ ഹുസൈന് സ്ത്രീകളുടെ മനസ്സറിയാം. കൂടെ പ്രവൃത്തി ചെയ്യുന്നവരോട് സക്കീർ ഹുസൈൻ കാരുണ്യത്തോടെ പെരുമാറുന്നു. അവരുടെ ഏതാവശ്യവും തന്റേതാണെന്ന് വിശ്വാസത്തോടെ അത് സാധിച്ചെടുക്കാൻ മുന്നിട്ടിറങ്ങുന്നു.

കുറച്ചുദിവസത്തെ പരിചയമേയുള്ളൂവെങ്കിലും ഒന്നിച്ചു പ്രവർത്തിച്ചപ്പോൾ ആ മനസ്സ് റസിയയ്ക്ക് തിരിച്ചറിയാനായി. സക്കീർ ഹുസൈന്റെ നേതൃത്വപരമായ കഴിവും എല്ലാവരും മാനിക്കുന്നു. സക്കീർ ഹുസൈനെ വേറിട്ട കണ്ണോടെ റസിയ നോക്കാൻ തുടങ്ങി. നിധികുംഭം തുറക്കുന്ന കാമുകൻ. റസിയ വെറുതെ ഓർത്തുചിരിച്ചു.

സക്കീർ ഹുസൈന്റെ ഭാവത്തിലും ചലനങ്ങളിലും തന്നോടുള്ള സ്നേഹം പ്രകടമാണ്. എങ്കിലും അയാളിനിയും തന്റെ മനസ്സ് റസിയയുടെ മുന്നിൽ തുറന്നിട്ടില്ല. അതിനുള്ള സമയം ആയിട്ടുമില്ല. പരിചയപ്പെട്ട് ദിവസങ്ങൾക്കുള്ളിൽ തന്റെ മനസ്സ് മുഴുവൻ ഒരു പെൺകുട്ടിയുടെ മുമ്പിൽ തുറക്കാൻ അഭിമാനിയായ ഒരു പുരുഷനും തയ്യാറാവില്ല. അയാൾ അവസരം കാത്തിരിക്കുകയാവാം. എല്ലാ പ്രൗഢിയോടും ഉത്സവം പൊടിപൊടിച്ചു. കരിമാങ്കാവിന്റെ ചരിത്രത്തിൽ ഇത്രയധികം ആളുകൾ ഒത്തുകൂടിയ ഒരുത്സവം അടുത്ത കാലത്തൊന്നും ഉണ്ടായിട്ടില്ല. എല്ലാം ഒത്തുവന്ന ഉത്സവം. മാധ്യമശ്രദ്ധ വാനോളം ലഭ്യമായി.

രാത്രി കെട്ടുകാഴ്ചകൾ വൈദ്യുതവിളക്കുകൾക്ക് മുമ്പിൽ ഒരുക്കിവച്ചിരിക്കുന്നത് സുന്ദരമായൊരു ദൃശ്യവിരുന്നാണ്. ഇരുളും വെളിച്ചവും കെട്ടുകാഴ്ചകളുടെ വർണശോഭ കവർന്നൊരു വിസ്മയാനുഭവമാണത്. കീഴൂർ കുടുംബത്തിൽ നിന്ന് നേരത്തെ അത്താഴം കഴിച്ച് അവരെല്ലാവരും വിസ്മയക്കാഴ്ചാനുഭവങ്ങൾക്കായി കരിമാങ്കാവിലേക്ക് തന്നെ മടങ്ങി. ഉത്സവരാത്രിയുടെ തീക്ഷ്ണഗന്ധവും സൗന്ദര്യവും ആസ്വദിച്ച് കരിമാങ്കാവിൽ ചുറ്റിനടന്നു. കുരുമുളകും ചുക്കും ഏലവും വിൽക്കുന്നവരുടെ

തിരക്കാണെവിടെയും. ഉത്സവങ്ങളുടെ വേറിട്ടൊരു മുഖമാണ് രാത്രിയിൽ തെളിയുന്നത്. പകൽപൂരത്തിന്റെ ആരവങ്ങളില്ലാതെ ആവേശമില്ലാതെ ജനം ഒറ്റതിരിഞ്ഞും കൂട്ടായും അലഞ്ഞു തിരിയുന്ന രാത്രികൾ. മഞ്ഞ് കൊണ്ട് ഉത്സവമുറ്റത്ത് കലാപരിപാടികൾ കണ്ടിരിക്കുന്ന ജനം. കുരുമുളക് കാപ്പി വിറ്റുനടക്കുന്നവർ. കപ്പലണ്ടിക്കാർ, ബലൂൺ കച്ചവടക്കാർ, വളക്കച്ചവടക്കാർ, സുഗന്ധവ്യഞ്ജനക്കച്ചവടക്കാർ. രാത്രിയുടെ ഇരുണ്ട വെളിച്ചത്തിൽ കാമുകന്മാരെ കാത്തുനിൽക്കുന്ന സ്ത്രീകൾ. മുച്ചീട്ടുകളിക്കാർ, പോക്കറ്റടിക്കാർ, കറക്കുകമ്പനിക്കാർ, ആരെയും സംശയത്തോടെ നോക്കിനടക്കുന്ന പൊലീസുകാർ, ഭിക്ഷക്കാർ തുടങ്ങിയെത്രയെത്ര ജീവിതങ്ങൾ.

മനുഷ്യജന്മത്തിന്റെ എല്ലാ വ്യഥകളും ഏറ്റുവാങ്ങി ജീവിതഭാരത്താൽ കുഴഞ്ഞിരിക്കുന്നവരുടെ ആശ്രയകേന്ദ്രങ്ങളാണ് ഉത്സവപ്പറമ്പുകളെന്ന് ചിലപ്പോൾ തോന്നിപ്പോകും. ദുഃഖങ്ങൾക്ക് ഒരു ദിവസത്തെ അവധി നൽകി ആഹ്ലാദിക്കാനായി എത്തുന്നവരുടെ കൂടാണ് ഓരോ ഉത്സവവും. കുരുമുളക് ഗന്ധം നിറഞ്ഞ കരിമാങ്കാവിന്റെ ഉത്സവരാത്രി കണ്ട് അവർ ഏറെ ഇരുട്ടിയാണ് കീഴൂർ കുടുംബത്തിൽ എത്തിയത്. കരിമാങ്കാവിന് സുഗന്ധവ്യഞ്ജനങ്ങളുടെ ഗന്ധമാണിപ്പോൾ. നാടിന്റെ നാനാഭാഗത്ത് നിന്ന് കൂട്ടമായെത്തി കോമരങ്ങൾ ക്ഷേത്രപരിസരം കൈയടക്കിയിരിക്കുന്നു. ചുവന്ന പട്ടും കഴുത്തിൽ മാലകളും അണിഞ്ഞ് മുടി വളർത്തിയ പുരുഷന്മാരും സ്ത്രീകളും ഒക്കെ അടങ്ങുന്നതാണ് സംഘം. ഭൂതകാലത്തിൽ നിന്നിറങ്ങിവന്ന മനുഷ്യക്കോമരങ്ങൾ. കൈയിൽ ചിലങ്ക പിടിപ്പിച്ച കൊടുവാളുമായാണ് കോമരങ്ങളുടെ ഉറഞ്ഞുതുള്ളൽ. ഈഴവ, പുലയ, തണ്ടാൻ, മുക്കുവ, നായർ വിഭാഗങ്ങളിലുള്ളവരുടെ പ്രത്യേകം പ്രത്യേകം സംഘങ്ങളുണ്ട്. ഓരോ സംഘത്തിനും ഓരോ മൂപ്പനും.

കാവുതീണ്ടൽ ചടങ്ങോടെയാണ് ഉത്സവ പരിപാടിയുടെ സമാപ്തി. നേരം വെട്ടംവീണപ്പോൾ തന്നെ കോമരങ്ങൾ ഉണർന്ന് അലർച്ചയോടെ വാളുകുലുക്കി ആർത്തു. സംഘാംഗങ്ങൾ കോലുകൊണ്ട് രൗദ്രഭാവത്തോടെ ചീറിയടുത്ത് പടവെട്ടി. അലറിയാർത്തും ദ്രുതഗതിയിലുള്ള നൃത്തചുവടുകളുമായി കോമരസംഘങ്ങൾ ക്ഷേത്രത്തിനുള്ളിലേക്ക് മലവെള്ളംപോലെ കുതിച്ചൊഴുകി. വൃദ്ധകളും സ്ത്രീകളും പുരുഷന്മാരും ഒരാവേശത്തോടെ നെറുകയിൽ വെട്ടിയും ഉന്മാദത്താൽ പുലഭ്യം വിളിച്ചും ഉഗ്രതാണ്ഡവനൃത്തമാടിയും ക്ഷേത്രപരിസരത്തെ പ്രകമ്പനം കൊള്ളിക്കാൻ തുടങ്ങി. കുരുമുളകും ചുക്കും മഞ്ഞളും ഏലവും ഭക്തജനങ്ങൾ ക്ഷേത്രത്തിനു നേർക്കു വലിച്ചെറിഞ്ഞു. ആയിരക്കണക്കിന് മനുഷ്യരുടെ തിക്കുംതിരക്കുകൾക്കുമിടയിലൂടെ കുരുമുളക് മഴ ക്ഷേത്രത്തെ കുളിപ്പിച്ചുകൊണ്ടിരുന്നു. വാനിൽ നിന്ന് കുരുമുളക് ഭൂമിയിലേക്ക് മഴപോലെ വർഷിക്കപ്പെട്ടു. ക്ഷേത്രവും പരിസരവും സുഗന്ധവ്യഞ്ജനങ്ങളാൽ നിറഞ്ഞു. ക്ഷേത്രപരിസരത്തേക്ക് എത്താൻ കഴിയാത്തവരും ആകാശത്തേക്ക് കുരുമുളകും സുഗന്ധവ്യഞ്ജനങ്ങളും വാരിയെറിഞ്ഞുകൊണ്ടിരുന്നു.

കാവുതീണ്ടുന്ന കോമരങ്ങളും കുത്തിയോട്ടക്കാരും സുഗന്ധവ്യഞ്ജനങ്ങളാൽ മൂടപ്പെട്ട സ്ഥിതിയിലായി. ആർക്കും കുരുമുളക് നിറഞ്ഞ ക്ഷേത്രപരിസരത്തുകൂടി വേഗത്തിൽ തുള്ളിയാർക്കാൻ ആവാത്ത സ്ഥിതി. നെറ്റിയിൽ നിന്ന് പൊട്ടിയൊലിക്കുന്ന രക്തത്തിൽ മഞ്ഞൾപ്പൊടിയും ഭസ്മവും വാരിപൊത്തി കോമരങ്ങളെ നിലയ്ക്ക് നിർത്താൻ ആളുകൾ ശ്രമിക്കുന്നുണ്ട്. അവരുടെ കൈകളിൽ കിടന്ന് കുതറി വന്യമായ ഊർജത്തോടെ കോമരങ്ങൾ കാട്ടുപോത്തിന്റെ ശക്തിയോടെ കുതിച്ചുയർന്നുകൊണ്ടിരുന്നു. മണിക്കൂറുകൾകൊണ്ട് ക്ഷേത്രവും പരിസരവും കുരുമുളകുകൊണ്ടും മറ്റ് സുഗന്ധദ്രവ്യങ്ങൾ കൊണ്ടും നിറഞ്ഞു. വിചിത്രമായ കാവുതീണ്ടൽ ആചാരം എല്ലാവരെയും അദ്ഭുതപ്പെടുത്തി. യുനസ്കോ സംഘവും സാറയും കൂട്ടരും അതൊക്കെ ക്യാമറയിൽ പകർത്തികൊണ്ടിരുന്നു.

കാവിനെ പൊതിഞ്ഞു നിന്നിരുന്ന തേനീച്ചക്കൂട്ടങ്ങൾ പറന്നുപോകാൻ തുടങ്ങി. ക്ഷേത്രവും പരിസരപ്രദേശങ്ങളും ആളൊഴിഞ്ഞ് വേഗം വെളിപ്രദേശമായി മാറിക്കൊണ്ടിരുന്നു. കോമരങ്ങൾ ശക്തി ചോർന്ന് അവിടെയും ഇവിടെയും മാണ്ടുകിടക്കുന്നു. കുത്തിയോട്ടക്കാർ ക്ഷേത്രപരിസരം വിട്ടു. ചില കച്ചവടക്കാർ ഉറക്കച്ചടവോടെ കുത്തിയിരുന്നു. ചിലർ ഉറക്കം മുഴുക്കാതെ കിടന്നുറക്കമായി. യുദ്ധമൊഴിഞ്ഞ പടനിലം പോലെ ക്ഷേത്രവും പരിസരവും ചപ്പുചവറുകൾ ചിതറിക്കിടന്നു. ജോലിക്കാർ ക്ഷേത്രപരിസരം തൂത്തുവൃത്തിയാക്കാനാരംഭിക്കുന്നു.

ക്ഷേത്രമുറ്റത്ത് നിറഞ്ഞുകിടക്കുന്ന കുരുമുളകും മഞ്ഞളും ഏലവും ഒക്കെ വിവിധ ചാക്കുകളിൽ ശേഖരിച്ചടുക്കുന്ന പണികൾ ആരംഭിച്ചു കഴിഞ്ഞു. നിരവധിയാളുകൾ അതിനുള്ള വേലകളിൽ മുഴുകിയിരിക്കുകയാണ്. ഭൂമി ഇരുണ്ടുവെളുത്തു. ഒരാണ്ട് ഒഴിഞ്ഞുപോയതുപോലെ പള്ളിക്കൽ ഗ്രാമത്തിലുള്ളവർക്ക് തോന്നി. ഈ കരിമാങ്കാവ് ഇതുപോലെ ഉറഞ്ഞുതുള്ളാൻ അടുത്ത ധനുമാസം വരെ കാത്തിരിക്കണം.

കാവുതീണ്ടൽ കഴിഞ്ഞതോടെ എല്ലാവരുടെയും ശ്രദ്ധ കരിമാങ്കാവിനുള്ളിലെ നിധികുംഭത്തിലേക്ക് തിരിഞ്ഞു. അതെപ്പോൾ തുറക്കുമെന്ന ഉത്കണ്ഠയോടെ ജനം കരിമാങ്കാവിനെ ചുറ്റിപറ്റി നിൽക്കാൻ തുടങ്ങി. പ്രത്യേക യൂണിഫോം ധരിച്ച ഒരുസംഘം ആളുകൾ വാഹനത്തിൽ ക്ഷേത്രപരിസരത്ത് വന്നിറങ്ങി. അതിനുപിന്നാലെ രണ്ട് ആംബുലൻസും ഡോക്ടർമാരുടെ സംഘവുമെത്തി. ആർ.ഡി.ഒയും തഹസിൽദാരും ക്ഷേത്രപരിസരത്ത് എത്തി സ്ഥിതിഗതികൾ വിലയിരുത്തി. ഉത്ഖനന പ്രദേശത്തെ സുരക്ഷ വിലയിരുത്തി. പൊലീസ് സൂപ്രണ്ട് കൂടി സ്ഥലത്ത് എത്തിയതോടെ നിലവറ ഇന്ന് തന്നെ തുറക്കുമെന്ന വിചാരം ആളുകൾക്ക് ബലപ്പെട്ടു. ക്ഷേത്രപരിസരത്ത് ആളുകൾ കൂടിക്കൂടിവന്നു. സാറയുടെയും നേതൃത്വത്തിൽ എല്ലാവരും നിലവറയ്ക്ക് സമീപം കാത്തുനിന്നു. ജില്ലാ കലക്ടറുടെ കാറും ക്ഷേത്രപരിസരത്ത് എത്തി. ഇരുമ്പുവാതിൽ

തുറക്കാനായി വിദഗ്ധ പണിക്കാർ എത്തി. എല്ലാവരും വെയിൽവീഴാ പൂഞ്ചിറയുടെ ഉത്ഖനന പ്രദേശത്ത് എത്തി.

സാറയും സക്കീർ ഹുസൈനും ഇരുമ്പുഗേറ്റിളക്കുന്നതിന്റെ ദൃശ്യങ്ങൾ ക്യാമറയിൽ പകർത്തികൊണ്ടിരുന്നു. വിദഗ്ധരായ കൊല്ലപ്പണിക്കാരാണ് എത്തിയിരിക്കുന്നത്. അവർ പൂട്ടിന്റെ പ്രത്യേകതകൾ നോക്കി മനസ്സിലാക്കി. പൂട്ടിന് പുറമെ ഇരുമ്പ് ദണ്ഡ് കൊണ്ടുള്ള കുറുക്ക് പൂട്ടുകളും ചങ്ങല പൂട്ടുകളും വാതിലിലുണ്ട്. അതൊക്കെ ഗ്യാസ് കട്ടറുകൾ ഉപയോഗിച്ച് മുറിച്ചു നീക്കി. പൂട്ട് ഒന്നാകെ അതുപോലെ മുറിച്ചു നീക്കിയാണ് ഇരുമ്പുവാതിൽ തുറന്നത്. വലിയൊരു തുരങ്കം അവരുടെ മുന്നിലേക്ക് നാവുനീട്ടി. നൂറ്റാണ്ടുകളായി തുറക്കാതിട്ടിരുന്ന നിലവറയിലേക്ക് കടക്കാതെ സംഘം അവിടെ കാത്തിരുന്നു. ആവശ്യത്തിന് വായു അതിനുള്ളിലേക്ക് കടക്കാനായാണ് ഈ കാത്തിരിപ്പ്.

വായുസാന്നിധ്യം പന്തംകത്തിച്ചു പരിശോധിച്ചു. അതിനുള്ളിൽ അരപ്പെട്ടി വലുപ്പമുള്ള പെട്ടികൾ അടുക്കിവച്ചിരിക്കുന്നത് കാണാം. ജനം അവിടേക്ക് അടുക്കാതിരിക്കാൻ പൊലീസ് എല്ലാവരെയും വെയിൽ വീഴാപൂഞ്ചിറയ്ക്കും കാവിനും പുറത്തേക്ക് മാറ്റിയിരുന്നു. എന്താണ് കാവിനുള്ളിൽ നടക്കുന്നതെന്ന് അവർക്കൊരു തിട്ടവുമില്ലായിരുന്നു. നിലവറയിലെ അദ്ഭുതനിധികുംഭങ്ങളുടെ കഥ പറഞ്ഞ് അവരൊക്കെ ക്ഷേത്ര പരിസരത്ത് ചുറ്റി പറ്റിതന്നെ നിന്നു. ചാനൽ സംഘങ്ങൾക്കും ഖനന പ്രദേശത്തേക്ക് പ്രവേശനം നിഷേധിച്ചിരുന്നു. പൊടിപ്പും തൊങ്ങലുംവച്ച് റിപ്പോർട്ടർമാരുടെ ഭാവനയ്ക്കനുസരിച്ച് നിറംപിടിപ്പിച്ച കഥകൾ അവരും ലൈവായി പ്രചരിപ്പിച്ചുകൊണ്ടിരുന്നു.

ജില്ലാ കല്കടറും പുരാവസ്തു വകുപ്പുമേധാവിയും പൊലീസ് സൂപ്രണ്ടും കൂടിയാലോചിച്ച് നിലവറയ്ക്കുള്ളിലേക്ക് തയ്യാറാക്കി നിർത്തിയിരുന്ന സംഘത്തിൽ നിന്ന് നാലഞ്ചാളുകളെ ഓക്സിജൻ മാസ്ക് ധരിപ്പിച്ച് അതിനുള്ളിലേക്ക് ഇറക്കിവിട്ടു. എല്ലാവരും ആകാംക്ഷയോടെ ഇരുട്ടറയിലേക്ക് നോക്കിയിരുന്നു. ഹൃദയമിടിപ്പ് ഓരോരുത്തരും സ്വയം അറിയുന്നുണ്ടായിരുന്നു. ഉത്കണ്ഠയുടെ നിമിഷങ്ങൾ ഇറ്റിറ്റുവീണു കൊണ്ടിരുന്നു. പതിനഞ്ച് മിനിറ്റ് സമയം കഴിഞ്ഞപ്പോൾ അരപ്പെട്ടിയുടെ വലുപ്പമുള്ള ഒരുപെട്ടി ആയാസപ്പെട്ട് തൂക്കി അവർ മടങ്ങിയെത്തി. ഓക്സിജൻ മാസ്ക് അഴിച്ചുമാറ്റി ഡോക്ടർമാർ അവരെ പരിശോധിച്ചു. ആരോഗ്യനില തൃപ്തികരമെന്നവർ അറിയിച്ചു. അടുത്ത സംഘം നിലവറയിലേക്കിറങ്ങി. അവരും ഒരു പെട്ടി തൂക്കി മടങ്ങിയെത്തി. കുറച്ചുസമയത്തിനുള്ളിൽ ഏഴെട്ട് പെട്ടികൾ അവിടെ നിരന്നു. കൊല്ലപ്പണിക്കാർക്ക് പെട്ടി തുറക്കാനുള്ള നിർദ്ദേശം ജില്ലാ കലക്ടർ നൽകി. അവർ അതിനുള്ള ശ്രമം ആരംഭിച്ചു. അഞ്ചുപത്തു മിനിറ്റുകൾക്കുള്ളിൽ ഒരു പെട്ടിയുടെ പൂട്ട് തുറന്നു. എല്ലാവരും ആകാംക്ഷയോടെ പെട്ടിക്കുള്ളിലെന്താവുമെന്ന് നോക്കിനിന്നു. സാറയും റസിയായും പെട്ടിയുടെ ചിത്രവേലകൾ ക്യാമറയിൽ പകർത്തികൊണ്ടിരുന്നു. രണ്ടുപേർ ചേർന്ന് പെട്ടിയുടെ

മൂടി തുറന്നപ്പോൾ കറുത്തുരണ്ട മണികൾ നിറഞ്ഞ് തുളുമ്പാൻ തുടങ്ങി. ജില്ലാകലക്ടർ പ്രശാന്ത് ജില്ലാ പൊലീസ് സൂപ്രണ്ട് തോമസിന്റെ മുഖത്തേക്ക് നോക്കി.

പുരാവസ്തുവകുപ്പിന്റെ മേധാവി ഷേക് പരീത് തന്റെ കൈയുറയിട്ട വിരലുകളിൽ കുറച്ചുമണിമുത്തുകൾ വാരിപരിശോധിച്ചുകൊണ്ടു പറഞ്ഞു. ഇത് കുരുമുളകാണന്നാണ് തോന്നുന്നത്. ജില്ലാ കലക്ടറും പൊലീസ് സൂപ്രണ്ടും കുരുമുളക് കൈയിൽ വാരിയത് ശരിവച്ചു. എല്ലാവരുടെയും മുഖത്ത് ഒരു ചിരിപടർന്നു. അടുത്തപെട്ടി തുറക്കപ്പെട്ടു. അതിലും കുരുമുളക് തന്നെ. മൂന്നാമത്തെ പെട്ടിയിൽ ഏലം, നാലാമത്തെ പെട്ടിയിൽ ചുക്ക്. ബാക്കിയുള്ളതിൽ കുരുമുളക് തന്നെയെന്ന് ഉറപ്പാക്കി. നിലവറയ്ക്കുള്ളിൽ ഇത്തരത്തിൽപെട്ട ആയിരക്കണക്കിന് പെട്ടികൾ സൂക്ഷിച്ചിട്ടുണ്ടെന്ന വിവരം അതിനുള്ളിൽപോയിവന്നവർ ജില്ലാ കലക്ടറെ അറിയിച്ചു.

കരിമാങ്കാവിലെ ഉത്സവത്തിന് ലഭിക്കുന്ന സുഗന്ധവ്യഞ്ജനങ്ങൾ സൂക്ഷിക്കാൻ തയ്യാറാക്കിവച്ചിരുന്ന നിലവറകളാവാമിതെന്ന് കലക്ടർ പറഞ്ഞു. എന്നാൽ പുരാവസ്തുവകുപ്പ് മേധാവി ഷേക്പരീത് അതിനോട് പൂർണമായും യോജിച്ചില്ല. ഇത്രയധികം സുഗന്ധവ്യഞ്ജനങ്ങൾ ഇവിടെ എടുക്കാതെ സൂക്ഷിച്ചുവച്ചത് എന്തിനാണെന്നത് സംബന്ധിച്ച് കൂടുതൽ ചരിത്രാന്വേഷണം വേണ്ടിവരുമെന്ന് അദ്ദേഹം പറഞ്ഞു. കോടികളുടെ വിലവരുന്ന രത്നങ്ങളും സ്വർണവും പ്രതീക്ഷിച്ചിരുന്ന ജനം നിലവറകളിൽ നിന്ന് പുറത്തുവന്നതൊക്കെ സുഗന്ധവ്യഞ്ജനങ്ങളാണെന്നറിഞ്ഞതോടെ ഇളിഭ്യരായി. ചില ചാനലുകൾ ഒരു കൗതുകവാർത്തയിലൊതുക്കി. അവരുടെ വെളിച്ചപ്പെട്ടി അടച്ചു. സാറയും സക്കീർ ഹുസൈനും കൗതുകപൂർവം സുഗന്ധവ്യഞ്ജനപ്പെട്ടിയിൽ നോക്കികൊണ്ടുപറഞ്ഞു. "ആക്രമണങ്ങൾ ഭയന്ന് സുഗന്ധവ്യഞ്ജനങ്ങൾ നിലവറകളിൽ ഒളിപ്പിച്ചുവച്ചതാകാം. ഒരുപക്ഷേ ഇത്തരത്തിലുള്ള നിലവറകൾ കരിമാങ്കാവിൽ ഇനിയും കണ്ടേക്കാം."

"കുരുമുളക് പരിശോധിച്ചാൽ ഇതിന്റെ കാലപ്പഴക്കം കണ്ടെത്താവുന്നതല്ലേയുള്ളൂ" വിനോദ് ചോദിച്ചു.

"പഴക്കം തിരിച്ചറിയാൻ ബുദ്ധിമുട്ടുണ്ടാവില്ല. പക്ഷേ എന്തിനാണ് ഇത്രഭദ്രമായി സുഗന്ധവ്യഞ്ജനങ്ങൾ ഈ നിലവറയ്ക്കുള്ളിൽ സൂക്ഷിച്ചതെന്നാണ് കണ്ടെത്തേണ്ടത്. ഒരുപക്ഷേ അത് കണ്ടെത്താനായാൽ കാവുതീണ്ടൽ സമയത്ത് സുഗന്ധവ്യഞ്ജനങ്ങൾ ഭക്തർ ക്ഷേത്രത്തിലേക്ക് വലിച്ചെറിയുന്നതിന്റെ പൊരുൾ കൂടി കണ്ടെത്താൻ കഴിഞ്ഞേക്കും." ഡോ.സക്കീർ ഹുസൈൻ പറഞ്ഞു.

"അത് ശരിയാണ്" അരവിന്ദും അതിനോട് യോജിച്ചുകൊണ്ടു പറഞ്ഞു.

നിലവറകളിൽ നിന്ന് പെട്ടികൾ ഓരോന്നായി പുറത്തേക്ക് വന്നുകൊണ്ടിരുന്നു. ചാനലുകൾക്ക് അതൊക്കെ ഷൂട്ടുചെയ്യാനുള്ള അവസരം

ജില്ലാ കലക്ടർ നൽകി. ക്ഷേത്രപരിസരത്ത് തന്നെ നിർത്തിയിരുന്ന ജനങ്ങളുടെ മേലുള്ള നിയന്ത്രണം അയഞ്ഞു. നാട്ടുകാർ ഉത്ഖനന പ്രദേശത്ത് തടിച്ചുകൂടി. അവരും സുഗന്ധവ്യഞ്ജനപ്പെട്ടികൾ പുറത്തെടുക്കാൻ സഹായിച്ചു. ക്ഷേത്രപരിസരത്ത് നിന്ന് ലഭിച്ച സുഗന്ധവ്യഞ്ജനപ്പെട്ടികൾ ക്ഷേത്രസ്വത്താണെന്നും അത് പുറത്തേക്ക് കൊണ്ടുപോകാനാവില്ലെന്നും ക്ഷേത്രഭരണാധികാരികൾ നിലപാടെടുത്തു. ജനങ്ങളും അതേറ്റുപിടിച്ചതോടെ ഒരു സംഘർഷാവസ്ഥ ഒഴിവാക്കാൻ പെട്ടികളെല്ലാം ക്ഷേത്രത്തിൽത്തന്നെ സൂക്ഷിക്കാനും അതിന് പൊലീസ് കാവൽ ഏർപ്പെടുത്താനും ജില്ലാ കലക്ടർ നിർദ്ദേശിച്ചു. ക്ഷേത്രത്തിന്റെ വടക്കേ പുരയിൽ പെട്ടികൾ സൂക്ഷിക്കാനുള്ളയിടം ഉദ്യോഗസ്ഥർത്തന്നെ കണ്ടെത്തി. ബന്തവസ്സുള്ള കെട്ടിടമാണ്. അവിടെ പെട്ടികൾ ഓരോന്നും ഒന്നിനുമുകളിൽ ഒന്നായി അടുക്കിവച്ചു.

സാറയുടെ മനസ്സിന് തീപിടിച്ചു. അവർ സുഗന്ധവ്യഞ്ജനങ്ങളുടെ സൂക്ഷിപ്പിന് പുറകിലെ കഥകൾ ചികയാൻ തുടങ്ങി. “പതിനഞ്ചാം നൂറ്റാണ്ടിലോ, പതിനാറാം നൂറ്റാണ്ടിന്റെ ആദ്യകാലത്തോ ആവണം ഈ സുഗന്ധവ്യഞ്ജനങ്ങൾ ഇവിടെ സൂക്ഷിക്കാൻ ഇടയായത്.” സക്കീർ ഹുസൈനോടായി അവർ പറഞ്ഞു. അരവിന്ദും റസിയായും മറ്റെല്ലാവരും അവർക്ക് ചുറ്റും ഒരു മരത്തണലിലിരുന്നു. “എനിക്കും അതാണ് തോന്നുന്നത്. പോർട്ടുഗീസുകാർ കുരുമുളകിന്റെ സ്വതന്ത്രവ്യാപാരം തടഞ്ഞിരുന്നു. തങ്ങൾക്ക് മാത്രമേ കുരുമുളക് വിൽക്കാവൂ എന്നവർ നിബന്ധന വെച്ചിരുന്നു. അവരുടെ മതഭ്രാന്തിനെയും അതിക്രമങ്ങളെയും ഇവിടുത്തെ ജനങ്ങൾ വെറുത്തിരുന്നു. അക്കാലത്ത് പോർട്ടുഗീസുകാരിൽ നിന്ന് ഒളിച്ചുവച്ചതാവണം ഈ സുഗന്ധവ്യഞ്ജനങ്ങളെന്ന് ഊഹിക്കാവുന്നതാണ്.” സാറയുടെ വാക്കുകൾ ശരിവയ്ക്കുംപോലെ സക്കീർ ഹുസൈൻ പറഞ്ഞു.

“കൊച്ചി രാജ്യത്തിന് തെക്കുഭാഗം ഭരിച്ചിരുന്നത് സാഹിബുൽ ഫുൽഫുൽ അഥവാ കുരുമുളക് രാജാവെന്നറിയപ്പെടുന്ന ഒരാളായിരുന്നുവെന്ന് ശൈഖ് സൈനുദ്ദീൻ എഴുതുന്നുണ്ട്. എഡി 1550കളിലാണത്. ഏറ്റവും അധികം കുരുമുളക് വ്യാപാരം നടത്തിയിരുന്ന നാട്ടുരാജാവായതുകൊണ്ടാണ് കുരുമുളക് രാജാവെന്ന പേര് അദ്ദേഹത്തിന് ലഭിച്ചത്. കുരുമുളക് രാജാവിന്റെ ഭരണപ്രദേശമായിരിക്കണം കരിമാങ്കാവും പരിസരപ്രദേശവുമെന്ന് ഊഹിക്കാവുന്നതാണ്. ഇദ്ദേഹം സാമൂതിരിയുടെ മേൽക്കോയ്മ സ്വീകരിച്ചുവെന്നതിന്റെ പേരിൽ കൊച്ചി രാജാവും പോർട്ടുഗീസുകാരും ചേർന്ന് കുരുമുളക് രാജാവിനെ വധിക്കുകയായിരുന്നു. ഇതറിഞ്ഞ് സാമൂതിരി കൊച്ചിയുമായും പോർട്ടുഗീസുകാരുമായും യുദ്ധം ചെയ്തിരുന്നു. കുരുമുളക് രാജാവിന്റെ വീരരായ യോദ്ധാക്കളും മുസ്‌ലീം പോരാളികളും ചേർന്ന് കൊച്ചി രാജ്യത്തും പോർട്ടുഗീസുകാർക്കെതിരെയും ആക്രമണങ്ങൾ നടത്തി കുറേ നാശം വരുത്തുകയും ചെയ്തിരുന്നു. ഒരുപക്ഷേ കുരുമുളക് രാജാവിനെ വധിച്ച കാലത്താവാം

വ്യാപാരം തടസ്സപ്പെട്ടതിനാൽ കരിമാങ്കാവിൽ നിലവറയുണ്ടാക്കി കുരുമുളക് സൂക്ഷിച്ചുവച്ചത്. പിന്നീടുണ്ടായ രാഷ്ട്രീയ സംഭവവികാസങ്ങൾ മൂലം അതെടുക്കാൻ കഴിയാതെ വന്നതുമാകാം. അല്ലെങ്കിൽ കുരുമുളക് രാജാവിന്റെ വംശം തന്നെ ശത്രുക്കൾ തുടച്ചു നീക്കിയിരിക്കാം. സക്കീർ ഹുസൈൻ പറഞ്ഞു. "ഈ സാധ്യതകളാണ് എനിക്കും തോന്നുന്നത്." സാറ അംഗീകരിച്ചുകൊണ്ട് പറഞ്ഞു. "പോർട്ടുഗീസ് കാലം കൂടുതൽ പരിശോധിച്ചാൽ ഈ കുരുമുളകിന്റെ ചരിത്രപശ്ചാത്തലം കൂടുതൽ വെളിപ്പെടും." അവർ ആത്മവിശ്വാസത്തോടെ ആരോടെന്നില്ലാതെ പറഞ്ഞു.

"നിലവറകൾ വിശദമായി പരിശോധിച്ചാൽ ഇതു സംബന്ധിച്ച് എന്തെങ്കിലും രേഖകൾ എഴുതി സൂക്ഷിച്ചിട്ടുണ്ടോയെന്നറിയാനാകും." വിനോദ് പറഞ്ഞു. "അതിനുള്ള സാധ്യതകൾ വിരളമാണ്. ഇങ്ങനെ എഴുതി സൂക്ഷിക്കുന്ന സ്വഭാവം കേരളീയ രാജാക്കന്മാർക്കുണ്ടായിരുന്നില്ല. ക്ഷേത്രങ്ങൾക്ക് നൽകുന്ന ദാനം സംബന്ധിച്ച രേഖകളാണ് ആകെ ഇവിടെ കിട്ടുന്ന പുരാരേഖകൾ" അരവിന്ദ് പറഞ്ഞു. അതിനോട് ജയിംസും യോജിച്ചു. എങ്കിലും ഒരു പരിശോധന നടത്തുന്നതിൽ തെറ്റില്ലെന്ന് റസിയ പറഞ്ഞതിനോട് ഒടുക്കം എല്ലാവരും യോജിച്ചു. നിലവറകളിൽ നിന്ന് സുഗന്ധവ്യഞ്ജനപ്പെട്ടികൾ ക്ഷേത്രത്തിലെ കെട്ടിടത്തിലേക്ക് തലച്ചുമടായി ആളുകൾ കൊണ്ടുവന്നുകൊണ്ടിരുന്നു. നൂറു കണക്കിന് കുരുമുളക് പെട്ടികളാണിങ്ങനെ ചുമന്ന് നീക്കികൊണ്ടിരുന്നത്.

സാറയുടെയും സക്കീർ ഹുസൈന്റെയും നേതൃത്വത്തിൽ സംഘം നിലവറയുടെ സമീപം വീണ്ടുമെത്തി അവിടാകെ സൂക്ഷ്മതയോടെ പരിശോധിച്ചു. സക്കീർ ഹുസൈനും അരവിന്ദും വിനോദും കൂടി നിലവറയിൽ ഇറങ്ങി. സുഗന്ധവ്യഞ്ജനപെട്ടികൾ ഏതാണ്ട് പൂർണമായും നീക്കിക്കഴിഞ്ഞിരിക്കുന്നു. ഇതുതന്നെയാണ് പരിശോധനയ്ക്ക് പറ്റിയ സമയമെന്ന് കണ്ട് ഹെഡ്‌ലൈറ്റ് തുകൽസഞ്ചിയിൽ നിന്നെടുത്ത് പിടിപ്പിച്ച് സക്കീർ ഹുസൈനും സംഘവും നിലവറയിൽ പരിശോധന നടത്തി. എന്നാൽ പ്രാഥമിക പരിശോധനയിൽ പുരാവസ്തുപരമായ രേഖകൾ യാതൊന്നും അവർക്ക് കണ്ടെത്താനായില്ല.

എന്നാൽ ഒരു വെള്ളിനാണയം വിനോദിന് നിലവറയിൽ നിന്ന് ലഭിച്ചു. അതൊരു പ്രധാനപ്പെട്ട തെളിവാണെന്ന് സക്കീർ ഹുസൈൻ പറഞ്ഞു. അവർ നിലവറയിൽ കൂടുതൽ പരിശോധന നടത്തിയെങ്കിലും പിന്നീട് നാണയങ്ങളൊന്നും കിട്ടിയില്ല. നിലവറ വിശദമായി പരിശോധിക്കപ്പെടേണ്ടതാണെന്നതിൽ തർക്കമൊന്നുമില്ലെന്ന് സക്കീർ ഹുസൈൻ പറയുകയും ചെയ്തു. ഒരു മണിക്കൂർ നേരത്തെ പരിശോധനകൾക്കൊടുവിൽ അവർ നിലവറയിൽ നിന്ന് പുറത്തിറങ്ങി. ഒരു നിധികുംഭം ലഭിച്ച സന്തോഷത്തോടെ വിനോദ് സാറയോടായി പറഞ്ഞു,

"എനിക്കൊരു വെള്ളിനാണയം കിട്ടി." "ശുശൂ" അരവിന്ദ് ശബ്ദമുണ്ടാക്കി. വിനോദ് അബദ്ധം പിണഞ്ഞവനെപ്പോലെ നിശ്ശബ്ദനായി.

അവർ വീണ്ടും ക്ഷേത്രമുറ്റത്തെ പേരാലിന്റെ ചുവട്ടിലെത്തി. വട്ടം കൂടിയിരുന്ന് കൈയിൽകിട്ടിയ വെള്ളിനാണയം പരിശോധിച്ചു. വിനോദിന്റെ കൈയിൽ നിന്ന് സൂക്ഷ്മതയോടെ വെള്ളിനാണയം വാങ്ങി തുടച്ച് മിനുക്കികൊണ്ട് റസിയ പറഞ്ഞു. "ഇത് തുലുക്കക്കാശാണ്." സക്കീർ ഹുസൈൻ ആകാംക്ഷയോടെ നാണയം വാങ്ങി തിരിച്ചും മറിച്ചും നോക്കിയിട്ട് സാറയ്ക്ക് കൈമാറികൊണ്ട് പറഞ്ഞു "ശരിയാണ്". എന്നിട്ട് നാണയത്തിലെ എഴുത്ത് വിക്കി വിക്കി വായിച്ചു "ഹിജറ 960". സക്കീർ ഹുസൈൻ മനക്കണക്ക് കൂട്ടിക്കൊണ്ട് പറഞ്ഞു, "എഡി 1553" നമ്മുടെ കണക്കുകൂട്ടലുകൾ കൂടുതൽ ശരിയാവുന്നു. കുരുമുളക് രാജാവിന്റെ വധവും തുടർന്നുള്ള യുദ്ധങ്ങളും നടന്ന കാലത്താണ് ഈ കുരുമുളകിവിടെ സൂക്ഷിക്കപ്പെട്ടത്. പടിഞ്ഞാറൻ തീരത്ത് പോർട്ടുഗീസുകാരുമായുള്ള യുദ്ധവും നിരോധനവും നിലനിന്നിരുന്നതിനാൽ കിഴക്കൻ കടൽവഴി കുരുമുളക് വ്യാപാരം അറബിനാടുകളുമായി നടത്തിയിരുന്നുവെന്നതിന്റെ വ്യക്തമായ തെളിവാണ് ഈ നാണയം. ഒരുപക്ഷേ ചരിത്രകാരന്മാരൊന്നും ഇത്തരം ഒരു സാധ്യത ഇതുവരെ കണ്ടെത്തിയിരുന്നുമില്ല. തുലുക്ക വ്യപാരികൾ വഴി പശ്ചിമഘട്ടം കടന്ന് തമിഴ്നാട് തുറമുഖങ്ങളിലൂടെ കുരുമുളക് അറബി നാടുകളിൽ എത്തിയിരുന്നു. കുരുമുളക് രാജാവിന് അറബികളുമായിട്ടായിരുന്നു വ്യാപാരബന്ധം. അതുകൊണ്ടായിരുന്നുവല്ലോ സാമൂതിരിയുടെ മേൽക്കോയ്മ അദ്ദേഹം അംഗീകരിച്ചതും. കൊച്ചിയുടെയും പോർട്ടുഗീസുകാരുടെയും ബദ്ധവൈരിയായതും. സാറയതുകേട്ട് തലകുലുക്കി.

"ചെങ്കോട്ടവഴി കിഴക്കോട്ടും വ്യാപാരം വ്യാപകമായി നടന്നിരുന്നുവെന്നാണല്ലോ ഇത് സൂചിപ്പിക്കുന്നത്." റസിയ പറഞ്ഞു മധുരയുമായി പുരാതനകാലത്തുതന്നെ കേരളത്തിനു ബന്ധങ്ങളുണ്ടല്ലോ? അരവിന്ദും അതിനോട് യോജിച്ചുകൊണ്ട് പറഞ്ഞു. "എന്തായാലും നമ്മുടെ അന്വേഷണം ഇവിടംകൊണ്ട് അവസാനിക്കുന്നില്ല. ഞങ്ങൾക്ക് നാളെ തിരിച്ചു പോകേണ്ടതുണ്ട്." "അരവിന്ദും വിനോദും റസിയായും ജയിംസുമൊക്കെ കൂടി കൂടുതൽ ഗവേഷണം ഈ പ്രദേശത്ത് നടത്തികൊണ്ടിരിക്കണം. എല്ലാകാര്യങ്ങൾക്കും ഞങ്ങളുടെ പിന്തുണയും സഹകരണവും ഉണ്ടാകും. ആവശ്യമെങ്കിൽ ഞങ്ങളും എത്താം." സക്കീർ ഹുസൈൻ പറഞ്ഞു. "അക്കാലത്ത് തമിഴ്നാട്ടിലേക്കുണ്ടായിരുന്ന കുരുമുളക് വ്യാപാര വഴികൾ കണ്ടെത്തണം. നെടുമങ്ങാട് വഴിയും കുരുമുളക് കടത്തിയിരിക്കാം."

എന്നിട്ട് റസിയയുടെ കണ്ണുകളിലേക്ക് വികാരവായ്പോടെ അയാൾ നോക്കി. റസിയയും കണ്ണുകൾ പിൻവലിച്ചില്ല. കണ്ണും കണ്ണും ഉള്ളിലെ

അനുരാഗം കൈമാറി. നോട്ടം പിൻവലിച്ചുകൊണ്ട് റസിയ മുഖംകുനിച്ചു. "റസിയ എന്നാണ് മടങ്ങുന്നത്" സക്കീർ ഹുസൈൻ ചോദിച്ചു.

"നാളെ നാട്ടിലേക്ക് മടങ്ങും. ഒരാഴ്ച അവിടെ കഴിഞ്ഞിട്ട് ഡൽഹിക്ക്."

"ഡൽഹിയിൽ എത്തിയിട്ട് വിളിക്കണം" അയാൾ ശബ്ദം താഴ്ത്തി പറഞ്ഞു. റസിയ മൂളി.

"മാനാമധുരയിൽ റസിയയുടെ വീട്ടിലൊന്ന് വരണമെന്നുണ്ട്. ക്ഷണിച്ചാലല്ലേ വരാൻ പറ്റൂ."

"എപ്പോ വേണമെങ്കിലും വരാമല്ലോ." റസിയ സങ്കോചത്തോടെ മറുപടി പറഞ്ഞു.

"ഹേയ്, ഇപ്പോഴില്ല. കൊച്ചിയിൽ രണ്ടുദിവസം. അതുകഴിഞ്ഞ് ഡൽഹിക്ക് മടങ്ങണം. അടുത്ത വരവിന് മാനാമധുരയിൽ വരാം."

റസിയ ചിരിച്ചു. അവർ രണ്ടാളും സ്വകാര്യ സംഭാഷണം കഴിഞ്ഞ് കാറിനടുത്തേക്ക് നടക്കുന്നതിനിടയിൽ എന്തോ ആലോചനയിലെന്ന പോലെ സക്കീർ ഹുസൈൻ പറഞ്ഞു:

"വീട്ടുകാർ കല്യാണം കല്യാണമെന്ന് പറഞ്ഞ് ശല്യം ചെയ്യാൻ തുടങ്ങിയിട്ട് കുറേക്കാലമായി. പി.എച്ച്.ഡി കഴിയട്ടെ. ജോലി കിട്ടട്ടെയെന്നൊക്കെ പറഞ്ഞ് ഒഴിഞ്ഞുനടന്നു. അനുജൻ ഫൈസൽ കാത്തിരുന്നു മടുത്തിട്ടാവും അവൻ കല്യാണം കഴിച്ചു. ഇനിയിപ്പോ കല്യാണം ആകാമെന്നൊരു തോന്നൽ."

എന്നിട്ട് റസിയയുടെ കണ്ണുകളിലേക്ക് തിളക്കത്തോടെ നോക്കി ചോദിച്ചു "റസിയയെ എനിക്ക് വിവാഹം കഴിച്ചുതരുമോയെന്ന് വീട്ടിൽ വന്ന് ചോദിക്കട്ടെ?"

റസിയയുടെ മുഖത്ത് രക്തം ചിത്രംവരച്ചു. നാണം കവിളുകളിൽ ഞൊറികൾ വീഴ്ത്തി. കണ്ണുകൾ കൂമ്പിവിടർന്നു. ചുണ്ടുകളിൽ നേരിയ വിറയൽ അനുഭവപ്പെട്ടു. "ചോദിച്ചുനോക്ക്" റസിയ പതുക്കെ പറഞ്ഞു. സക്കീർ ഹുസൈന്റെ മനസ്സ് നിറഞ്ഞ് തുളുമ്പി. അയാൾ ആഹ്ലാദം ഒതുക്കി ചിരിച്ചു. മുഖം കൂടുതൽ പ്രസന്നമായി. അവർ കാറിൽ കയറി കീഴൂർ കുടുംബത്തിലെത്തി. റബ്ബർ അടക്കിവാഴുന്ന കീഴൂർകുടംബത്തിന്റെ പറമ്പിൽ ഒറ്റപ്പെട്ട് ഇപ്പോഴും കുരുമുളക് വള്ളികൾ കാണാം. ഒഴിഞ്ഞ കോണിൽ ഒരു മുത്തച്ഛൻമാവിൽ പറ്റിപിടിച്ചുനിൽക്കുന്ന കറുത്ത കുതിരവാലൻ കുരുമുളക് വള്ളിയിൽ സക്കീർ ഹുസൈന്റെ കണ്ണുകൾ ഉടക്കി. കുരുമുളക് വള്ളികൾ ഭയപ്പാടോടെ ഒളിച്ചിരിക്കാൻ ശ്രമിച്ചുകൊണ്ടിരുന്നു. സക്കീർ ഹുസൈൻ കൗതുകത്തോടെയും ആവേശത്തോടെയും അതിന്റെ അരുകിലേക്ക് ചെന്ന് കുരുമുളക് വള്ളികൾ തൊട്ടുതലോടുകയും കുരുമുളക് കുലകൾ ഒന്ന് പറിച്ച് മണത്തുനോക്കുകയും കുരു വായിലിട്ട് ചവച്ച് എരിവ് ആസ്വദിച്ചുകൊണ്ട് പറഞ്ഞു "കറുത്ത കുതിരവാലൻ." കുരുമുളക് വള്ളികൾ നിന്നു വിറച്ചു.

സക്കീർ ഹുസൈന്റെ ആവേശവും ആഹ്ലാദവും ശ്രദ്ധിച്ചുകൊണ്ട് എല്ലാവരും മാവിൻചുവട്ടിലെത്തി. "കുരുമുളക് വള്ളികളുടെ വന്യമായ ജനുസ്സാണിത്. ഇതിൽ നിന്നാണ് മറ്റെല്ലാ കുരുമുളക് ജാതികളും ഉണ്ടായത്. കറുത്ത കുതിരവാലൻ കുരുമുളക് വള്ളികളും വെളുത്ത കുതിരവാലൻ കുരുമുളക് വള്ളികളും വംശനാശം സംഭവിച്ചുവെന്നാണ് ശാസ്ത്രലോകം വിശ്വസിക്കുന്നത്." അദ്ഭുതത്തോടെ അയാൾ ചോദിച്ചു "ഇവിടെ ഇനിയും കുരുമുളക് ചെടികളുണ്ടോ?"

"ഞങ്ങളുടെ പറമ്പുകൾ മുഴുവൻ കുരുമുളക് വളർത്തിയിരുന്ന ഒരു കാലമുണ്ടായിരുന്നു. ഇപ്പോ ഒറ്റപ്പെട്ട് അവിടെയും ഇവിടെയും ചില മരങ്ങളിലുണ്ടെന്നേയുള്ളൂ" അരവിന്ദ് പറഞ്ഞു. കരിമാങ്കാവിൽ പുരാവസ്തുക്കൾ അന്വേഷിച്ചു നടന്ന അതേ ജാഗ്രതയോടെ സക്കീർ ഹുസൈൻ കീഴൂർ കുടുംബത്തിന്റെ പറമ്പു മുഴുവൻ അരിച്ചുപെറുക്കി. ഒടുക്കം കാവിനരുകിലെ വയണമരത്തിൽ കറുത്ത കുതിരവാലനെ വീണ്ടും കണ്ടു. കാവിൽ വിശദമായി പരിശോധിച്ചപ്പോൾ ഇലവ് മരത്തിൽ വെളുത്ത കുതിരവാലൻ കുരുമുളക് വള്ളികൾ പൊതിഞ്ഞു കയറിയിരിക്കുന്നത് കണ്ടു. ഭൂമിയിൽ മനുഷ്യരോളം പഴക്കമുള്ള കറുത്ത കുതിരവാലനും വെളുത്ത കുതിരവാലനും കണ്ടുപിടിക്കപ്പെട്ടു. അതിന്റെ ആനന്ദനിർവൃതിയിലായിരുന്നു സക്കീർ ഹുസൈൻ.

ആദത്തിനും ഹവ്വയ്ക്കും ഒപ്പം ഭൂമിയിൽ വന്നതുമുതലുള്ള ഓരോ കാര്യങ്ങളും ചലച്ചിത്രകാഴ്ചപോലെ കറുത്ത കുതിരവാലനും വെളുത്ത കുതിരവാലനും മനസ്സിൽ കണ്ടു. തങ്ങളെചൊല്ലി എത്രയെത്ര മനുഷ്യർ തമ്മിൽ തല്ലി ചത്തു. എത്രയെത്ര യുദ്ധങ്ങൾ, കപ്പലോട്ടങ്ങൾ. ഒടുക്കം മനുഷ്യർക്ക് തങ്ങളെ വേണ്ടന്നായി. തേയിലയും കാപ്പിയും റബ്ബറും ഭൂമി അടക്കിവാഴാൻ തുടങ്ങി. കുരുമുളക് വള്ളികൾക്ക് മേൽ കൊലക്കത്തി വീണു. ഗോത്രങ്ങളായി വഴിപിരിഞ്ഞ മനുഷ്യരെ കൂട്ടിക്കലർത്തി അവരുടെ വംശപരിശുദ്ധി തകർത്ത് സങ്കരയിനങ്ങളാക്കി മാറ്റാൻ കുരുമുളക് വള്ളികളായ തങ്ങൾക്കായിയെന്നൊരിക്കൽ അഹങ്കരിച്ചിരുന്നു. എന്നാൽ അതേ മനുഷ്യർ തങ്ങളുടെ വംശവിശുദ്ധി തകർത്ത് സങ്കരയിനങ്ങൾ സൃഷ്ടിച്ച് പ്രചരിപ്പിച്ചു. ജനിതക ഘടനകൾ തകർന്ന് മാരകരോഗങ്ങൾക്കടിമപ്പെട്ട് കുരുമുളക് വള്ളികൾ ഭൂമിയിൽ കരിഞ്ഞുണങ്ങി നശിച്ചു. അവരിൽ നിന്ന് കൗശലപൂർവം ഒഴിഞ്ഞ് കീഴൂർകുടുംബത്തിൽ ഒളിച്ചുപാർത്ത തങ്ങളെ ഒടുക്കം മനുഷ്യർ കണ്ടെത്തിയിരിക്കുന്നു. ഇതിന്റ ആധിയും ഭയവുംമൂലം കറുത്ത കുതിരവാലനും വെളുത്ത കുതിരവാലനും നിന്നുവിറച്ചു.

വധശിക്ഷയ്ക്ക് വിധിക്കപ്പെട്ടവന്റെ മനോനിലയിലായിരുന്നു കുരുമുളക് വള്ളികൾ. എല്ലാവരും സക്കീർ ഹുസൈന് ചുറ്റും കൂടിനിന്ന് കുരുമുളക് വള്ളികൾ പരിശോധിച്ചു. "ഇരുണ്ട ഇലകൾ ഇവയുടെ പ്രത്യേകതയാണ്. നിറഞ്ഞ മണികളുള്ള കുലകൾ. ഉണങ്ങുമ്പോൾ കറുത്ത പൊന്നുപോലെ തിളങ്ങും." സക്കീർ ഹുസൈൻ പറഞ്ഞു. "ഈ

കുരുമുളകിനായാണ് ലോകമെമ്പാടും പായ്ക്കപ്പലുകൾ പാഞ്ഞത്. യുദ്ധങ്ങൾ നടന്നത്. രാജ്യങ്ങൾ അടിമകളാക്കപ്പെട്ടത്. ഒരുകാലത്ത് ഭൂമിയെ അടക്കിവാണിരുന്ന കറുത്ത കുതിരവാലനെയും വെളുത്ത കുതിരവാലനെയും വീണ്ടും കണ്ടെത്തിയിരിക്കുന്നു. ദിനോസറുകൾ ഭൂമിയിലേക്ക് മടങ്ങിയെത്തിയിരിക്കുന്നു.

കീഴൂർ കുടുംബം ചരിത്രത്തിൽ ഇനി ഇടംനേടുക കുരുമുളകുകളുടെ വീട് എന്ന പേരിലായിരിക്കും. എല്ലാ കുരുമുളക് വള്ളികളുടെ മാതാവായ കറുത്ത കുതിരവാലനെയും പിതാവായ വെളുത്ത കുതിരവാലനെയും സംരക്ഷിച്ചുനിർത്തിയ പുരാതനമായ കുടുംബം. പരിസ്ഥിതിശാസ്ത്രജ്ഞരുടെയും സസ്യശാസ്ത്രജ്ഞരുടെയും തീർത്ഥാടന കേന്ദ്രമായി ഈ പറമ്പ് മാറിക്കൂടായ്കയില്ല. നന്ദി അരവിന്ദ്." സക്കീർ ഹുസൈൻ പറഞ്ഞു. കീഴൂർ കുടുംബത്തിലേക്കുള്ള യാത്ര എന്റെ ജീവിതഭാഗ്യരേഖ തന്നെ മാറ്റിമറിച്ചിരിക്കുന്നു. ഇരട്ടസൗഭാഗ്യമാണ് എന്നെ തേടിവന്നത്. എന്നിട്ട് ഒളികണ്ണിട്ട് റസിയയെ നോക്കി. റസിയ നിഷ്കളങ്കമായി ചിരിച്ചു. രേവതി കീഴൂർ കുടുംബത്തിൽ നിന്ന് അവരുടെ അരികിലേക്ക് വരുന്നത് കണ്ട് റസിയ അവരുടെ അടുത്തേക്ക് ചെന്ന് സന്തോഷമൂർച്ഛയോട് വിളിച്ചു "ചേച്ചി", "ഉം. എന്താ ഇത്ര സന്തോഷം." "ഹേയ് ഒന്നുമില്ല." "അങ്ങനെയാവില്ല. എന്തോ ഒന്നുണ്ട്. പറ." രേവതി നിർബന്ധിച്ചു.

"കല്യാണം കഴിക്കാൻ ഇഷ്ടമാണോന്ന് സക്കീർ ഹുസൈൻ എന്നോടു ചോദിക്കുന്നു. അയാൾ മാനാമധുരയിൽ വന്ന് വിവാഹാലോചന നടത്താൻ പോവാണത്രെ." അതുകേട്ട് രേവതി ചിരിച്ചു. "ഞാൻ അന്ന് പറഞ്ഞില്ലേ. ഈ യാത്രയിലെ ഏറ്റവും ഭാഗ്യവതി റസിയ ആയിരിക്കുമെന്ന്." "സക്കീർ ഹുസൈനാണ് ഏറ്റവും ഭാഗ്യവാൻ." റസിയ പറഞ്ഞു. "അതെന്താ റസിയായെ വിവാഹം കഴിക്കാൻ പോകുന്നതു കൊണ്ടോ?" "ഹേയ്, അതല്ല. വംശനാശം സംഭവിച്ചുവെന്നു കരുതിയ കറുത്ത കുതിരവാലൻ കുരുമുളക് വള്ളികളും വെളുത്ത കുതിരവാലൻ കുരുമുളക് വള്ളികളും അയാൾ ഇവിടെ നിന്ന് കണ്ടെത്തിയിരിക്കുന്നു."

"ഹോ ഹോ." അതിശയത്തോടെ രേവതി ചോദിച്ചു "അതിന്റെ കൂടെ സുന്ദരിയായ മെരുക്കമുള്ള ഒരു മധുരക്കുതിരയേയും" ഒരു പൊട്ടിച്ചിരിയോടെ അവൾ പറഞ്ഞു. റസിയ അതുകേട്ട് നിറഞ്ഞ കണ്ണുകളോടെ ചിരിച്ചു. റസിയയുടെ മനസ്സ് നിറയെ കുരുമുളകുകളുടെ രാജകുമാരനായിരുന്നു. സാഹിബുൽ ഫുൽ ഫുൽ.

■

www.ingramcontent.com/pod-product-compliance
Lightning Source LLC
LaVergne TN
LVHW060614051026
849519LV00002B/607

* 9 7 8 9 3 8 7 3 3 1 3 3 4 *